I0562565

महाराष्ट्रातील सर्व विद्यापीठाच्या बी.ए./एम.ए. व सर्व स्पर्धा परीक्षांना उपयुक्त

# राजकीय विचार
# आणि
# विचारवंत

प्रा. डॉ. व. गो. नांदेडकर

डायमंड पब्लिकेशन्स

राजकीय विचार आणि विचारवंत

प्रा. डॉ. व. गो. नांदेडकर

Political Thoughts and Thinkers

Prof. Dr. V. G. Nandedkar

प्रथम आवृत्ती : जानेवारी २०११

ISBN 978-81-8483-348-5

© डायमंड पब्लिकेशन्स, पुणे

अक्षरजुळणी
अक्षरवेल, पुणे

मुखपृष्ठ
शाम भालेकर

प्रकाशक
डायमंड पब्लिकेशन्स
१२५५ सदाशिव पेठ, लेले संकुल
पहिला मजला, निंबाळकर तालमीसमोर
पुणे ४११ ०३०. ☎ ०२० – २४४५२३८७

diamondpublications@vsnl.net
www.diamondbookspune.com

प्रमुख वितरक
डायमंड बुक डेपो
६६१ नारायण पेठ, अप्पा बळवंत चौक
पुणे ४११ ०३०. ☎ ०२० – २४४८०६७७

या पुस्तकातील सर्व हक्क राखून ठेवले आहेत. कोणत्याही भागाचे पुनर्निर्माण अथवा वापर इलेक्ट्रॉनिक अथवा यांत्रिकी साधनांनी–फोटोकॉपिंग, रेकॉर्डिंग किंवा कोणत्याही प्रकारे माहिती साठवणुकीच्या तंत्रज्ञानातून प्रकाशकाच्या लेखी परवानगीशिवाय करता येणार नाही.

# प्रस्तावना

'राजकीय विचार आणि विचारवंत' या पुस्तकात डॉ. वसंत नांदेडकरांनी राज्यविषयक सर्व संकल्पनांची विस्तृत चर्चा केली असून त्याची मांडणीही मुद्देसूद केली आहे.

'राज्य' ही संकल्पना आणि राज्याच्या संदर्भात त्याचे स्वरूप, राजकीय विचारप्रणाली, ऑस्टिनचा सार्वभौमत्वाचा सिद्धांत; तसेच कायदा, न्याय, स्वातंत्र्य, समता, मार्क्सवाद इ. सारख्या संकल्पनांची सविस्तर ओळख करून दिली आहे.

'राज्यव्यवस्था' ही भौगोलिक प्रदेश, ऐतिहासिक पार्श्वभूमी, लोकांची मानसिकता आणि महत्त्वाचे म्हणजे 'काळ' या गोष्टींभोवती फिरत असते; तथा त्यांनुसार ती बदलत असते. पण तरीही आदर्श राज्याविषयीचा विचार महत्त्वाचा ठरतो.

राज्य म्हणजे काय अपेक्षित आहे आणि त्यानुसार काय व्यवस्था असली पाहिजे याबाबत अनेक भारतीय, पाश्चात्त्य विचारवंतांनी फार पूर्वीपासून कार्य केले आहे. या विचारवंतांचे विचार, त्यामागचे हेतू आणि अमलात आलेल्या त्यांच्या संकल्पना यांविषयी सदर पुस्तकात संदर्भासह स्पष्टीकरणे दिली आहेत. जसे,

*पाश्चात्त्यांमध्ये* प्लेटोचे न्यायविषयक विचार, साम्यवादाची कल्पना, शिक्षणपद्धती– अरिस्टॉटलने केलेले राज्याचे वर्गीकरण, गुलामगिरीबाबतचे विवेचन – मॅकियाव्हेलीचे राजकारण, धर्म व नीतीबाबतचे विचार, मनुष्यस्वभावाचा अभ्यास – हॉब्जचा सामाजिक करार, निसर्गावस्था – हेगेलची राष्ट्राची कल्पना, द्वंद्वात्मक विकास– मार्क्सवाद – बेंथॅमचा उपयुक्ततावाद – मिलने मांडलेली व्यक्तिस्वातंत्र्य आणि लोकशाहीची कल्पना – रॉल्सचे न्याय, स्वातंत्र्य, समतेबाबतचे विचार इ.

*भारतीयांमध्ये* प्रशासन यंत्रणा – कौटिल्याची परराष्ट्रनीती, राज्यमंडळ – न्यायमूर्ती रानड्यांचे राजकीय विचार, धार्मिक व सामाजिक सुधारणा, आर्थिक विचार – गोपाळ गोखले यांचे राजकीय विचार – आगरकरांच्या राजकीय सामाजिक संकल्पना– टिळकांचे राजकीय नेतृत्व – शाहूमहाराजांचे सामाजिक कार्य – फुले यांची धर्मकल्पना, सत्यशोधक समाज – आंबेडकर आणि राष्ट्रवाद – महात्मा गांधींची तत्त्वे – नेहरूंचे लोकशाही, समाजवादाचे विचार – सावरकरांचे हिंदुत्व – अरविंदो घोषांचे राजकीय तत्त्वज्ञान.

या सर्व संकल्पनांचा या पुस्तकात लेखकाने सविस्तर आढावा घेतला असून त्याचा विद्यार्थ्यांना निश्चितच लाभ होईल.

# लेखक परिचय

## प्रा. डॉ. वसंत गोविंद नांदेडकर

राज्यशास्त्र व लोकप्रशासन विषयाचे ज्येष्ठ प्राध्यापक झाले. शालेय महाविद्यालयीन व विद्यापीठपातळीवरील शिक्षण पुणे येथे झाले. बडोदा (गुजरात) येथील महाराजा सयाजीराव विद्यापीठात राज्यशास्त्र-विभागप्रमुख म्हणून निवृत्त.

गुजरात व महाराष्ट्रातील विद्यापीठांच्या विविध शैक्षणिक संस्थावर नियुक्त सदस्य म्हणून कार्य.

राष्ट्रीय व आंतरराष्ट्रीय परिसंवाद, कार्यशाळा आयोजन, समायोजन समन्वय व सहभाग.

राज्यशास्त्र, लोकप्रशासनसंबंधित नियतकालिकांत लिखाण.

**लेखन :** संशोधनलेख, संशोधनप्रकल्पांचे आरेखन, अंमलबजावणी आणि प्रकल्पअहवाल

### विशेष अभ्यासक्षेत्र

- विकासप्रशासन
- नागरी-ग्रामीण संस्थांच्या व्यवस्थापन-समस्या
- लोकप्रतिनिधी, अधिकारीप्रशिक्षण.

# अनुक्रमणिका

# विभाग अ

प्रकरण १

# राज्यशास्त्र : एक अभ्यासशाखा

## १. राज्यशास्त्र (Political Science)

मानवी जीवन कुटुंबसंस्थेमधून जितक्या नैसर्गिकपणे समाजजीवनात विकसित होते तितक्याच नैसर्गिकपणे समाज राजकीय समाजात उत्क्रांत होत जातो. मानव हा समाजप्रिय प्राणी आहे. समाजातील विविध संस्थांच्या कार्यक्रमांत सहभागी होऊन तो आपले जीवन विकसित व समृद्ध करीत असताना निर्माण होणारे परस्परसंबंधांतील ताण, अडचणी, आव्हाने यांमधून मार्ग काढण्यासाठी तो राजकीय समाजाची स्थापना करतो. विशिष्ट जाणिवेने एकत्रित आलेला समाज म्हणजे राजकीय समाज (Political Society) होय. ही जाणीव राजकीय समाजाला सामाजिक समूहापासून (Society) वेगळेपण आणि महत्त्व देते. संघटनांच्या उद्देशाची मर्यादा, सभासदत्वाची पद्धत, संघटनेच्या अपेक्षा या बाबतीत सामाजिक संघटनेपेक्षा राजकीय संघटन वेगळे असते. राज्यसंघटनेचा उद्देश इतर संघटनांपेक्षा व्यापक व समावेशक असतो. राज्याचे सभासदत्व नाकारता येत नाही आणि सभासदत्वाची पद्धत लिखित घटनेत नोंदवलेली असते. अलिखित घटनेत परंपरा, संकेत, कायदा यांनी त्याचे स्वरूप निश्चित होते. सदस्यत्वामधून मिळणाऱ्या हक्क आणि कर्तव्यांचे स्वरूपही वेगळे असते. त्यात व्यक्तिगत आणि सामाजिक असे दोन्ही आशय असतात. राज्याकडून व्यक्तीच्याही काही अपेक्षा असतात. उदारमतवादी पद्धतीमध्ये त्या किमान असतात. मात्र कल्याणकारी पद्धतीत त्या विस्तृत आणि विविध असू शकतात.

राज्यशास्त्र म्हणजे राज्याचे शास्त्र. राज्य म्हणजे काय? राज्य-संकल्पनेचा विकास, त्याची तात्त्विक बैठक आणि त्याचे बदलते स्वरूप, राज्याची यंत्रणा-प्रक्रिया-कार्यक्रम व व्यक्ती यांचे परस्परसंबंध आणि परस्परावलंबन, राज्य-राज्य, राज्य-समाज, राज्य-व्यक्ती यांचे आदर्श नाते, त्याबाबतीतले विश्लेषण आणि विवेचन राज्यशास्त्रात अपेक्षित आहे.

राज्याचे व्यक्ती आणि समाजातील महत्त्व लक्षात घेता राज्यशास्त्र एक अभ्यासविषय म्हणून महत्त्वाचे व सतत विकसित होणारे शास्त्र बनणे स्वाभाविकच आहे.

## १.१. राज्यशास्त्राची व्याख्या (Definition of Political Science)

कोणत्याही अभ्यासविषयाची सुरुवात करताना तो विषय आणि त्याचा गाभा काय आहे, असा प्रश्न पडणे साहजिक आहे. तो विषय काय आहे आणि त्याचबरोबर 'काय नाही ' हे निश्चित ठरले की, अभ्यासाच्या चतु:सीमा निश्चित होतात. त्याला दिशा मिळते आणि संलग्न विद्याशाखेतील माहितीची देवाण-घेवाणही अधिक सहेतुक बनते. याचा एकत्रित परिणाम म्हणून मूळ अभ्यासविषय अधिक एकसंध बनतो.

राज्यशास्त्राचा गाभ्याचा विषय राज्यसंस्था मानली जाते; तथापि, त्यावरून 'राज्यशास्त्र म्हणजे काय?' या प्रश्नाचे उत्तर सोपे होत नाही. कुटुंब किंवा इतर सामाजिक संस्था यांची रचना, त्यांतील घटना, त्यांतील सभासदांची परस्पर नाती आणि विविध प्रक्रियांचे नियंत्रण यांत साम्य आढळते. संस्थेचा प्रमुख (उदा. कुटुंबप्रमुख) आणि राज्य-संस्थेचा प्रमुख (राजा, पंतप्रधान, अध्यक्ष) यांचे अधिकार, उत्तरदायित्व आणि वर्तन यांचा परिणाम संस्थेच्या स्थैर्यावर व उपयुक्ततेवर पडत असतो. राज्यव्यवस्थेमध्ये राज्य (State) आणि शासन (Government) यांचा दोन्ही संज्ञांचा सरमिसळ वापर होत असल्याने राज्यशास्त्राचे स्वरूप निश्चित करणे अवघड बनते. त्यामुळे राज्यशास्त्र आणि राजकीय घटना कार्य-कृती (Politics) ह्यांचा अभ्यासही संस्थेच्या व्यवस्थेच्या अभ्यासाइतका महत्त्वाचा ठरतो व त्या दृष्टीने सत्ता, अधिकार, मान्यता या संकल्पनाही महत्त्वाच्या बनतात. संस्थेतील कार्यकृतींमुळे विरोध, अडथळे निर्माण होत नसतील तर संस्थेचे वर्तन अपेक्षेप्रमाणे सुरळीत चालते, नाही तर त्यात अवरोध निर्माण होतो. हा अवरोध दूर करण्याचे तंत्र शिकवणे (Conflict Resolution) हेसुद्धा राज्यशास्त्राचे प्रमुख कार्य बनते. अशा तऱ्हेचा विरोध सर्व सामाजिक संघटनांमध्ये, त्यांतील सदस्यांमध्ये आणि वेगवेगळ्या पातळींवर निर्माण होऊ शकतो. तो दूर करण्याचे व किमान पातळीवर सर्व संस्थांचे व्यवहार सुरळीत चालण्यासारखी बाह्य परिस्थिती निर्माण करण्याचे महत्त्वाचे सामाजिक कार्य राज्यसंस्थेकडून अपेक्षित आहे.

सर्वसमावेशक आणि सर्वमान्य अशी राज्यशास्त्राची व्याख्या करणे अवघड असले तरी विविध विचारवंतांच्या विचारांतून राज्यशास्त्राचे स्वरूप आपणास उमजू शकते. ग्रीक विचारवंत ॲरिस्टॉटल (इ.स.पू. ३८४-३२२) याने प्रथम 'Politics' हा शब्द वापरला. त्याच्या राज्यशास्त्रावरील प्रबंधाचे नाव 'Politics' असे होते. हा शब्द लॅटिन शब्द (*Politicus*) वरून आलेला आहे. ग्रीक राज्यव्यवस्था नगरराज्यांची (*Polis*) होती आणि आजच्याप्रमाणे राज्य (State) आणि समाज (Society) असा भेद नगरराज्यव्यवस्थेमध्ये नव्हता. आधुनिक राज्याची आणि शासनव्यवस्थेची व्यापकता पाहता ॲरिस्टॉटलची राज्यशास्त्राची कल्पना आजही उपयुक्त ठरते.

प्रा. गटेल आपल्या पॉलिटिकल सायन्स (Political Science) या ग्रंथामध्ये राज्यशास्त्राची व्याख्या खालीलप्रमाणे करतात, 'राज्यशास्त्र म्हणजे मानवाच्या राजकीय

व्यवस्थेमधील विविध संघटना, त्यांच्या शासनव्यवस्थेची रचना आणि कायद्याची निर्मिती आणि अंमलबजावणी करणारी त्यांची कार्ये आणि त्याचबरोबर त्यांचे आंतरराष्ट्रीय संबंध होत.' ('Politics deals with association of human beings that form political units with the organization of their governments and with the activities of these governments in making and administering law and in carrying on international relations.')

राज्यशास्त्राचे वर्णन करताना ऑक्शॉट (Oakeshott) म्हणतात, 'Politics is an activity of attending general arrangements of a collection of people who in respect of their common recognition of arrangement compose a single society.' मानवी जीवनात सतत तडजोड असते आणि राज्यशास्त्र त्याकडे 'सक्ती'पेक्षा 'परिवर्तन' या दृष्टीने पाहते. राजकीय संबंध हे समाजातील संबंध असतात.

कॅटविन यांच्या मतानुसार राज्यशास्त्र म्हणजे राजकीय क्षेत्रातील घटना आणि त्याचा अभ्यास. सामान्यत: या 'घटना' आणि 'कृती' या शासनाच्या विविध विभागांच्या कृती असतात. राजकीय व्यवस्थेकडे विविध प्रक्रियांमधून स्थैर्य-व्यवहारात नियमितता आणि परिस्थितीनुसार बदल घडवता आला पाहिजे. रूढार्थाने म्हटले जाणारे राजकारण म्हणजे राज्यशास्त्र नाही. राज्यशास्त्र म्हणजे राज्यव्यवस्थेवर एकाच वेळी येणाऱ्या विविध मागण्यांची प्रतवारी लावून त्यांच्यात समन्वय व अग्रता निर्माण करण्याचे शास्त्र. लोक, लोकगटांच्या मागण्या, त्यांतील अंतर्विरोध आणि लक्षपूर्ती यांचा अभ्यास राज्यशास्त्र गतिमान करते. राज्यशास्त्राचा अभ्यास करताना लॅसवेल म्हणतात की, 'कोणास काय, केव्हा आणि कसे मिळते याचा हा अभ्यास आहे - (Who gets, What, When and How)'. राज्यशास्त्राला लॅसवेल म्हणूनच 'प्रभावाचे शास्त्र' मानतात. आधुनिक काळात सर्व समाजसंस्थांसाठी व्यवहाराची बाह्य चौकट निर्माण करून तिची अधिकारवाणीने अंमलबजावणी करणे आवश्यक बनले आहे. धोरण म्हणजे समाजधारणेचा मूल्यात्मक आधार. ते काम राज्याकडून विविध क्षेत्रांबाबत अपेक्षित आहे. राज्यशास्त्र म्हणजे - State in action (Pollock / पोलॉक) असेही म्हणता येईल. राज्यशास्त्राकडे पाहण्याचे जेवढे दृष्टिकोन, तेवढ्या राज्यशास्त्राच्या व्याख्या होऊ शकतील.

## १.२. राज्यशास्त्राचे स्वरूप आणि व्याप्ती (Nature and Scope of Political Science)

राज्यशास्त्राच्या अभ्यासाचे मुख्यत्वे दोन विभाग पडतात – राजकीय सिद्धांत (Political Theory) आणि राजकीय तत्त्वज्ञान (Political Philosophy). त्याचबरोबर राज्यशास्त्राकडे एक शास्त्र (Political Science) म्हणूनही पाहिले जाते.

**१.२.१. शास्त्र आणि कला (Art and Science)** – राज्याच्या पारंपरिक अभ्यासात ॲरिस्टॉटलने 'Politics' असा शब्द वापरला आहे आणि अमेरिकेत वर्तनवादाच्या (Behaviorism) उदयापर्यंत त्याला फारशी आडकाठी आली नाही. लास्कीच्या प्रसिद्ध पुस्तकाचे नावही 'Grammar of Politics' असे आहे. राज्यशास्त्राच्या अभ्यासाच्या विविध पद्धती, दृष्टिकोन, राजकीय तत्त्वांची स्थल-काल-संस्कृतिसापेक्षता याबाबत अभ्यासक आणि विचारवंत यांच्यामध्ये एकमत नाही आणि त्यांच्या निष्कर्षांतही सार्वत्रिकता नाही. विविध संज्ञांच्या अर्थांमधील भिन्नता लक्षात घेता त्यांचा वापरही सार्वकालीन सारखा करता येत नाही. ॲरिस्टॉटलने लोकशाहीची कल्पना एक विकृत प्रकार म्हणून वर्णन केलेली असून ती आजच्या विचारानुसार झुंडशाही (Mobocracy) या प्रकारात मोडते; तर त्याने वर्णन केलेली राज्याची संकल्पना (Polity) आजच्या लोकशाहीच्या जवळ येते. राष्ट्रवादासारखी विचारधारा 'विधायक' अथवा 'विघातक'ही होऊ शकते. त्यामुळे संशोधनाच्या निष्कर्षांना मर्यादा पडतात आणि भौतिक शास्त्राच्या तुलनेत त्यांचा शासकीयत्वाचा दावा कमकुवत होतो.

अर्थात सर्वच सामाजिक शास्त्रांची ही मर्यादा आहे. मानवी स्वभावाला आणि वर्तनाला शोधशाळेत बंदिस्त करता येत नाही. पाहणीगट अधिकाधिक मोठा करून हा दोष कमी करता येतो; पण नष्ट करता येत नाही. इतर गोष्टी स्थिर मानून निष्कर्ष काढले तरी प्रत्यक्षात इतर गोष्टी स्थिर नसतात हा अनुभव आहे. ('Other things are never equal'). निष्कर्षांबाबत काटेकोर स्पष्टतेचा अभाव ही जशी सामाजिक शास्त्रांची मर्यादा आहे तशीच ती त्यांचे बलस्थान म्हणूनही त्याचा स्वीकार करता येईल. अभ्यासविषय गतिमान आणि स्थलकालानुसार बदल सामावून घेत हे निष्कर्ष नेहमीच समाजाभिमुख आणि समाजोपयोगी राहू शकतात. मागणी तसा पुरवठा असे त्यांचे स्वरूप राहण्याचे कारण नाही. याबाबत अभ्यासकाची वृत्ती आणि अभ्यासपद्धती ही अधिकाधिक पूर्वग्रहमुक्त, संतुलित व वस्तुनिष्ठ असावयास हवी.

प्रत्येक अभ्यासविषयास आपला विषय शास्त्रपदास जावा असे वाटणे स्वाभाविक आहे; त्यामुळे विषयास वैचारिक दर्जा आणि त्यातील निष्कर्षांना सार्वत्रिक व अधिक कालावधीसाठी मान्यता मिळते आणि अभ्यासविषयाची श्रेणीसुद्धा स्थिर होते. 'Science is a knowledge ascertained by observation and experiment critically tested, systematized and brought under general principles.' समस्येची व्याख्या, संबंधित माहिती गोळा करण्याची आणि तिचे विश्लेषण करण्याची वस्तुनिष्ठ पद्धत, ते पडताळून पाहण्याची आणि सर्वांना खुले करण्याची तयारी यामधून शासकीय निष्कर्षांना सार्वकालीन व सर्वमान्य मान्यता मिळते. त्या निष्कर्षांना असलेली मर्यादाही अतिव्याप्त असते. उदा. न्यूटनचे नियम अचुंबकीय (non-magnetic) क्षेत्रांत प्रभावी असतात. सामाजिक शास्त्रातही सुनियंत्रित पद्धतीने प्रयोग करून किंवा लक्ष्यगट

नियंत्रित करून शास्त्रीय पातळीवरील निष्कर्ष काढता येतील. वर्तनवादाच्या तंत्राने हे शक्य झालेले आहे. त्याचबरोबर राजकीय संस्था, राजकीय प्रक्रिया, त्यावर प्रभाव टाकणारे घटक आणि कार्यकारणभाव सांगणारे स्पष्टीकरण शक्य आहे आणि संस्थांचे कार्य सुविहित चालण्यासाठी आवश्यक गुण-विशेषांची नोंद करता येते. उदा. न्यायव्यवस्थेचा निःपक्षपातीपणा, राजकीय प्रमुखाची लोकमान्यता आणि सार्वत्रिक निवडणूक, मिश्र समाज आणि अल्पसंख्यांकांचे हक्क, विविध राज्यघटनांचा तौलनिक अभ्यास करून ॲरिस्टॉटलने राज्याच्या स्थैर्याविषयी काढलेले निष्कर्ष आजही सत्य राहतात.

शासनव्यवस्थेचा व्यवहार; निर्णय घेण्याची, त्याची अंमलबजावणी करण्याची आणि प्रक्रियानियंत्रणाची पद्धत हा राज्यशास्त्राचा गाभा असल्याने राज्यशास्त्र ही एक व्यक्तिनिष्ठ कला बनते. ('Politics is not a science – but an art' - Bismarck बिस्मार्क) तथापि, राजकीय सिद्धांत व तत्त्वज्ञान त्यांचा ऐतिहासिक मागोवा आणि विकास, आदर्श राजकीय समाजाची व्यापक आखणी इ. विभाग पाहता आणि अभ्यासाच्या विविध कौशल्यांचा विकास पाहता राज्यशास्त्र हे शास्त्र आहे असे म्हणता येईल. जसे सौंदर्यशास्त्र (बर्क / Burke) किंवा नीतिशास्त्र (पोलॉक / Pollock) या अभ्यासशाखाही शास्त्रच आहेत.

### १.२.२. राजकीय सिद्धांत आणि राजकीय तत्त्वज्ञान (Political Theory and Political Philosophy) –
'सिद्धांत' आणि 'तत्त्वज्ञान' या संकल्पनांची सरमिसळ होत असली तरी त्यांत महत्त्वाचा फरक आहे. सिद्धांत म्हणजे एखादी संकल्पना किंवा संकल्पनांचा गट त्यानुसार एखाद्या घटनेतील-व्यवस्थेमधील बदलाच्या टप्प्याचे स्पष्टीकरण करता येते आणि त्याच्या अनुषंगाने त्या घटनेचा अर्थ किंवा टप्प्यांचा क्रम यांची संगती लावता येते. उदा. राजकीय विचारांचा विकास हा विचारवंत आणि त्यांचे विचार यांचा ऐतिहासिक मागोवा घेऊन करण्याची परंपरा आहे.

जसे प्लेटोपासून मार्क्सपर्यंत विचारांचा ऐतिहासिक वेध (History of Political Theory).

सिद्धांतबांधणीमध्ये केवळ वस्तुस्थितीचे विवरण नसते तर त्याचबरोबर परिणामांच्या बाबत असणारी वस्तुस्थितीची अनिवार्यताही असते. समाजगटाचे प्रश्न सोडविताना किंवा त्याचा अर्थ स्पष्ट करताना त्यात नकळत एक अनिवार्य होणारा बदलही स्पष्ट होत असतो आणि त्यामागे संशोधकाच्या मनातील गृहीततत्त्वे किंवा तत्कालीन समाजपरिस्थितीबाबतचे मूल्यात्मक विचारही असतात. 'In showing what a practice means or what it ought to mean, political theory can alter what it is.'– Sabine (सबाईन) सामाजिक कराराची लॉकची कल्पना रक्तहीन राज्यक्रांतीचा संदर्भ आणि अर्थ सांगताना घटनात्मक राजेशाहीची अपरिहार्यता सांगत असते. सद्य:स्थितीचे

वर्णन करणे, विवेचन करणे, परीक्षण करणे आणि त्या स्थितीचे समर्थन करताना वा त्यावर टीका करताना उद्याच्या 'सद्य:स्थिती'चे स्वरूप स्पष्ट करण्याचे कार्य सिद्धांत करीत असतो.

तत्त्वज्ञान ही संकल्पना अधिक व्यापक व अमूर्त आहे. समाजव्यवस्थेमधील संस्था, त्यांची संरचना यांच्या वस्तुनिष्ठ अभ्यासापेक्षा त्यामागील मूळ संकल्पनेचा अर्थ व आधार शोधण्याचा आणि त्याआधारे त्या संस्थेचा पाया घालण्याचा प्रयत्न तत्त्वज्ञानामधून होतो. शास्त्र 'काय', या प्रश्नाचे उत्तर शोधत असताना तत्त्वज्ञान 'का' याचे उत्तर शोधत असते. राजकीय तत्त्वज्ञानामध्ये राजकीय विचार आणि व्यवहाराचे मूल्यमापन असतेच पण त्याबरोबर त्याच्याशी निगडित संकल्पनांचा अधिक तर्कनिष्ठ आशय निश्चित केला जातो. अर्थात, असे करीत असताना नकळत त्यांच्या मनातील मूल्यकल्पना त्यांच्या प्रश्नाचे उत्तर सोडविण्याच्या पद्धतीमध्ये व्यक्त होत असते. ही आधारभूत बाह्य चौकट त्या व्यवस्थेच्या सर्व संस्था- त्यांचे संबंध आणि परिणाम यांना संदर्भ देत असते. मार्क्सच्या तत्त्वज्ञानानुसार भांडवलशाहीचा विकास, त्यातील विसंगती, कामगारवर्गांचे शोषण, कामगार क्रांती, वर्गविरहित समाजरचनेची अपरिहार्यता हे सर्व एका धाग्याने बांधले गेलेले आहेत. राजकीय सिद्धांतांची उपयुक्तता आणि अनिवार्यता यावर नव-आधुनिकतावादाने टीका केलेली आहे. नव-आधुनिक समाज व्यक्तिकेंद्री, ग्राहककेंद्री आणि माहितीकेंद्री असतो.

## १.३. राज्यशास्त्राची व्याप्ती (Scope of Political Science)

राज्याशी संबंधित सर्व गोष्टी म्हणजेच संस्था, त्यांची रचना, त्यांच्यातील संबंध आणि व्यक्ती हे सर्व राज्यशास्त्राच्या अभ्यासात येते. त्यानुसार राजकीय विचार आणि विचारवंत, राज्यशास्त्रातील मूलभूत संकल्पना, राजकीय तत्त्वज्ञान, शासनसंस्था व राजकीय समाजातील राज्याशी संबंधित अराजकीय संस्था, विविध राजकीय प्रक्रिया आणि राजकीय समाज व त्यातील व्यक्ती (जनता) यांचे परस्परावलंबन या सर्वांचा अभ्यास राज्यशास्त्रात अपेक्षित आहे.

राज्यशास्त्राच्या अभ्यासाची व्याप्ती मुख्यत्वे दोन भागांत करता येईल.

- राजकीय सिद्धांत आणि तत्त्वज्ञान
- शासनयंत्रणा आणि राजकीय संघटना

राजकीय सिद्धांत हे राज्यशास्त्रक्षेत्रांतील माहिती, वास्तव घटना इ. संबंधी गोळा केलेल्या माहितीवरील निष्कर्ष असतात, तर राजकीय तत्त्वज्ञान मूल्याधारित असून चांगल्या राजकीय जीवनाची दिशा आणि त्याच्या प्राप्तीचा आराखडा त्यांत असतो. राज्य किंवा शासनव्यवस्था किंवा विधिनियमांच्या निर्मितीची पद्धत राजकीय सिद्धांतामध्ये येईल तर शासनव्यवस्थेचे प्रकार, शासनव्यवहार किंवा राजनय, आंतरराष्ट्रीय

संबंध इ. अभ्यास हा उपयोजित राज्यशास्त्राचा अभ्यास म्हणता येईल. या विविध संस्थांची संकल्पना, विकास आणि आदर्श स्थिती व त्याचा पायाभूत आधार राजकीय तत्त्वज्ञानातून स्पष्ट होईल. उदा. उदारमतवाद, लोकशाही इ.

राज्यसंस्थेचे बदलते स्वरूप लक्षात घेता राज्यशास्त्राच्या सीमा गतिमान असावयास हव्यात. संघटनेत, त्याच्या रचनेत, आधारभूत तत्त्वांत आणि अंतिम हेतूमध्ये कालानुरूप बदल घडत असतात. ग्रीकांचे नगरराज्य, रोमनांचे प्रदेशराज्य, सरंजामशाही राज्य, राष्ट्रराज्य यांच्यातील गुणात्मक फरक त्या त्या काळातील सामाजिक व्यवस्थेशी निगडित आहे आणि त्यातून होणाऱ्या बदलाची एक दिशाही आहे.

युनेस्कोने पुढाकार घेऊन राज्यशास्त्राची व्याप्ती निश्चित करण्याचा प्रयत्न केला, त्यानुसार राज्यशास्त्राचे चार भाग पडतात - राजकीय सिद्धांत, ऐतिहासिक मागोवा आणि राजकीय संकल्पना, राजकीय संघटना, राज्यघटना, शासनसंस्था, प्रशासन, शासनाची आर्थिक आणि सामाजिक कार्ये, राजकीय संघटनांचा तौलनिक अभ्यास, राजकीय पक्ष, समाजगट, जनसहभाग-प्रशासन, लोकमत, आंतरराष्ट्रीय संघटना आणि आंतरराष्ट्रीय कायदा.

राज्यशास्त्राच्या अभ्यासकांमध्ये विषयाची व्याप्ती, अभ्यासाचा दृष्टिकोन आणि त्यानुसार अभ्यासपद्धती यामध्ये एकमत होणे अवघड आहे.

### १.४. राज्यशास्त्र आणि इतर शास्त्रे (Political Science and other Social Sciences)

राज्यशास्त्र हे एक सामाजिक शास्त्र असल्याने इतर सामजिक शास्त्रांशी त्याचा संबंध येणे स्वाभाविक आहे. इतर शास्त्रांतील संशोधन - अभ्यासपद्धती यांचा प्रभाव राज्यशास्त्रावर पडणे त्याचप्रमाणे राज्यशास्त्रातील संशोधन, निष्कर्ष यांचा संदर्भ व त्या शास्त्रावर प्रभाव पडणे सर्वच शास्त्रांना आपापले अभ्यासविषय समजण्याच्या दृष्टीने उपयुक्त ठरते. त्यामधूनच समाजशास्त्रांचा अभ्यास आंतरविद्याशाखीय पद्धतीने करण्याची प्रथा पडत आहे. अर्थात, प्रत्येक शास्त्राचा एक विषय गाभ्याचा म्हणून असतोच आणि तो इतर विद्याशाखांशी देवाण-घेवाण करताना आपले वेगळेपण आणि इतर शाखांच्या देवाणघेवाणीची सीमा स्पष्ट करतो. आंतर-विद्याशाखीय राज्यशास्त्राचा गाभा राज्यसंस्था आहे.

**१.४.१. राज्यशास्त्र आणि समाजशास्त्र (Political Science and Sociology)** – समाजशास्त्र हे व्यक्तीच्या सामाजिक जीवनाचा आणि त्यातील संस्थांचा समग्रपणे अभ्यास करते. समाजशास्त्राची व्याप्ती अर्थात व्यापक आहे. राज्यशास्त्र समाजजीवनाच्या एका अंगाचा (राजकीय) विचार करते. त्या दृष्टीने समाजशास्त्र हे सर्व सामाजिक शास्त्रांचा मूळ आधारच आहे. अर्थात, सामाजिक

प्रश्नांची जटिलता पाहता प्रत्येक सामाजिक शास्त्राचे प्रयोजनही तितकेच महत्त्वाचे ठरते. समाजशास्त्राच्या अभ्यासात व्यक्तीची विविध सामाजिक नाती, सामाजिक गट आणि त्यांचे परस्परसंबंध यांचा अभ्यास केला जातो. 'संघटित' आणि 'असंघटित' अशा दोन्ही समाजव्यवस्थांचा अभ्यास समाजशास्त्रात होतो. राज्यशास्त्र हे संघटित व जाणीवपूर्वक एकत्रित आलेल्या समाजाचा अभ्यास करते. सामाजिक जीवनातील रूढी, परंपरा यांचा अभ्यास राजकीय संस्थांच्या विकासाचा अभ्यास करताना उपयोगी पडतो. त्याचबरोबर सामाजिक संस्थांचा अभ्यास राजकीय घडामोडी आणि त्यांतील बदलाचे स्वरूप /दिशा यांचा अभ्यास करताना उपयुक्त ठरतात. उदा. भारतीय राजकारण आणि जातिव्यवस्था या परस्परसंबंधांमधून राजकीय समाजशास्त्र (Political Sociology) ही विद्याशाखा उदयास आली.

**१.४.२. राज्यशास्त्र आणि अर्थशास्त्र (Political Science and Economics)** – अर्थशास्त्र हे समाजाच्या अर्थव्यवहाराशी निगडित आहे. 'वस्तू' व 'सेवा' यांचे उत्पादन, वितरण, विनिमय आणि उपभोग यांच्याशी त्याचा संबंध आहे. व्यक्तीच्या आर्थिक गरजा आणि त्यांचे समाधान अर्थशास्त्रात येते. अर्थशास्त्र आणि राज्यशास्त्र यांचा परस्पर संबंध आणि परस्पर प्रभाव समाजजीवनात महत्त्वाचा ठरलेला आहे. कौटिल्यांच्या राज्यशास्त्रप्रशासनावरील पुस्तकाचे नाव 'अर्थशास्त्र' (Economics) असे होते. हा संबंध स्पष्ट करणारी विद्याशाखा 'Political Economy' या नावाने विकसत आहे. दोन्ही शास्त्रे एकमेकांवर प्रभाव टाकतात तसेच आपल्या क्षेत्रांतील प्रश्नांच्या उत्तराचा शोध घेताना एकमेकांना पूरक ठरतात. औद्योगिक क्रांती मूलत: आर्थिक क्षेत्रांत झाली पण तिचे परिणाम सामाजिक समस्यांत झाले आणि त्यांवर उत्तरे शोधताना राज्यशास्त्राचा आधार घ्यावा लागला. वित्तसंस्थांचे व्यवहार आणि त्यांवरील नियंत्रणे राज्याला सामाजिक जीवनाच्या संदर्भात घालावी लागतात. नियोजन ही केवळ आर्थिक प्रक्रिया नाही आणि सार्वजनिक उपक्रम केवळ आर्थिक उपक्रम नसतात. आधुनिक काळातील कल्याणकारी राज्याची कल्पना आणि त्यासाठी करावी लागणारी संसाधनांची जुळवाजुळव यासाठी अर्थशास्त्राचीच प्रामुख्याने मदत होते. राज्याचे स्वरूप, राज्याची धोरणे आणि राज्याच्या क्षमता यांवर आर्थिक घटकांचा मोठा प्रभाव पडतो. कौटिल्य आपल्या ग्रंथात 'अर्थ एव प्रधान:।' असे म्हणतात. महत्त्वाच्या क्रांतिकारक बदलांच्या मुळाशी आर्थिक बळच असते. अमेरिकेची महासत्ता आणि संरक्षणसिद्धता त्या राष्ट्राच्या आर्थिक शक्तीमुळेच वास्तवात प्रस्थापित झालेली दिसून येते. कित्येक राजकीय सिद्धांतांना आर्थिक संदर्भ असतो. उदा. साम्यवाद किंवा लोकशाही समाजवाद. आर्थिक स्थैर्य देऊ न शकणारी राज्यव्यवस्था, तिचे आधारभूत तत्त्वज्ञान कितीही चांगले असले तरी, व्यवहारात टिकू शकत नाही. ती आर्थिक विषमता दूर करू शकली नाही तर लोकशाही शासन डळमळीत होते आणि

तिचे राजकीय स्थैर्य नष्ट होते.

**१.४.३. राज्यशास्त्र आणि इतिहास (Political Science and History) –** इतिहास म्हणजे कालानुसार घडलेला एखाद्या समाजाचा प्रवास नसतो, तर त्या समाजाच्या परिवर्तनाची सुधारणा- संस्कृतीची दिशा त्या निवेदनातून स्पष्ट होत असते. राज्यशास्त्र आणि इतिहास या दोन्ही विद्याशाखा एकमेकांत मिसळल्या आहेत. इतिहास म्हणजे कालचे राजकारण आणि आजचे राजकारण म्हणजे उद्याचा इतिहास असतो. एखाद्या देशाच्या राजकीय संस्कृतीच्या जडणघडणीत इतिहासापासून जमा केलेली माहिती महत्त्वाची ठरते. अर्थात, इतिहासामधील सर्वच माहिती राज्यशास्त्राच्या दृष्टीने- समाजाच्या राजकीय घडणीच्या दृष्टीने महत्त्वाची वा उपयुक्त नसते. तथापि, एकाशिवाय दुसऱ्याचा अभ्यास आकारहीन व आशयहीन बनेल. लॉड ॲक्टन म्हणतात, 'The science of politics is the gold deposited by the stream of history.' इतिहास आणि समाजशास्त्राने गोळा केलेल्या माहितीचा राज्यशास्त्रात उपयोग होतो.

**१.४.४. राज्यशास्त्र आणि नीतिशास्त्र (Political Science and Ethics) –** नीतिशास्त्र हे समाजमान्य मूल्यतत्त्वांचे शास्त्र आहे. व्यक्तीच्या वास्तव व्यवहारापेक्षा समाजधारणेच्या दृष्टीने श्रेयस मूल्यांचे आणि आदर्श वर्तनाचे त्यात विवेचन असते. राज्यशास्त्र जरी राज्यसंस्थेचे यथार्थ वर्णन करीत असले तरी आदर्श राज्याचे स्वरूप, आदर्श राज्यकर्त्याचे गुण, आदर्श नागरिकांकडून अपेक्षा यांविषयी चर्चा त्याकडून अपेक्षित आहे. प्रत्येक राज्याच्या घटनेत ती तत्त्वे निर्देशित असतात आणि त्या दिशेने राज्यव्यवहार चालावा असे अपेक्षित असते. प्राचीन ग्रीक विचारवंतांच्या लिखाणात राज्यशास्त्र आणि नीतिशास्त्र यांचे परस्परावलंबन दृढ मानलेले आहे. राज्याचे अधिष्ठान नैतिक असले पाहिजे, हा तत्त्ववेत्त्यांचा आग्रह आजही प्रभावी आहे. कारण राज्याचा हेतू जीवन चांगले करावे. 'State continues for the betterment of life' असा आग्रह ॲरिस्टॉटलने राज्यशास्त्राच्या सुरुवातीपासून धरलेला आहे. राज्याचा आधार कायदा असला तरी राज्याने नीतिमूल्यांची कदर करणे अपेक्षित आहे. 'What is morally wrong cannot be politically right.' प्रत्यक्ष व्यवहारामध्ये कायद्याचे वर्तन आणि नीतिशास्त्राचे वर्तन यातील अंतर कमी असणे राजकीय समाजाच्या स्थैर्याच्या दृष्टीने आवश्यक असते. नैतिक जीवन जगता येईल असे कायदे करणे राज्याकडून अपेक्षित आहे. नीतिबाह्य वर्तनाला समाजमान्यता कधीच मिळत नाही. मॅकियाव्हेलीसारख्या राजकीय विचारवंतांनी राजकारण आणि नीतीकारण यांची फारकत केलेली दिसते; पण त्यांच्या विचारांना राजकीय तत्त्वज्ञानाचा दर्जा मिळालेला नाही. इटलीच्या तत्कालीन संदर्भातील ती राज्यवर्तनाची व्यूहात्मक गरज (State craft) मानली गेलेली आहे. राज्यशास्त्राचा हेतू शासन काय करते याची

माहिती देण्यापेक्षा शासनाने काय करावे हे सांगणे हा आहे. राज्याचे मोठेपण त्याने जमवलेल्या संसाधनांत, शक्तीत नसून त्याच्या चांगल्या नागरिकांत आहे. नीतिशून्य राजसत्ता भौतिकदृष्ट्या शक्तिमान असूनही कोसळून पडतात, हा इतिहासाचा दाखला आहे. ॲरिस्टॉटल असे म्हणतो, 'The state will get perverted if moral values are jettisoned.' महात्मा गांधींनीही राजकारणात नैतिकतेचा आग्रह धरलेला होता.

सामाजिक शास्त्रांप्रमाणे इतर शास्त्रांच्या अभ्यासपद्धती व निष्कर्षांचा राज्यशास्त्रावर परिणाम होतो. राज्यशास्त्रामधील वर्तनवादावर मानसशास्त्रीय पद्धतींचा परिणाम अपरिहार्य आहे. लोकमताची चाचणी, निवडणुकांतील वर्तन हे मानसशास्त्रीय पद्धतीनेच शक्य झालेले आहे. मानववंशशास्त्रामुळे मानवी समाजातील इतिहासपूर्व काळातील समाजसंघटन स्पष्ट होऊ शकले. भूगोलाच्या प्रभावाचे विवेचन करणारी, भू-राज्यशास्त्र (Geo-Politics) अशी शाखाच राज्यशास्त्रात निर्माण झालेली आहे. जीवशास्त्रातील व्यवस्थेची कल्पना राज्यशास्त्रातील व्यवस्था-दृष्टिकोनाचा ( System Approach)आधार आहे. सर्वच विद्याशाखांनी आणि त्यातल्या त्यात सामाजिक शास्त्रांनी आपले मूळ अभ्यासविषय अधिक चांगले समजण्यासाठी इतर विद्याशाखांमधील संकल्पना, निष्कर्ष माहिती करून घेतले पाहिजेत, समजावून घेतले पाहिजेत आणि योग्य वाटेल त्या ठिकाणी त्यांचा वापर केला पाहिजे.

## २. राजकीय सिद्धांताचे विविध दृष्टिकोन (Approach to the Study)

एखाद्या विषयाचा अभ्यास करताना आपण त्याच्याकडे कशा पद्धतीने जातो आणि आपल्या मनात त्याच्याविषयाची काय कल्पना असते यावर त्या विषयाचे स्वरूप व आकलन अवलंबून असते. दृष्टिकोन म्हणजे एखाद्या खिडकीतून बाहेरच्या जगाकडे पाहणे. खिडकीचा आकार व स्थिती यावर बाहेरचे जग कसे असेल ते आपण पाहू शकतो. अभ्यासविषयाची ओळख होण्यासाठी आपला त्याविषयीचा दृष्टिकोन आणि त्यानुसार वापरलेली पद्धत यावरून आपले अभ्यासविषयाचे ज्ञान निश्चित होईल. राजकीय सिद्धांताचा अभ्यास करताना म्हणूनच विविध दृष्टिकोनांचे महत्त्व, सिद्धांतांचा अर्थ आणि निष्कर्ष या संदर्भात उपयुक्त ठरतात.

## २.१. ऐतिहासिक दृष्टिकोन (Historical Approach)

ऐतिहासिक अभ्यासदृष्टिकोन हा पारंपरिक दृष्टिकोन आहे. इतिहासात घडलेल्या घटना, संस्था-त्यातील बदल, वाढ-विकास यांचा उपयोग करून त्याविषयी काही अनुमाने वर्तमान व भविष्यकाळाच्या दृष्टीने काढली जातात. भूतकाळातील संस्थांच्या अभ्यासावरून त्यांच्या भविष्यकाळातील वाढीविषयी निष्कर्ष काढता येतात. 'History, not only explains institutions, but it helps us to make certain deductions for future guidance.' इंग्लंडच्या संसदीय पद्धतीचा विकास, त्याची मार्गदर्शक तत्त्वे आणि अपेक्षा जगातील कोणत्याही देशातील संसदीय पद्धतीच्या वाटचालीत मार्गदर्शक ठरलेल्या आहेत. राजकीय सिद्धांतांचा अभ्यास करताना प्लेटो व ॲरिस्टॉटल यांच्या ग्रंथांचे ऐतिहासिक पद्धतीने विवेचन करताना त्यांचा तत्कालीन आणि कालातीत संबंध यांचे आपणास ज्ञान होते. 'The historical approach is marked by both continuity and innovation.' Wolin (वोलिन). नीतिशास्त्राचे वर्तन यांतील अंतर कमी असणे राजकीय समाजाच्या स्थैर्याच्या दृष्टीने आवश्यक असते. नैतिक जीवन जगता येईल अस कायदे करणे राज्याकडून अपेक्षित आहे. नीतिबाह्य वर्तनाला समाजमान्यता कधीच मिळत नाही.

असे असले तरी या पद्धतीने राज्यशास्त्राचा अभ्यास करताना ऐतिहासिक माहितीची निवड आपले वैयक्तिक ग्रह-पूर्वग्रह बाजूला ठेवून करणे आवश्यक आहे. आपल्या विचाराला अनुकूल अशी वरवरची निरीक्षणे ऐतिहासिक निरीक्षणे म्हणून स्वीकारण्याचा मोह संशोधकाला पडण्याची शक्यता असते. ते टाळता येणे जरुरीचे आहे. केवळ ऐतिहासिक माहितीच्या आधारे राजकीय समाजासाठी काय चांगले आहे वा वाईट आहे ते ठरविणे अवघड आहे. डनिंग (Dunning) याचे 'A History of Political Theories' हे ऐतिहासिक अभ्यासदृष्टिकोनाचे उत्तम उदाहरण म्हणून देता येईल.

## २.२. मूल्यात्मक दृष्टिकोन (Philosophical Method)

वरील पद्धतीत काही मूलभूत गृहीतमूल्ये स्वयंसिद्ध, अनुमानित किंवा तार्किक पद्धतीने स्वीकारली जातात आणि त्यांचा विस्तार राजकीय संघटना आणि व्यवहार यांमध्ये शोधला जातो. त्याचा व त्यातील फरकाचा विचार संशोधक बौद्धिक पद्धतीने करीत असतो. राजकीय सिद्धांताइतके राजकीय तत्त्वज्ञान हे राज्यशास्त्राचे महत्त्वाचे क्षेत्र आहे आणि वरील पद्धत राजकीय तत्त्वज्ञानाच्या अभ्यासाला उपयुक्त ठरते. यामध्ये एखादी राजकीय संकल्पना, तिची रचना, व्यवहार आणि परिणाम काय असावयास हवेत (What ought to be) याचे तार्किक व म्हणून सुसंगत चित्र काढले जाते आणि राजकीय समाजातील वास्तव त्यापासून दूर असेल तर ते अंतर कसे कमी करता येईल, याचे मार्गदर्शन करते. राजकीय समाजाचे अंतिम ध्येय हे 'नैतिक' आहे. त्याचा पाया सनातन तत्त्वांवर (Catholic Principles) रचलेला आहे. मूल्यात्मक दृष्टिकोन त्यासाठी उपयुक्त ठरतो. व्यवहारातील अनेक घटनांमधील वरवरची आकर्षक, अनवधानाने एकत्र आलेल्या माहितीमधून मूलभूत सत्य व सातत्याने बरोबर असणारी माहिती टरफलातून धान्य वेगळे करावे तशी मूल्यात्मक दृष्टिकोनाने वेगळी केली जाते.

मात्र, वरील पद्धतीत काही अपुरेपणाही आहे. अभ्यासपद्धतीत स्वीकारलेली मूल्ये सर्वमान्य आणि प्रयोग-तर्क यांमधून सिद्ध करता येणे अवघड असते. 'तत्त्व'

आणि 'व्यवहार' यांतील अंतर अनेकदा भरून काढणे प्रत्यक्षात अवघड असते. 'आदर्शवाद' आणि 'व्यवहारवाद' यांतील फरक आदर्शवादाची उपयुक्तता वर्तमानकाळात कमी करतो.

तथापि, आदर्शवादाचे नैतिक स्थान प्रत्येक अभ्यासशाखेत महत्त्वाचे आहे. त्याची संदर्भचौकट व्यापक असल्याने आपल्या अभ्यासातील अनेक संस्था, संघटना, प्रक्रिया यांचा परस्परसंबंध आणि त्यातील सुसंगती निश्चित करता येते. उदारमतवादी तत्त्वज्ञानाचा, व्यक्तिस्वातंत्र्याचा आग्रह आपणास लोकशाहीकडे नेतो. हेगेलचा आदर्शवाद राज्य प्रभावी बनवतो. साम्यवादी विचारधारा सर्व प्रश्नांना एक वर्गीय चौकट देते.

## २.३. अनुभवजन्य दृष्टिकोन (Experimental Approach)

राजकीय दृष्ट्या आपल्या मनातील संकल्पनांनुसार संस्था आणि व्यवहाराचा आराखडा करून त्याची अंमलबजावणी करणे आणि त्याच्या अनुभवांतून सिद्धांत किंवा तत्त्व यांची मांडणी करणे या पद्धतीचा ऑगस्त कॉम्प्त (Auguste Compte), चार्लस् मेरियम यांनी पुरस्कार केला. सामाजिक शास्त्रांची प्रयोगशाळा म्हणजे व्यापक अर्थाने सर्व समाजच असल्याने शासनाचे प्रत्येक नवे धोरण व त्याची अंमलबजावणी म्हणजे एक प्रयोगच असतो. अमेरिकेतील संघराज्यपद्धतीच्या अंमलबजावणीतून संघराज्य- व्यवस्था, तिची तत्त्वे यांना आकार आला. त्याचबरोबर संघराज्यव्यवस्थेमधील राजकीय समाजाच्या अपेक्षित व्यवस्थेचे स्वरूप स्पष्ट झाले. संघराज्याचा सामान्य आराखडा एकच असला तरी त्या त्या देशाच्या राजकीय समाजानुसार त्यात फरक पडतो. उदा. संघराज्य संबंध, आणीबाणीविषयक तरतुदी, अल्पसंख्यांकांच्या हक्कांची नोंद (भारतीय राज्यघटना). भारतीय राज्यघटना अनेक घटनात्मक प्रयोगांतून विकसित झालेली आहे. लोकशाही विकेंद्रीकरणाच्या अंमलबजावणीतील अपयशातून भारतात ७३/७४ वी घटनादुरुस्ती करण्यात आली. प्रयोगजन्य अनुभवांमुळे अपयश मर्यादित करता येते. त्याची कारणे निश्चित करता येतात. त्याचबरोबर धोरणात व यंत्रणेत दुरुस्ती करून त्यांची पुन्हा अंमलबजावणी करता येते.

अर्थात, या पद्धतीला मर्यादाही आहेत. कोणताच प्रयोग पूर्णपणे यशस्वी होणे सामाजिक शास्त्रांत अवघड असते. त्याचबरोबर असे प्रयोग नियंत्रित करणेही अवघड असते. परिणामांचे वर्गीकरण, संख्यात्मक मोजणी आणि त्यांची गुणात्मक श्रेणी-रचना या बाबतीत अडचणी येतात. गणनशास्त्राच्या पद्धती आणि वर्तनाचा शास्त्रीय अभ्यास यांमधून प्रयोगपद्धतीचे दोष कमी करता येतील. राजकीय व्यवहाराच्या दृष्टीने प्रयोग - निरीक्षण - दुरुस्ती आणि अंमलबजावणी ही पद्धत अत्यंत उपयुक्त ठरते.

## २.४. वर्तनवादी दृष्टिकोन (Behaviourism)

पारंपरिक अभ्यासपद्धतीमध्ये संस्था आणि त्यांची रचना यांचाच अभ्यास होत

असे. संस्थांचा स्वभाव आणि वर्तन म्हणजे खरोखर संस्थांमधील व्यक्तींचा 'स्वभाव' आणि वर्तन असते. मानवी स्वभावाच्या अभ्यासाचे महत्त्व दुसऱ्या महायुद्धानंतर वाढले. महायुद्धानंतरच्या जगाच्या आखणीमध्ये विकसित पाश्चात्त्य जगातील संस्था अपेक्षित यशस्वी होऊ शकल्या नाहीत. औपचारिकता आणि वैधानिक दृष्टिकोनांमधून राजकीय समाजाचे वास्तव ज्ञान मिळू शकत नाही याची जाणीव राजकीय शास्त्रज्ञांना झाली. राजकीय कृती, घटना आणि सामाजिक गटांचे परस्पर संबंध यावर राज्यशास्त्र उभे राहावयास हवे हा विचार पुढे आला. मानवी स्वभावाचे राज्यशास्त्रातील महत्त्व मॅकियाव्हेली, हॉब्ज, लॉक यांनाही उमगले होते; पण मानसशास्त्राचा विकास आणि मनोविश्लेषणाच्या साधनांची मर्यादा यामुळे मानवी वर्तनवादाची शास्त्रीय बैठक ते घालू शकले नाहीत.

वर्तनवादाचे नवेपण म्हणजे प्रत्यक्ष व्यवहारातील वर्तनाचा अभ्यास, पूर्वग्रहीत मूल्यांच्या संबंधापासून फारकत, वर्तनाच्या शास्त्रीय चाचण्या आणि त्यांतून गोळा केलेल्या माहितीचे विश्लेषण होय. वर्तनवादाचा भर राजकीय वर्तनातून व्यक्त होणारा व्यक्तीचा हेतू, त्यावर परिणाम करणाऱ्या भावना, समज, श्रद्धा यांवर होता. कायद्याची आणि शासनसंस्थेची औपचारिक चौकट माणसाचे राजकीय वर्तन नीट उलगडू शकत नाही. वर्तनवादाची पद्धत वास्तववादी, व्यावहारिक असून त्याला वर्तनशास्त्राचा आधार देण्यात आला आहे. संख्याशास्त्राच्या आधारे निष्कर्षांचे संख्यात्मक विवेचन त्यात केले जाते. नेतृत्वाच्या अभ्यासाला वर्तनवादाने मोठी चालना दिलेली आहे. त्याचप्रमाणे निर्णयप्रक्रियेचा अभ्यासही वर्तनवादामुळे अधिक सखोल बनलेला आहे. 'Politics is defined as the decision making process - who make the decision, how they make them and why?' - Lipson (लिपसन) लोकशाही पद्धतीमधील निवडणूक आणि मतदारांचे वर्तन यांचा अभ्यास हे वर्तनवादाचे मोठे योगदान आहे.

वर्तनवादामधून राजकीय वर्तनाच्या अभ्यासाला मोठी शास्त्रीय बैठक मिळालेली असून त्यांच्या संशोधनातून खूप माहिती निर्माण झालेली आहे. त्याचबरोबर त्यातील निष्कर्षांमुळे परंपरागत विचारांना आव्हानही मिळालेले आहे. तथापि, जमा केलेल्या माहितीची मांडणी आणि प्रत्यक्ष राजकीय घटनेचे मिश्र स्वरूप लक्षात घेता वर्तनवादी निष्कर्षांवर मर्यादा पडतात; इतर दृष्टिकोनांसारख्या किंवा इतर पद्धतींसारख्या वर्तनवादी पद्धतीलाही मर्यादा पडतात. पाहणी, निष्कर्ष यांची समाजातील नैतिक मूल्यांपासून फारकत केल्याने त्यामागील हेतूंकडे वर्तनवादाचे दुर्लक्ष होते. राजकीय समाजाचे मूळ उद्दिष्ट हे उच्च नैतिक जीवनाचे संघटन हे आहे. मूल्यांकडे संख्यात्मक दृष्टीने पाहताना त्या अभ्यासाला तंत्राचे स्वरूप प्राप्त होते. ही राज्यशास्त्राची एकप्रकारे हानीच आहे. ज्यांची मोजणी करता येणार नाही असे हेतू आणि संकल्पना यांचे

तात्त्विक महत्त्व त्या त्या शास्त्राला अभ्यासदर्जा प्राप्त करून देत असतात.

नव वर्तनवादी (Post Behavioural) विचारवंतांनी हे आक्षेप मान्य करून वर्तनवादाला नवे स्वरूप देण्याचा प्रयत्न केलेला आहे. त्यामध्ये केवळ वास्तववादी दृष्टी न ठेवता सामाजिक जबाबदारीचे ध्यानही ठेवलेले आहे आणि आशयाचे महत्त्व तंत्रापेक्षा जास्त आहे, हे स्वीकारलेले आहे. वर्तनवाद नकळत परंपरावादी बनलेला होता. समाजातील परिवर्तनाची जाणीव ठेवून त्यानुसार जमा केलेल्या माहितीचे तटस्थपणे मूल्यांकन करून त्या परिवर्तनाची दिशा स्पष्ट केली पाहिजे. 'Science could be neutral in the evaluative sense for the facts are inseparable from values and value premises have to be related to knowledge.'

## समारोप

राजकीय तत्त्वज्ञान हे त्या त्या काळातील व समाजातील समस्यांवर उत्तर शोधून काढण्याचा प्रयत्न असतो. आधुनिक समाजाचे स्वरूप औद्योगिक क्रांती, जागतिकीकरण यांमुळे बदललेले आहे. आधीचे राजकीय सिद्धांत आजच्या युगात अपुरे किंवा गैरलागू पडण्याची शक्यता आहे. राष्ट्रराज्याच्या व्यवस्थेवरही तंत्रज्ञानातील क्रांती, जागतिकीकरण यांचा प्रभाव पडत आहे. समाजव्यवस्थेमध्येही स्त्री-शक्तिवाद, जनसहभाग, सहमती इ. संकल्पना पारंपरिक व्यक्तिवादी उदारमतवादी रचनेवर आघात करीत आहेत; त्यांना सामावून घेणारी नवी तत्त्वप्रणाली निर्माण होणे म्हणून स्वाभाविक आणि अटळ आहे.

प्रत्येक दृष्टिकोन अभ्यासविषयाचे ज्ञान अधिक व्यापक आणि सखोल करीत असतो. अभ्यासविषयाचे घटक आणि दृष्टिकोन यानुसार अभ्यासपद्धती वेगवेगळी असते आणि ती त्या अभ्यासविषयाला पूरक असते. अभ्यास-दृष्टिकोन आणि अभ्यासपद्धती म्हणून चर्चेसाठी वेगवेगळ्या केल्या तरी व्यवहारात त्यांमध्ये विभागणी करणे अवघड व अनावश्यक ठरते.

प्रकरण २

# राज्यसंस्था : एक केंद्रीय संकल्पना

## राज्यसंस्था (State) : एक केंद्रीय संकल्पना

राज्यशास्त्राच्या अभ्यासामध्ये 'राज्य (State)' ही संकल्पना एक केंद्रीय संकल्पना आहे. किंबहुना, 'राज्यशास्त्र' म्हणजे 'राज्याचे शास्त्र'. राज्याची गरज त्याची निर्मिती, त्याचे स्वरूप, त्यातील बदल आणि त्या संस्थेचे भवितव्य यांचा विचार राज्यशास्त्रामध्ये प्रामुख्याने केला जातो. त्या विषयाचे सिद्धांत आणि त्यांची मांडणी यांचा ऊहापोह केला जातो. मानव नैसर्गिकरीत्या समाजप्रिय प्राणी आहे आणि समाज गरजेमधून तो राजकीय प्राणी बनतो. 'Man is social by nature and political by necessity.' मानवाचे समाजात राहणे आणि समाजाचे राजकीय समाजात विकास पावणे या क्रिया स्वाभाविक असतात. माणसाच्या संरक्षणाच्या दृष्टीने आणि विकासाच्या दृष्टीने त्याला समाजाची गरज असते. त्याच्या व्यक्तिविकासाच्या विविध गरजा पुरविण्यासाठी मानव सामाजिक संघटनांचा सदस्य बनतो. संस्थेच्या कामाच्या पद्धतीनुसार त्याचे तिच्याशी हक्क - कर्तव्यांच्या रूपामध्ये संबंध प्रस्थापित होतात. सामाजिक संघटना आपापल्या कार्यक्षेत्रांमध्ये सुरळीतपणे कार्यरत राहण्यासाठी एका संस्थेची आवश्यकता भासते. ती संस्था समाजामध्ये सर्व संस्थासाठी बाह्य अनुकूल वातावरण निर्माण करते. त्या संस्थेला आपण 'राज्यसंस्था' म्हणतो. तिच्या कामाचे वैशिष्ट्यपूर्ण स्वरूप, प्रत्येक संस्थेशी आणि समाजात असलेल्या प्रत्येक व्यक्तीशी असलेले संबंध, तिच्या हाती असलेली साधने यामुळे इतर संस्थांपेक्षा राज्यसंस्था वेगळी आणि वैशिष्ट्यपूर्ण ठरते. व्यक्तीचे सामाजिक संस्थेमधील महत्त्व, समाजामधील राज्यसंस्थेचे महत्त्व म्हणून प्रभावी ठरते.

समाजात केवळ बाह्य शांतता आणि सुव्यवस्था निर्माण करणे एवढेच राज्याचे काम नाही, तर समाजजीवन अधिक परिपूर्ण करणे, विकसित करणे हे राज्याचे 'नैतिक कर्तव्य' मानले जाते. जीवनाच्या रक्षणासाठी राज्याची निर्मिती होते; पण ते जीवन चांगले होण्यासाठी राज्य प्रयत्नशील राहते. ('State comes into existence for the sake of life but continues for betterment of it.' - Aristotle) अर्थात,

चांगल्या जीवनाची कल्पना देशकालपरत्वे बदलत जाईल आणि राज्यसंस्था ते जीवन प्रत्यक्ष व्यवहारात आणण्याचा प्रयत्न करील.

राज्यसंस्थेचे नियंत्रण सर्व सामाजिक संस्थांवर असते आणि प्रत्येक व्यक्तीवरही तिचा प्रभाव असतो. तिच्या या वैशिष्ट्यांमुळे राज्यसंस्था इतर सामाजिक संस्थांमध्ये आधीच महत्त्वाची बनते. त्याचबरोबर आपले नियम आणि त्यांची अंमलबजावणी करण्यासाठी तिच्या ताब्यामध्ये तुरुंग आणि पोलिस या संस्था असतात. इतर सामाजिक संस्थांकडे ही साधने नसतात. त्यामुळे सर्व संस्थांमध्ये राज्यसंस्था अधिक प्रभावशाली बनलेली आहे. राज्यसंस्थेच्या अशा प्रभावाविरुद्ध आता नागरी समाजाची संकल्पना पुढे येत आहे. काही राजकीय विचारवंतांनी अ-राज्यवादाची (Anarchy) कल्पनाही मांडलेली आहे.

प्रत्यक्ष व्यवहारात राज्य हा शब्द वेगवेगळ्या अर्थांनी वापरला जात असला तरी राज्यशास्त्रामधील एक मूलभूत संकल्पना म्हणून 'राज्य' या संज्ञेचे स्वरूप स्पष्ट होणे आवश्यक आहे; कारण राज्यशास्त्रातील अनेक संस्था - प्रक्रिया- निर्णय यांमध्ये या संस्थेचा मोठा सहभाग आणि निर्णायक प्रभाव असतो. उदारमतवादी, आदर्शवादी, साम्यवादी, विचारसरणीनुसार राज्याच्या स्वरूपात, विकासात वा अखेरच्या अवस्थेमध्ये फरक असला तरी 'राज्य' संकल्पनेचे केंद्रीय महत्त्व त्यांना मान्य आहे.

## १. राज्याची व्याख्या

**१.१.** राज्य म्हणजे 'कुटुंब' आणि 'ग्राम' यांचा संघ. त्याचा उद्देश एक परिपूर्ण आणि स्वयंपूर्ण जीवन, एक सुखी आणि प्रतिष्ठित जीवन निर्माण करणे हा आहे. ('State is a union of families and villages having for its end a perfect and self-sufficing life by which we mean a happy and honourable life' – Aristotle.)

राज्यशास्त्राचा प्रणेता ग्रीक विचारवंत ॲरिस्टॉटल राज्याकडे एक सुखी, समाधानी आणि प्रतिष्ठित आयुष्य जगण्याचे साधन म्हणून मानतो. राज्याचा हा नैतिक हेतू राज्यसंस्थेला आणि राज्यशास्त्राला वरच्या श्रेणीमध्ये नेतो. ग्रीक नगरराज्ये (City-States), आधुनिक राज्यांच्या तुलनेत भूप्रदेश, लोकसंख्या आणि राज्यव्यवहार या दृष्टीने सीमित होती. त्यामुळे समाजसंघटनही अधिक एकसंध होणे. व्यक्तीला खरा आनंद व्यक्तीची व्याप्ती वाढवून, कुटुंब आणि राज्यात विकसित करूनच मिळतो. राज्याचे वर्णन करताना ॲरिस्टॉटल 'State is family unit large' राज्य म्हणजे कुटुंबाचे विस्तारित स्वरूप आहे असे म्हणतो. कुटुंबातील नाना भूमिका व्यक्तिजीवन समृद्ध करतात. त्याप्रमाणे राज्यातील नानाविध भूमिका व्यक्तीचे समाजजीवन समृद्ध करतात. ग्रीक विचारांत नागरिक (Citizen) ही व्यक्तीची भूमिका सामाजिक व्यवहारात

महत्त्वाची मानली आहे. व्यक्तीचा सामाजिक सहभाग सतत आणि संपूर्णपणे असणे त्याला अपेक्षित आहे. ग्रीकांच्या नगरराज्यांत नागरिकांची संख्या मर्यादित होती; अर्थोत्पादन आणि विनिमय-व्यापार यांपासून ते मुक्त होते. ग्रीकांच्या नगरराज्यांत 'समाज' आणि 'राज्य' हे अभिन्न मानलेले आहेत. राज्याच्या आधुनिक संकल्पनेपेक्षा हा विचार वेगळा आहे आणि 'सुखी' व 'समाधानी' याचा आशय कालानुरूप बदलत गेलेला असला तरी राज्याचे हे नैतिक अधिष्ठान कल्याणकारी राज्य (Welfare State) किंवा समाधानासाठी प्रयत्न (Pursuit of happiness) संयुक्त संस्थाने (अमेरिका) या आधुनिक विचारांनीही स्वीकारलेले आहे.आधुनिक काळात राज्य ही कल्पना १६ व्या शतकापासून अधिक स्पष्ट झालेली आहे. इटालियन विचारवंत मॅकियाव्हेली (१४६९-१५२७) यांनी 'राज्य' संज्ञेचा प्रथम वापर केलेला दिसून येतो.

**१.२** राज्य म्हणजे एका निश्चित भूप्रदेशात राहणारे, सामान्य कायदा, सवयी, रूढी यांनी बांधलेले असलेले, संघटित शासनव्यवस्थेच्या माध्यमातून सार्वभौमत्वाचा आविष्कार करणारे आणि आपल्या क्षेत्रांतील सर्व लोक आणि संस्था यांवर नियंत्रण प्रस्थापित करणारे त्याचबरोबर जगातील इतर समाजांबरोबर युद्ध वा तह करू शकणारे व सर्व प्रकारचे आंतरराष्ट्रीय संबंध प्रस्थापित करू शकणारे लोक. ('State is a people occupying a fixed territory bound together by common laws, habits and customs into one body politic, exercising through the medium of an organized government independent sovereignty and control over all persons and things within its boundaries, capable of making war and peace and of entering into all international relations with the communities of the globe.' -Philmore). फिलमोर विधिज्ञ असल्याने राज्याची वरील व्याख्या कायद्याच्या दृष्टीने राज्याचा अर्थ नि:संदिग्धपणे स्पष्ट करणारी ठरते. विशिष्ट भूप्रदेशात राहणारे लोक, सामान्य कायदा, रूढिपरंपरा यांनी एकसंध झालेला समाज, संघटित शासनयंत्रणा, तिचे आपल्या भू-क्षेत्रातील लोक आणि संस्था यांवर निर्विवाद नियंत्रण, अशाच इतर लोकसमूहांशी आपल्या इच्छेनुसार संबंध ठेवण्याचा, युद्ध, शांतता करण्याचा अधिकार आणि या सर्व अधिकारांच्या वापरासाठी बाह्यनियंत्रणापासून मुक्त असलेले पूर्ण स्वातंत्र्य (सार्वभौमत्व) या संकल्पना राज्याचे स्वरूप, शक्ती आणि मर्यादा स्पष्ट करण्याच्या दृष्टीने आजच्या काळात महत्त्वाच्या ठरतात. सार्वभौम राज्यांचे परस्परसंबंध आणि सार्वभौम राज्याचे त्याच्या अखत्यारीत असलेल्या लोकांशी व संस्थांशी असलेले संबंध आणि त्यांतील गुणात्मक फरक यांचा अभ्यास जागतिकीकरणाच्या काळात अधिक उपयुक्त ठरतो यात संशय नाही.

ब्लंटश्ली (Bluntschli) आणि वुड्रो विल्सन यांच्या व्याख्या वरील कायदेशीर बाबींचा उल्लेख करणाऱ्या आहेत. राज्याचे संपूर्ण गुणविशेष यात स्पष्ट होत नसले

तरी महत्त्वाच्या गुणविशेषांचा त्यात उल्लेख दिसून येतो. राजकीय दृष्ट्या निश्चित भू-प्रदेशांत संघटित झालेला समाज म्हणजे 'राज्य' असे ब्लंटश्ली म्हणतो, विशिष्ट जाणीव व हेतूने समाजाने एकत्रित होणे आणि त्यासाठी निश्चित भूप्रदेशाची आवश्यकता यावर त्यांचा भर आहे. वुड्रो विल्सन (इ. स. १८५६-१९२४) समाजाच्या नियमनासाठी आवश्यक असलेल्या कायद्याच्या नियंत्रणावर भर देतो. 'State is people organized for law within a definite territory.' असा कायद्यावरील भर मॅक् आयव्हर (Mac Iver) यांच्याही व्याख्येमध्ये दिसून येतो. राज्याच्या सक्ती करण्याच्या अधिकाराची जाणीव हेरॉल्ड लास्की यांच्या राज्याच्या व्याख्येत अधिक स्पष्ट हाते. राज्य हे कायदेशीर दृष्ट्या समाजातील व्यक्ती आणि संस्था यापेक्षा श्रेष्ठ आहे. समाज राज्याच्या सर्वांवर नियंत्रण करण्याच्या अधिकाराने एकसंध बनतो. समाजाच्या भौगोलिक सीमाक्षेत्रांत व्यक्ती आणि संघटना आपापल्या उद्दिष्टांचा पाठपुरावा करीत असतात; असा समाज राज्यसंस्थेच्या सर्वांवर नियंत्रण करण्याच्या अधिकारामधून राज्यपदास येतो. 'Such a society is state when the way of life to which both individuals and associations must confirm is defined by a coercive authority binding upon them all' - H. J. Laski

प्रा. गटेल आणि गार्नर यांच्या व्याख्येमध्ये राज्य या संज्ञेला आवश्यक असलेले घटक स्पष्टपणे नमूद केलेले दिसतात. प्रा. गटेल आपल्या व्याख्येत विशिष्ट भू-प्रदेशात कायम वास्तव्य करणारा कायदेशीर दृष्ट्या बाह्य नियंत्रणापासून मुक्त असणारा आणि आपल्या क्षेत्रातील 'व्यक्ती' व 'संस्था' यांवर सुसंघटित शासनाच्या कायद्याद्वारे राज्य करणारा समूह म्हणजे राज्य असे म्हणतो. कायम वास्तव्य करणारे लोक, शासनसंस्थेचे आपल्या अधिकारक्षेत्रांत व्यक्ती व संस्थांवर पूर्ण आणि कायद्याने प्रस्थापित झालेले नियंत्रण आणि वस्तुस्थितीमध्ये बाह्य नियंत्रणे असली तरी ती स्वीकारण्याची कायदेशीर सक्ती नसलेला (सार्वभौमत्व) लोकसमूह ही राज्याची वैशिष्ट्ये त्याच्या व्याख्येत स्पष्ट व्यक्त होतात. प्रा.गार्नेर यांची व्याख्याही राज्याचे समाज, भूप्रदेश, स्वातंत्र्य (सार्वभौमत्व) आणि शासनव्यवस्था या चार वैशिष्ट्यांचा उल्लेख करते. प्रत्यक्ष व्यवहारात आणि मुख्यत्वे आंतराराष्ट्रीय संबंधामध्ये राज्याच्या स्वातंत्र्यावर येणारी बंधने राज्याने स्वीकारलेली असल्याने तात्त्विकदृष्ट्या ती बंधने नसतात आणि परिस्थिती पडली तर राज्य ती नाकारू शकते. 'State is a community of persons more or less numerous, permanently occupying a definite portion of territory, independent or nearly so of external control and possessing an organized government to which the great body of inhabitants render habitual obedience.'

## २. राज्याचे आवश्यक घटक (Essential Elements of State)

राज्य या संज्ञेचा वापर अनेक अर्थांनी केला जात असला तरी त्याच्या स्वरूपाचे लोक, भूप्रदेश, शासनसंस्था आणि सार्वभौमत्व हे चार घटक आवश्यक आहेत; वरील विविध व्याख्यांमध्ये वेगवेगळ्या संदर्भात भर दिलेला दिसून येतो.

### २.१. लोक (Population)

राज्य ही मानवी संघटना आहे. त्यामुळे त्यात लोक असणे आवश्यक आहे आणि ते बहुतांश एका ठिकाणी कायम वास्तव्य करणारे असावेत ('Permanently occupying a definite portion of territory'). समाजजीवनाच्या विकासासाठी 'राज्य' निर्माण झालेले आहे. अर्थात, लोकसंख्येबाबत किमान-कमाल अशा सीमा नाहीत. प्लेटोच्या मते आदर्श लोकसंख्या ५०४० अशी होती. राज्य परिपूर्ण आणि स्वयंपूर्ण होईल इतपत राज्याची लोकसंख्या असावी ('A perfect and self-sufficing life') असे ॲरिस्टॉटलचे मत होते. ग्रीकांच्या काळातील नगरराज्ये लहान प्रदेशावर व कमी लोकसंख्येची होती. 'समाज' आणि 'राज्य' ही एकरूप असल्याने राज्याच्या कामात लोकांचा प्रत्यक्ष सहभाग अपेक्षित असल्याने त्या काळानुरूप लहान- कमी लोकसंख्येची राज्ये स्वाभाविक होती. लहान राज्याचा पुरस्कार समाजाच्या एकसंधतेच्या दृष्टीने आजही केला जातो. ग्रीक विचारात राज्याची लोकसंख्या म्हणजे फक्त नागरिकांची संख्या गृहीत धरलेली आहे. गुलाम आणि नागरिक नसलेले (व्यापारी इ.) यांचा त्यात समावेश नसे. आधुनिक राज्यात परकीय किंवा इतर कारणांनी राज्यात असलेल्यांचा लोकसंख्येत समावेश नसला तरी कायमचे वास्तव्य करणाऱ्या ('Permanently occupying') लोकांची संख्या राज्याच्या लोकसंख्येत जास्त असते. ग्रीकांच्या काळातील गुलामसंख्या आजच्या आधुनिक राज्यात व लोकशाही पद्धतीत अस्तित्वात नाही. राज्यसंस्थेची निर्मिती आणि शासनव्यवहार चालण्याच्या दृष्टीने पुरेसे शास्ते आणि शासित लोक असावेत. फ्रेंच तत्त्ववेत्ता रूसो याच्या मताने दहा हजार ही लोकसंख्या आदर्श लोकसंख्या होती.

लोकसंख्या कमी-जास्त असण्यापेक्षा लोकांच्या गुणवत्तेला महत्त्व अधिक आहे. लोकांना चांगले जीवन जगता येईल या दृष्टीने राज्याच्या संसाधनांच्या मर्यादेत लोकसंख्या असावी. युद्ध किंवा रोगराई यांनी लोकसंख्या अकस्मात कमी झाल्यास राज्याच्या अंतर्गत व बाह्य प्रभावांवर परिणाम होत असला आणि त्यानुसार काही राज्यांनी लोकसंख्यावाढीला उत्तेजन दिलेले असले तरी लोकसंख्या व तिच्या वाढीचा समतोल राखणे कोणत्याही राज्याच्या दृष्टीने आवश्यक आहे. विकसनशील राष्ट्रांत विकासाचे फायदे सर्व लोकांपर्यंत पोहोचण्यासाठी शासकीय आणि अशासकीय पातळीवर सातत्याने प्रयत्न करावे लागत आहेत.

संख्येपेक्षा लोकांचे 'शारीरिक' आणि 'मानसिक' आरोग्य महत्त्वाचे आहे. कुपोषित, अकुशल आणि अशिक्षित लोकसंख्या ही राज्याची शक्ती असण्यापेक्षा राज्याच्या उत्पन्नावरील एक बोजाच असेल. लोक उद्यमशील, विजयी वृत्तीचे, नवप्रयोग करणारे असले; समाज जाती, धर्म यांच्या संकुचित प्रभावातून मुक्त असले; गरीब-श्रीमंत या भेदाने विघटित झालेले नसले तर ते राज्य प्रगतिपथावर राहते. कौटुंबिक निष्ठेने कार्यालयात काम करणारे जपानी, उद्योगाची कास धरणारे जर्मन, साहसी वृत्तीने जगाला गवसणी घालणारे डच, पोर्तुगीज, इंग्रज, कला-आविष्कारात उच्च शिखर गाठणारे फ्रेंच आणि नवीनतेचा ध्यास बाळगणारे अमेरिकन आपापल्या देशांना आणि त्यातून सर्व जगाला विकासाच्या व वैभवाच्या मार्गावर नेतात. लोकांच्या गुणांना म्हणूनच ॲरिस्टॉटल महत्त्व देतो आणि म्हणतो, 'Only good people make a good state.'

## २.२. भूप्रदेश (Territory)

राज्यासाठी निश्चित भूप्रदेशाची आवश्यकता आहे. केवळ राजकीय जाणीव व एकत्र येण्याची इच्छा एवढ्याने 'राज्य' बनत नाही. तो केवळ राज्य होण्याच्या मार्गावरील एक समाज ('On way to statehood') होऊ शकेल; कारण राज्याच्या इतर घटकांना त्यांच्या अस्तित्वासाठी भौतिक आधार केवळ भूप्रदेशच देऊ शकतो. भटका समाज त्याच्या भटकण्याच्या पद्धतीत व मार्गात नियमितता असली तरी त्याला निश्चित भूप्रदेश नसल्याने राज्य म्हणता येणार नाही. भूमीमध्ये जमीन, तिच्यामधील खनिजे, बाह्य जमिनीवरील निसर्गसंपत्ती, भूप्रदेशावरील आणि आकाश-क्षेत्रावरील मालकी आणि सागरकिनारा असल्यास सागरी मैलांपर्यंतचा विस्तार यांचा समावेश होतो. (साधारणत: तीन सागरी मैलांपर्यंत त्या त्या राज्याची मालकी मानली जाते.) आंतरराष्ट्रीय समाजात प्रभावी राष्ट्रे अनेकदा आकाश-सागरी सीमांचे उल्लंघन करतात. अर्थात, त्याला प्रतिबंध करणे व्यवहारात अवघड बनते. आंतरराष्ट्रीय कायदा त्याबाबत अपुरा ठरतो. भूप्रदेश शक्यतो सलग असावा अशी अपेक्षा आहे; कारण साधारणत: त्यात राहिल्याने त्या प्रदेशाविषयी, त्यातील लोकांविषयी, त्यांच्या रूढि-परंपरा-अस्मिता यांविषयी एकरूपता निर्माण होण्यास मदत होते. राज्याच्या सामर्थ्याचा तो एक घटक आहे. अर्थात, अमेरिकेच्या संयुक्त संस्थानांमधील अलास्का-हवाना, ही राज्ये त्याला अपवाद आहेत. मूळ संयुक्त संस्थानांच्या सलग भू-भागापासून ती अलग आहेत. त्यांच्या निर्मितीची कारणे सर्वसामान्य राज्यनिर्मितीपेक्षा वेगळी आहेत. (उदा. अलास्का प्रदेश संयुक्त संस्थानांनी रशियाकडून विकत घेतलेला आहे.) दळवळणाच्या साधनांनी प्रादेशिक विलगतेच्या परिणामांची तीव्रता कमी करता येते; पण समान राजकीय संस्कृती निर्माण न झाल्यास अशा राष्ट्रांचे विघटन

होते. उदा. पाकिस्तानचे विघटन होऊन बांगला देश हा प्रदेश स्वतंत्र राज्य बनला (१९७२).

लोकसंख्येप्रमाणे भू-प्रदेशाच्या आकाराबाबतही गणिती सूत्र सांगता येणार नाही. रशिया, अमेरिका, भारत, चीन यांसारखी विशाल भू-प्रदेश असलेली राज्ये आहेत. त्याचबरोबर मोनॅको, व्हॅटिकन सिटी, नेपाळ यांसारखी छोटा भूप्रदेश असलेली राज्ये आहेत. मात्र, नागरिकांच्या प्रत्यक्ष सहभागाचा आग्रह धरणारी छोटी राज्ये मागे पडत आहेत; अशा राज्यांच्या विकासावर त्यांच्या मर्यादित नैसर्गिक संसाधनांमुळे आणि लोकसंख्येमुळे मर्यादा पडत आहेत. दळणवळणाच्या साधनांतील वाढीमुळे त्याची विविधता, वेग आणि व्यापकता यांमुळे मोठ्या भूप्रदेशाचे राज्य असण्यातील अडचणी दूर झालेल्या आहेत. नैसर्गिक संसाधनांची 'विविधता' आणि 'विपुलता' यांमुळे मोठ्या भू-प्रदेशावरही अधिक प्रभावी होण्याची शक्यता असते. लहान भूप्रदेश आणि मर्यादित लोकसंख्या लोकशाही व्यवस्थेला पूरक आहेत या विचारात तर्कशुद्धता नाही. लोकशाही वृत्ती ही त्या त्या राष्ट्राच्या राजकीय संस्कृतीचा एक भाग आहे. अमेरिकेसारखी (संयुक्त संस्थाने) मोठा भू-प्रदेश असलेली संघराज्ये सत्तेच्या विकेंद्रीकरणातून आणि प्रभावी स्थानिक शासनव्यवस्थेमधून लोकशाही स्वरूपाची राहिलेली आहे; तर अनेक छोटी राज्ये हुकूमशाही व्यवस्थेखाली आलेली आहेत. लोकसंख्येप्रमाणे केवळ भौगोलिक विस्तार महत्त्वाचा नाही. त्यातील नैसर्गिक साधनसंपत्ती, जमिनीची सुपीकता, भौगोलिक स्थान, संरक्षण, व्यापारमार्ग या दृष्टीने आणि वास्तव्याला आणि उद्योगाला वाव देणारे हवामान इ. घटकही भूप्रदेशाच्या दृष्टीने महत्त्वाचे आहेत.

## २.३. शासनव्यवस्था (Government)

राज्याचे विचार आणि व्यवहार व्यक्त करण्याचे साधन म्हणजे शासनव्यवस्था. सर्व लोक शासनव्यवस्थेच्या प्रत्यक्ष कामात भाग घेऊ शकत नाहीत. राज्याच्या वतीने राज्याची इच्छा आणि कार्यक्रम यांची अंमलबजावणी करण्याची यंत्रणा म्हणजे शासन. 'Gubernare' या मूळ लॅटिन शब्दाचा अर्थ एखाद्या होडीची मार्गक्रमणा करणारी यंत्रणा असाच आहे. आधुनिक शासनव्यवस्थेमध्ये मुख्यत्वे तीन भाग असतात आणि त्यांची एकत्रित कार्ये म्हणजे शासनव्यवस्थेची कार्ये होत. विधिमंडळाचे कार्य कायदे निर्माण करणे; कार्यकारी मंडळाचे कार्य त्या कायद्यांची अंमलबजावणी करणे आणि न्यायमंडळाचे कार्य त्या नियमांचा योग्य अर्थ लावून त्यानुसार न्याय-निर्णय देणे, या सर्वांचा एकत्रित हेतू हा शांतता व सुव्यवस्था निर्माण करणे; कायद्याने वागणाऱ्या लोकांचे रक्षण करणे आणि कायदा मोडणाऱ्या लोकांना शिक्षा करणे हा आहे. सामान्यत: लोक कायद्याचे पालन करतात (render habitual obedience); त्यामुळे राज्याचे फायदे लोकांना मिळू शकतात.

राज्य ही संकल्पना अमूर्त आहे. त्याचे प्रत्यक्ष रूप शासनामध्ये दिसते. (mouthpiece) मात्र राज्य आणि शासनसंस्था एकमेकांपासून भिन्न आहेत. शासनयंत्रणा हा राज्याचा एक भाग आहे. राज्याच्या वतीने ती राज्याचा अधिकार वापरत असली तरी ते अधिकार मूळ राज्याचे असतात. राज्य हे त्याच्या भूप्रदेशातील सर्व लोक व संस्था यांचे एकात्मरूप असते. शासनात त्यातील काही लोक-निवडून दिलेले वा नियुक्त केलेले असतात. मुख्यत: सार्वभौमत्व हे राज्याचे वैशिष्ट्य असून ते स्थिर असते. शासन मात्र निवडणुका, क्रांती इ. मार्गांनी बदलत जाते. अर्थात, घटनाबदलाने राज्यही बदलू शकते, राजकीय व्यवस्थेत राज्यपद हे परंपरागत राजपद वा घटनात्मक अध्यक्षपद यातून व्यक्त होते; तर शासनपद लोकनियुक्त कार्यकारी पदामधून (उदा. पंतप्रधान) व्यक्त होते. शासनसंस्थेचे अनेक प्रकार असतात. राजकीय तत्त्वज्ञानाच्या दृष्टिकोनातून लोकशाही, हुकूमशाही किंवा राज्यव्यवस्थेच्या दृष्टिकोनातून संघराज्य, एकात्म राज्यपद्धती असे वर्गीकरण होऊ शकते. ग्रीकांच्या नगरराज्यांच्या काळात समाज आणि राज्य या संकल्पना एकमेकांत मिसळल्या गेलेल्या होत्या. त्यामुळे ॲरिस्टॉटलने केलेले राज्याचे वर्गीकरण (Classification of States) वस्तुत: शासनव्यवस्थेचे वर्गीकरण होते (Classification of Government). राज्याच्या वतीने राज्याचे हक्क आणि अधिकार शासन वापरत असते. व्यवहारात शासन हे प्रभावी ठरते आणि ते मूर्त असल्याने महत्त्वाचे बनते.

## २.४. सार्वभौमत्व (Sovereignty)

राज्याच्या चार घटकांपैकी सर्वात महत्त्वाचा आणि वैशिष्ट्याचा घटक म्हणजे राज्याचे सार्वभौमत्व. राज्याच्या अंतर्गत असलेल्या सर्व व्यक्ती आणि संस्था यांवर राज्याचे नियंत्रण असते. तसेच राज्याबाहेरील व्यक्ती-संस्था यांच्या नियंत्रणापासून राज्य हे मुक्त असते. राज्यांतर्गत संस्था, व्यक्ती, व्यवहार यांचे नियमन, नियंत्रण आणि त्यासाठी निर्माण केलेल्या कायदे-नियमांची अंमलबजावणी करण्याचा अधिकार व नियमभंग करणाऱ्यांना शासन करण्याचा अधिकार. आंतरराष्ट्रीय समाजात राज्याच्या बाह्य सार्वभौमत्वावर मर्यादा पडतात. उदा. आंतरराष्ट्रीय तह, आंतरराष्ट्रीय व्यवहाराचे नियम इत्यादी मात्र ही बंधने स्वखुशीने स्वीकारलेली असल्याचे मानले जाते. राज्याला आंतरराष्ट्रीय समाजात मान्यता मिळाली की राज्याचे सार्वभौमत्व मान्य केले जाते. अंतर्गत बंडाळी/क्रांतीनंतर राज्यव्यवस्था बदलल्यानंतर अशी मान्यता घेण्याची राजकीय आवश्यकता राज्याला पडते. मध्ययुगीन काळात राजा हा धर्मसत्तेने बांधलेला होता. अनियंत्रित राजेही देवाची अधिसत्ता मानत होते आणि देवाला 'राजांचा राजा' (King of kings) मानत असत. धर्मसत्ता आणि राजसत्ता यांच्यात आधिभौतिक आणि भौतिक सत्ता विभागून गेली होती. त्या दोन सत्तांमधील संघर्षातून आधुनिक

राज्य निर्माण झाले आणि सार्वभौमत्वाची कल्पना आकार घेऊ लागली. इंग्लंडमध्ये ट्यूडर राजे, फ्रान्समध्ये बुर्बोन राजे आणि स्पेनमध्ये हॅप्सबर्ग राजे यांनी अनियंत्रित राजेशाही आणि तिचे सार्वभौमत्व यांचा पुरस्कार केला. फ्रान्सचा राजा १४वा लुई 'मी म्हणजेच राज्य' - 'I am the State -' असे म्हणत असे. निरंकुशता, सर्वसमावेशकता, अदेयत्व, चिरंतनता आणि अविभाज्यता असे सार्वभौमत्वाचे विशेष आहेत. वैधानिक दृष्टिकोनातून सार्वभौमत्वाचा सिद्धांत जॉन ऑस्टिन यांनी मांडला. (Lectures on Jurisprudence - 1832). तो एकसत्तावादी सार्वभौमत्वाचा सिद्धांत म्हणून प्रसिद्ध आहे. राजसत्ता एकसत्तावादी असावी, का अनेकसत्तावादी असावी हा राज्यशास्त्रातील सिद्धांत आणि व्यवहार या दृष्टीने एक न संपणारी चर्चा आहे. सार्वभौमत्व हे राज्याचे वेगळेपण सांगणारे वैशिष्ट्य आहे. प्रत्यक्षात न दिसणारे पण प्रत्यही जाणवणारे. सार्वभौमत्वाचा शोध घेताना प्रा. लास्की (१८९३-१९५०) असे म्हणतात की, 'राज्यशास्त्राच्या हिताच्या दृष्टीने सार्वभौमत्वाचा माग काढणे थांबवावे हेच श्रेयस्कर.'

## ३. राज्य आणि सामाजिक संस्था (State and Associations)

सामाजिक संस्था हा समाजातील लोकांचा स्वेच्छेने एकत्र आलेला, विशिष्ट हेतूची पूर्तता करणारा आणि त्यासाठी स्वसंमतीने आपल्या संस्थेतील संबंध, वर्तन यांचे नियंत्रण करणारा गट होय; अशा संस्थांनी व्यक्तीचे जीवन विविधतेने समृद्ध बनते. त्याचबरोबर शासनाला त्याचे कार्यक्रम लोकांपर्यंत पोहोचवण्याचे साधन मिळते. शासनाच्या अशा कार्यक्रमांना लोकांची मान्यता मिळणेही अधिक सोपे जाते.

समाजातील संस्थांचे सदस्यत्व ऐच्छिक असते. आपल्या इच्छेनुसार व्यक्ती अशा संस्थांचे सदस्यत्व स्वीकारते. राज्याचे सदस्यत्व सक्तीचे असते. त्याचे नियंत्रण आणि त्याच्या अपेक्षा यांची पूर्तता नागरिकांना करावीच लागते. सामाजिक संस्थांचे सदस्यत्व तात्पुरते स्वीकारता येते. आपले ध्येय साध्य झाले की, संस्थांचे सदस्यत्व सोडता येते. संस्था काही अडचणी आल्या तर बंदही होऊ शकतात. राज्य मात्र कायमस्वरूपी असते. जोपर्यंत ते सार्वभौमत्व उपभोगत असते तोपर्यंत राज्य कायम राहते आणि राज्यात राज्य सोडून इतर संस्थांना सार्वभौमत्व उपभोगता येत नाही. राज्य हे इतर संस्थांवर बंधनही आणू शकते किंवा त्यांचे कामकाज रोखू शकते. राज्य हे इतर संस्थांपेक्षा वरच्या श्रेणीमध्ये असते. राज्याचे कार्यक्षेत्रही सर्व संस्था आणि व्यक्ती यांपेक्षा जास्त विस्तृत असते. मात्र, राज्य हे निश्चित भूप्रदेशाने मर्यादित असते. संस्थांच्या कार्याचा व्याप कोणत्या भूभागाशी निगडित नसतो. किंबहुना काही संस्थांचे व्यवहार आंतरराष्ट्रीय पातळीवरही असतात. उदा. मानवी हक्क आयोग, रेड क्रॉस, राज्य आणि सामाजिक संस्था यांचा परस्पर संबंध हा राज्यशास्त्रातील एक न सुटलेला प्रश्न आहे. अनेकसत्तावादी लोक (Pluralism) राज्यसंस्थेवरची प्रभावी

नियंत्रणे कमी करू इच्छितात तर नागरी समाज चळवळ (Civil Society) राज्य ही इतर सामाजिक संस्थांसारखी एक संस्था मानतात.

समाजात संघटित संस्थांबरोबर असंघटित गटही (Community) असतात. आचार, विचार, बोली, धर्म इ. कारणांनी लोक एकत्रित येतात. मात्र, एखाद्या संस्थेसारखा निश्चित हेतू, संघटन आणि संस्थेचे नियम असे त्यांचे स्वरूप नसते आणि त्यांना संघटित नेतृत्वही नसते. मोठ्या शहरांत असे गट असतात. 'It is a complex of social life, a number of human beings living together under conditions of social relationship bound together by a common. However constantly changing stock of conventions, customs and traditions and to some extent of common social objects and interests.' G. D. H. Cole असे समाजगट देशांत आणि विदेशांतही विखुरलेले असतात.

अशा समाजगटांच्या संस्थाही निर्माण होतात आणि आपल्या समाजाचे एखादे विशिष्ट कार्य अधिक सातत्याने आणि स्थिरपणे आपल्या समाजगटाला प्राथमिकता देऊन करू शकतात. उदा. शिक्षणसंस्था, धर्मादाय रुग्णालये. अर्थात, अशा संस्थांनी समाजमान्य कार्य करीत असणे आवश्यक आहे.

## ४. शासन आणि शासनशैली (Government and Governance)

प्रत्येक शासन विधिमंडळ, कार्यकारी मंडळ आणि न्यायमंडळाद्वारे समाजात बाह्य शांतता आणि सुव्यवस्था (External conditions of peace) राखण्याचे काम करीत असले तरी त्यातील संस्था, त्याचा तात्त्विक पाया, त्यांच्या कार्याची यंत्रणा तंत्र-विज्ञान आणि प्रत्यक्ष कार्य यात देश-काल आणि राजकीय तत्त्वज्ञान यानुसार फरक पडतो. ॲरिस्टॉटलने सार्वभौम शक्ती आणि उपभोगणाऱ्यांची संख्या आणि तिचा हेतू यानुसार शासनाचे सहा प्रकार पाडलेले होते. उदारमतवादी शासनात मर्यादित शासन (Limited Government), व्यक्तिवादी कार्यक्रम यांना प्राथमिकता असते. तर समाजवादी शासनात शासनाची भूमिका प्रभावी असून दुर्बल आणि वंचितांना कार्यक्रमाच्या केंद्रस्थानी ठेवलेले असते. एकात्म राज्यपद्धतीत शासनसंस्था व्यवहाराच्या सोयीसाठी प्रादेशिक घटकांत विभागली जाते. तर संघराज्यपद्धतीत संघीय आणि घटकराज्यांत शासनव्यवस्था अधिकारविभागणीच्या तत्त्वावर घटनात्मक अधिकाराने विभागलेली असते. माहितीतंत्रज्ञानाच्या प्रगतीने शासकीय प्रक्रियेत फरक पडलेला दिसून येतो. आता विकेंदित, सहभागी, उत्तरदायित्व जपणारी आणि नागरीककेंद्री शासनव्यवस्था सुशासनाच्या (Good Governance) कल्पनेतून उदयास येत आहे. कार्यकारी मंडळ आणि विधिमंडळ यांच्या संबंधाच्या वेगळेपणातून संसदीय आणि अध्यक्षीय पद्धती आल्या असल्या तरी त्यांचा तात्त्विक पाया लोकशाहीचाच आहे.

घटनात्मक राजेशाही (इंग्लंड) हा लोकशाही शासनव्यवस्थेचा प्रकार मानलेला आहे. मूलतत्त्ववादी विचारसरणी धर्माच्या आधारावर काही राज्यव्यवस्थांवर प्रभाव टाकत असलेली मध्यपूर्वेत दिसते; तर दक्षिण अमेरिकेत काही राज्यव्यवस्था लष्करी सत्तेच्या नियंत्रणाखाली असलेल्या आढळतात. उदारमतवाद, खासगीकरण आणि जागतिकीकरणाच्या संदर्भात शासनशैलीतही फरक पडत असलेला दिसून येत आहे. बहुराष्ट्रीय व्यापारसंस्था, आंतरराष्ट्रीय नियंत्रणसंस्था यामुळे राज्याचे स्वरूप बदलत असून उद्याची व्यवस्था कदाचित राज्यविरहित शासनशैली ('Governance without Government '- ऱ्होड्स) अशीही असू शकेल. त्यात पारंपरिक 'अधिकार-नियंत्रणाच्या' राज्याऐवजी सहमसलत, देवाणघेवाण आणि सहभागी स्वरूपाचे राज्य व्यवहारात कार्यरत असेल.

## ५. राज्यसंस्थेचे स्वरूप आणि उदय (Nature and Origin of the State)

समाजाच्या विकासामध्ये राज्यसंस्था ही एक नैसर्गिक आणि आवश्यक संस्था आहे. राज्यशास्त्राच्या अभ्यासाचा जनक ॲरिस्टॉटल 'संस्था, समाजगट, समाज' या तीनही रचनाप्रकाराला एकच शब्द 'कॉयनानिया' (Koinania) वापरतो. ग्रीकांच्या काळी 'समाज' आणि 'राजकीय समाज' असा फरक केलेला नव्हता. ॲरिस्टॉटलचा मुख्य प्रयत्न व्यक्ति-प्रभाव व नियंत्रण करणाऱ्या प्राथमिक संस्था आणि ग्रीक नगरराज्यांत त्यांच्याकडून अपेक्षित असलेली राजकीय, सामाजिक कार्ये या संदर्भात होता. राज्य तो कुटुंबासारखे मानतो; पण त्याचवेळी नागरिकांचा समाज आणि राजकीय समाज यांमधील वेगळेपण व त्यानुसार राज्याला नैसर्गिकरीत्या अग्रताही देतो. मानव हा राजकीय प्राणी आहे. त्याला त्याच्या चांगल्या जीवनासाठी राज्याची आवश्यकता आहे. 'ज्याला अशी आवश्यकता वाटत नसेल तो एक देवदूत असेल वा पशू तरी', असे ॲरिस्टॉटल म्हणे. राज्याच्या स्वरूपाविषयीची माहिती राज्य किंवा राज्यसदृश संस्था इतिहासकाळाच्या आधीपासून अस्तित्वात असल्याने किंवा अशा संस्थेची तार्किक गरज असल्याने राज्याच्या उदयाविषयी आपणास तर्क करणेच सोयीचे जाते हा तर्क राज्याचे अपेक्षित स्वरूप आणि त्याचा प्रत्यक्ष विकास यांत सुसंगती शोधण्याच्या दिशेने जातो. राज्याच्या बांधणीचे विविध सिद्धांतही असेच राज्याच्या बदलत्या स्वरूपात तर्क सुसंगती सिद्ध करण्याच्या दृष्टीने झालेले आहेत.

राज्यामध्ये 'व्यक्ती' आणि 'समाज' यांच्या संबंधानुसार एकत्ववादी, व्यक्तिवादी, द्वैतवादी आणि सेंद्रिय ऐक्यवादी असे चार प्रकार पाडता येतील. राज्याचे स्वरूप या प्रत्येक दृष्टिकोनानुसार वेगळे असेल. एकत्ववादी दृष्टीने व्यक्तीला राज्यापेक्षा वेगळे आणि स्वतंत्र अस्तित्व नाही. या विचारात राज्य सर्वंकष बनण्याचा धोका आहे. व्यक्तिवादी विचारानुसार राज्य व्यक्तिविकासासाठी आहे. व्यक्ती स्वयंपूर्ण असून

व्यक्तिविकास करण्यास राज्य साहाय्य करीत नसेल तर त्याची आवश्यकता नाही. उदारमतवादी तत्त्वांचा उगम या विचारातून होतो. व्यक्तिस्वातंत्र्याच्या अतिरेकात समाजात अराजक माजण्याची भीती आहे. द्वैतवादी विचारानुसार राज्य हे व्यक्तिविकासाला पूरक असून दोघांमध्ये सहकार्य अपेक्षित आहे. व्यक्ती आणि राज्य यांमध्ये जणू अलिखित करार झालेला असून त्यानुसार त्यांचे संबंध निश्चित करण्यात आलेले आहेत. सेंद्रिय ऐक्यवादी विचारानुसार राज्य आणि व्यक्ती यांचे संबंध एखाद्या सजीवाप्रमाणे असून त्यांचे परस्परावलंबन आणि उपयुक्तता त्यांच्या एकत्र राहण्यात आहे. या विचारातून व्यक्तिवादी आणि सर्वंकष अशा दोन्ही तत्त्वप्रणालींचा उदय झालेला दिसून येतो.

एकत्र येण्याची आणि एकत्र राहण्याची गरज अनेक कारणांनी निर्माण झालेली असल्याने मुख्यत्वे संरक्षण आणि विकास या गरजांमधून राज्याची निर्मिती झाली आणि त्याला स्थिर स्वरूप देण्यामध्ये अनेक घटक कारणीभूत झालेले आहेत. राज्याच्या उदयाची कारणमीमांसा मुख्यत्वे तीन दृष्टिकोनांतून करता येईल. १) दैवी-धार्मिक कारणे, २) भौतिक कारणे आणि ३) दोहोंचा समन्वय साधत विकासटप्प्यावर वा प्रभाव, गरज यातून स्पष्ट होणारी उत्क्रांतिवादी कारणे

मानवी विकासाच्या दृष्टीने लोकांना एकत्रित ठेवण्याचे कार्य कुटुंब, कुल, टोळ्या यांचे संघटन आणि त्यांना एकत्र ठेवण्यासाठी रक्तसंबंध व धर्मकल्पना या कल्पनांचा उपयोग झाल्याचे दिसून येते. मानवी संबंधात प्रथम कुटुंब त्यांच्या समूहातून कुल आणि विविध कारणांनी एकत्रित राहिलेल्या कुलांच्या टोळ्या आणि त्यांच्या एकत्रित वास्तव्य व संबंधातून समाजसंघटन निर्माण झाले असे मानले जाते. अर्थात काही विचारवंत यांना महत्त्व देतात आणि त्यातून पुढे समाजाची निर्मिती झाल्याचे मानतात. कुटुंबव्यवस्थेच्या प्राथमिकतेबाबत व तिच्या नैसर्गिकतेबाबत मतभेद असले तरी तिची सामाजिक उपयुक्तता आणि कुटुंबाला असलेला रक्तसंबंधाचा आधार हा समाजधारणेचा महत्त्वाचा घटक बनलेला आहे. कुटुंबप्रमुखाची सत्ता व तिला आवश्यक असलेली मान्यता याला रक्तसंबंधाचा आधार असल्याने कुटुंबप्रमुख, टोळीप्रमुख, राज्यप्रमुख अशी अधिकारपदे आणि अधिकारवारसा असा प्रवास झाल्याचे मानले जाते. रक्तसंबंधातून समाज आणि समाजातून राज्य निर्माण होते असे मॅकॅव्हर हा समाजशास्त्रज्ञ म्हणतो.

कुटुंबातून राज्य निर्माण होताना रक्तसंबंधाचा प्रभाव राज्यपातळीवर स्वाभाविकपणे कमी होत गेला आणि समाजाला एकत्रित ठेवण्यासाठी अधिक व्यापक तत्त्वाचा स्वीकार करणे आवश्यक बनले. समाजाला धारण करणारा तो धर्म. संकेत, उपचार-विधी त्यांना मिळालेले महत्त्व आणि त्यांच्या पालनाचा आधिभौतिक सुख-आनंदाशी संबंध आणि त्यांचे पालन न केल्यास शिक्षा यातून धर्मकल्पना व्यवहारात प्रभावी

बनली. प्राथमिक धर्मामध्ये निसर्गपूजा, निसर्गाच्या भव्य वा भीतिदायक रूपामुळे आणि नैसर्गिक घटनांमागील कार्यकारण संबंध उलगडण्याइतके प्रभावी विचार-चिंतन झाल्याने धर्मावर जादू, अमानवी देवदेवतांची उपासना, गूढ शक्तीचा प्रभाव आणि त्याचा जीवनावरती परिणाम, आपल्या पूर्वजांचे स्मरण यांमधून भीती, आज्ञा, सामूहिक कर्म-आचार, त्यांचे नियम यांचा उदय झाला आणि समाज एकसंध बनला. विधी करणारे मांत्रिक, धर्माचा अर्थ सांगणारे आणि विविध कर्म- उपचारांचे आयोजन करणारे धर्मगुरू यातून राज्याच्या दैवी सिद्धांताला पूरक अशी समाजाची मानसिकता तयार झाली. 'धर्म' आणि 'राजकारण' यांचा प्रथमपासून संबंध आहे आणि विकसनशील राष्ट्रांत अजूनही धर्माचा प्रभाव राजकारणांत दिसून येतो.

## ५.१. राज्याचा दैवी सिद्धांत (Theory of Divine Origin of State)

राज्य हे परमेश्वराने निर्माण केले असून त्याच्या नियंत्रणासाठी राजाची नेमणूक त्याने केलेली आहे. परमेश्वराने राजाला नेमलेले असल्याने राजा हा परमेश्वराला जबाबदार आहे. लोकांचे त्याच्यावर नियंत्रण असणे समर्थनीय नाही आणि कायदा व नैतिकदृष्ट्या राजावर प्रजेचे स्वामित्व असून राजाचे कायदे जरी प्रजेला लागू असले तरी स्वत: राजा त्या कायद्याच्या अधीन नाही. ('A source of law, he is above law') प्रजेने राजाच्या कायद्याचे पालन करणे हे त्यांचे धर्मकर्तव्य ठरते. बाह्यत: जुलमी कायदे प्रत्यक्षात देवाने केलेली योजनाच असते. त्यांचा अवमान म्हणजे केवळ गुन्हा नाही तर पाप ठरते. राजाचा राज्याभिषेक म्हणजे दैवी गुणांची त्याच्यामध्ये स्थापना करणे होय. त्यामुळे राजाच्या दैवत्वाला समाजाची मान्यता मिळते.

मध्ययुगातील राजसत्ता आणि धर्मसत्ता यांच्यामधील सत्तासंघर्षात दैवी सिद्धांताचा वापर अनियंत्रित राजेशाहीने केला आणि त्याच तत्त्वाचा वापर जनतेच्या विरुद्धही केला. जुन्या धार्मिक ग्रंथांत राजामधील दैवी गुणांचा उल्लेख असल्याने राजसत्तेला आपले श्रेष्ठत्व सिद्ध करणे सोपे गेले. पृथ्वीचा स्वामी विष्णू आहे, राजामध्ये त्याचा अंश येतो अशी हिंदू विचारसरणी आहे. महाभारतामध्ये समाजातील अराजक संपवण्यासाठी लोकांच्या विनंतीनुसार परमेश्वराने मनू हा राजा धाडला आणि लोकांनी त्याबद्दल त्याला आपल्या उत्पन्नाचा १/६ हिस्सा राजस्व म्हणून देऊ केला, असा उल्लेख आहे. अर्थात, मनू हा अनियंत्रित नव्हता. धर्माचे रक्षण करणे हे त्याचे कार्य होते. ज्यू लोकांच्या जुन्या करारांत(Old Testament) ईश्वर राजाची नेमणूक करतो आणि त्याने कर्तव्यपालन न केल्यास त्याला शिक्षा करतो.

ख्रिश्चन आणि इस्लाम धर्मांमध्ये राजसत्तेच्या दैवी अधिकाराची कल्पना आहे. इस्लाम धर्मात खलिफा भौतिक त्याचबरोबर आधिभौतिक सत्ता एकाच अधिकारपदात धारण करीत असे. 'धर्मसत्ता' आणि 'राजसत्ता' यांच्या मध्ययुगातील वर्चस्वाच्या

लढ्यामध्ये ख्रिश्चन धर्मगुरू पोप यांनी दैवी सिद्धांताचा उपयोग करून घेतला. ख्रिश्चन धर्मगुरू सेंट ऑगस्टीन (St. Augustine – इ.स. 354 - 430 - इ. स. ३५४-४३०) याने दुहेरी नागरिकत्वाची कल्पना मांडून व्यक्ती एकाच वेळी भौतिक राज्य आणि दैवी राज्य (*Civitas terra* and *Civitas Dei*) या दोन्ही राज्यांची सदस्य असते. देवावरील श्रद्धा व प्रेम यांनी एकत्रित झालेले राज्य (*Civitas Dei*) हे श्रेष्ठ असून त्यातच खरा न्याय प्रस्थापित होतो असे म्हटलेले आहे. ख्रिश्चन धर्मसत्तेचे अधिराज्य म्हणून श्रेष्ठ व्यवस्था मानली पाहिजे.

राज्याच्या शक्तिसिद्धांतासाठी (Theory of Force) दैवी सत्तेच्या सिद्धांताचा वापर केलेला दिसून येतो. आजची अनेक प्रगत राष्ट्रे सुरुवातीच्या काळातील सत्ताधाऱ्यांच्या यशस्वी युद्धातून निर्माण झालेली असती तरी शक्तिसिद्धांत राज्याच्या उदयाचे पुरेसे स्पष्टीकरण देऊ शकत नाही. मानवी समाजाच्या स्थैर्यासाठी सामंजस्य, सहकार, तडजोड, सद्भावना, लोकेच्छा यांचाही प्रभावी उपयोग होतो. 'बळी तो कान पिळी' हे तत्त्व माणसाच्या असामाजिक वृत्तींना प्रभावी बनवते, दुर्बल घटकांवर अन्याय करते आणि राज्यांना आक्रमक, असहिष्णू आणि युद्धखोर बनवते. राज्याच्या दीर्घकालीन स्थैर्याला शक्तिसिद्धांत मारकच ठरतो आणि या सिद्धांताचा मानवी समाजाला फायद्यापेक्षा तोटाच जास्त झालेला आहे. व्यक्तिस्वातंत्र्यवादी विचारांनुसार राज्य ही निरूपायाने स्वीकारलेली संस्था आहे, तर अराज्यवाद्यांच्या मताने राज्याचे नष्ट होणे नैसर्गिक आणि अटळ आहे. ग्रीक राजकीय विचारांत आणि रोमन साम्राज्याच्या व्यवस्थेतही राज्य दैवी सिद्धांतावर आधारलेले आहे असे म्हटलेले नाही.

### ५.२. राज्याच्या उदयाचा सामाजिक करार सिद्धांत (Social Contract Theory)

व्यक्तिवादी विचारांनुसार राज्य आणि व्यक्ती यांचे परस्परसंबंध आणि अस्तित्व एकमेकांना पूरक मानलेले आहे. कुटुंबव्यवस्थेतून राज्य विकसित झालेले असले तरी त्याचे त्याच्या सदस्यांशी असलेले संबंध पूर्णपणे वेगळे असतात. कुटुंबातील संबंध वरिष्ठ-कनिष्ठ (पति-पत्नी, मालक-गुलाम) अशा स्वरूपाचे असतात. राज्यामध्ये हे संबंध (शास्ता-शासित) समानतेचे असतात. ('Polis is an association of free and equal men bound together by friendship and a common search for justice secured in law.' - Aristotle) राज्य आणि समाज, राजकीय समाज आणि धर्माधिष्ठित समाज हा फरक धार्मिक पुनरुज्जीवनाच्या काळात युरोपमध्ये स्पष्ट होऊ लागला. सोफिस्ट विचारवंतांनी राज्याची निर्मिती करारातून झाली असे मानले. तथापि, ग्रीक विचारवंत प्लेटो आणि ॲरिस्टॉटल यांना कराराची कल्पना मान्य नव्हती. राज्य हे नैसर्गिक आणि आवश्यक संघटना आहे अशी त्यांची धारणा होती. रोमन विचारवंत सिसेरोच्या (Cicero) मतानुसार राज्याचा आधार सर्वमान्य कायदा,

सहमती, समान इच्छा असतो. पॅलेस्टाईनचा ज्यू राजा याने परमेश्वराच्या साक्षीने लोकांबरोबर करार केल्याचा उल्लेख आहे. ख्रिश्चन धर्मगुरूंच्या विचारांतही, राज्य हे माणसाच्या पापामुळे निर्माण झाले आणि परमेश्वराच्या साक्षीने सुव्यवस्था आणि संरक्षणासाठी नागरी समाजाच्या निर्मितीचा करार करीत आहोत असा उल्लेख आहे. सामाजिक कराराची बांधणी हॉब्ज, लॉक आणि रूसो यांच्या १७/१८व्या शतकातील लेखनात दिसून येते.

## ५.३. सामाजिक करार सिद्धांत (Social Contract Theory)

राज्य हे लोकांनी स्वेच्छेने आणि जाणीवपूर्वक परस्परांबरोबर केलेल्या करारातून निर्माण झालेले आहे. राज्याच्या निर्मितीच्या आधी लोक प्राथमिक आणि निसर्गनियंत्रित व्यवस्थेमध्ये नांदत होते. त्यातील अपुरेपणा आणि अनिश्चितता यांच्या जाणिवेने त्यांनी राज्याची निर्मिती केली. त्याआधी राज्य नसल्याने कायदाही नव्हता. राज्याची प्रक्रिया मानवनिर्मितीची आहे. त्यामागे दैवत्व नाही किंवा नैसर्गिकताही नाही. सामाजिक करारनिर्मिती होण्यापूर्वीची निसर्गअवस्था, सामाजिक कराराचे स्वरूप आणि राज्यसंस्थेचे स्वरूप या दृष्टीने तीनही विचारवंतांमध्ये फरक आहे. अर्थात, तो फरक ज्या कालखंडात त्यांनी सामाजिक कराराच्या सिद्धांताची बांधणी केली त्या काळातील फरकामुळे पडलेला आहे. हॉब्जच्या (१५८८-१६७९) लिखाणाला तत्कालीन इंग्लंडमधील राजकीय, सामाजिक अशांततेची पार्श्वभूमी आहे. स्थिर, प्रभावी राजसत्तेचा उपाय त्याने आपल्या 'लेव्हिएथन' (Leviathan) या ग्रंथात सांगितलेला आहे (१६५१). जॉन लॉक (१६३२-१७०४) यांच्या ('Two Treatises of Government (1690)' या ग्रंथात इंग्लंडमधील रक्तशून्य क्रांती आणि सनदशीर राजेशाहीला (१६८८) तात्त्विक आधार दिलेला आहे, तर जीन जॅक रूसो (१७१२-१७७८) याच्या Social Contract (1762) या ग्रंथाने फ्रेंच राज्यक्रांतीला (१७८९) वैचारिक अधिष्ठान मिळवून दिले. राजकीय सिद्धांत हे त्या त्या काळातील सामाजिक आणि राजकीय समस्या व त्यावरील विचारवंतांचा विचारवेध यामधून निर्माण होतात. राजकीय सिद्धांतामधून राजकीय तत्त्वज्ञानाचा विकास होतो आणि स्थल-कालानुसार होणारा त्याचा आविष्कार मानवी समाजाला पुढे नेत असतो.

मूलत: कराराची कल्पनाच ऐतिहासिक नाही. करार करण्याइतपत मानवसमाज निसर्गअवस्थेमध्ये प्रगल्भ किंवा संघटित नव्हता. एक तात्त्विक सुरुवात म्हणून निसर्गअवस्था असल्याने हॉब्ज, लॉक, रूसो यांच्या निसर्गअवस्थेच्या वर्णनात तफावत आढळते. मात्र, ती त्यांच्या मुख्य प्रतिपादनाशी सुसंगतच आहे. हॉब्जच्या विचारपद्धतीमधून ऑस्टिनची (इ. स. १७९०-१८५९) कायदेशीर सार्वभौमत्वाची संकल्पना पुढे आली. लॉकची दोन कराराची कल्पना आणि दुसऱ्या कराराचा भागीदार असल्याने

राजावर आलेली बंधने यामधून इंग्रज लोकांच्या स्वभावाशी जुळणारी मर्यादित राजेशाही ही लोकशाही संकल्पना स्थिर झाली व राजकीय सार्वभौमत्वाचा पाया रचला गेला. रूसोच्या सामाजिक ईहेचे (General Will) रूपांतर जनतेच्या सार्वभौमत्वाच्या कल्पनेत झाले. फ्रेंच राज्यक्रांतीमधील मानवी हक्कांचा जाहीरनामा, मॉंटेस्क्यूचा सत्ताविभागणीचा सिद्धांत यांचा उगम मूलत: करार कल्पनेत आहे. कार्यकारी सत्ता निरंकुश असू नये आणि लोकांच्या इच्छेचा त्यावर प्रभाव असावा, तसेच तिला उत्तरदायित्व असावे हे विचार सामाजिक कराराने निर्माण केलेली लोकशाही चौकटच आहे.

समाजाची प्रगती सामाजिक दर्जाकडून सर्वांना समान लेखणाऱ्या भागीदारी करारात झालेली आहे. तसेच करार सर्वसंमतीने होत असल्याने करारातून फुटून निघण्याचे स्वातंत्र्यही करार करणाऱ्या भागीदारांना असते. राज्याच्या बाबतीत हे ऐच्छिक स्वातंत्र्य कोणासही नाही. केवळ राज्यक्रांतीच लोकांना प्रस्थापित राज्याच्या नियंत्रणामधून मुक्त करू शकते. करारप्रक्रियेतील त्रुटी आणि अनैतिहासिकता हे दोष जरी सामाजिक करार संकल्पनेत दिसून आले तरी राजकीय सिद्धांताच्या दृष्टीने त्याचे महत्त्व निर्विवाद आहे. राज्याच्या आज्ञा लोकांनी का पाळाव्यात याबाबतीत सामाजिक कराराने 'कराराच्या अटींचे पालन' असे उत्तर दिलेले आहे आणि ते कराराच्या दोन्ही पक्षांना बंधनकारक आहे. 'अधिकांचे अधिक हित' हे पण आज्ञापालनाचे कारण असू शकते किंवा राज्याने आपल्याला खूप दिले आहे हे ऋण माणूस नैसर्गिक तत्त्वानुसार मान्य करतो आणि आज्ञा किंवा कायदा सर्वसाधारणपणे पाळतो. किंबहुना, ते व्यक्तीचे कर्तव्यच आहे असे सॉक्रेटिस मानतो. 'Social contract theory of the origin of state is called as 'politically true'.'

## ५.४. राज्याच्या उदयाचा उत्क्रांतिवादी सिद्धांत

**(Evolutionary Theory of the Origin of State)**

राज्याची निर्मिती अनेक घटकांच्या परस्पर संबंधातून झालेली आहे. मानवी जीवनाची मूलभूत गरज-संरक्षण आणि सातत्य-यांमधून समाज उत्क्रांत होत गेलेला आहे. माणसाची सहजप्रवृत्ती त्याला येणाऱ्या अडचणी आणि मर्यादित माहिती व साधने यांच्या साहाय्याने त्याने त्यावर मात करण्याचे प्रयत्न, त्यासाठी निर्माण केलेल्या संस्था, त्यांची स्वीकारलेली बंधने, त्यात परिस्थितीनुसार व घटनांनुसार केलेले बदल यामधून राज्य उत्क्रांत होत गेलेले आहे. राज्य कुटुंबासारखे असले तरी ते कुटुंब नाही. नैसर्गिक घटनांचा कार्यकारणभाव माहितीच्या अभावाने समजत नसला तरी नैसर्गिक धर्माचा आधार अज्ञान नसून, जिज्ञासा, कुतूहल हा पण आहे. मानवसमाजाच्या विकासानुसार शिकारी अवस्थेमधून मानव पशुपालन टप्प्यावर येताना

त्याच्या गरजा आणि संघटनाही बदलल्या. पशूंचा उपयोग लक्षात येता पशू ही संपत्ती बनली आणि तिचे 'रक्षण' आणि वर्धन करण्याची गरज व व्यवस्था आवश्यक झाली. शेती अवस्थेमध्ये मानवाचे भटके, अस्थिर जीवन संपले. जमिनीशी बांधिलकी आणि तिचे महत्त्व वाढले. वैयक्तिक रक्षणाइतके भूभागाचे रक्षण आणि त्याचा विस्तार महत्त्वाचा बनला आणि त्यातून निर्माण होणाऱ्या संघर्षात समाजाची शक्ती निर्णायक ठरू लागली. शक्तिशाली गटाचे वा व्यक्तीचे नियंत्रण ही राजेशाहीची सुरुवात होती; म्हणून राज्यसंस्थेच्या उत्क्रांतीचा मागोवा घेताना राज्यसंस्थेचा इतिहास हा महत्त्वाचा दृष्टिकोन बनतो. राज्याच्या उदयाचे दैवी सत्ता, मातृ-पितृ सत्ता किंवा सामाजिक करार कल्पना या काहीशा एकांगी, काल्पनिक किंवा सोयीच्या गृहीतकावर आधारलेल्या वाटतात. उदा. मातृसत्ताक / पितृसत्ताक पद्धती मुख्यत्वे कुल / टोळी कल्पनेशी निगडित आहेत आणि त्या अधिकारापेक्षा हक्क / कल्पनांवर आधारित आहेत. 'These are more social than political hypothesis' (Willoughby) (विलोबी) ऐतिहासिक किंवा उत्क्रांतिवादी सिद्धांत राज्याच्या उदयाला कारणीभूत ठरलेल्या विविध घटकांना एकत्रित न्याय देऊ शकतो.

उत्क्रांतिवादी सिद्धांत स्वाभाविकपणे आंतरविद्याशाखीय दृष्टिकोन आहे. मानववंशशास्त्र, समाजशास्त्र, अर्थशास्त्र, इतिहास, भूगोल या सर्वांच्या विचारपद्धती आणि निष्कर्ष यांमधून राज्याच्या उत्क्रांतीचे टप्पे- टोळ्यांची राज्ये ते आधुनिक राष्ट्रराज्ये-ह्यांविषयी अधिक शास्त्रीय, अधिक वास्तव, अधिक समावेशक आणि अधिक समाधानकारक सिद्धांत मांडता येतो.

ऐतिहासिक दृष्टीने राज्य हे उत्क्रांत होत आजच्या स्थितीला आलेले आहे. राज्याची वैशिष्ट्यपूर्ण कार्ये आणि त्यासाठीची क्षमता आणि अधिकार वेगवेगळ्या स्वरूपात सुरुवातीच्या काळात अस्तित्वात होता. रक्तसंबंधातून टोळी, लोकांचे रक्षण व पशुपालनाचा विस्तार यांतून संघर्ष आणि विजेत्या व्यक्ताकडून आलेल्या आज्ञांचे पालन, मातृसत्ताक/पितृसत्ताक अधिकारकर्तव्याचा वारसा या बदलांचा क्रम आणि विकास पाहता राज्य हे परमेश्वराने दिलेले असण्यापेक्षा किंवा लोकांनी सामंजस्याने एकत्र येऊन त्याची निर्मिती केलेली असण्यापेक्षा ते काल-परिस्थितीनुसार विकसित झालेले असणे अधिक शक्य वाटते आणि त्याला आजचे सुविहित स्वरूप प्राप्त झाले आणि हे कार्य अनेक घटकांच्या प्रयत्नांतून झालेले आहे.

**५.४.१. रक्तसंबंध** - रक्तसंबंध आणि कौटुंबिक नाती यांच्या संबंधाचा राज्याच्या निर्मितीमध्ये मोठा वाटा आहे. एक पूर्वज, परस्परांमधील संबंध, सहवासाने वाटणारी आपुलकी या कुटुंब एकत्रित करण्याऱ्या आणि कुटुंबाच्या स्थैर्यासाठी आणि विकासासाठी विविध कार्ये विभागून करणाऱ्या आणि कुटुंबप्रमुखाच्या त्यासंबंधीच्या आज्ञेचे पालन करण्याच्या सवयी या राज्यव्यवस्थेच्या आधारभूत सवयी आहेत.

पितृसत्ताक किंवा मातृसत्ताक कुटुंबव्यवस्थेत अधिकार वारसा निश्चित केलेला होता. कुटुंबप्रमुखाशी निष्ठा आणि त्या बदल्यात संरक्षण आणि विकास हे कुटुबंसंस्थेचे सूत्र होते. विविध ठिकाणी अनेक कारणांनी विखुरलेले कुटुंबाचे सदस्य कुलाचार आणि एक पूर्वज या कल्पनेने एकमेकांशी बांधले जात. कुल, टोळ्या यांचे नियंत्रण त्यातून निर्माण झाले. परस्पर साहाय्य आणि समाधान हे कुटुंबाचे आधार आहेत. राज्याचा पण तोच हेतू आहे. कुटुंबप्रमुखाचे ऐकावे तसे स्वाभाविकपणे राज्य-प्रमुखाचे ऐकावे ही वृत्ती/सवय राज्याला स्थैर्य देऊ शकली. टोळीप्रमुखाची किंवा ज्येष्ठ लोकांच्या मंडळाची सत्ता लोकांनी स्वाभाविकपणे मान्य केली. रोटी-बेटीच्या व्यवहारातील बंधनांनी पितृसत्ताक पद्धत अधिक दृढ झाली. वारसाहक्काची आणि अधिकाराची पद्धत निश्चित झाली. समाज स्थिर होत असता या विचारातून राज्य संक्रमित झाले.

**५.४.२. धर्म** – राज्याच्या उदयात कुल (Clan), टोळी (Tribe) यांबरोबर धर्माचेही योगदान मोठे आहे. अधिकार, निष्ठा आणि आज्ञापालन याबाबतीत धर्मसंकल्पनेचा प्रभाव लोकांवर आणि लोकसमूहावर अधिक पडतो. निसर्गाविषयी अपुरी माहिती आणि निसर्गक्रियांवर नियंत्रणे ठेवण्याबाबतची असमर्थता यातून त्याविषयी गूढता व त्यातून सर्वसामान्यांच्या मनात भीती निर्माण झाली होती.जादूटोणा, मंत्र-मांत्रिक यांचे भीतियुक्त वर्चस्व लोकांवर निर्माण झाले. आजही अविकसित समाजात मांत्रिक आणि जादू यांचा प्रभाव दिसून येतो. निसर्गपूजा, निसर्गवस्तुपूजा, पूर्वजपूजा याभोवती गुंफलेले चालीरीतींचे गूढ, उत्सवी, उत्साही, विविध भावच्छटांचे वातावरण आणि त्यांनी एकत्रित येणे ही धर्माची मोठी देणगी आहे. माणसाच्या मनावर राज्य गाजविणारा धर्म अनेकदा कायद्यापेक्षाही प्रभावी ठरलेला आहे. शिक्षण, ज्ञान यांच्या प्रसारानंतर आणि आर्थिक घटकांच्या प्रभावानंतर धर्माभोवतीचे गूढ वातावरण नष्ट झाले. चंद्रग्रहण, सूर्यग्रहण या खगोलीय घटना आहेत, त्यांत शुभ-अशुभ काही नाही; प्रलय, मृत्यू, जन्म या घटनाही नैसर्गिक व जैविक आहेत, त्यांत कार्यकारण भाव आहे. या ज्ञानप्रसारानंतर जादू, मांत्रिक यांचे धर्मावरचे आवरण कमी झाले; पण आजही ते पूर्णपणे संपलेले नाही. 'राजपद' आणि 'धर्मपद' एकत्र असायचा कालखंडही इतिहासात मोठा आहे. धर्मयुद्धानंतर राजसत्ता आणि धर्मसत्ता विभक्त झाल्या तरी धर्माचे समाजसंघटनेतील महत्त्व कमी झालेले नाही. जगभर विखुरलेले ज्यू केवळ धर्मामुळे एकत्र राहिले. दहशतवाद आणि मूलतत्त्ववाद आज एकमेकांच्या आधारे समाजात पाय रोवीत आहेत.

**५.४.३. आर्थिक घटक** – 'अर्थकारण' आणि 'राजकारण' हे दोन्ही एकमेकांत प्रथमपासून गुंतलेले आहेत. किंबहुना, ती एकच विद्याशाखा 'Political Economy' या नावाने ओळखली जात असे. अन्न-वस्त्र-निवारा या भौतिक गरजा सातत्याने भागविण्यासाठी मानव जेव्हा शेती करून स्थिर समाजात राहू लागला तेव्हा मालमत्तेची

कल्पना स्पष्ट होऊ लागली. पशुपालनाच्या भटक्या समाजातही पशुधन आणि त्यांच्यासाठी चराऊ जमिनी यांवरून संघर्ष झालेले होते. भौतिक समृद्धी देणाऱ्या आर्थिक घडामोडी, उत्पादन, साठवण, विक्रय यांसाठी कायदा आणि त्याची अंमलबजावणी करण्यासाठी शासनाची गरज समाजाला वाटू लागली.

मालमत्तेच्या विकासात खासगी मालमत्तेची संकल्पना (Private Property) महत्त्वाची प्रेरक वृत्ती बनलेली दिसून येते. जमिनीला कुंपण घालून जेव्हा माणसाने 'माझे' व 'तुझे' असे म्हटले तेव्हाच खासगी मालमत्ता जन्मास आली, असे फ्रेंच तत्त्ववेत्ता रूसो म्हणतो. जमीन ही राज्याचा महत्त्वाचा घटक आहे. त्यावर राजाची मालकी मानली गेली. महत्त्वाचे कायदे प्रारंभिक जमीनविषयकच होते. त्यावरील काळात मालकी आणि तिचे नियंत्रण करणारे. मतदानाचा हक्कही प्रथम जमिनीच्या मालकीशी निगडित होता. शेतीच्या उत्पन्नावर अन्नाची गरज भागली जाऊ लागली तसे शेतजमिनीच्या मालकीनुसार समाजात वर्ग (Estate) स्थिर होऊ लागले व आहार- व्यवहार यांच्या पद्धती बदलू लागल्या.

औद्योगिक क्रांतीनंतर राज्य-संघटनेवरील आर्थिक प्रभाव अधिक स्पष्ट झालेला आहे. वसाहतींची युद्धे आर्थिक कारणांवरून झालेली आहेत. आजही आर्थिक साधनांवरील मालकीच्या स्पर्धेमधून युद्धांना तोंड फुटलेले दिसून येते. जागतिकीकरणात आर्थिक कारणांचा प्रभाव राज्यावर पडत असून त्यांचे परस्परसंबंध आर्थिक हेतूभोवती जोडलेले आहेत. अर्थकारण आणि राज्याची घडण यांचे एकमेकांशी प्रभावी व परिणामकारक संबंध आजही आहेत.

**५.४.४. शक्ती –** राज्याच्या संघटनेमध्ये शक्ती (Force) घटकाला महत्त्वाचे स्थान आहे. राज्याच्या सुरुवातीच्या घडणीत शक्तीचे स्थान मोठे होते. युद्ध जिंकणाऱ्याच्या हाती स्वाभाविकपणे सत्ता एकवटली जात असे. रक्तसंबंध आणि धर्माची एकत्रित ठेवण्याची शक्ती कमी होत असताना वाढणाऱ्या आणि वेगवेगळ्या ठिकाणी पसरलेल्या लोकांना केवळ शक्तीच एकत्र ठेवू शकली. 'बळी तो कान पिळी' हा जंगलचा कायदा येथे प्रभावी ठरू लागला. बलवान व्यक्तीच्या प्रभावक्षेत्राला भूप्रदेशाचे बंधन नव्हते. खासगी मालमत्तेचे रक्षण हे राजसत्तेचे इतिहासकाळापासूनचे कार्य मानले गेलेले आहे आणि त्यासाठी तिच्या हाती पोलिस, सैन्य आणि तुरुंग ही साधने दिलेली आहेत. अंतर्गत शांतता-सुव्यवस्था आणि बाह्य-संरक्षण हे कार्य शक्ती या घटकामुळेच शक्य झाले.

**५.४.५. राजकीय जाणीव -** विद्येच्या पुनरुज्जीवनाची आणि धर्मसुधारणेची चळवळ, औद्योगिक क्रांती, व्यापार-दळणवळण, ज्ञान आणि माहिती यांचा प्रसार यांमधून समाजांतर्गत तसेच समाजासमाजातील संबंध आणि विचारांची देवाण-घेवाण वाढू लागली. व्यक्तिस्वातंत्र्याच्या विचारांनुसार व्यक्तीला राज्याचे संरक्षण, स्वतःच्या

न्याय्य हक्कांचे रक्षण यांची गरज वाटू लागली. बाह्यत: विरोधी वाटणाऱ्या गरजा त्याला वाटू लागल्या. धर्मगुरू किंवा अनियंत्रित राजाच्या हाती सर्व नियंत्रण सोपवण्यास तो तयार होईना. त्यातून राज्याचे महत्त्व वाढले, तरी त्याचे स्वरूप बदलू लागले. शांतता-सुव्यवस्था राखण्याबरोबर राज्याकडून मुख्यत्वे लोककल्याणकारी कार्याची अपेक्षा वाढू लागली. राज्याला मान्यता मिळण्याच्या पद्धतीतही बदल होऊ लागला. निवडणुका, मतदानाच्या अधिकाराचा विस्तार यामधून राज्याचे स्वरूप बदलू लागले. याचबरोबर राज्य आणि प्रजा यांच्या संबंधात सहकार्यावर भर दिला जाऊ लागला. राज्याचे कार्यक्षेत्र कल्याणकारी भूमिकेमधून वाढत असता जागतिकीकरणाच्या विचारप्रवाहात ते संकुचितही बनत आहे.

आधुनिक राज्याच्या विकासात अनेक घटकांचा प्रभाव पडलेला दिसून येतो. एखादा घटक जरी प्रभावी वाटला तरी त्याचवेळी इतर घटकही कार्यरत असलेले पाहावयास मिळतात आणि जुने रीतीरिवाज नवे स्पष्ट रूप घेत असतात. 'We cannot say where and when the state begins. It emerges when authority becomes government and custom is translated into law' - Mac Iver.

## ६. राज्याचा विकास (Development of State)

राज्य ही संस्था सार्वत्रिक असली तरी तिचे स्वरूप सर्वत्र सारखे नव्हते आणि तिच्या विकासाचा वेग व म्हणून तिच्या स्वरूपातील बदल सारखा नव्हता. राज्याच्या विकासाचे खालील टप्पे प्रामुख्याने सांगता येतील.

### ६.१. गणराज्य

प्राथमिक मानवी समाज हा टोळ्यांचा समाज होता. टोळ्यांमधून 'समाज' आणि 'समाजातील वर्ग' निर्माण झाले असे मानले जाते. आजची गणराज्ये आणि टोळ्यांची गणराज्ये यांत अर्थात फरक होता. तथापि, राज्याच्या जडणघडणीतील काही महत्त्वाच्या बाबी गणराज्यांत दिसून येतात. रक्तसंबंध, समानपूर्वज आणि त्यातून एकत्रित येण्याची भावना, समाजातील वर्गाचा उदय, रूढी, परंपरा यांचा प्रभाव-टोळीप्रमुखाला भेटी देण्याची प्रथा यामधून नवीन राज्यव्यवस्था निर्माण झालेली. आजही काही लोकसमुदाय टोळीपद्धतीच्या समाजव्यवस्थेत राहात असलेले दिसून येतात. भारताच्या ईशान्य भागात अशा टोळ्यांची व्यवस्था आढळून येते.

### ६.२. पौर्वात्य साम्राज्ये

शेतीचा शोध, स्थिर जीवनाची आवश्यकता आणि सुपीक जमिनीची सोय यांमुळे प्राचीन संस्कृती नद्यांच्या काठी उमलत गेली. नाइल (इजिप्त), तैग्रीस-युफ्रेटिस (बॅबिलोनिया), सिंधू (मोहेंजोदडो), यांगत्से (चीन) अशी नद्यांच्या काठाने

मानवी संस्कृती बहरत गेली. लहान राज्यांतून मोठी साम्राज्ये निर्माण झाली. अर्थात, त्यांचे संघटन व्यक्तिनिष्ठ होते. पराक्रमी राजा आपले राज्य वाढवी आणि इतर राजांना जिंकून वा अंकित करून आपले प्रभावक्षेत्र वाढवीत असे. मात्र, अशा साम्राजाचे प्रशासन फारसे विकसित झालेले नसे. अंतर्गत आणि सीमाप्रदेशांतील बंडाळी हा अशा साम्राज्यांचा नेहमीचा भाग होता; पण लष्करी संरक्षण, जनतेकडून आज्ञापालन, संस्कृतिविकास आणि संपत्ती व सुविधानिर्मिती ही या मुख्यत्वे पूर्वेकडील साम्राज्याची, सम्राटाची वैशिष्ट्ये होती.

## ६.३. ग्रीक नगरराज्ये

राज्याच्या विकासात ग्रीसमधील नगरराज्ये वैशिष्ट्यपूर्ण आहेत. त्यांची निर्मिती मुख्यत्वे ग्रीसच्या भौगोलिक परिस्थितीमधून झालेली असली (भूमध्य समुद्रातील स्थान, दंतुर किनारा, भूभागाजवळ छोट्या बेटांचा समूह) तरी राज्यशासनाच्या दृष्टीने अनेक महत्त्वाचे प्रयोग आणि संकल्पना या ग्रीक नगरराज्यांच्या व्यवहारातून निर्माण झालेल्या आहेत. नागरिकत्व आणि त्याचे समाजाच्या राजकीय जीवनासंबंधीचे हक्क आणि कर्तव्ये; नगरराज्यामधील स्वातंत्र्याची कल्पना; समाजजीवन सुखी करण्याचे राज्याचे ध्येय; नागरिकांचा राजकीय कार्यात जाणीवपूर्वक सहभाग; स्पार्टा आणि अथेन्समधील नगरराज्यांचे शासनव्यवस्थेचे प्रयोग आणि सॉक्रेटिस, प्लेटो, ॲरिस्टॉटल यांनी राज्यरचना, व्यवहार-ध्येय यावर केलेले मूलभूत चिंतन हा ग्रीक नगरराज्यांचा अमोल वारसा आहे. समाज आणि राज्य यांत ग्रीकांनी फरक केलेला नाही. नगरराज्यातील प्रत्यक्ष लोकशाहीमुळे अशा राज्य-समाजाच्या एकीकरणातील धोका त्यांना जाणवला नाही. नगरराज्याच्या मर्यादेमुळे त्यांच्या विचारातही आपल्या राज्यातील संस्थांचे समर्थन करण्याची वृत्ती वाढली. उदा. नगरराज्यांतील गुलामांची संस्था आणि तिचे ॲरिस्टॉटलने केलेले समर्थन.

## ६.४. रोमन साम्राज्य

राजकीय प्रगतीमध्ये युरोपच्या मोठ्या भूभागावर राज्य करणारे रोमन गणराज्य (इ.स.पू. ५१०-२७) हा महत्त्वाचा टप्पा आहे. हा काळ रोमन रिपब्लिकचा काळ आहे. प्रत्यक्ष व्यवहारात लोकांना अधिकार नव्हते आणि तेथे उमरावशाहीच होती; पण सुव्यवस्थित राज्य-प्रशासन, अधिकारपदे व त्यांच्या अधिकाराची निश्चिती, सिनेटसारखी संस्था, सत्तानियंत्रण आणि संतुलनाच्या तत्त्वांचा वापर करून विविध अधिकारपदे आणि संस्था यांत समतोल राखण्याचे प्रयत्न रोमन गणराज्यात झालेले दिसून येतात. मोठ्या प्रदेशाच्या नियंत्रणामधून निर्माण होणारे प्रश्न व त्यावर नियंत्रण ठेवण्याचा प्रयत्न यामधून राजकीय व्यवहार, दळणवळणाच्या साधनांची निर्मिती;

केंद्र आणि विभागीय क्षेत्रे यांची निर्मिती रोमन काळाची निर्मिती आहे. विविध संस्कृतींमध्ये व्यवस्था आणि प्रादेशिक शांतता निर्माण करणारा रोमन कायदा हा आधुनिक कायद्याचा पाया मानला जातो. राजकीय विचारवंत म्हणून सिसेरो, सिनेका यांचे नाव घेतले जाते.

## ६.५. मध्ययुगीन सरंजामशाही

रोमन साम्राज्याच्या विघटनानंतर सर्व युरोपभर एक निर्नायकी (नायक नसल्याची अवस्था) अवस्था निर्माण झाली. या काळात सरंजामशाही व्यवस्था निर्माण झाली. राजाशी एकनिष्ठ राहण्याच्या मोबदल्यात सरदार जमिनीचे प्रमुख बनले. राजाची सत्ता नाममात्र बनून सरंजामदार हे आपापल्या क्षेत्रांत प्रभावी बनले. आपापल्या प्रभावक्षेत्रांत सुव्यवस्था आणि शांतता निर्माण करण्याची जबाबदारी त्यांच्यावर होती. त्या बदल्यात आपल्या सरदारांवर निष्ठा लोकांकडून अपेक्षित होती. प्रत्यक्षांत जमीन कसणाऱ्यांची स्थिती (भूदास) गुलामांपेक्षा वेगळी नव्हती.

मध्ययुगीन काळात रोमन चर्च आणि पवित्र रोमन साम्राज्य यांनी ऐक्य राखण्याचा प्रयत्न केलेला दिसतो. रोमन साम्राज्याच्या विघटनानंतर रोमन-ख्रिश्चन चर्चने समाजात ऐक्य टिकवून धरले. धर्माचा प्रभाव, धर्मतत्त्वांचे पालन, शिक्षणाचा प्रसार आणि धार्मिक व भौतिक सत्तेचे एकीकरण यामुळे चर्चचा प्रभाव जनमानसावर टिकून राहिला. मात्र, विद्येचे पुनरुज्जीवन आणि प्रॉटेस्टंट चळवळ यांच्यामुळे सत्ता, अधिकार आणि अनैतिकता यांमुळे कमजोर झालेले चर्च प्रभावहीन बनले.

मात्र, मध्ययुगात आर्थिक अडचणींमधून वाट काढण्यासाठी राजेलोक लोकसभा बोलावीत. आजच्या लोकसभेची ती सुरुवात मानली पाहिजे. चर्च आणि पवित्र रोमन साम्राज्य यांमधून न्यायाची कल्पना रुजू लागली. दुष्ट प्रवृत्तींना शासन करणे हे राजाचे धार्मिक कर्तव्य मानले गेले. राजाचे हक्क हे राजाच्या लोकांप्रती असलेल्या कर्तव्याने बांधलेले आहेत असा विचार पुढे आला. या काळात विविध दर्जा असलेली शहरे फ्लॉरेन्स, पिसा, व्हेनिस इत्यादी निर्माण झाली.

## ६.६. आधुनिक राज्ये

सरंजामशाहीतील अनावस्था अनियंत्रित राजसत्तेने दूर केली. (उदा. इंग्लंडमधील ट्यूडर घराणे). तथापि, या कालखंडात अनियंत्रित राजसत्तेविरुद्ध उठावही झाले. विद्येच्या पुनरुज्जीवनाची चळवळ, प्रॉटेस्टंट क्रांती, शास्त्रीय शोध, इंग्लंडमधील रक्तहीन क्रांती (१६८८), फ्रेंच क्रांती (१७८९) आणि अमेरिकेची स्वातंत्र्य चळवळ (१७७५-८३) या सगळ्यांच्या एकत्रित परिणामातून राष्ट्रवाद आणि लोकशाही या नव्या तत्त्वांचा उदय झाला. फ्रेंच आणि अमेरिकन राज्यक्रांतीमधून स्वातंत्र्य, बंधुता, समता आणि मानवता या तत्त्वांचा उदय झाला. आर्थिक रचनेत औद्योगिक क्रांतीमुळे

मोठे बदल झाले. समाजाची रचना, उत्पादनपद्धती, नव्या भांडवलदारवर्गाचा उदय आणि कामगारांची दु:स्थिती यांमुळे समाजरचनेबाबत नवे आर्थिक सिद्धांत पुढे आले. राष्ट्रवादाचा उदय होऊन राज्याच्या स्थैर्याचा एक घटक म्हणून राष्ट्रवाद पुढे आला. त्यातून 'राष्ट्रराज्य' ही संकल्पना (Nation-State) पुढे आली. आधुनिक राज्यव्यवस्थेचा पाया राष्ट्रराज्य कल्पनेने वेस्टफालियाच्या तहानुसार (१६४८) घातला असे मानले जाते.

आपल्या राष्ट्राविषयी वाटणारी अस्मिता आणि अभिमान यांमुळे राष्ट्रवाद आक्रमक वृत्तीचाही होऊ शकतो. आधुनिक काळामधील दोन महायुद्धे (१९१४-१८ आणि १९३९-४५) ही याची उदाहरणे आहेत. राष्ट्रराज्याच्या आक्रमक वृत्तीला आळा घालण्यासाठी जागतिक संघराज्याची कल्पना (World Federation) पुढे आलेली आहे. संयुक्त राष्ट्र संघटना (यूनो) हे त्या दृष्टीने टाकलेले पाऊलच आहे. अर्थात, संयुक्त राष्ट्र संघटना सार्वभौम नाही. व्यापार आणि इतर परस्परावलंबी संबंधांच्या नियंत्रणासाठी जागतिक व्यापार संघटना (WTO) जागतिकीकरणात स्थापन झालेल्या आहेत. संयुक्त राष्ट्रसंघटनेच्या आधिपत्याखाली जागतिक समाजाला उपयुक्त अशी संघटनाही कार्यरत आहे. राज्याचे राज्यपण कमी करणारी (राज्यविरहित प्रशासन) नागरी समाजाची चळवळही पाश्चिमात्य राष्ट्रांत मूळ धरीत आहे. या सर्वांच्या एकत्रित मंथनातून उद्याच्या राजकीय व्यवस्थेचे स्वरूप आकार घेऊ शकेल.

## ७. राज्यविषयक सिद्धांत (Theory of State)

राज्याची सैद्धांतिक बैठक ही राज्याचे स्वरूप, कार्य व कार्यक्षेत्र, त्याच्या विकासाची दिशा आणि हेतू याचा अर्थ व संदर्भ स्पष्ट करीत असते. राज्यसंस्थेची संपूर्ण इमारत राज्याच्या सैद्धान्तिक पायावर उभी असल्याने राज्यशास्त्राच्या अभ्यासात राज्यविषयक सिद्धांताचा अभ्यास महत्त्वाचा ठरतो.

### ७.१. उदारमतवादी सिद्धांत (Liberalism)

राजकीय विकासावर प्रभाव टाकणारी उदारमतवादी ही विचारप्रणाली युरोपीय खंडात अठराव्या व एकोणिसाव्या शतकांत अत्यंत प्रभावी होती. व्यक्तिवादाशी आणि लोकशाही राज्यपद्धतीशी तिचे जवळचे नाते आहे. किंबहुना, पाश्चात्त्य लोकशाहीचे वर्णन व्यक्तिकेंद्री व उदारमतवादी लोकशाही असे केले जाते आणि विकसनशील राज्ये अशा राज्यपद्धतीला आदर्श मानून त्याप्रमाणे आपल्या राजकीय संस्था आणि व्यक्ती यांचे संबंध निश्चित करीत असतात.

युरोपमधील सरंजामशाहीचा अंत होत असताना उदारमतवादी विचारसरणी उदयास आली. बाजारव्यवस्थेवर आधारित असलेल्या भांडवलशाही व्यवस्थेला तिने

राजकीय तत्त्वज्ञानाचे पाठबळ दिले. व्यक्तिस्वातंत्र्यवादी (Individualism) विचारसणी आणि उदारमतवादी विचारसरणी त्यांच्यामध्ये फरक असूनही त्या एकमेकांना पूरक ठरलेल्या आहेत. उदारमतवाद Liberalism. मूळ लॅटिन *Liber* शब्द म्हणजे स्वतंत्र अशा अर्थाचा आहे. सर्व तऱ्हेच्या अनियंत्रित सत्तेला विरोध हे उदारमतवादाचे लक्षण असल्याने धार्मिक क्षेत्रांत कॅथॉलिक चर्चला विरोध करून धार्मिक सुधारणांचा पुरस्कार करणाऱ्या प्रॉटेस्टंट चळवळी, आर्थिक क्षेत्रांत राज्याच्या नियंत्रणाला विरोध करून मुक्त बाजारपेठेचा आग्रह (*Laissez-Faire* - Let alone), व्यक्तीच्या विकासावर आणि कर्तृत्वावर विश्वास ठेवून राज्याच्या कमीत कमी नियंत्रणावर भर हे उदारमतवादाचे वैशिष्ट्य आहे. विद्येच्या पुनरुज्जीवनाच्या चळवळीला उदारमतवादाने आधार दिलेला आहे. कालांतराने सामाजिक उदारमतवादाची कल्पना पुढे आली आणि कल्याणकारी राज्याच्या स्वरूपाला उदारमतवादाने मान्यता दिली. औद्योगिक भांडवलशाहीमधून निर्माण झालेल्या सामाजिक अन्यायाविरुद्धची ती प्रतिक्रिया होती. नैसर्गिक हक्काची कल्पना तसेच उपयुक्ततावादी विचारांनाही उदारमतवादाचा आधार आहे. व्यक्ती निसर्गतः स्वहिताविषयी दक्ष आणि स्व-संरक्षणाबाबतीत सक्षम असते. राज्याचे नियंत्रण किमान असणेच योग्य. मिल यांनी व्यक्तीच्या ज्या कृत्याचा इतरांशी संबंध येत नाही अशा कृत्यांबाबत (self regarding sphere) व्यक्तीवर राज्याचे कोणतेही नियंत्रण असणे समर्थनीय नाही असे म्हटलेले आहे.

आधुनिक काळात उदारमतवादी विचार राज्याच्या हस्तक्षेपाविषयी अधिक सहानुभूतीने पाहू लागले. कामगार-वर्गावर होणारा अन्याय आणि गरीब-वंचित वर्गाला भांडवलशाही व्यवस्थेमध्ये न मिळालेला दिलासा यामुळे उदारमतवादी विचारवंत आता राज्याने दुर्बल व असंघटित लोकांच्या बाजूने हस्तक्षेप करावा असे म्हणू लागले आहेत. पारंपरिक विचारांनुसार राज्याकडूनही व्यक्तिस्वातंत्र्याला धोका असल्याचे मानले जाई. मिलने बहुसंख्यांकांची हुकूमशाही (Tyranny of the Majority) अशी संकल्पना मांडलेली आहे.

एल.टी. हॉब्जहाउस यांनी पारंपरिक उदारमतवादाचे खालीलप्रमाणे वर्णन केलेले आहे.

- **नागरी स्वातंत्र्य** - राजा, सरंजामदार व सरदार यांच्या अनियंत्रित सत्तेला विरोध.
- **वित्तीय स्वातंत्र्य** - प्रातिनिधिक लोकमतानुसार करआकारणी.
- **व्यक्तिस्वातंत्र्य** - व्यक्तीचे नैसर्गिक व मूलभूत हक्क.
- **सामाजिक स्वातंत्र्य** - समानता, व्यक्तिव्यक्तींमध्ये भेदभाव नाही, गुणांना महत्त्व
- **आर्थिक स्वातंत्र्य** - खासगी मालमत्तेचा हक्क.

- **खासगी स्वातंत्र्य** - स्त्रिया व मुले यांना हक्क.
- **प्रशासकीय स्वातंत्र्य** - स्थानिक स्वायत्तता, तसेच राज्याचा स्वयंनिर्णयाचा अधिकार.
- **आंतरराष्ट्रीय स्वातंत्र्य** - आंतरराष्ट्रीय तह, करार व संघटनेच्या सदस्यत्वाचा हक्क.
- **राजकीय स्वातंत्र्य** - राज्यपद्धतीचे स्वातंत्र्य आणि लोकांचे सार्वभौमत्व.

व्यक्तिवादी (Individualism) आणि उदारमतवादी (Liberalism) यांच्या सीमारेषांत सरमिसळ होत असली तरी व्यक्तिवादी नेहमीच व्यक्तिकेंद्री राहिलेले आहेत. राज्य ही न टाळता येणारी आपत्ती (Necessary evil) असून त्याचा हस्तक्षेप नाइलाज म्हणून आणि किमान असावयास हवा. फ्रान्समधील फिजिओक्रॅट हे नैसर्गिक व्यवस्थेचा (natural order) पुरस्कार करत. खासगी मालमत्ता, मुक्त स्पर्धा आणि व्यक्तिस्वातंत्र्य या तत्त्वांच्या आधारे भांडवलशाही व्यवस्था बळकट झाली. आदर्शवादी तसेच केवळ तार्किक निष्कर्षांच्या विरोधात व्यक्तिवादी होते. त्यामधूनच उपयुक्ततावादी विचारसरणी पुढे आली. नैतिक, आर्थिक, जीवशास्त्रीय त्याचबरोबर वास्तव दृष्टिकोनातून व्यक्तिवादाचा पुरस्कार करण्यात येत असला तरी त्याच्या मर्यादाही स्पष्ट होऊ लागल्या. शासनसंस्थेच्या अस्तित्वाने मिळणारे सामूहिक फायदे दुर्लक्ष करण्याइतके नगण्य नाहीत. शासनाचा पुरस्कार - आधार- साहाय्य या गोष्टी व्यक्तिविकासाच्या दृष्टीने महत्त्वाच्या असतात. व्यक्ति-व्यक्तींमधील बौद्धिक व क्षमतेच्या बाबतीमधील नैसर्गिक व परिस्थितीजन्य विषमता पाहता व्यक्तिवादाने व्यवहारात काही थोड्या बुद्धिमान व सक्षम व्यक्तींचा फायदा होतो. 'जगण्यास लायक तो जगेल' हे तत्त्वज्ञान आणि गुणवत्तेवर (merit) दिलेला भर प्रत्यक्ष सामाजिक व्यवहारात असंतोष आणि विषमतेलाच निमंत्रण देईल. स्पर्धा ही समान लोकांत असेल तरच ती निकोप राहील; अन्यथा ती समाजाच्या स्थैर्याला घातकच ठरेल. ज्यांच्या ताब्यात समाजाची सत्ता येईल ते तिचा दुरुपयोग करण्याची शक्यता आहे, हे लक्षात घेता आधुनिक व्यक्तिवाद राज्याचे महत्त्व मान्य करतो. राज्याचे नियंत्रण आणि नियोजनाला दिशा देण्याची भूमिका मान्य करतो. समाजगटाच्या न्याय्य हितसंबंधांचे रक्षणही व्यक्तीच्या हिताइतके महत्त्वाचे आहे. स्पर्धेमुळे केवळ कार्यक्षमता वाढते असे नाही. त्याचबरोबर संसाधनांची उधळपट्टीही होण्याची भीती आहे. मात्र, आधुनिक व्यक्तिवाद राज्याच्या सर्वंकष नियंत्रणातील धोक्याची जाणीव करून देतो, राज्यक्षेत्राच्या मर्यादेबाबत मिल (Mill), स्पेन्सर (Spencer), हायेक (Hayek) इ. विचारवंतांमध्ये फरक आहे आणि तो स्वाभाविक आहे. मिल हा अधिक व्यवहारवादी असून व्यक्तीच्या कृतींचे स्वसंबंधी (Self-regarding) आणि समाजसंबंधी (Other-regarding) असे दोन भाग पाडतो. स्वसंबंधीच्या क्षेत्रांत व्यक्तीला संपूर्ण स्वातंत्र्य असावे असे त्याचे मत आहे. स्पेन्सरचे

विचार 'जगण्यास लायक असेल तोच जगेल' आणि तेच न्याय्य आणि नैसर्गिक आहे असे आहेत. राज्याने फक्त हिंसाचार आणि फसवणूक या दोन बाबींपुरते व्यक्तींवर नियंत्रण ठेवावे यापलीकडे राज्याला काहीही अस्तित्व नाही. हायेक यांनी राज्याच्या नियोजनाच्या अधिकारावर कठोर टीका केलेली आहे. स्त्रीवादी विचारांनुसार व्यक्तिवादातून लिंगविषमतेलाच आमंत्रण मिळालेले आहे.

उदारमतवादाने युरोपमध्ये १८-१९ व्या शतकातील राजकीय चळवळींमध्ये मोलाचे योगदान दिलेले आहे. पारंपरिक उदारमतवाद्यांनी राजकीय सत्ता अभिजन वर्गातच राहील असे प्रयत्न केलेले असले तरी नवउदारमतवाद्यांनी राज्यसंस्थेचे महत्त्व व तिचे सकारात्मक कार्य यांचे महत्त्व मान्य केलेले आहे. व्यक्तिकल्याण आणि समाजकल्याण यांत विसंवाद नाही, तर त्यांचा समन्वय करण्यासाठी व्यक्तिगटाचे सबलीकरण करणे आवश्यक आहे या विचारांतून नागरी समाजाची चळवळ पुढे येत आहे.

## ७.२. कल्याणकारी राज्य सिद्धांत (Welfare State)

राज्यसंस्थेचे समाजजीवनामधील अस्तित्व हे जीवन चांगले करण्यासाठी असल्याचे प्रतिपादन - 'State continues for the betterment of life' - ॲरिस्टॉटलच्या काळापासून केलेले आढळते. हे समाधान कुटुंबातून मिळण्यापेक्षा त्याच्या उत्क्रांत व परिपूर्ण स्वरूपातील नगरराज्यांत (Polis) मिळेल असा त्यांचा विश्वास होता. लोककल्याण हे राज्याचे उत्तरदायित्व आहे आणि राज्यसंस्था हे सत्तेपेक्षा या सामाजिक सेवेचे साधन आहे. लोकांना नेतृत्व देऊन, लोकांचा सहभाग वाढवून राज्याने लोककल्याण साधावे असे अपेक्षित आहे. दुसऱ्या महायुद्धात झालेला संहार आणि विषमतेने विस्कळित झालेले सामाजिक जीवन यांमधून कल्याणकारी राज्याची कल्पना नव्या रूपात पुढे आली.

राज्यातील गरीब नागरिकांसाठी स्थानिक पातळीवर प्रयत्न करण्याचा कायदा इंग्लंडमध्ये पहिल्या एलिझाबेथ राणीच्या काळात (१६०१) करण्यात आला. गरीब व श्रमजीवी कामगारांची विपन्नावस्था पाहता १९ व्या शतकाच्या सुरुवातीला या प्रश्नाची राज्यपातळीवर दखल घेण्यात आली. 'Social welfare became a national concern than a local one.' कामगारांच्या सुरक्षिततेसाठी कारखान्यांच्या तपासणीचे कायदे जारी करण्यात आले. उदारमतवादाच्या मुक्त धोरणाचे (Laissez-faire) वाईट परिणाम समाजजीवनात दिसू लागले आणि इंग्लंडमधील उदारमतवादी शासनाने कामगारहिताचे आणि समाजातील गरिबांना साहाय्य करण्याचे कल्याणकारी कायदे करण्यास सुरुवात केली. उदा. मध्यान्ह भोजनव्यवस्था (१९०६-०७), निवृत्ति वेतन (१९०८). लॉइड जॉर्ज यांच्या अंदाजपत्रकाचे (१९०९) वर्णन 'Waging implacable warfare against poverty and squalidness.' असे करण्यात येते. बीव्हरीज अहवाल (१९४२) या सर्व कायद्यांना एक सुसूत्र पाया निर्माण करतो आणि कल्याणकारी राज्याची बैठक तयार करतो. युरोपमध्ये जर्मनीत बिस्मार्कने समाजकल्याण कायद्याचा पाया घातलेला दिसून येतो. अमेरिकेमध्ये जागतिक मंदीच्या काळात (१९३०) अर्थव्यवस्थेला सावरून धरण्यासाठी न्यू डीलच्या माध्यमातून राष्ट्राध्यक्ष रुझवेल्ट यांनी शेतीला अर्थसाहाय्य, कामगारांना नुकसानभरपाई व बेकारभत्ता, औद्योगिक सुरक्षा, गृहनिर्माण, वैद्यकीय सेवा, प्रशिक्षण, लघु उद्योगास अर्थसाहाय्य इ. क्षेत्रांत संघराज्याने हस्तक्षेप केला. राष्ट्राध्यक्ष ट्रुमन (कार्यकाळ १९४५-५२) यांचा दहा कलमी कार्यक्रम समाजकल्याणकेंद्रित होता.

कल्याणकारी राज्य केवळ कर गोळा करणारी आणि शांतता व सुव्यवस्था राखणारी यंत्रणा नाही तर समाजातील सर्व वर्गांचे आणि मुख्यत्वे गरीब, अकुशल आणि वृद्ध लोकांच्या किमान कल्याण व सुरक्षिततेची हमी राज्याने देणे राज्याकडून अपेक्षित आहे. कल्याणकारी राज्याने मुख्यत्वे खालील क्षेत्रांत सकारात्मक कार्य करणे आवश्यक आहे.

○ **आरोग्य** - प्रतिबंधात्मक आणि रोगनिवारणाच्या योजनांची अंमलबजावणी, रुग्णालयांची व्यवस्था आणि आरोग्यविषयक संशोधन. आरोग्यात शारीरिक आणि मानसिक आरोग्यांचा समावेश.

○ **व्यक्तिविकास** - व्यक्तिव्यक्तींमध्ये समानता, शिक्षणाच्या सुविधा, रोजगाराची हमी आणि कामावर संरक्षण.

○ **शिक्षण** - शिक्षणाचा सार्वत्रिक प्रसार आणि किमान प्राथमिक शिक्षण विनामूल्य आणि सार्वत्रिक व सक्तीचे, उच्च शिक्षणासाठी अनुदान व सवलती.

○ **अर्थव्यवस्थेस बळकटी** - आर्थिक विकासासाठी उपाययोजना. शेती व उद्योगधंद्यांचे आधुनिकीकरण व साहाय्य. व्यापारास उत्तेजन, कीन्सच्या पूर्ण रोजंदारीच्या अर्थशास्त्राचा युरोपीय कल्याणकारी योजनांवर मोठा प्रभाव पडलेला आहे.

○ **सामाजिक सेवा** - राज्याच्या विविध कल्याणकारी योजनांचे फायदे गरीब, वंचित आणि असंघटित वर्गांपर्यंत पोहोचण्यासाठी सक्रिय प्रयत्न, विविध देशांच्या राज्यघटनांत यासंबंधीची उपाययोजना केलेली असून त्यासाठी स्वतंत्र मंत्रालयाची निर्मिती करण्यात आलेली आहे. भारतातही स्वतंत्र समाजकल्याण मंत्रालयाची स्थापना (१९४२) केलेली दिसून येते.

विविध क्षेत्रांतील योजनाबद्ध विकासासाठी भारतात स्वतंत्र नियोजनमंडळाची स्थापना केलेली आहे. समाजवादी आणि उदारमतवादी राज्यपद्धतींत याबाबत सैद्धान्तिक मतभेद आहेत. समाजवादी-साम्यवादी पद्धतीत नियोजनमंडळाचे कार्य आदेशात्मक

असून त्याचे प्रभावी नियंत्रण सर्व समाजव्यवस्थेवर असते. उदारमतवादी राज्यव्यवस्थेमध्ये राज्याचा हस्तक्षेप मान्य करूनही त्याला मर्यादित ठेवण्याचा प्रयत्न केलेला दिसून येतो.

नियोजनबद्ध व्यवस्थेत विविध कार्यक्रमांची आणि समाजव्यवस्थेतील त्यांच्या अंमलबजावणीची अग्रता शासकीय पातळीवर ठरविली जाते. असे नियोजन केंद्रगामी असते. विशिष्ट कालावधीसाठी विविध योजना, त्यासाठी संसाधनांची जुळवाजुळव, लक्ष्यगटाची निश्चिती व त्यापर्यंत पोहोचण्यासाठीची व्यवस्था यांचा आराखडा नियोजनमंडळ करते. ही केवळ तांत्रिक प्रक्रिया नाही, त्याला राजकीय अंगही असते. भारतात ते राष्ट्रीय विकास परिषदेच्या दृष्टीने दिसून येते; अशा नियोजनासाठी सर्वंकष सत्तापद्धती अनिवार्य नाही. लोकशाही पद्धतीमध्येही नियोजनयंत्रणा स्वीकारता येते. लोकशाही व्यवस्थेतही कल्याणकारी पद्धतीचा मार्ग आक्रमिता येतो. विकसित राज्ये सामाजिक सुरक्षिततेच्या विविध कार्यक्रमांमधून कल्याणकारी राज्यपद्धतीचा अवलंब करतात. काही देशांत (जर्मनी) सामाजिक सुरक्षालाभ व्यक्तीच्या कामाशी संबंधित असतो. काही देशांत ते सार्वत्रिक असतात, अर्थात, गरिबीची व्याख्या स्थल-काल-स्थितिसापेक्ष आहे. टाउनशेंड म्हणतात, 'Poverty means not having the living conditions and amenities which are customary or at least widely encouraged and approved in the society to which they belong.' भारतातील 'गरिबी हटाव' सारखे कार्यक्रम, अल्पउत्पन्न गटासाठी गृहनिर्माण, इंदिरा आवास योजना, मुलींना मोफत शिक्षण, चढत्या श्रेणीची करआकारणी, राष्ट्रीय ग्रामीण आरोग्य योजना अशा योजनांची अंमलबजावणी सार्वजनिक उत्पन्नावरील ताण न समजता, त्याचा लाभ घेणाऱ्यांचा हक्क म्हणून होणे हे कल्याणकारी राज्याचे सूत्र आहे. अमेरिकेने जाहीर केलेला युरोपीय पुनर्रचनेचा कार्यक्रम (Marshal Aid), इंग्लंडमधील केन्सच्या पूर्णरोजगारीच्या सूत्राचा पाठपुरावा हे केवळ लोकशाही स्थिर करणारे कार्यक्रम नव्हते तर आर्थिक विषमता कमी करून आर्थिक विकासालाही त्यांनी प्रेरणा दिली.

जागतिकीकरणाच्या नव्या सिद्धांतानुसार राज्याने हे कार्य करण्याऐवजी बाजारव्यवस्थेने ते हाती घेणे जास्त नैसर्गिक व नैतिक ठरेल. रशियामधील साम्यवादी शासनाचा प्रयोग फसल्याची ती प्रतिक्रिया असेल किंवा विकसनशील देशांना पाश्चात्त्य विकसित देशांमधील भौतिक प्रगतीच्या विकासाचा मार्ग त्यात दिसत असेल, पण त्यातून राज्याने विविध क्षेत्रांमधून पाय काढता घ्यावा आणि खासगीकरणातून कल्याणकारी समाज स्थापन व्हावा असा विचार पुढे आला. उदारीकरणाच्या तत्त्वांशी तो सुसंगतही होता. सामाजिक सुरक्षितता, उत्पादक कार्यक्षमता आणि आर्थिक विषमतेवर नियंत्रण यांचा समतोल कल्याणकारी सिद्धांतात साधण्याचा प्रयत्न केलेला दिसून येतो.

आधुनिक समाजापुढील मुख्य आव्हान हे गरिबीपेक्षा गुलामगिरीचे आहे. नियोजन हे गुलामगिरीचे लक्षण आहे. सामुदायिकता आणि सर्वंकषता या एकाच नाण्याच्या दोन बाजू आहेत असे होईल; यांचे म्हणणे त्यांच्या व्यक्तिवादी व उदारमतवादी विचारधारेशी सुसंगत आहे. विकसनशील देशांतील एक सर्वांत संघटित संस्था म्हणून राज्याचे असलेले महत्त्व पाहता राज्याकडे दुर्लक्ष करणेही योग्य नाही. व्यक्तीची उपक्रमशीलता आणि राज्याचे नेतृत्व यांचा समन्वय साधणारी मिश्र अर्थव्यवस्था आणि समाजाचे सबलीकरण करून सार्वजनिक-खासगी-लोकगट (Public Private Partnership) यांच्यात सहकार्य अपेक्षिणारे प्रारूप यातून मार्ग काढू शकेल.

### ७.३. मार्क्सवादी सिद्धांत (Communism)

साम्यवादी विचारांच्या राज्यविषयक दृष्टिकोनात इतर विचारवंतांच्या विचारपद्धतींपेक्षा वेगळेपण आहे. राज्याचा हेतू, स्वरूप त्याची उत्क्रांती व शेवट यांविषयी मार्क्सवादाच्या विचारातील वेगळेपण पाहता मार्क्सने जगाच्या विचारांची विभागणी केली असे म्हटले जाते. समाजातील विग्रह आणि विसंगत हितसंबंध लोकशाही पद्धतीने दूर करता येतील आणि राजकीय प्रक्रिया हे त्याचे शांततामय साधन आहे, हा उदारमतवादी विचारांचा गाभा मार्क्सला मान्य नव्हता. अर्थसंबंधावर आधारित असलेले विग्रह या समाजव्यवस्थेच्या विघटनामुळे संपणार असून, त्यातून नवी शोषणविरहित समाज-रचना निर्माण होणे अटळ आहे असे मार्क्सचे प्रतिपादन आहे.

औद्योगिक क्रांतीनंतर समाजात झालेल्या आर्थिक विषमतेवर मार्क्सच्या आधी इतर समाजवादी विचारवंतांनी विचार केलेला होता. तसा साम्यवादी विचारसरणीचा विचार प्लेटोच्या 'Republic' या ग्रंथातही सापडतो. १९ व्या शतकात समाजवाद आणि साम्यवाद हे दोन्ही विचारप्रवाह समानार्थी वापरले जात. तात्त्विक घडणीत समाजवाद ही साम्यवादाच्या आधीची पायरी आहे. रशियातील क्रांतीनंतर स्थापन झालेल्या राज्याचे नाव 'Soviet Socialist Republic' असे होते. राज्यविरहित समाज आणि उत्पादन आणि वितरणव्यवस्थेवर समाजाचे नियंत्रण हे साम्यवादाचे वैशिष्ट्य आहे.

भांडवलशाहीमधील कामगारांच्या शोषणाविरुद्ध आवाज उठवणाऱ्या समाजवादी विचारात लोकशाही समाजवाद (Democratic Socialism), ही विचारधारा महत्त्वाची आहे. सेंट सायमन, चार्ल्स फुरियर, रॉबर्ट ओवेन, टाउनी, जी. डी. एचकोल या विचारवंतांनी त्यात भर टाकलेली आहे. सायमन अनुत्पादक मालमत्तेच्या विरुद्ध होता. रॉबर्ट ओवेन यांनी सहकारी मालकीची कल्पना आपल्या 'New Lanark Mill' मध्ये प्रत्यक्षात आणली. फुरिअर कामाकडे आनंदाचे साधन म्हणून पाहत असे. नफा हे कामाचे ध्येय असू नये, असे तो म्हणे! स्वकेंद्री व्यक्तिवादाला विरोध, स्पर्धेपेक्षा

सहकारावर भर, असामाजिक तत्त्वांवर नियंत्रण, शांततामय बदल, लोकशाहीची पायाभरणी या लोकशाही समाजवादी तत्त्वांना उदारमतवादाची चौकट होती आणि मानवी चेहरा होता. इंग्लंडमधील फेबियन समाजवाद (सिडने वेब व ब्रियाट्रिस वेब) जमिनीच्या खासगी मालमत्तेविरुद्ध होता. त्याचबरोबर औद्योगिक मक्तेदारी त्यांना मान्य नव्हती. कामगाराला त्याच्या कामाचा योग्य मोबदला मिळाला पाहिजे असा त्यांचा आग्रह होता. मात्र, त्यांना क्रांतीचा मार्ग मान्य नव्हता; तर राज्याने कल्याणकारी सेवास्वरूप धारण केले पाहिजे आणि त्यासाठी जनजागृतीचा मार्ग ही त्यांची पद्धत होती. औद्योगिक सत्ता विकेंद्रित करण्याचा प्रयत्न उत्पादक तसेच उपभोक्ता यांच्या संघटनात्मक रचनेने करण्याचा प्रयत्न गिल्ड समाजवादी विचारांत दिसतो. वरील समाजवादी विचारांतील साधन-साध्य संबंधातील विस्कळितपणा मार्क्सला मान्य नव्हता. त्याने समाजबदलामागील कार्यकारण भाव निश्चित व स्पष्ट केला. आपल्या विचारांना तो शास्त्रीय समाजवाद 'Scientific Socialism' असे म्हणे.

मार्क्सच्या विचारपद्धतीवर जर्मन विचारवंत हेगेल यांचा परिणाम दिसून येतो. परस्परविरोधी विचारप्रवाहांच्या समाजांतर्गत विरोधामधून समाजाची उत्क्रांती होते आणि समाजाचा विकास या विरोधी विचारांच्या ताण आणि संघर्षातून एक गतिमान समतोल निर्माण करताना होत असतो, या हेगेल यांच्या मतांना मार्क्सने पुढे नेले. हेगेलची राज्याची भूमिका 'दैवी शक्तीचा आविष्कार' ('March of God on Earth') आणि त्यामधून परंपरावाद जोपासणारा राष्ट्रवाद मार्क्सला मान्य नव्हता. समाजातील दर्जावर समाजाची विचारपद्धती अवलंबून असते, या हेगेलच्या मतानुसार मार्क्सने सर्व समाजपरिवर्तनाला आर्थिक चौकट दिली आणि जागतिक इतिहासाला एक नवा आर्थिक आयाम दिला.

मार्क्सवादाची प्रमुख वैशिष्ट्ये तार्किक भौतिकवाद, इतिहासाचे आर्थिक सूत्रानुसार केलेले स्पष्टीकरण, वर्गयुद्धाची अटळता, कामगारवर्गाची हुकूमशाही आणि अखेरीस राज्यविरहित समाजाची स्थापना ही आहेत. त्याला आनुषंगिक अतिरिक्त मूल्यसिद्धांत, कामगारांचे विलगीकरण (Alienation), वर्गसंकल्पना (Class concept) इ. संकल्पना मार्क्सने विकसित केलेल्या आहेत.

**७.३.१. तार्किक भौतिकवाद (Dialectical Materialism)** — वास्तवातील विसंगतीमधील कार्यकारणभाव तार्किक पद्धतीने निश्चित करण्याची चर्चापद्धत. या पद्धतीत मन आणि त्याच्या व्यापाराला दुय्यमत्व येते. समाजाची प्रगती ही सामाजिक विसंगती-विरोध यांमधून होते. त्याची कारणे भौतिक स्वरूपाची असून ती समाजमनाचे आदर्श प्रकटीकरण नाहीत. भौतिक शक्ती ही स्वयंसिद्ध आणि स्वयंचलित असून तिचा आविष्कार संस्था, संस्थासंबंध, संस्थाविकास - अटळ आणि अनिवार्य आहे. भौतिक जगातील विकासबदल हा आदर्शवादी स्वरूपाच्या दिशेने उलगडत जाणारा

उत्क्रांतीचा प्रवास नसून समाजातील विसंगतीच्या संघर्षाचा विरोधविकासाचा वाद, प्रतिवाद, सुसंवाद (Thesis-Antithesis-Synthesis)अशा स्वरूपाचा आहे. या प्रक्रियेवर आर्थिक घटकांचा प्रभाव असून प्रत्येक सुसंवाद पुढच्या संघर्षाची सुरुवात बनतो.

**७.३.२. इतिहासाचे जडवादी स्पष्टीकरण (Materialistic Interpretation of History)** – आजपर्यंतच्या जगाचा ज्ञात इतिहास हा वर्गविग्रहाचा इतिहास आहे. ('Hitherto known history of the world, it is the history of class struggle') मार्क्सने तार्किक भौतिकवादी पद्धतीने इतिहासाचे, त्यातील संस्थासंघर्षाचे स्पष्टीकरण आर्थिक दृष्टिकोनातून केलेले आहे. उत्पादनसाधने, उत्पादनपद्धती आणि उत्पादननियंत्रणव्यवस्था हा सर्व समाजाचा आधार असतो. त्याला पोषक असे कायदे, नियम, मूल्यव्यवस्था, ज्या वर्गाचे नियंत्रण या पद्धतीवर असते त्याच्या हितानुसार निर्माण केल्या जातात.

समाजाच्या विकासाचे निश्चित टप्पे मार्क्सने सांगितलेले असून, प्राथमिक साम्यवादी व्यवस्थेकडून भांडवलशाही व्यवस्थेकडे समाज विकसित होत गेलेला आहे आणि प्रत्येक पुढील टप्पा उत्पादनसाधनांची मालकी व उत्पादनपद्धतीच्या या बाबतीतील संघर्षातून निर्माण झालेला आहे.

**७.३.३. वर्गयुद्ध (Class War)** –शासनव्यवस्थेवर ताबा असणारा वर्ग उत्पादनसाधनांचा मालक असतो आणि उत्पादनपद्धतीत सहभागी असलेल्या वर्गाचे शोषण करतो. मालक आणि कामगार या वर्गांचे वर्गीय हितसंबंध लक्षात घेता त्यांच्यात समन्वय होणे अशक्य असून वर्गयुद्ध अटळ बनते; कारण कामगारवर्गाने तयार केलेल्या अतिरिक्त मूल्यांचा वाटा त्याला मिळत नाही.

**७.३.४. कामगारवर्गाची हुकूमशाही (Dictatership of the Proletariate)** – वर्गयुद्धांत कामगारवर्गाचा विजय हा निश्चित असतो. भांडवलशाही व्यवस्थेचे अवशेष नष्ट करण्याच्या संक्रमणकाळात कामगारवर्गाची हुकूमशाही प्रस्थापित होते. अर्थात, ही व्यवस्थाही तात्पुरती असते.

**७.३.५. वर्गविहीन समाजाची स्थापना (Classless Society)**– भांडवलशाही संस्था आणि मूल्यव्यवस्था नष्ट केल्यानंतर सर्व समाजाची मालकी उत्पादनसाधनांवर प्रस्थापित होते आणि सर्व समाज त्याची उत्पादनपद्धती व वितरणपद्धती निश्चित करून त्याची अंमलबजावणी करतो; अशा समाजात राज्यसंस्था अनावश्यक बनते व कार्य नसल्याने क्षीण बनून नाहीशी होते. वर्गविरहित समाजाची स्थापना हे साम्यवादी तत्त्वज्ञानाचे अंत्=ाम ध्येय आहे.

मार्क्सच्या मताने राज्य हे शोषणाचे साधन असून समाजातील प्रभावी वर्गाच्या नियंत्रणाखाली समाजातील इतर वर्गांचे शोषण करीत असते. समाजातील या प्रभावी वर्गाच्या हितानुसार कायदे, संस्कृतीच्या कल्पना निर्माण झालेल्या असतात. त्याचा

मूळ पाया या वर्गाचा आर्थिक हितसंबंध हाच असतो. बाकी सर्व डोलारा ही एक तात्त्विक धूळफेक असते. राज्य नैसर्गिक नाही, दैवी नाही किंवा करारातून निर्माण झालेले नाही. त्यामुळे ते अटळही नाही. प्राथमिक साम्यवादी अवस्थेत राज्य नव्हते; कारण त्यावेळी वर्ग नव्हते. उत्पादन-साधनांवर खासगी मालकी प्रस्थापित होत असताना जमिनीवर मालकी सांगणारा जमीनदार किंवा औद्योगिक क्रांतीनंतर भांडवल पुरवणारा भांडवलदार यांनी समाजव्यवस्थेवर नियंत्रण प्रस्थापित केले आणि त्यातून समाजात दोन वर्ग निर्माण झाले. वरिष्ठ वर्गाच्या ताब्यातील राज्य म्हणजे त्यांच्या हितसंबंधांचे रक्षण करणारी यंत्रणाच ('State is the executive committee of the bourgeoise') बनली. बहुसंख्य शोषित कामगारवर्गाच्या सुख-दुःखांशी त्यांचे नाते नव्हते. नीतिकल्पना, कायदा-त्याचे स्पष्टीकरण आणि अंमलबजावणी ही सत्ताधारी वर्गाच्या हिताच्या दृष्टीतूनच समाजातील वरिष्ठ वर्ग (नोकरशहा - प्रशासन) करीत असे. ही उत्पादनव्यवस्था वर्गयुद्धातील कामगारांच्या विजयामधून बदलून खऱ्या अर्थाने वर्गविहीन समाज निर्माण झाला की, प्रत्येकाकडून त्याच्या कुवतीनुसार उत्पादन केले जाईल आणि प्रत्येकाला त्याच्या गरजेनुसार उत्पादनातील वाटा दिला जाईल. वर्गविहीन समाज आपोआप राज्यविहीन समाज बनेल आणि राज्यसंस्था एखाद्या वस्तुसंग्रहालयातील केवळ ऐतिहासिक संदर्भ असलेली-सामाजिक उपयुक्तता नसलेली-रचना बनेल.

साम्यवादी विचारांचा प्रभाव जागतिक पातळीवर मोठ्या प्रमाणावर पडलेला आहे. मार्क्सचे राज्याविषयीचे, कामगारांच्या क्रांतीविषयीचे विचार मुख्यत्वे १८४८ सालच्या फ्रान्समधील उठाव आणि नेपोलियन तिसरा याचा उदय यांच्या विश्लेषणावर अवलंबून आहेत. त्यामधून राज्यक्रांती, कामगारवर्गाची हुकूमशाही इ. कल्पना अनिवार्य ठरल्या आणि लेनिनने त्या रशियाच्या साम्यवादी क्रांतीमध्ये वापरल्या. स्टॅलिनच्या 'एका देशात समाजवाद (साम्यवाद)' या कल्पनेने सर्वंकष कामगारवर्गाच्या हुकूमशाहीची अटळता निर्माण झाली. प्रत्यक्षांत केंद्रीय राज्यसत्ता फ्रान्सप्रमाणे (बोनापार्टिझम) प्रबळ नसलेल्या राज्यात अशा क्रांतीची गरज नाही असे मार्क्सचेही मत होते. फ्रान्समधील परिस्थिती ही कमकुवत सत्ताधारी वर्ग आणि त्यातून निर्माण झालेली घटनात्मक शासनाची दुर्बलता आणि कामगारवर्गाची सत्तानियंत्रणाबाबतची असमर्थता यातून निर्माण झालेली होती. त्यामधून नेपोलियन तिसरा याची हुकूमशाही निर्माण झाली. ही परिस्थिती 'तात्पुरता समतोल' होती.

'इतिहासाचे भौतिक दृष्टिकोनातून विश्लेषण हे मार्क्सवादाचे वैशिष्ट्य आहे -' एंजल्स (Angels). उत्पादनसाधनांची मालकी आणि उत्पादनपद्धती याच्या आर्थिक पायावर समाजाची सांस्कृतिक, राजकीय आणि ऐतिहासिक रचना आधारलेली आहे. या विचारांनी दोन शतके युरोपच्या सामाजिक व राजकीय विचार व संस्थांवर

अधिराज्य गाजवणाऱ्या उदारमतवादाला अवास्तव आदर्शवादी आणि वास्तवापासून दूर नेणारा विचार ठरवून त्याला सैद्धांतिक धक्का दिला आणि रशियातील क्रांतीने साम्यवाद वास्तव केला. मार्क्स आणि एंजल्स यांनी प्रसिद्ध केलेला 'साम्यवादी जाहीरनामा' (Communist Manifesto-1848) पारंपरिक साम्यवादाचा पवित्र ग्रंथच बनला आणि कामगारजुटीच्या जागतिक आव्हानाने हा सिद्धांत आंतरराष्ट्रीय पातळीवर गेला. मार्क्सवादी सिद्धांताची मांडणी सुसंगत, तर्कशुद्ध असून अर्थकारणाच्या पायावर सर्वस्पर्शी रचना मांडणारी आहे. विकासाचे सूत्र, त्याचा अटळ विकास आणि समाजाच्या अंतिम वर्गविरहित स्वरूपाची अनिवार्यता यामुळे साम्यवादाला मार्क्स शास्त्रीय समाजवाद (Scientific Socialism) म्हणत असे. इतर समाजवादी सिद्धांतरचना विस्कळित, भोंगळ आदर्शवादी असल्याचे त्याचे मत होते.

मार्क्सच्या विचारांवर टीकाही झालेली आहे. काहींनी मार्क्सवादाला विचारांचा गाभा मानून त्याला मानवी चेहरा देण्याचा प्रयत्न केलेला आहे. मार्क्सवादाच्या प्रभावाला रशियन सोव्हिएट गणराज्याचे १९८९-९१ या काळात विघटन झाल्यानंतर उतरती कळा लागली. मार्क्सची क्रांतीविषयीची आणि कामगारवर्गाच्या हुकूमशाहीविषयीची भाकितेही इतिहासांत चुकली आहेत. मार्क्सच्या मताने कामगारांची क्रांती प्रथम फ्रान्समध्ये होईल. प्रत्यक्षात ती औद्योगिकदृष्ट्या मागासलेल्या रशियात झाली. कामगारवर्गाची हुकूमशाही प्रत्यक्षात कम्युनिस्ट पक्षाची हुकूमशाही बनली. व्यक्ती व समाजजीवनात आर्थिक घटकांना महत्त्व असले तरी केवळ त्यांचाच प्रभाव सर्व बदलांच्या मुळाशी आहे असे प्रतिपादन करणे एकांगी वाटते. वर्गविग्रहाचा दृष्टिकोन समाजातील संघर्षावर भर देतो. समाजजीवनात संघर्षाइतकेच समन्वय, सहकार, सहमती यांना पण महत्त्व आहे. राज्य क्षीण होऊन नाहीसे होईल, कारण ते वर्गीय हितसंबंधांचे रक्षक आहे ही कल्पनाही खरी ठरण्याची शक्यता दिसत नाहीच. धर्माचा प्रभाव व त्याचे व्यक्ती आणि समाजजीवनातील महत्त्व या बाबतीतही मार्क्सने धर्मकल्पनेवर अभ्यास केलेला नाही असे वाटते. ग्रामस्कीने विरोध-विकासामधील तार्किक अटळता नाकारून समाजातील प्रभावी विचारांवर (Hegemony) भर दिलेला असून, समाजवादी तत्त्वे-मूल्यकल्पना आणि सिद्धांत यावर आधारित कामगारवर्गाचे तत्त्वज्ञान समाजात प्रभावी करण्याचा आग्रह धरलेला आहे. माओच्या विचारांत सांस्कृतिक क्रांतीचे (Cultural Revolution) महत्त्व प्रतिपादन केलेले आहे. मार्क्सच्या विचारांच्या मांडणीमधील अपुरेपणा मुख्यत्वे त्याने फ्रान्सच्या इतिहास व समाजाच्या केलेल्या विवेचनातून आलेला आहे आणि रशियातील साम्यवादी प्रयोग म्हणजे संपूर्ण मार्क्सवाद नाही 'Marx is found inadequate but not wrong' असेच म्हणता येईल.

प्रकरण ३
# राजकीय संकल्पना

**राजकीय संकल्पना :**

प्रत्येक अभ्यासविषयाची एक परिभाषा असते. त्यातील शब्दयोजनेला त्या त्या शास्त्राच्या दृष्टीने एक वेगळा आशय असतो आणि विषय समजून घेण्याच्या दृष्टीने तो आशय महत्त्वाचा असतो. काही वेळा नेहमीच्या वापरातील शब्दांना एखाद्या विशिष्ट अर्थानेही वापरले जाते. अभ्यासविषय सार्वत्रिक व सर्वमान्य होण्याच्या दृष्टीने म्हणून त्यातील संकल्पना समजावून घेणे आवश्यक बनते.

## १. सार्वभौमत्व (Sovereignty)

सार्वभौमत्व म्हणजे 'श्रेष्ठता'. इतर सामाजिक संस्थांपासून राज्यसंस्थेचे वेगळेपण स्पष्ट करणारे राज्यसंस्थेचे लक्षण मूळ लॅटिन शब्द *Superanus* या शब्दापासून इंग्रजी शब्द Soverveignty हा तयार झालेला आहे. याचा अर्थ प्रत्येक स्वतंत्र राज्यात राज्यसंस्था ही सर्वश्रेष्ठ असते. इतर संस्था आणि व्यक्ती यांवर तिचे नियंत्रण असते. तिचा अधिकार अखेरचा व सर्वोच्च असून त्याविरुद्ध दाद मागता येत नाही. 'It is the power or authority which comprises the attributes of an arbitral agent entitled to make decisions and settle disputes within a political hierarchy with some degree of finality.' सार्वभौमत्व एक निश्चित क्षेत्रातील संस्था आणि संघटनेच्या संदर्भात निश्चित असते. त्यांच्या संदर्भातील संस्थांच्या श्रेणीमध्ये ती सर्वोच्च स्थानी असते. तिने घेतलेला निर्णय अखेरचा असतो आणि सर्वांना लागू असतो. आपल्या प्रदेशांतर्गत संस्था आणि व्यक्ती त्याचबरोबर आपल्या प्रदेशाबाहेरील संस्था आणि व्यक्ती यांनाही तो लागू असतो.

सार्वभौमत्वाची कल्पना राजकीय विचारवंतांच्या लिखाणांत प्राचीन काळापासून असली तरी तिचे खरे महत्त्व सतराव्या शतकात स्पष्ट झाले. मध्ययुगीन काळात 'राजसत्ता' आणि 'धर्मसत्ता' यांच्यामधील संघर्षातून राजसत्तेच्या सार्वभौमत्वाची संकल्पना पुढे आली. ग्रीक विचारांत राज्य आणि समाज एकरूपच होते. रोमन साम्राज्याचा

सम्राट प्रभावी होता; सर्व सत्ता केंद्रित होती; पण त्याचा पाया जनाधार होता. त्याच्या विघटनानंतर मध्ययुगीन काळातील राजे आपल्यावरील श्रेष्ठ अशा दैवीशक्तीला मानत असत. 'देव म्हणजे राजांचा राजा' अशी त्यांची भावना होती. पवित्र रोमन साम्राज्याच्या नाशानंतर प्रादेशिक केंद्रित राजसत्ता निर्माण झाली. सार्वभौमत्वाची कल्पना या अर्थाने आधुनिक राज्यांना आवश्यक सामर्थ्य देणारी कल्पना आहे. रोमन सम्राटांना प्रत्यक्ष व्यवहारात विरोध करणारी सत्ता-अंतर्गत वा बाह्य क्षेत्रांत अस्तित्वात नव्हती. सरंजामशाही काळात समाजसंबंधाचा आधार व्यक्तिनिष्ठा हाच होता. मध्ययुगात धर्मसत्तेचे प्राबल्य होते आणि नव्याने उदयास येत असलेल्या राजेशाहीचा देवाकडून सत्ता मिळालेल्या धर्मसत्तेशी (Papal Authority) विरोध जसा अधिक स्पष्ट आणि तीव्र होत गेला तसा सार्वभौमत्वाच्या कल्पनेचा विकास झालेला दिसून येतो. फ्रेंच तत्त्ववेत्ता बोदिन (Bodin 1530-1596) आणि इंग्रज तत्त्ववेत्ता थॉमस हॉब्ज (Thomas Hobbs 1588-1679) यांनी सार्वभौमत्वाची संकल्पना अधिक स्पष्ट केली.

## १.१. सार्वभौमत्वाची व्याख्या

'The Supreme power over citizens and subjects unrestrained by law.' अशी सार्वभौमत्वाची व्याख्या बोदिन करतो. हॉब्ज सार्वभौमत्वाचे वर्णन करताना ती राज्यामध्ये केंद्रित झालेली असून परिपूर्ण, केंद्रित व अद्य असून तिचा आधार पूर्ण ऐच्छिक पण कायमस्वरूपी करार हा आहे असे म्हणतो.

बोदिनच्या मताने राज्य म्हणजे कुटुंबांचे संघटन असून त्यांच्या सामाजिक गरजांचे नियंत्रण राज्य करते. सार्वभौमत्वाचे मुख्य लक्षण म्हणजे कायदा करण्याची सत्ता; या सत्तेवर कोणतेही कायदेशीर बंधन नसते. सार्वभौमत्वाचा वापर करणारी संस्था सार्वत्रिकपणे त्याचा वापर करते आणि ती कायमस्वरूपी असते. या संस्थेच्या स्वरूपावरून राजसत्तेचे स्वरूप राजेशाही, अल्पजनशाही, लोकशाही ठरते. राजाच्या या सत्तेला लोकांच्या संमतीची गरज नसते; तसेच त्याला विरोध करण्याचाही लोकांना हक्क नसतो. बोदिनच्या या विचारांतून अनियंत्रित राजसत्तेला आधार मिळाला आणि १४ व्या लुईसारखा राजा फ्रान्समध्ये निर्माण झाला. थॉमस हॉब्जच्या विचारांचे चार्ल्स् दुसरा याच्या अनियंत्रित सत्तेला याचप्रमाणे थॉमस हॉब्जच्या विचारांचे तात्त्विक अधिष्ठान इंग्लंडमध्ये मिळाले.

अर्थात, बोदिनचा राजा नैसर्गिक आणि दैवी कायद्याच्या अधीन होता. याबाबत तो देवाला जबाबदार होता आणि त्याची अंमलबजावणी करणे हे देवाच्या अखत्यारीत होते, लोकांच्या नव्हे. नागरी कायद्याबाबत त्याची सत्ता निरंकुश होती; त्यातही त्याने कुटुंब आणि मालमत्ता यांचे रक्षण करणे अभिप्रेत होते. तसेच धार्मिक अल्पसंख्यांकांचे (ह्युगेनॉट - फ्रान्स) त्याने रक्षण करणे हे त्याचे कर्तव्य आहे असे बोदिन म्हणे.

अनियंत्रित राजेशाहीच्या काळात या मर्यादा केवळ तात्त्विक स्वरूपाच्या बनणे अपरिहार्य होते. राजसत्तेला आव्हान देणारे सरदार आणि धर्मगुरू यावर नियंत्रण ठेवण्यासाठी राजाने अनियंत्रित सत्तेची वाट धरणे जास्त व्यावहारिक होते.

हॉब्जचा राजाही असाच अनियंत्रित होता. किंबहुना, बोदिनच्या राजापेक्षा थोडा जास्तच. सामाजिक करारांमधील हॉब्जच्या राजसत्तेला (Leviathan) इंग्लंडमधील यादवीची पार्श्वभूमी होती. सामाजिक करारातून त्याची निर्मिती झालेली असली तरी तो कराराचा भाग नसल्याने कराराची बंधने त्याच्यावर नसतात. कायदा म्हणजे राजाची आज्ञा ('Law is the command of sovereign.') राजाला राज्य करण्याचा अधिकार आहे आणि ते त्याचे कर्तव्य आहे; तसेच प्रजेने त्याचे आज्ञापालन करावे हे तिचे कर्तव्य आहे. ऑस्टिनच्या सार्वभौमत्वाच्या संकल्पनेची हॉब्जच्या राजसत्तेच्या विचारांशी जवळीक आहे.

इतर अनेक विचारवंतांनी सार्वभौमत्वाच्या कल्पनेचा ऊहापोह केलेला आहे. ग्रोटियस (Grotius) याने आंतरराष्ट्रीय कायद्याचा विचार करताना सार्वभौमत्व हे राज्यात (State) असते आणि शासन हे त्याचे बाह्यवाहक असते असे म्हटलेले आहे. सार्वभौम सत्तेवर आंतरराष्ट्रीय कायद्याचे बंधन असते असे त्याचे मत होते. सार्वभौम सत्तेवर दैवी आणि नैसर्गिक बंधने मानण्याकडेही विचारवंतांचा कल दिसून येतो. लॉकने सार्वभौमत्व (Sovereignty) अशी शब्दयोजना वापरलेली आहे. त्याच्या विचारानुसार राज्यातील श्रेष्ठसत्ता (Supreme power) राजसत्ता, विधिमंडळाची सत्ता आणि नागरीसमाज यांमध्ये विभागलेली आहे; आणि आपापल्या परीने आपापल्या क्षेत्रांत ती सर्वश्रेष्ठ असते. उदा. अधिवेशन चालू असताना विधिमंडळ श्रेष्ठ असते. रूसोने सामाजिक ईहेची कल्पना आणि तिचे सार्वभौमत्व मानलेले आहे. सामाजिक ईहेशी सुसंगत असलेले विचार म्हणजे 'कायदा'.

सार्वभौमत्व निरंकुश असते. कायद्याची बंधने राज्यावर नसतात तर ती शासनावर असतात. राज्यावरील बंधने राज्याने व्यवहार म्हणून स्वीकारलेली असली तरी ती स्वेच्छेने स्वीकारलेली असतात. राज्यावर ती लादलेली नसतात. कायदेशीर दृष्ट्या राज्य जरी स्वतंत्र व कायद्याच्या वर असले तरी व्यवहारात-अंतर्गत व्यवहारात लोकशाही पद्धतीत आणि आंतरराष्ट्रीय व्यवहारात त्यांच्यावर बंधने येतात आणि आपले अंतिम व खरे हित लक्षात घेऊन राज्य त्याचे पालन करीत असते. सार्वभौमत्वाची संकल्पना आणि तिचे कायद्याच्या दृष्टीने ब्रिटिश विचारवंत जॉन ऑस्टिनने (1790-1859) केलेले आहे. स्वतःच्या इच्छेशिवाय दुसरे कोणाचेही बंधन वा मर्यादा राज्यावर नसावी. किंबहुना, सार्वभौमत्व म्हणजे राज्याची इच्छा. 'Sovereignty is the supreme will of the State.' - Willoughby.

## १.२. सार्वभौमत्वाचे वर्गीकरण

वेगवेगळ्या अर्थाने आणि वेगवेगळ्या संदर्भात सार्वभौमत्वाची कल्पना वापरली गेलेली असल्याने त्यात अनेक छटा मिसळल्या आहेत. त्यांचा समग्र विचार म्हणून महत्त्वाचा बनतो.

**१.२.१. नामधारी सार्वभौमत्व व वास्तव सार्वभौमत्व (Titular or Nominal Sovereignty and Real Sovereignty)** – अनियंत्रित राजेशाहीचा प्रभाव कमी होत असताना लोकशाही पद्धत उदयास आली आणि सार्वभौमत्वासंबंधीची नामधारी-वास्तव ही विभागणी राजकीय दृष्ट्या महत्त्वाची बनली. नामधारी सार्वभौमत्वामध्ये श्रेष्ठसत्ता केवळ नावापुरती असते. प्रत्यक्ष राजकीय व्यवहारात श्रेष्ठसत्ता राजकीय समाजामधील दुसऱ्या विभागाकडे (उदा. विधिमंडळ) असते. सार्वभौमत्वाचा पदाला (office) असलेले अधिकार ते पद भूषविणारा आपल्या इच्छेनुसार वापरू शकत नाही. त्याने ते कशा पद्धतीने आणि कोणाच्या संमतीने वापरावयाचे हे निश्चित केलेले असते. उदा. इंग्लंडमध्ये घटनात्मक दृष्ट्या राजेशाही आहे आणि राजा हा प्रमुख (Sovereign) आहे. मात्र, ही राजेशाही अनियंत्रित नाही (ट्यूडर राजांसारखी). प्रत्यक्षात लोकशाही पद्धतीने संसद सार्वभौम असल्याने राजपदाचे सार्वभौमत्व केवळ नामधारी बनलेले आहे. राजाला त्याच्या अधिकाराचा वापर संसदेच्या संमतीनेच करावा लागतो. नामधारी सार्वभौमपद ऐतिहासिक घटनांमधून व वंशपरंपरेतून आलेले असते. इंग्लंडमध्ये लोकशाही प्रस्थापनेसाठी मोठा लढा द्यावा लागलेला आहे.

वास्तव सार्वभौमत्व हे राजकीय समाजात प्रत्यक्ष सत्ता असणाऱ्या संस्थेत असते. संसदीय पद्धतीमध्ये पंतप्रधान हा वास्तविक प्रमुख असतो कारण राजकीय दृष्ट्या ते पद निर्णायक महत्त्वाचे असते. अर्थात, ते पद एक व्यक्ती किंवा व्यक्तिगट असू शकेल. अध्यक्षीय पद्धतीत तो अध्यक्ष असतो तर संसदीय पद्धतीत तो गट मंत्रिपरिषद (Council of Ministers) असतो. भारतीय राज्यपद्धतीत राष्ट्राध्यक्षपद घटनात्मक दृष्ट्या श्रेष्ठ असले तरी अमेरिकन अध्यक्षाप्रमाणे ते सर्वश्रेष्ठ नाही. राजकीय दृष्ट्या जनादेशानुसार पक्षीय पद्धतीत आलेले पंतप्रधानपद हेच वास्तविक सार्वभौम असते. भारतामध्ये राष्ट्राध्यक्षाला काही स्वेच्छाधिकाराचे क्षेत्र आहे; कारण अप्रत्यक्ष का होईना पण तोही लोकांकडून निवडून आलेला असतो. लोकांकडून निवडून आलेला असल्याने अमेरिकेच्या (संयुक्त संस्थाने) अध्यक्षाला 'वास्तविक' आणि 'घटनात्मक' असे दोन्ही अधिकार प्राप्त होतात.

**१.२.२. विधिमय आणि राजकीय सार्वभौमत्व (Legal and Political Sovereignty)** – कायद्याचा आधार असलेली आणि कायद्याने मान्य केलेली सर्वोच्च सत्ता म्हणजे विधिमय सार्वभौमत्व; ही सत्ता कायदा करते. त्याची अंमलबजावणी

करण्याचा अधिकार कायद्याने त्याच सत्तेचा असतो. ही सत्ता सर्वांना माहीत असते; आणि कायद्याने सर्वांना मान्यपण असते. ('The right to require to comply by law.') प्रत्येक राज्यात हा अधिकार-सत्ता एखाद्या व्यक्ती वा व्यक्तिगटात निश्चित केलेला असतो. उदा. इंग्लंडमधील संसदीय पद्धतीत संसद श्रेष्ठ असून तिच्या कायद्याच्या वैधतेला आव्हान देता येत नाही. सार्वभौमत्वाची ही कल्पना कायद्याच्या औपचारिक दृष्टिकोनातून केली जाते. प्रत्यक्ष व्यवहारात औपचारिक अधिकार आणि वास्तव प्रभाव यामध्ये फरक असू शकतो. त्या फरकांतून राजकीय सार्वभौमत्वाची कल्पना पुढे आली.

औपचारिक किंवा कायदेशीर सार्वभौमत्वाचा खरा आधार त्यामागील जनमत, सार्वत्रिक निवडणुकीमधून प्राप्त झालेले बहुमत असते. प्रत्यक्षात सत्ता जरी विधिमंडळाची असली तरी त्याला लोकमताच्या विरुद्ध दीर्घकाळ राहता येणार नाही किंवा लोकेच्छेशी विसंगत कायद्याची अंमलबजावणी करता येणार नाही. राजकीय दृष्टीने म्हणून लोकच सार्वभौम आहेत आणि राजकीय दृष्ट्या तेच प्रभावी आहेत. विधिमय - सार्वभौमत्वाला स्वतःच्या अस्तित्वासाठी त्याची दखल घेणे आवश्यक असते व दोहोंमधील अंतर कमी करणे जरुरीचे असते.

प्रत्यक्ष लोकशाहीत असे अंतर रहात नाही; पण प्रातिनिधिक लोकशाहीत (Representative Democracy) यामध्ये अंतर राहणे स्वाभाविक आहे; आणि सार्वत्रिक निवडणुकांच्या मार्गाने आणि वेळोवेळी व्यक्त होत असलेल्या लोकमतांमधून (उदा. पोटनिवडणुका, चळवळ, प्रभावी निदर्शने इ.) विधिमय सार्वभौमत्वाला त्याची दखल घ्यावी लागते. नाहीतर विधिमय सार्वभौमत्वाला अनियंत्रित दडपशाहीचा मार्ग स्वीकारावा लागतो तर राजकीय सार्वभौमत्वाला क्रांतीशिवाय पर्याय उरत नाही. राजकीय सार्वभौमत्व अपवादात्मक परिस्थितीत स्पष्ट होते आणि त्याचे नेहमीचे औपचारिक स्थान निश्चित करता येत नाही; पण त्याचे अस्तित्व नाकारता येत नाही. राजकीय सार्वभौमत्व म्हणजे केवळ मतदार नाहीत. राज्यामधील निवडून दिलेले लोकप्रतिनिधी नाहीत; तर त्यापलीकडील राज्यव्यापी जनशक्ती असते. कायदा किंवा न्यायव्यवस्थेला तिच्याशी राजकीय स्थैर्यासाठी जुळवून घ्यावे लागते. मूर्त विधिमय सार्वभौमत्वाचा खरा आधार अमूर्त राजकीय सार्वभौमत्वच असते.

**१.२.३. जनतेचे सार्वभौमत्व आणि राष्ट्रीय सार्वभौमत्व** (Popular Sovereignty and National Sovereignty) – प्रातिनिधिक लोकशाहीत मतदारसंघांना महत्त्व असले तरी जनतेची एकत्रित अशी इच्छा हीच खरी राजकीय दृष्ट्या प्रभावी असते; गणराज्याच्या पद्धतीचा आधार जनतेचे सार्वभौमत्व हा आहे आणि त्याचे उगमस्थान फ्रेंच विचारवंत रूसोच्या सामाजिक ईहेच्या (General will) स्वरूपात

स्पष्ट होते. लोकशाहीच्या विकासामध्ये जनतेचे सार्वभौमत्व हा महत्त्वाचा टप्पा आहे. तथापि, राजकीय सार्वभौमत्वासारखी 'जनतेचे सार्वभौमत्व' ही संकल्पना संदिग्ध असून, राजकीय समाजात तिचे स्थान निश्चित करता येत नाही. त्याचबरोबर तिचे प्रकटीकरणही सातत्याने होत नाही. तीव्र स्वरूपाचा राजकीय वा घटनात्मक प्रश्न निर्माण झाला तरच जनतेच्या सार्वभौमत्वाचा आधार समाजाला घ्यावा लागतो. लोकशाही व्यवस्थेचा पाया जनतेचे सार्वभौमत्व हा आहे आणि प्रातिनिधिक लोकशाही पद्धतीत त्याची गरज भासते. जनतेच्या सार्वभौमत्त्वाचे अनेक नवे नवे मार्ग आधुनिक लोकशाहीत विकसित होत असतात.

राष्ट्रीय सार्वभौमत्वाची कल्पना फ्रेंच राज्यक्रांतीमधून पुढे आली. राष्ट्र हे समाजाच्या दृष्टीने सार्वभौम असते. राष्ट्रभावना राज्याचा विकास करण्याच्या दृष्टीने एक प्रभावी शक्ती आहे; आणि राष्ट्राच्या विकासात सर्व जनतेचा विकास होत असतो. असा विश्वास त्यामागे असतो. विधिमान्य व्यक्ती वा व्यक्तिगट औपचारिक दृष्ट्या सार्वभौमत्वाचा वापर करत असल्या तरी त्याच्या पलीकडे समाजमनात असलेले राष्ट्र हे खरे सार्वभौमत्वाचे ठिकाण आहे; असा राजकीय विचार अनियंत्रित राजेशाही/हुकूमशहांच्या मर्यादा स्पष्ट करण्यासाठी राष्ट्रीय सार्वभौमत्वामधून मांडण्यात आला. राष्ट्र-राज्याचा प्रभाव आता कमी होत आहे. त्याचबरोबर राष्ट्रीय सार्वभौमत्वाच्या कल्पनेचाही प्रभाव कमी होत आहे. राजकीय सार्वभौमत्व, जनतेचे सार्वभौमत्व व राष्ट्रीय सार्वभौमत्व या कल्पना व्यक्ती आणि राज्य या संबंधांना एका नैतिक पातळीवर नेतात.

**१.२.४. कायदेशीर सार्वभौमत्व आणि वास्तव सार्वभौमत्व (*De Jure* and *De Facto* Sovereignty)** – कायदेशीर सार्वभौमत्व म्हणजे कायद्याने मान्य केलेले सार्वभौमत्व. त्याच्या सत्तेचा उगम त्यासंबंधीचा कायदा असतो आणि त्याची आज्ञा पाळणे हे आपले कायदेशीर कर्तव्य असते. कायदेशीर सार्वभौमत्व औपचारिक असते. प्रत्यक्षात प्रभावी सार्वभौमत्व हे राजकीय समाजात वेगळे असण्याची शक्यता आहे. लोकशाहीच्या विकासानंतर असा दोन सार्वभौमत्वांमधील फरक राजकीय व्यवहारात दिसून येतो. कायदेशीर सार्वभौमत्वाला लोकमान्यता असेल तरच ते प्रभावी राहू शकते. संक्रमणकाळात किंवा क्रांतिपूर्व काळात कायदेशीर सार्वभौमत्वाचा प्रभाव कमी झालेला दिसून येतो.

वास्तव सार्वभौमत्व हे लोकशाहीमध्ये महत्त्वाचे असते. प्रत्यक्षात राजकीय समाजात त्याचा प्रभाव आणि अधिकार असतो व त्यानुसार लोकांकडून त्याच्या आज्ञेचे पालन होते. राजेशाहीमध्ये कायदेशीर व वास्तव सार्वभौमत्व एक असते. राजा अज्ञान किंवा अकार्यक्षम असल्यास त्याचा प्रधान प्रत्यक्षात सत्ताधारी असण्याची शक्यता असते; अशा वेळी कायदेशीर सत्ताधारी केवळ नाममात्र सत्ताधारी आणि

त्याचे सार्वभौमत्व नामधारी सार्वभौमत्वासारखे बनते. जॉन ऑस्टिनच्या मताने हे वर्गीकरण राज्यापेक्षा शासनाला लागू पडते.

**१.२.५. अंतर्गत सार्वभौमत्व आणि बाह्य सार्वभौमत्व (Internal and External Sovereignty)** अंतर्गत सार्वभौमत्व राज्याच्या भूप्रदेशामधील सर्व संस्था आणि व्यक्ती यांवर प्रभावी असते. राज्य हे अंतर्गतदृष्ट्या सार्वभौम असते. बाहेरील राज्य व संघटना, संस्था यांचा अधिकार राज्यावर बंधनकारक नाही. सर्वच राज्ये बाह्य शक्तीच्या प्रभावापासून मुक्त असणे हे सार्वभौमत्वाचे लक्षण आहे.

आंतरराष्ट्रीय संबंधात राज्याचे एकमेकांशी असलेले संबंध लक्षात घेता राज्य जगातही सार्वभौम असू शकेल का, हा विचार वास्तव राज्यव्यवहाराच्या दृष्टीने महत्त्वाचा ठरतो. आंतरराष्ट्रीय तह-करार-तडजोडी यांमधून राज्याच्या बाह्य वर्तनावर (आणि आंतरराष्ट्रीय संकेत पाळताना उदा. मानवी हक्कांचे पालन) अंतर्गत वर्तनावरही नियंत्रण येते. या दृष्टीने गार्नर यानी बाह्य सार्वभौमत्वासाठी बाह्य स्वातंत्र्य (independence) अशी शब्दयोजना केलेली आहे. आंतरराष्ट्रीय संबंधात सर्व राज्यांत एका पातळीवरील मानण्यात येते आणि त्यांच्यामधील करार समान पातळीवरील, समान दर्जाची राज्ये अशा भूमिकेतून केलेले असतात. प्रत्यक्षात राज्याराज्यांत असलेली विषमता (संसाधने, प्रगती, तंत्रज्ञान इ.) लक्षात घेता त्यांच्यामधील मानलेली समानता केवळ औपचारिक असते. अर्थात, राज्यावर पडणारी बंधने राज्याने मान्य केलेली असल्याने तांत्रिकदृष्ट्या त्यांना बाहेरील प्रभावाने लादलेली बंधने असे म्हणता येणार नाही.

सार्वभौमत्वाच्या संकल्पनेमधील या विविध छटा पाहता (नामधारी-वास्तव कायदेशीर, राजकीय, जन-राष्ट्रीय, कायदेशीर-वास्तव, अंतर्गत बाह्य) आणि त्याच्याकडून असलेल्या अपेक्षा परिणाम पाहता (निरंकुशता/सार्वत्रिकता, अदेयता, चिरंतनता) तिची बांधणी काटेकोर व असंदिग्ध होणे आवश्यक बनते. ते कार्य सार्वभौमत्वाच्या ऑस्टिनच्या सिद्धान्ताने केले.

## २. ऑस्टिनचा सार्वभौमत्वाचा सिद्धांत (Theory of Sovereignty)

जॉन ऑस्टिन (१७९०-१८५९) यांनी आपल्या 'Lectures on Jurisprudence' (१८३२) या ग्रंथात सार्वभौमत्वाची कायदेशीर आणि एकमुखी सार्वभौमत्वाची कल्पना स्पष्ट केलेली आहे. कायदा आणि नीतितत्त्व यांमधील सरमिसळ त्याला मान्य नव्हती. रूढी आणि संबंध व्यवहारांत कितीही प्रचलित असले तरी कायदा हा असंदिग्ध असून, न्यायसंस्थेची त्याला मान्यता असते आणि त्याचीच ती अंमलबजावणी करीत असते. कायदा म्हणजे सार्वभौमाने दिलेली आणि त्याची इच्छा व्यक्त करणारी व अंमलात आणण्याची क्षमता असलेली आज्ञा होय. ('The Law is the command of the sovereign expressing his wish and backed by sanctions.') ऑस्टिनचा सिद्धान्त एकसत्तावादी (Monistic Theory) म्हणून ही ओळखला जातो.

## २.१. सार्वभौमत्व

राजकीय समाजाचे व्यवहार सुरळीत चालण्यासाठी त्याला कोणीतरी शास्ता असणे आवश्यक असते. सर्व संस्था आणि व्यक्तींनी त्याच्या आदेशांचे सामान्यत: पालन करणेही तितकेच आवश्यक असते. हा अधिकार त्या व्यक्तीस दैवी, नैसर्गिक किंवा करारातून मिळालेला नाही. तो त्याच्यामध्ये स्वाभाविकपणे एकवटलेला असून त्याला विरोध करणारी दुसरी कोणतीही शक्ती त्या राजकीय समाजात नसते. अखेरचा निर्णय देण्याचा त्याचा अधिकार (air of finality) अप्रतिहत असून तोच त्याचा स्रोत असतो.

एखादी निश्चित मानवी श्रेष्ठ (superior) व्यक्ती तशाच स्वरूपाच्या दुसऱ्या श्रेष्ठ व्यक्तीच्या सामान्यत: आज्ञा पाळीत नसेल; (पण) त्याच्या आज्ञेचे पालन त्या समाजातील बहुसंख्य लोक स्वभावत: करीत असतील; तर ती निश्चित मानवी व्यक्ती त्या समाजात सार्वभौम असते आणि तो समाज (सार्वभौम धरून) एक स्वतंत्र आणि राजकीय समाज असतो. ('If a determinate human superior, not in the habit of obedience to a like superior, receives habitual obedience from the bulk of a given society that determinate superior is sovereignty in that society and that the society (including the sovereign) is a society political and independent') सार्वभौमत्व एका मानवी व्यक्तीत असते आणि ती व्यक्ती निश्चित करता येते. बहुसंख्य लोक स्वाभाविकपणे त्याच्या आज्ञा पाळतात आणि त्याच्या शब्द अखेरचा असतो. त्या समाजात त्याच्या या अधिकाराला प्रतिस्पर्धा व आव्हानही नसते; तसे झाले तर त्याचे सार्वभौमत्वच धोक्यात येईल आणि त्या राजकीय समाजात अस्थैर्य निर्माण होईल.

## २.२. सार्वभौम सत्तेची वैशिष्ट्ये

**२.२.१. सार्वभौम निश्चित आणि मानवी :** सार्वभौमत्वाची शक्ती ही निश्चितपणे दाखविता येणारी असते आणि ती व्यक्ती किंवा व्यक्तींचा गट असतो. सार्वभौमत्व मूर्त असते; अमूर्त किंवा तार्किक सिद्ध कल्पना नसते.

**२.२.२. राजकीय समाजात सर्वश्रेष्ठ :** सार्वभौम व्यक्तीच्या अधिकाराला व शक्तीला आव्हान देणारी दुसरी व्यक्ती त्या समाजात नसते, त्याचे सर्वश्रेष्ठत्व निर्विवाद असते; तो कोणाच्या आज्ञांचे पालन करीत नाही. तसेच समाजातील बहुसंख्य जनता त्याच्या आज्ञांचे स्वाभाविकपणे पालन करीत असते; त्याचा शब्द हा कायदा असतो. सार्वभौमच कायद्याचे उगमस्थान असतो.

**२.२.३. राजकीय समाज :** राजकीय समाज हा जाणीवपूर्वक एकत्रित

आलेला समाज असतो, असा समाज आणि त्यातील सर्वश्रेष्ठ सत्ता असलेला सार्वभौम मिळून बनलेला असा समाज राजकीय (जाणीवपूर्वक एकत्रित झालेला) व स्वतंत्र असतो.

## २.३. सार्वभौमत्वाचे स्वरूप

सार्वभौम सत्ता ही एकात्म असते. तीच कायद्याचे उगमस्थान असल्याने तिच्यावर कायद्याचे नियंत्रण नसते. ती दुसऱ्याला देता येत नाही. (अदेय) तसेच तिचे विभाजनही करता येत नाही. राजकीय समाजात एकाच वेळी एकापेक्षा जास्त समबल सत्ता असणे म्हणजे त्या समाजाचे विघटनच होय.

राज्यासाठी सार्वभौमत्व आवश्यक आहे; तरच तो समाज राजकीय दृष्टीने स्वतंत्र राज्य राहू शकेल आणि सर्व समाज एकसंघ राखण्यासाठी ही सार्वभौमत्वाची शक्ती ही निश्चित, निरंकुश, अदेय आणि अविभाज्य असणे आवश्यक आहे.

ऑस्टिनची सार्वभौमत्वाची कल्पना कायदेशीर दृष्टिकोनातून स्पष्ट केलेली आहे. त्यामुळे त्यांत संदिग्धता, अपुरेपणा, विसंगती, नाही. एक तार्किक सुसंगती त्यात दिसून येते. अर्थात, कायद्याच्या दृष्टिकोनामुळे त्या व्याख्येमध्ये एकांगीपणा येणे अपरिहार्य आहे. तसेच सार्वभौमत्वाच्या गुणविशेषांत औपचारिकतेचा (Formalism) दोष असणेही स्वाभाविक आहे. ऑस्टिनच्या सार्वभौमत्वाच्या कल्पनेवर त्यामुळे टीका झालेली आहे.

**२.३.१. निश्चित मानवी सर्वश्रेष्ठ :** सार्वभौमत्वाचा शोध एखाद्या मानवी व्यक्तीमध्ये घेणे अवघड आहे. आधुनिक राज्यात विधिमंडळ हे कायद्याचे उगमस्थान म्हणून मानले जाते आणि न्यायसंस्था विधिमंडळाचा कायदा हा कायदा म्हणून संसद म्हणजे निश्चित संस्था कायमस्वरूपी अशी दाखविता येणार नाही. नियमित काळाने होणाऱ्या सार्वत्रिक निवडणुकीने तिचे स्वरूप बदलत रहाते आणि लोकशाही पद्धतीत ती जनतेला (मतदारसंघांना) जबाबदार असते.

**२.३.२. कायदा आणि सार्वभौमत्वाची निरंकुशता :** सार्वभौमत्वाची आज्ञा म्हणजे कायदा असे औपचारिकरीत्या म्हणता येईल. रूढी आणि परंपरा यांचा प्रभाव समाजावर इतका आणि वास्तव असतो की त्याच्याशी विसंगत असा कायदा करणे, सार्वभौम शक्तीला करता येत नाही आणि असा कायदा केलाच तर तो केवळ कायद्याच्या पुस्तकातच राहील. बहुसंख्य जनता स्वाभाविकरीत्या त्याचे पालन करणार नाही. कायद्याचे एक उगमस्थान सर्वश्रेष्ठाची आज्ञा आहे. रूढिपरंपरा यांचे कायद्याइतकेच समाजजीवनांत महत्त्व असते. सार्वभौमावर त्याची बंधने पडतात. शीख राजा महाराजा रणजितसिंग त्याचे उदाहरण देऊन सर हेन्री मेन (Main) ह्यांनी राजाच्या निरंकुशतेला आक्षेप घेतलेला आहे. राजा निरंकुश असत नाही. एवढेच नाही; तर तो निरंकुश

असणे लोकशाही विरोधी आहे. अनियंत्रित राजेशाही बेजबाबदार राज्यव्यवस्थेमध्ये परिवर्तित होण्याचा मोठा धोका आहे. ऑस्टिन अधिकार आणि मान्यता यांत सरमिसळ करतो तसेच त्याची कल्पना कायद्याच्या अधिराज्याशी विसंगत आहे.

**२.३.३. संघराज्य आणि सार्वभौमत्व :** राजेशाही व्यवस्थेत सार्वभौमत्व मानवी व निश्चित दाखविणे शक्य असले तरी लोकशाही व्यवस्थेच्या संघराज्य पद्धतीमध्ये सार्वभौमत्वाची जागा शोधणे आव्हानात्मक आहे. अध्यक्षाच्या हातामध्ये वास्तविक सत्ता असली; तरी तो सार्वत्रिक निवडीने मर्यादित कालासाठी निवडून आलेला असून लोकांना जबाबदार असतो. राज्यघटना सर्वश्रेष्ठ मानली तरी सत्ताविभागणीच्या सिद्धान्ताने आपापल्या क्षेत्रांत स्वतंत्रपणे सर्वश्रेष्ठ अशा संख्या असतात आणि संघराज्याचे घटक असूनही घटकराज्यांची स्वतंत्र घटना असू शकते. सार्वभौमसत्तेचे हे एक प्रकारे विभाजनच असते. घटनादुरुस्तीची पद्धत आणि न्यायालयाने केलेले घटनेचे स्पष्टीकरण यातून सार्वभौम असलेली घटनाही बदलली जाते.

**२.३.४. राज्य ही समाजातील एकमेव संस्था नाही :** राज्य ही समाजातील एक महत्त्वाची संस्था आहे. तिच्यावर सोपविलेल्या कामांमुळे ती वैशिष्ट्यपूर्ण आहे. तथापि, ती समाजातील एकमेव महत्त्वाची संस्था नाही. समाजातील इतर अनेक संस्था आपापल्या क्षेत्रांत महत्त्वपूर्ण कार्य करीत असतात आणि त्यांचे आपल्या संस्थांच्या सदस्यांवर गुणात्मक नियंत्रण असते. व्यक्तिजीवनाच्या दृष्टीने सांस्कृतिक, आर्थिक, सामाजिक, अंगांनाही पूर्ण विकासाच्या दृष्टीने महत्त्व असते; म्हणून सार्वभौम सत्तेचे अविभाज्य व निरंकुश स्वरूप असमर्थनीय आहे; इतर संस्थांचाही त्यात सहभाग असणे क्रमप्राप्त व न्याय्य आहे असा विचार अनेक सत्तावादी (pluralistic) विचारवंत मांडतात.

**२.३.५. सार्वभौमत्व आणि आंतरराष्ट्रीय संबंध :** सार्वभौमत्वाचा प्रभाव राजकीय समाजापुरता स्तिमित असल्याने राज्याराज्यांतील संबंधांबाबत तो लागू पडत नाही. तथापि, आंतरराष्ट्रीय संबंध अनिवार्य असल्याने राज्यांना त्यांत निरंकुश वर्तन करता येणार नाही. आंतरराष्ट्रीय कायद्याची बंधने त्यांच्यावर तह-करार, व्यापारी संबंधांचे नियम यांमधून पडतात. आंतरराष्ट्रीय संघटनांचे (संयुक्त राष्ट्र संघटना, जागतिक बँक, जागतिक व्यापार संघटना इ.) निर्णय त्याला पाळावे लागतात. ही बंधने राज्याने स्वीकारलेली असतात; असे म्हणणे केवळ औपचारिक असते. व्यवहारात राज्याला दुसरा पर्याय नसतो.

ऑस्टिनच्या सार्वभौमत्वाच्या संकल्पनेवर टीका होत असली तरी त्याचे महत्त्व कमी होत नाही. उलट, या कल्पनेचा विकास ऑस्टिनच्या सिद्धान्ताला केंद्रीभूत धरून त्यातील परिस्थितिजन्य अपुरेपणा दूर करून किंवा बदलत्या काळानुसार त्यात भर टाकून झालेला आहे.

## २.४. सार्वभौमत्वाचा अनेकसत्तावादी सिद्धांत (Pluralistic Theory of Sovereignty) :

ऑस्टिनची सार्वभौमत्वाची संकल्पना एकमुखी, एकात्मक, एक व्यक्ती/ व्यक्तिगटांत एकवटलेली आणि अविभाज्य अदेय अशी होती. सार्वभौम शक्तीला राज्यांत प्रतिस्पर्धी वा विरोधी शक्ती असू शकत नाही नाहीतर राज्यच अस्थिर होईल असे त्याचे मत होते. त्याच्या आज्ञेचे पालन बहुसंख्य लोकांनी एक सवय म्हणूनच म्हणजे स्वाभाविकपणे केले; तरच राज्य सुस्थिर राहील, नाहीतर राज्याला - सार्वभौमाला सतत बळाचाच वापर करावा लागेल. राज्याला असा अमर्याद आणि एकमेव अधिकार दिल्यास ते व्यक्तिविकासाला मारक ठरेल; या विचारातून सार्वभौमत्वाचा अनेकसत्तावादी सिद्धान्त पुढे आले.

व्यक्तीच्या जीवनात राज्यसंस्थेइतकेच इतर अनेक गट प्रभावी असतात आणि त्याचे व्यक्तींवरील नियंत्रण पारंपरिक असते. राज्याने त्यांच्याविरुद्ध जाऊन केवळ आपल्याशी व्यक्तीने एकनिष्ठ रहावे अशी सक्ती करणे अन्याय्य व असमर्थनीय आहे; अशा संस्थांना एक संघीय व्यक्तिमत्त्व असते. त्यांचे हितसंबंध राज्याच्या हितसंबंधांपेक्षा अधिक स्पष्ट आणि जवळचे असतात आणि समाजसंघटन म्हणून अशा संस्था व गट अधिक एकजिनसी असतात. यातील कित्येक गट व्यावसायिक संघराज्याच्या अस्तित्वाच्या आधीपासूनही अस्तित्वात आहेत आणि त्यांचे नियंत्रणही प्रभावी आहे. उदा. धर्मसंस्था, कुटुंबसंस्था, व्यावसायिकसंघ. राज्याने अशा संघटनांच्या हक्काला त्यांच्या विषयीच्या सदस्यांच्या कर्तव्याला आणि त्या संस्थांवरील सदस्यांच्या अपेक्षांना मान्यता देणे आवश्यक आहे; अशा संस्थांचे त्यांच्या सदस्यांबाबतीमधील हक्कनियंत्रण सुरुवातीला करारात्मक असतील पण आता आधुनिक समाजात ते बंधनकारक स्वरूपाचेच असतात. राज्य त्याचा संकोच करू शकत नाही किंवा त्यावर अतिक्रमण करू शकत नाही; ते राज्याच्या हिताचे नाही. तसेच व्यक्तिविकासालाही मारक आहे. राज्य हे अशा संघटनांचे संघटन (society or societies) असून राज्याने त्यांच्या बाह्य संबंधाचे नियंत्रण करून त्या संघटनांना त्यांच्या निश्चित कार्यक्षेत्रांत सीमित केले पाहिजे - फिगिस. 'State is an association with definite limits, definite powers and definite responsibilities' - Mac Iver.

ऑस्टिनची कायद्याची कल्पनाही संकुचित आहे. राजाची आज्ञा म्हणजे कायदा किंवा वरिष्ठाने कनिष्ठाला केलेली आज्ञा म्हणजे कायदा ही कल्पना म्हणजे एक कायदेशीर कल्पना-भ्रम आहे. डगीट यांच्या मताने, कायदा हा स्वतंत्र आणि राजकीय संघटनेचा आधीपासून अस्तित्वात असलेला व त्यापेक्षा वरिष्ठ श्रेणीतील आहे. तो वस्तुनिष्ठ असतो; व्यक्तिनिष्ठ नसतो. समाजातील अनिवार्य परस्पर व्यवहार सुरळीत चालावे म्हणून असलेले ते नियम असतात. कायदा या नियमांशी सुसंगत असतो.

तेव्हाच तो पाळला जातो. क्रॅबे (Krabbe) यांच्या मताने, कायद्याचे सार्वभौमत्व राज्यातील बहुसंख्यांकांच्या योग्य-अयोग्य कल्पनेशी जोडलेले असते.

लास्कीच्या मताने सार्वभौमत्व एकमुखी नसून स्वभावत:च बहुमुखी असते. समाजातील अनेक संस्थांपैकी राज्य एक संस्था आहे आणि प्रत्येक संस्था वैशिष्ट्यपूर्ण आहे. विविध संघटनांमुळे समाजाचे स्वरूप संघराज्याचे बनते; त्यामुळे सार्वभौमत्वही संघीय स्वरूपाचे असावयास हवे. जी.डी. एच. कोलने अशा व्यावसायिक संघटनांचे संयुक्त सार्वभौमत्व मानलेले आहे. 'The concept of absolute sovereignty is dangerously false' - Mac Iver.

अनेकसत्तावाद्यांचा राज्याच्या एकमुखी सार्वभौमत्वाला विरोध आहे. राज्याचे वैशिष्ट्यपूर्ण स्थान व कार्य लक्षात घेऊनही राज्यसंस्थेचे असे उदात्तीकरण असमर्थनीय आहे. सामाजिक जीवनाच्या विविध अंगांना समृद्ध करणाऱ्या सर्व संस्था राज्यसंस्थे-इतक्याच स्वाभाविक स्वतंत्र आणि स्वयंपूर्ण आहेत. त्यामुळे राजसत्तेचे विकेंद्रीकरण करणे अधिक न्यायाचे ठरेल. राज्याच्या दैवी सत्तेच्या सिद्धांतासारखा निरंकुश सार्वभौमत्वाचा सिद्धांतही इतिहासजमा होईल.

अर्थात, राज्यसत्तेवर व राज्याच्या सार्वभौमत्वावर आक्षेप घेताना. अनेकसत्तावाद्यांची उपाययोजना 'रोगापेक्षा औषध धोकादायक' अशीच आहे. सार्वभौमत्वाचे विभाजन करताना सार्वभौमत्वाचे अस्तित्वच नष्ट होण्याची शक्यता अधिक आहे आणि राज्याचे विघटन होण्याचा त्यात धोका आहे. सार्वभौमत्वामुळे राज्य अनियंत्रित होण्याची शक्यता असली आणि इतिहासात नाझी, फॅसिस्ट, साम्यवादी राजवटीतील राज्ये सर्वसमावेशक बनली असली तरी लोकशाही राज्यव्यवस्थेमध्ये राज्यावर घटनात्मक बंधने आणि लोकमताचा प्रभाव पडलेला दिसून येतो. १९३०च्या जागतिक मंदीमुळे आणि त्यावेळी राज्याने दाखविलेल्या उपक्रमशीलतेमुळे अनेकसत्तावाद्यांच्या राज्याच्या मूल्यमापनामध्ये फरक पडलेला दिसून येतो.

दुसऱ्या महायुद्धानंतर जगाच्या व्यवस्थेमध्ये झालेला रचनात्मक बदल, जागतिक आणि प्रादेशिक संघटनांचा वाढता प्रभाव, नागरी समाजाची चळवळ, मानवी हक्कांची सनद त्यामुळे सार्वभौमत्वाच्या पारंपरिक संकल्पनेचाही संकोच झालेला दिसून येतो. व्यक्तीसारखे राज्यालाही हक्क आहेत आणि व्यक्तीच्या हक्कांना जशी मर्यादा असते तशी राज्याच्या हक्कांनाही मर्यादा असणे क्रमप्राप्त व गरजेचे आहे त्या विचाराचे श्रेय अनेकसत्तावादाला द्यावयास हवे.

## ३. कायदा (Law)

### ३.१. कायद्याची संकल्पना

'कायदा' या शब्दास अनेक छटा आहेत. नेहमीच्या भाषेत कायदा आणि

सुव्यवस्था (Law and Order) असा जोडीने वापर केला जातो; त्यावरून व्यवस्था-बाह्य नियमन आणि कायद्याच्या साहाय्याने ते निर्माण केले जाते; असे म्हणता येईल. व्यक्ती समाजात आली तसेच अनेक संघटना समाजात एकत्रित आल्या की, त्यांचे परस्परसंबंध नियंत्रित करणे आणि त्यांच्या परस्परसंबंधांबाबत काही अटी निर्बंध घालून ठेऊन ते पाळले जातात की नाही हे पाळणे समाजजीवन व्यवस्थितपणे चालण्याच्याच दृष्टीने आवश्यक बनते; त्यामुळे कायदा म्हणजे नियम (Rule) असे म्हणता येईल; अर्थात, सामाजिक नियम वेगवेगळ्या प्रकारचे असतात आणि सर्वच नियम कायदा बनले नाहीत.

कायदा म्हणजे राज्यसंस्थेने केलेले नियम. ते विधिमान्य पद्धतीने केलेले असतात. कायदा म्हणजे राज्यसंस्थेने केलेली आज्ञाच होय. तिचे पालन करणे प्रत्येक व्यक्ती / संस्थेचे कायदेशीर कर्तव्य असते. कायद्याचे पालन न केल्यास त्याबद्दल असलेली शिक्षा व्यक्ती / संस्थेला भोगावी लागते आणि तशी शिक्षा करणे राज्याला शक्य असते. यानुसार कायद्याच्या पाठीमागे सार्वभौमसत्तेचे सामर्थ्य असते.

कायदा केवळ नियंत्रणाचे कार्य करतो असे नाही; तर बदलत्या परिस्थितीचे भान ठेवून केलेले कायदे समाजात बदल घडवून आणू शकतात; कल्याणकारी भूमिका असणारे राज्य सामाजिक आणि आर्थिक क्षेत्रात दुर्बल, वंचित व असंघटित लोकांच्या हितरक्षणासाठी असे अनेक कायदे करून समाजात योग्य बदल घडवून आणतात.

## ३.२. कायद्याची व्याख्या

प्रा. हॉलंड यांनी कायदा म्हणजे, व्यक्तीच्या बाह्य वर्तनाचा आणि सार्वभौम राजकीय सत्तेने अंमलात आणलेला नियम होय. 'Law is general rule of external human action enforced by a sovereign political authority'. - Hart (हार्ट) यांच्या मताने कायदा प्राथमिक आणि दुय्यम नियमांच्या संमीलनातून निर्माण होतो; प्राथमिक नियमांचे प्रयोजन व्यक्तीच्या सामाजिक वर्तनाचे नियमन करणे असते. कायद्याचा आशय त्यांत व्यक्त होतो. दुय्यम नियमांचा हेतू शासनाला नियमांचे नियमन करण्याची सत्ता देणे असा असतो; वुड्रो विल्सनच्या मतानुसार समाजातील प्रस्थापित विचार- आचार, प्रथा यांपैकी शासनाची औपचारिक मान्यता मिळालेला आणि शासनाची सत्ता व सामर्थ्य यांचे पाठबळ असलेला भाग म्हणजे 'कायदा' होय. प्रा. गटेल कायद्याची व्याख्या करताना आपल्या विधिमान्य क्षेत्रांत विधिमान्य पद्धतीने कार्य करणाऱ्या अधिकृत सार्वजनिक संस्थेची आज्ञा म्हणजे 'कायदा' असे म्हणतात.

वरील विविध व्याख्यांचा एकत्रित विचार करत असताना काही गोष्टी स्पष्ट होतात.

**३.२.१.** कायदा हा नियम असून तो व्यक्तीच्या बाह्य वर्तनाचे नियंत्रण करीत असतो. सर्वच नियम कायदा नसून सामाजिक संस्थांचे त्यांचे त्यांचे नियम जेव्हा परस्पर संबधांवर परिणाम करण्याची शक्यता निर्माण होते; तेव्हा शासन त्या नियमांना कायद्याचे स्वरूप देते.

**३.२.२.** कायदा निश्चित अशा सत्तेकडून - शासनाकडून (अधिकृत सार्वजनिक संस्था) औपचारिकरीत्या केला जातो; तसा अधिकार त्या संस्थेला दिलेला असतो.

**३.२.३.** कायद्याचे स्वरूप निश्चित असते. त्याचे कार्यक्षेत्रही विधिमान्य असते.

**३.२.४.** व्यक्ती आणि समाज यांच्या हितासाठी कायदा अंमलात येतो. त्याच्या अंमलबजावणीसाठी शासनाला दंडशक्तीचे सामर्थ्य असते; कायद्याचे पालन न केल्यास शासन त्या व्यक्ती/संस्था यांना शिक्षा करू शकते.

कायदा सर्वांना समान असतो. विधिमंडळाने संमत केलेला कायदा (विधिनियम) कार्यकारी मंडळ प्रशासनामार्फत अंमलात आणते. न्यायमंडळ कायद्याचा अर्थ स्पष्ट करते आणि आपल्यासमोर आलेल्या तंट्यांच्या निकाल देऊन व्यक्ती व समाजहिताचे रक्षण करते. सार्वभौमशक्तीचा आधार हे कायद्याचे वैशिष्ट्य आहे. मात्र, कायदा व्यक्तीच्या बाह्य वर्तनाशी संबधित आहे. समाजजीवन सुविहित चालण्यासाठी कायद्याचा अंमल अत्यंत आवश्यक आहे. 'A system of ordered relationship is a primary condition of human life at every level. More than anything else it is what society means' - Mac lver

## ३.३. कायदेविषयक दृष्टिकोन

**३.३.१. ऐतिहासिक दृष्टिकोन (Historical School)** – कायद्याचा मूळ आधार रूढिपरंपरा असून त्यातील काहींना कायद्याचे स्वरूप येते. रूढि-परंपरा यांच्याशी विसंगत असलेला कायदा कायदेशीर असला तरी प्रभावी राहू शकत नाही. या विचारानुसार लोक (राज्य नव्हे) हेच कायद्याचे उगमस्थान असतात. ऐतिहासिक काळातून विकास पावत आलेले नियम समाज-जीवन व समाज-व्यवहार नियंत्रित करीत असतात. लोकांच्या इच्छेनुसार व राज्याच्या गरजेनुसार त्यापैकी काही राज्ये कायदा म्हणून औपचारिकरीत्या जाहीर करतात.

ऐतिहासिक दृष्टिकोनामुळे कायद्याच्या विकासातील रूढिपरंपरा, यांचे महत्त्व स्पष्ट करते; तथापि, ऐतिहासिक दृष्टिकोन पूर्ण सत्य सांगत नाही. काही चांगले कायदे रूढींच्या विरुद्ध जाऊनही विधिमंडळ जाणीवपूर्वक संमत करते आणि त्याची अंमलबजावणी करते. त्यातून समाजाचा विकास झालेला दिसून येतो. व्यावहारिक दृष्टीने अशा कायद्यांच्या अंमलबजावणीसाठी लोकांच्या इच्छेपेक्षा राज्याच्या कायदेशीर शक्तीवरच अवलंबून राहावे लागते.

### ३.३.२. विश्लेषणात्मक दृष्टिकोन (Analytical School) – या विचारानुसार कायदा ही सार्वभौमाची आज्ञा असून ती लोकांना मानावीच लागते. 'सार्वभौमाची आज्ञा म्हणजे कायदा' असे ऑस्टिन म्हणतो. कायद्याचा प्रभाव, कायद्याचा उगम, कायद्याचे कार्यक्षेत्र या बाबतीत औपचारिक व स्पष्ट असे विवेचन, विश्लेषण वरील दृष्टिकोनांतून करता येते.

तथापि, या दृष्टिकोनावर टीकाही भरपूर झालेली आहे. कायदा म्हणजे वरिष्ठाची-कनिष्ठाला दिलेली आज्ञा हे पूर्ण सत्य नाही. कायदा आणि आज्ञा यात फरक असतो. आज्ञा देताना आज्ञा देणारा आणि ज्यांना आज्ञा दिली जाते, यात वेगळेपण गृहीत धरलेले आहे. उलट, कायदा हा विधिसंस्था आणि ज्यांच्यासाठी कायदा केला जातो ते लोक, यामधील 'सेतू' असतो. आज्ञा ही तात्पुरती कृती असते व ती एखाद्या विशिष्ट प्रसंगापुरती असते, तर कायदा कायमस्वरूपी असतो आणि तो सर्वांना (कायदा करणाऱ्या संस्थेलाही) लागू असतो. तसेच भविष्यकाळांतील तत्सम प्रसंगांनाही तो लागू पडतो. विश्लेषणात्मक पद्धतीच्या मर्यादा आहेत. ही पद्धत स्वाभाविकपणे अभ्यासविषय बाह्य प्रभावापासून मुक्त करू पाहते. गतिमान समाजाच्या स्वरूपाकडे पाहता ही पद्धत व तिचे निष्कर्ष आहे त्या स्थितीला पोषक राहाण्याची भीती वाटते. कायद्याचे उगमस्थान एकमुखी (सार्वभौम) नाही. ते केवळ औपचारिक उगमस्थान आहे आणि विश्लेषणाच्या दृष्टीने सोयीचे आहे एवढेच.

### ३.३.३. आदर्शवादी दृष्टिकोन (Philosophical School) – कायद्याच्या व्यवस्थेचा पाया आदर्शवादी असावयास पाहिजे. १९व्या शतकात नैसर्गिक न्यायकल्पना अशी आदर्शवादी होती. स्वाभाविक, व्यक्तिवादी विचारधारेला पोषक आणि व्यक्तिविकासाचा अर्थ आणि अन्वय लावणारी होती. व्यक्ती व समाज यांचे संबंध यांना व्यापक पाया देणारी होती. कायदाही असाच व्यापक, सार्वत्रिक व सार्वकालीन असावयास हवा, कायद्याचा पाया सर्व समाजजीवन व्यापणारा असावा. प्लेटोची न्यायकल्पना ज्याप्रमाणे सर्वव्यापी आहे, त्याप्रमाणे असा आग्रह असला तरी प्रत्यक्ष व्यवहारात केवळ समाजाच्या संस्कृतीमधून कायदा रुजून येत नाही. तिला पुढे नेण्याचेही तो कार्य करतो. 'Law is as much concerned with the ideal as with the actual' वास्तवापासून कायद्याची फारकत करता येणे अवघड आहे.

### ३.३.४. तौलनिक दृष्टिकोन (Comparative School) – तौलनिक पद्धतीमध्ये तत्त्वज्ञान, मानववंशशास्त्र आणि इतर विषयांच्या अभ्यास पद्धतीचा वापर कायद्याच्या पद्धतीचा अभ्यास करण्यासाठी केला जातो. त्यावरून काढलेली अनुमाने राज्यशास्त्राच्या दृष्टीने अत्यंत उपयोगी पडलेली आहेत. समाजाची रचना सेंद्रिय, परस्परावलंबी व परस्परपूरक घटक आणि संस्था यांनी बनलेली आहे. हे घटक

आपापले विहित कार्य करीत असतात व त्याचबरोबर एकमेकांच्या कार्यावर परिणाम करतात.

**३.३.५. समाजशास्त्रीय दृष्टिकोन (Sociological School)** – कायदा हा समाजामध्ये राज्यसंस्थेच्या आधीपासून होता. कायद्याने सामाजिक हित पार पाडले पाहिजे हा विचार राज्यपूर्व कायद्याच्या अस्तित्वाने स्पष्ट होतो. लोक कायद्याचे पालन भीतीपोटी आणि सार्वभौमसत्तेच्या धाकाने करीत नाहीत. त्यांच्या गरजांची पूर्तता कायद्याचे पालन केल्याने होते असा त्यांचा अनुभव आहे. गरजेच्या पूर्ततेसाठी कायदा असावा अशी प्रगल्भ जाणीव राज्यपूर्व समाजात नव्हती. नैसर्गिकरीत्या लोक कायद्याचे पालन करत. त्यातून रूढिपरंपरा त्यांच्या सामाजिक उपयुक्ततेतून निर्माण झाल्या. कायद्याचे रूढिपरंपरा म्हणून एक उगमस्थान मानलेले आहे. क्रॅबच्या मताने कायद्याचे उगमस्थान मानवी मनच असते. माणसाला कायदा चांगला, न्यायी आणि आपल्या गरजा पुरविणारा वाटतो; म्हणून तो कायद्याचे पालन करतो. समाजशास्त्रीय विचारसरणीने ही गोष्ट स्पष्ट केली.

तथापि, सर्वच रूढिपरंपरा; सामाजिक न्याय वा हित पार पाडतात असे नाही बदलत्या संदर्भात राजकीय-पूर्वरूढींची उपयुक्तताही बदलण्याची शक्यता असते. राज्य हे कायद्याची अंमलबजावणी औपचारिक साधनांनी करीत असते. केवळ माणसाच्या इच्छेवर त्याची अंमलबजावणी ठेवल्यास कायद्याचा प्रभाव कमी होईल. राज्याची दंडशक्ती कायदापालनाच्या दृष्टीने महत्त्वाची ठरते.

प्रत्येक दृष्टिकोनात काही तथ्य आहे आणि कायद्याचे सम्यक ज्ञान होण्याच्या दृष्टीने ते एकमेकांना पूरक आहेत.

## ३.४. कायद्याची उगमस्थाने (Sources of Law)

कायदा मूलत: नियम आहे आणि समाजजीवनात अनेक व्यक्ती आणि संस्था एकत्रित आल्याने आणि एकमेकांच्या सहकार्याने व परस्परपूरक कार्ये करीत असल्याने समाजव्यवहाराचे नियमन करणे ही स्वाभाविक गरज बनली. समाजाच्या उत्क्रांतीबरोबर समाजनियमन करणारा कायदाही उत्क्रांत झालेला दिसून येतो.

कायद्याचे मुख्य स्रोत खालीलप्रमाणे सांगता येतील –

**३.४.१. धर्म (Religion)** – धर्माचा प्रभाव विज्ञानपूर्वक समाजजीवनावर मोठा होता. आजही धर्म आणि धर्म-नियम हे व्यक्तीच्या श्रद्धेचे भाग आहेत आणि त्यांचा व्यक्तिजीवनावर मोठा प्रभाव दिसून येतो. समाजाला एकत्रित ठेवण्याचे (धारण करण्याचे) मोठे कार्य धर्माने केलेले आहे. धर्माचे आवाहन व्यक्तीइतके समाजालाही असते आणि ते तितकेच प्रभावी असते. रूढी आणि उपचार यांमधून धर्माचरणाची बंधने व्यक्तीच्या व्यवहारावर प्रभाव टाकताना दिसतात. प्राचीन काळात पुरोहितवर्गाचा

म्हणून मोठा प्रभाव होता. राजपदात्म अधिमान्यता पुरोहित मिळवून देत. काही ठिकाणी ही दोन्ही पदे एकच व्यक्ती धारण करीत असे. जादूटोणा करणाऱ्या व्यक्तीच्या आज्ञा त्यांच्यातील कथित दैवीशक्तीच्या भीतीपोटी पाळल्या जात. प्राचीन मानवी संस्कृतीमध्ये कायद्याला दैवी आधार असे. राज्याभिषेकाच्या उपचारांतून राजाच्या राजपदाला लोकांची अधिमान्यता मिळणे सुलभ जाई. जुन्या धर्मग्रंथांत राजाला देवाकडून अधिकार मिळाल्याचे प्रतिपादन केलेले दिसून येते. तसेच धर्मप्रमुखांनाही दैवी वाणीमधून धर्मतत्त्वे मिळाल्याचे समजले जाते.

आधुनिक काळात 'धर्मकारण' आणि 'राजकारण' यांत फरक करण्यात येतो; आणि राज्य हे धर्मनिरपेक्ष असावे असा आधुनिक काळात आग्रह धरला जातो. युरोपमधील धर्मयुद्धांचा हा परिणाम आहे; तथापि, व्यक्तीसंबंधी विवाह, मालमत्ता, वारसा इ. क्षेत्रांतील कायद्यांना आजही धर्माचा आधार असल्याचे दिसते. धर्माच्या सार्वजनिक जीवनावर होणाऱ्या परिणामांची दखल मात्र राज्याने घ्यावी आणि त्यानुसार नागरी कायदा हा धर्माच्या प्रभावातून मुक्त करावा असा विचार प्रभावी होत आहे.

### ३. ४. २. रूढिपरंपरा (Customs & Traditions) – रूढी ही समाजाची सवय आहे. एखादी गोष्ट नियमितपणे पुन: पुन्हा केली तर समाजाला तसे करण्याची सवय लागते. ती गोष्ट उपयुक्तही वाटू लागते आणि कालांतराने त्या गोष्टीला अधिकार प्राप्त होतो. 'Customs carry the authority of long-standing and public acceptance' समाजातील प्राथमिक संस्थांमध्ये व्यक्तीची वर्तणूक रूढीने अलिखित नियमांनी बांधलेली असते. अप्रगत अवस्थेत समाजातील व्यक्तिव्यक्तींमधील तंटे रूढीच्या आधारेच सोडविले जात. न्यायदानाचा अधिकार असलेल्या व्यक्ती रूढिपरंपरांचाच आधार घेत. लिखित कायदाही त्यांच्याशी जेवढा सुसंगत असे तेवढा प्रभावी ठरे. रूढिपरंपरांना सामाजिक उपयुक्तता असे. लिखित कायदेही परंपरागत चालत आलेल्या रूढींना मान्यता देत असत. प्राचीन रोममधील (Laws of Twelve Tables) किंवा भारतामधील मनुस्मृती, याज्ञवल्क्य स्मृती यांची उदाहरणे आहेत.

काळाच्या ओघात विसंगत ठरलेल्या अनिष्ट रूढी, प्रथा मात्र कायद्याने बंद केल्या पाहिजेत. आधुनिक लिखित कायदा, तार्किक, नि:संदिग्ध व सहेतुक असतो. प्रत्येक रूढी त्यात बसेलच असे नाही. अन्याय्य रूढी कायद्याने बंद करणे यातच समाजाचे हित आहे. उदा. बालविवाह, अस्पृश्यताबंदी इ.

### ३. ४. ३. न्यायालयीन निर्णय (Judicial Decision) – कायद्यातील कलमांचे स्पष्टीकरण करणे आणि त्या कलमांशी सुसंगत असे निर्णय देणे हे न्यायव्यवस्थेचे कार्य आहे; असे निर्णय देत असताना कायद्याचा मूळ हेतू लक्षात घेऊन दिलेले स्पष्टीकरण तशा स्वरूपाच्या पुढील खटल्यांतही मार्गदर्शक ठरू शकते; अशा

तऱ्हेने कळत न कळत कायद्याची निर्मिती होत असते. आधीच्या निर्णयांचे बंधन न्यायाधीशांवर नसले तरी असे निर्णय मार्गदर्शक असतात आणि लिखित वा अलिखित कायद्यामध्ये पूर्वनिर्णयांना महत्त्व असते. मूळ कायद्यामधील कलमांचा अर्थ स्पष्ट नसेल तसेच बदलत्या परिस्थितीशी तो सुसंगत करताना न्यायालयीन निर्णय महत्त्वाचे ठरतात. कायद्याचा विस्तार करणारे हे निर्णय कायद्यासारखेच प्रभावी असतात (Judge-made law), शास्त्रीय टीकाग्रंथ (Scientific Commentaries) :

ख्यातनाम विविज्ञ आणि अनुभवी न्यायाधीश यांच्या दीर्घ अनुभव, मनन-चिंतन यांमधून रूढिपरंपरासंकेत आणि न्यायालयीन निर्णय यांचा सखोल व सम्यक् असा अभ्यास होत असतो; अशा अभ्यासामुळे न्यायप्रक्रियेला एकाचवेळी खोली आणि उंची प्राप्त होते. या तत्त्वचिंतनामधून कायदा आणि कायद्याची प्रक्रिया अधिक बौद्धिक आणि सुसंगत होण्यास मदत होते आणि कायदा काळाबरोबर राहतो. या टीका तात्त्विक दृष्टीतून लिहिलेल्या असतात आणि न्यायव्यवस्था आणि विधिमंडळ या दोघांना त्या मार्गदर्शन ठरतात. ब्लॅकस्टोन यांची टीका इंग्लंडच्या न्यायव्यवस्थेमध्ये आजही प्रमाणभूत आहे. हिंदू व्यक्तिगत कायदा मिताक्षरा व दायभाग टीका अधिक स्पष्ट करतात.

**३.४.४. समन्याय (Equity)** – कायदा काळाबरोबर त्याच गतीने बदलत नसल्याने प्रचलित कायद्यामधील तरतुदी खरा न्याय देण्याच्या दृष्टीने सारासार बुद्धीला अपुऱ्या वाटतात. आधीच्या खटल्यामधील निर्णयही काही बाबतीत मार्गदर्शन करण्यास असमर्थ ठरतात. काही वेळा केवळ कायद्याच्या दृष्टीतून विचार करणे योग्य ठरत नाही. अशावेळी न्यायाधीश आपल्या मनाच्या समन्यायबुद्धीच्या (Equity) तत्त्वानुसार निर्णय देतो. आपल्या मनातील न्यायबुद्धी ही कायद्याला एक प्रकारची नैतिक पातळी देते. यात नैसर्गिक न्याय मिळाल्यासारखे वाटते. नैसर्गिक म्हणजे स्वाभाविक, उचित, मूळ हेतूशी सुसंगत अपेक्षित अर्थात समन्यायाचे तत्त्व फौजदारी खटल्यात वापरले जात नाही.

**३.४.५. विधिमंडळ (Legislature)** – आधुनिक काळात विधिमंडळ हे कायद्याचे प्रमुख व महत्त्वाचे उगमस्थान आहे. राज्याची व्याप्ती वाढवल्यानंतर, त्याचा क्षेत्रविस्तार लक्षात घेऊन अनेक विषयांवर लोकप्रतिनिधींची मते, सामाजिक गरज आणि राजकीय अग्रता लक्षात घेऊन विधिमंडळ अनेक विषयांवर कायदे करीत असते. शासनाच्या विधिखात्याकडून त्याचा मसुदा बनवीत असते आणि अंमलबजावणी करणारी खाती दुय्यम विधिनियम करून ते पूर्ण करीत असते. आधुनिक काळात आणि लोकशाही व्यवस्थेत विधिमंडळाचे म्हणून महत्त्व वाढलेले आहे आणि त्या प्रमाणात इतर उगमस्थानांचे महत्त्व कमी होत आहे.

युरोपमधील न्यायव्यवस्था रोमन आणि ट्यूटन न्यायव्यवस्थेच्या मिश्रणांतून निर्माण झालेली आहे. युरोपमधील न्यायसंहितांवर रोमन विचारपद्धतींचा प्रभाव दिसून येतो. सामान्य कायदा हा परंपरा आणि न्यायालयीन निर्णय व परंपरा यांचे मिश्रण आहे (डायसी / Dicey). सर्वांना समान कायदा, कायद्याने निश्चित केलेल्या पद्धतीने आधीच्या निवाड्यानुसार न्यायदान आणि गुन्हा सिद्ध झाला की, त्यावरील निश्चित केलेल्या पद्धतीने शिक्षा हे सर्व संकेत परंपरेच्या प्रभावाखाली आहेत. नागरी कायदा यापेक्षा वेगळा असतो. भारतामधील व्यक्तिगत (वारसा, विवाह इ.) कायद्यांवर धर्मग्रंथांचा प्रभाव पडलेला आहे. आधुनिक राज्यात समान नागरी (Common Civil Code) कायद्याचा आग्रह धरला जातो.

## ३.५. कायद्याचे वर्गीकरण (Classification of Laws)

मॅक् आयव्हरने आपल्या Modern State या ग्रंथात कायद्याचे खालीलप्रमाणे वर्गीकरण केलेले आहे.

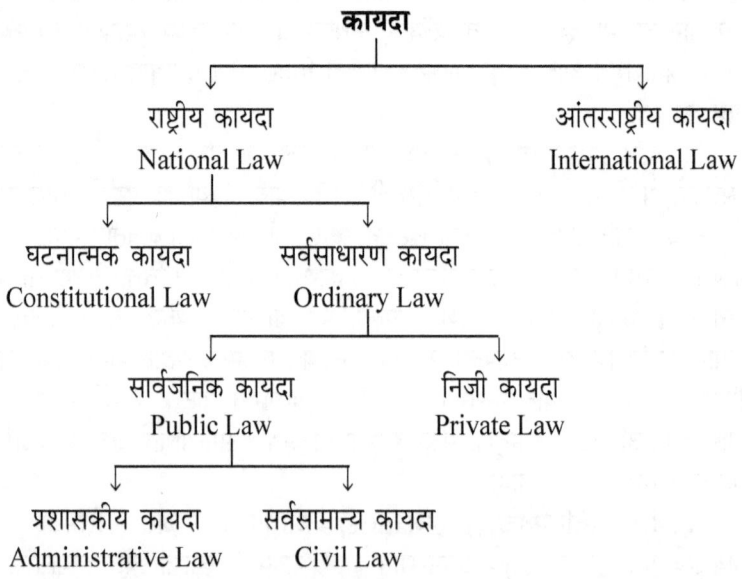

**कायदा**

- राष्ट्रीय कायदा (National Law)
  - घटनात्मक कायदा (Constitutional Law)
  - सर्वसाधारण कायदा (Ordinary Law)
    - सार्वजनिक कायदा (Public Law)
      - प्रशासकीय कायदा (Administrative Law)
      - सर्वसामान्य कायदा (Civil Law)
    - निजी कायदा (Private Law)
- आंतरराष्ट्रीय कायदा (International Law)

**३.५.१. राष्ट्रीय कायदा आणि आंतरराष्ट्रीय कायदा –** राष्ट्रीय कायद्याचे कार्यक्षेत्र राज्य व त्यातील व्यक्ती आणि संस्था यावर असते. राज्यातील सर्वांना राज्याचा कायदा बंधनकारक असतो. राज्याच्या कायद्याचा अवमान केल्यास किंवा भंग केल्यास त्याबद्दल कायद्यात दिलेल्या शिक्षेला ते पात्र होतात. कायद्याची अंमलबजावणी करण्याचा हक्क, अधिकार आणि क्षमता राज्याला सार्वभौमत्वामुळे मिळते. राज्याच्या

राष्ट्रीय कायद्याला 'स्थानिक (Municipal) कायदा' असेही म्हटले जाते.

आंतराष्ट्रीय कायदा हा दोन वा अधिक सार्वभौम राज्यांच्या संदर्भात त्यांच्या संबंधांचे नियंत्रण करणारा कायदा आहे. सर्वच राज्ये बाह्य सार्वभौमत्व (External Sovereignty) उपभोगत असल्याने तत्त्वत: एकाच पातळीवर असतात; पण व्यवहारात त्यांच्यावर त्यांच्या राष्ट्रीय हिताच्या जपवणुकीसाठी बंधने येतात. आंतरराष्ट्रीय कायद्याच्या अंमलबजावणीसाठी आंतरराष्ट्रीय पातळीवर सार्वभौम सत्ता नाही. राज्य मान्य करतील तर आणि त्याच मर्यादेत आंतरराष्ट्रीय कायद्याची अंमलबजावणी करता येते. तथापि, आंतरराष्ट्रीय कायदा विकसित आहे आणि संयुक्त-संघटना व जागतिक लोकमत यांची दखल राज्यांना घ्यावी लागत आहे.

**३.५.२. घटनात्मक व सर्वसाधारण कायदा –** राष्ट्रीय कायद्याचे दोन वर्ग पडतात. घटनात्मक आणि सर्वसाधारण कायदा, घटनात्मक कायदा हा राज्याचा पायाभूत कायदा असतो. राजकीय व्यवस्थेची पद्धत, शासनव्यवस्थेची रचना, नागरिकांचे मूलभूत हक्क आणि कर्तव्ये शासनाच्या विविध अंगांमधील सत्तेची विभागणी इ. मूळ राजकीय व्यवस्थेशी संबंधित असलेले विषय घटनात्मक कायद्यामध्ये येतात. घटना ही इतिहास, संस्कृती यामधून विकसित होत असते किंवा त्यासाठी मुद्दाम परिषद बोलावून, त्यात कलमवार चर्चा करून निश्चित केली जाते. घटनात्मक कायदा आधुनिक काळात प्राय: लिखित स्वरूपात असतो आणि त्याच्या स्पष्टीकरणाचा अधिकार न्यायसंस्थेकडे घटनेने सोपविला जातो. घटनात्मक कायदा त्याचे विषयक्षेत्र आणि त्यांत बदल करण्याची वेगळी पद्धत यांमुळे इतर कायद्यांपेक्षा तो वेगळा ठरतो. घटनात्मक कायद्यात बदल करण्याची पद्धत सर्वसाधारण कायद्याच्या तुलनेत काहीशी अवघड असते आणि ती पद्धत घटनेमध्येच स्पष्ट केलेली असते.

सर्वसाधारण कायदा म्हणजे शासनाने त्याच्या निश्चित केलेल्या कार्यक्षेत्रातील कायदा. व्यक्ती आणि व्यक्ती / संस्था तसेच व्यक्ती आणि शासन यांच्या संबंध क्षेत्रांसाठी हा कायदा असतो. या कायद्याचे उगमस्थान धर्म-रूढी (व्यक्तिगत विषय उदा. वारसा हक्क, विवाह इ.) किंवा व्यक्तिविकासाच्या कल्पनेनुसार विधिमंडळाने कायद्याने घालून दिलेल्या पद्धतीनुसार केलेले कायदे, या कायद्यांतील बदल विधिमंडळ नेहमीच्या कायदे करण्याच्या पद्धतीने करू शकते.

**३.५.३. सार्वजनिक कायदा आणि व्यक्तिगत कायदा –** सर्वसाधारण कायद्याचे दोन भाग पडतात. एक सार्वजनिक कायदा आणि दोन व्यक्तिगत कायदा. सार्वजनिक कायदा व्यक्ती आणि शासन यांच्या संबंधांचे नियंत्रण करतो. व्यक्तिगत कायदा व्यक्ती आणि व्यक्ती व संस्था यामधील संबंधांचे नियंत्रण करतो. या कायद्यानुसार व्यक्तीला काही हक्क मिळतात आणि त्यावर इतर व्यक्ती व संस्था यांनी आक्रमण केल्यास व्यक्तीला दाद मागता येते.

३.५.४. **प्रशासकीय कायदा आणि सर्वसामान्य कायदा** – सार्वजनिक कायद्याचे दोन भाग पडतात. एक प्रशासकीय कायदा आणि दोन सर्वसामान्य कायदा, प्रशासकीय कायदा नागरिक आणि प्रशासकीय अधिकारी यांच्या संबंधांतील असून प्रशासकीय अधिकारी म्हणून केलेली कृत्ये आणि नागरिक यांचे हक्क-कर्तव्ये या कार्यक्षेत्रांशी संबंधित असतो. सर्वसामान्य कायदा राज्य आणि व्यक्ती यांच्या परस्पर संबंधांचे नियंत्रण करतो. सर्वसामान्य कायद्याने व्यक्तीला मिळालेले हक्क स्पष्ट होतात आणि त्याचे रक्षण करण्याचे मार्ग त्यात असतात.

प्रशासकीय कायदापद्धती आणि सर्वसामान्य कायदा पद्धती (Civil Law) या राज्याच्या आक्रमणापासून व्यक्तीच्या न्याय्य हक्काचे रक्षण करण्याच्या पद्धती आहेत. प्रशासकीय पद्धत युरोपमध्ये प्रचलित आहे. नेहमीच्या न्याय पद्धतीबरोबर प्रशासकीय न्यायालय पद्धत कार्यरत असून त्यातील न्यायाधीश प्रशासकीय अधिकारीच असतात. खात्याच्या तांत्रिक कार्यपद्धतीचे ज्ञान कामकाजात महत्त्वाचे असते. सर्वसामान्य कायदा हा लिखित स्वरूपाचा असला तरी इंग्लंडमध्ये कायद्याच्या अधिराज्याची (The Rule of Law) आहे. हा सर्वसामान्य कायदा असला तरी तो अलिखित स्वरूपाचा असून रूढी, परंपरा, पूर्वनिर्णय यांवर अवलंबून असतो.

## ३.६. आंतरराष्ट्रीय कायदा हा कायदा आहे का?

कायदा म्हणजे नियमन करणारे नियम असले तरी त्याची अंमलबजावणी प्रभावीपणे व्हावी, म्हणून त्यामागे राज्याची सार्वभौमशक्ती (Sovereignty) असते. तशी शक्ती आंतरराष्ट्रीय कायद्याच्या मागे उभी नसल्याने आंतरराष्ट्रीय कायदा 'कायदा' या कसोटीला उतरतो का, असा प्रश्न उभा राहतो.

आधुनिक काळात दळणवळणाच्या साधनांतील वाढीने राष्ट्रांचे एकमेकांशी व्यापारी, सांस्कृतिक, राजकीय व सामाजिक संबंध वाढत आहेत. सारे जग जणू एक मोठा समाज बनणे अपरिहार्य झाल्याने त्यांचे संबंध स्पष्ट करणे व त्याची अंमलबजावणी होणे सर्वच सार्वभौम राष्ट्रांच्या दृष्टीने आवश्यक बनलेले आहे. जागतिकीकरणाच्या लाटेने राज्यांच्या सार्वभौमत्वाचाही पुनर्विचार करणे जरुरीचे बनलेले आहे.

सुसंस्कृत राज्ये परस्परांशी व्यवहार करताना ज्या नियमांना कायदेशीर बंधने मानतात; त्या सर्वमान्य प्रथा, संकेत, रूढी यावर आधारलेल्या नियमांना आंतरराष्ट्रीय कायदे म्हटले जाते. ('International law is the name for the body of customary and conventional rules which are considered legally, binding by civilized states in their intercourse with each other' - Oppenheimer). ओपनहायमर आंतरराष्ट्रीय कायद्याच्या संदर्भात आंतरराष्ट्रीय संघटनांचाही विचार केला जातो. राज्याची मान्यता प्रादेशिक, अंतराळ, सागरी सीमा व त्यावरील प्रभुत्व, राष्ट्रीयत्व,

राजकीय आश्रय, प्रत्यर्पण, जागतिक व्यवस्थेचे प्रश्न, तटस्थ राष्ट्रांचे हक्क इ. विषय येतात.

या कायद्यांच्या मागे अंमलबजावणीची कायदेशीर संस्था नसल्याने त्यांना आंतरराष्ट्रीय नीतिमत्तेचे नियम (Rules of International Morality) म्हणावे असे जॉन ऑस्टिन म्हणतात. कायद्याच्या पालनाची सक्ती करता येत नसल्याने त्याला 'कायदा' म्हणणे चुकीचे आहे, असे हॉलंड यांचे मत आहे. हा कायदा केवळ सौजन्यावर (law by courtesy) आधारलेला आहे. या कायद्यांची अंमलबजावणीही वास्तवात बड्या राष्ट्रांच्या इच्छाशक्तीवर अवलंबून असते. युद्धकाळात तर या कायद्यांचा मोठ्या प्रमाणावर भंग केला जातो. न्या. लोडर त्याला न्यायशास्त्राचे 'अनाथ बालक' असे म्हणतात.

तथापि, आंतरराष्ट्रीय कायद्याचा उगम इतिहास काळातून रूढी, प्रथा, परंपरा यामधून झालेला आहे. साधारणत: (Habitual) या कायद्याचा भंग केला जात नाही. आंतरराष्ट्रीय समाजाने त्याला मान्यता दिलेली आहे. तसेच केवळ 'वरिष्ठांची आज्ञा म्हणजे कायदा' असे मत ग्राह्य मानले जात नाही. कायद्याचा आधार मुख्यत्वे नैतिक व न्यायव्यवस्थेला स्थैर्य देणे हा असतो. राष्ट्रसंघाच्या स्थापनेपासून कार्यरत असलेल्या आंतरराष्ट्रीय न्यायालयाने दिलेले निवाडे, आंतरराष्ट्रीय कायद्याचे संहितीकरण (International Law Commission), आंतरराष्ट्रीय परिषदांचे जाहीरनामे (उदा. क्योटो पत्रक) यामधून आंतरराष्ट्रीय कायदा सबल कायदा होत आहे, असे जाणवते. राजकीय व्यवस्थांची सैद्धांतिक पार्श्वभूमी, सार्वभौमत्वाची कल्पना आणि आंतरराष्ट्रीय समाजामधील भौतिक विषमता व त्यामुळे निर्माण होणारे हितसंबंध या वास्तव अडचणींमधून मार्ग काढत आंतरराष्ट्रीय समाज एकसंध होईल आणि त्याबरोबर आंतरराष्ट्रीय कायदासुद्धा एकसंध होईल.

## ४. स्वातंत्र्य (Liberty)

### ४.१. स्वातंत्र्याची संकल्पना

स्वातंत्र्याची संकल्पना ही व्यक्तिविकास आणि व्यक्तीचे सामाजिक व राजकीय संस्थांबरोबरचे संबंध यांचा पाया आहे. लोकशाही राजकीय व्यवस्थेची स्वातंत्र्य ही संकल्पना मूलाधार आहे. स्वातंत्र्य ही एक नैसर्गिक प्रेरणा आहे. आपल्या कुवतीनुसार आपला विकास साधावा आणि आपल्या क्षमतांची पूर्ण वाढ होऊन त्यांचा ज्या कारणासाठी विकास होत आहे, ते कार्य पूर्ण कार्यक्षमतेने केले जावे, ही इच्छा म्हणजे नैसर्गिक इच्छा.

स्वातंत्र्य या अर्थीचा इंग्रजी शब्द 'Liberty' मूळ लॅटिन शब्द *'Liber'* या

शब्दापासून निर्माण झालेला आहे; पण, त्यात अनेक छटा आहेत आणि वेगवेगळ्या संदर्भांत स्वातंत्र्य या संकल्पनेचा अर्थ वेगवेगळा होऊ शकतो. स्वातंत्र्य आणि नियंत्रणाचा अभाव या दोन्ही स्थिती बरोबर जात नाहीत. किंबहुना, खरे स्वातंत्र्य समाजहिताच्या दृष्टीने असलेल्या बंधनातच उपभोगता येते. मुक्ततेमध्ये (Liberty) राज्याच्या हस्तक्षेपापासून संरक्षण असते. स्वातंत्र्यामध्ये (स्वातंत्र - Freedom) व्यक्तीची गुंतवणूक असते. स्वत:च्या विकासाच्या संदर्भात, स्वत:च्या हिताच्या संदर्भात स्वातंत्र्यामध्ये स्वत:च्या विचार-आचार, कृतीचे स्वातंत्र्य असते. (स्वायत्तता - autonomy) त्याचबरोबर आपल्या विचार-आचार कृतीच्या निवडीचे (विकल्प - Options) स्वातंत्र्यही असते. 'Freedom is to do what one desires and wills' - Feinberg. बर्लिन यांनी स्वातंत्र्याची सकारात्मक (positive) आणि अभावात्मक (negative) अशी विभागणी केलेली आहे. 'कशासाठी' आणि 'कशापासून' स्वातंत्र्य हा विचार स्वातंत्र्याचा खरा अर्थ सांगण्याच्या दृष्टीने महत्त्वाचा ठरतो. राज्याच्या हस्तक्षेपाचे क्षेत्र निश्चित करताना स्वातंत्र्याच्या कल्पनेचा आधार घेतला जातो आणि तो हस्तक्षेप घटनात्मकदृष्ट्या मान्य असलेला असावा लागतो. काहीही अर्थच्छटा असो, स्वातंत्र्य हा मानवाचा अमूल्य ठेवा आहे आणि त्याचे रक्षण करण्यासाठी त्याने असीम हा त्याग केलेला आहे, ही इतिहासाची साक्ष आहे.

## ४.२. स्वातंत्र्याची व्याख्या

१. स्वातंत्र्य म्हणजे व्यक्तीला स्वत:च्या क्षमतेचा विकास करण्याची संधी मिळेल; अशा बाह्य वातावरणाची आत्मियतेने केलेली निर्मिती; स्वातंत्र्य हे हक्कातून निर्माण होते. ('Liberty is eager maintenance of that atmosphere in which men have the opportunity to do their best selves. Liberty therefore is the product of rights' - Laski.)

२. सामाईकपणे योग्य कार्य करण्याची सकारात्मक शक्ती म्हणजे स्वातंत्र्य होय. ('Freedom is a positive power of doing something, worth doing in common with others' - T. H. Green)

३. 'नैसर्गिकरीत्या आणि आपणहून एकत्रित आलेल्या व्यक्तिगटांना आपले विचार व्यक्त करण्याचे आणि त्यानुसार कार्य करण्याचा, कायद्याच्या चौकटीत राहून आणि इतर गटांच्या तशाच अधिकाराचा संकोच न करण्याचा अधिकार म्हणजे स्वातंत्र्य' - रॅम्से म्यूर.

व्यक्तीला आपल्या गुणांचा विकास व्हावा, यासाठी अनुकूल बाह्य वातावरणाची गरज असते; नव्हे तसे वातावरण निर्माण होणे हा त्याचा हक्कच असतो; अशा तऱ्हेने विकसित व्यक्तिमत्त्वाचे नागरिक एकमेकांबरोबर सहकार्य करून समाजाला हितावह असे विचार आणि कृती करू शकतील. कोणताच हक्क अनिर्बंध नाही. इतर व्यक्ती/

व्यक्ती यांच्या अशाच स्वरूपाच्या अधिकारावर कोणालाही अतिक्रमण करता येणार नाही. हक्क हे समाजामध्ये असतात; समाजविरोधी हक्क असू शकत नाहीत.

प्रत्येक राज्याचा इतिहास, आर्थिक स्थिती, सामाजिक संस्कृती यानुसार स्वातंत्र्याचा आशय आणि गाभा वेगवेगळा असतो. राज्याची स्थिती बदलत गेली की, स्वातंत्र्याची संकल्पनाही बदलत जाते. ग्रीक विचारांत स्वातंत्र्याचा हक्क राजकीय प्रक्रियांत भाग घेण्याचा होता; कारण नागरिकाचे ते मुख्य काम मानले जाई. जगातील क्रांतीचे उगमस्थान नागरी आणि राजकीय स्वातंत्र्याची व्यक्ती आणि समाजाला वाटणारी ओढ आहे; मग ती जुलमी राज्याविरुद्ध असलेला लढा असो किंवा परकीय सत्तेविरुद्ध पुकारलेले युद्ध असो. 'Liberty is a freedom especially opposed to political subjection, imprisonment or slavery.' केवळ बंधनाचा अभाव म्हणजे 'स्वातंत्र्य' नव्हे तर व्यक्ती आणि व्यक्तिगट यांच्या क्षमतांचा पूर्ण विकास होऊन त्याचा समाजाभिमुख उपयोग होण्यासाठी अनुकूल बाह्य वातावरणाची निर्मिती ही पण स्वातंत्र्याच्या कल्पनेत अभिप्रेत आहे. लोकशाहीची व्यवस्था स्वातंत्र्याच्या विकासाला पोषक असते. हुकूमशाही राजवटीत किंवा पारतंत्र्यात स्वातंत्र्याचा विकास होणे अशक्यच आहे.

### ४.३. स्वातंत्र्य आणि स्वैराचार (Liberty and Licence)

स्वातंत्र्य याचा अर्थ व्यक्तीला आपल्या इच्छेनुसार वागण्याचे स्वातंत्र्य. अर्थात, हा अर्थ टोकाला नेला असता, समाजात अव्यवस्था-अराजक माजण्याची शक्यता आहे आणि स्वातंत्र्याच्या मूळ आशयालाच धोका पोहोचेल. स्वातंत्र्य ही मूल्य-प्रधान (Value-loaded) कल्पना आहे. अमर्याद स्वातंत्र्य हे मूल्य-विरहित (Value-less) असल्याने समाजव्यवस्थेच्या दृष्टीने स्वैराचारावर बंधने असणे गरजेचे बनते.

रॉबर्ट नोझिक किंवा मिल्टन फ्रीडमन हे उजव्या विचारसरणीचे असल्याने स्वातंत्र्याच्या आर्थिक दृष्टिकोनातून निवडीच्या स्वातंत्र्याचा आणि बाजारव्यवस्थेचा त्यांनी पाठपुरावा केलेला आहे. खासगी मालमत्तेचा हक्कही व्यक्तीचा नैसर्गिक हक्क मानला जाऊन त्याचे राज्याने रक्षण केले पाहिजे, असे उदारमतवादी विचारसरणी मानते. लॉकच्या विचारात खासगी मालमत्तेच्या स्वातंत्र्याचा आग्रह आहे. समाजवादी विचारांनुसार खासगी मालमत्ता बहुसंख्याकांच्या शोषणांतून निर्माण झालेली असून ती मूलतः अनैतिक आहे. मानवी कल्याणाचा व्यक्तीचा हक्क मूलभूत असून त्यासाठी सकारात्मक भूमिका राज्याने घेतली पाहिजे; अशी कल्याणकारी राज्याकडून अपेक्षा आहे. उदारमतवादी नैसर्गिक हक्क, मानवी हक्क किंवा नागरी हक्क आणि ते उपभोगण्याचे स्वातंत्र्य राज्याकडून अपेक्षा करतात. वैयक्तिक हक्क आणि स्वातंत्र्य हे अखेर राजकीय आणि तात्त्विक पातळीवर येतात आणि मतभेदाचे विषय बनतात.

जॉन स्टुअर्ट मिलने स्वातंत्र्याच्या बाबतीत बहुमताच्या जुलमाची कल्पना पुढे मांडलेली आहे. (Tyranny of the Majority) आणि व्यक्तिगत हुकूमशाहीपेक्षा ती अधिक धोकादायक असते; कारण ती बहुमताच्या लोकशाही बुरख्याआडून येते. अल्पसंख्याक व्यक्ती आणि त्यांच्या मताचेही जतन करणे, हे खऱ्या लोकशाहीचे कर्तव्य आहे. मिलने व्यक्तीच्या कृतींचे दोन भाग पाडलेले आहेत. एक स्व-संबंधी (Self-regarding) आणि दुसरा समाजासंबंधी (Other-regarding). स्व-संबंधी क्षेत्रांत व्यक्तीला पूर्ण स्वातंत्र्य असावे, असे प्रतिपादन केलेले आहे. 'The sole end for which mankind are warranted individuality or collectivity in interfering with the liberty of action of any, their member is self-protection - In the part which merely concerns himself (Self-regarding sphere) his independence of right is absolute.' मिल विचाराचे आणि मताचे स्वातंत्र्य या बाबतीत आग्रही होता. मत स्वातंत्र्यावरील गदा येण्यात दडपून टाकलेल्या मतापेक्षा प्रचलित असलेल्या मताचाच अधिक तोटा होत असतो. सत्य मत हे केवळ संख्याबळावर ठरविता येत नाही. एखादे मत चांगले आहे का नाही, हेसुद्धा शेवटी एक मतच असते. प्रचलित आणि विरोधी दोन्हीही मते अर्धसत्य असण्याची शक्यता नाकारता येत नाही आणि मतस्वातंत्र्य नसेल तर प्रस्थापित मत एक अपरिवर्तनीय घनीभूत विचार बनेल आणि त्याचाच तोटा होईल. 'It is not the heretic who loses but the believer in the dogma.' व्यक्तिस्वातंत्र्याचा प्रश्न अखेरीस समाजाचा प्रभाव आणि समाजाशी असलेले व्यक्तीचे देणे यांच्याशी निगडित आहे आणि व्यक्तिवादी खुले धोरण आणि बेंथॅमचा उपयुक्ततावाद (Utilitarianism) यांना मुरड घालत मिल समाजवादाकडे झुकलेला आहे.

## ४.४. अभावात्मक स्वातंत्र्य (Negative Freedom)

बर्लिन यांनी अभावात्मक (Negative) स्वातंत्र्याची कल्पना पुढे आणली. सकारात्मक (Positive) स्वातंत्र्यामधील व्यक्तिस्वातंत्र्यावरील आक्रमणाची शक्यता लक्षात घेऊन त्याने अभावात्मक (Negative) संकल्पना विशद केली. हॉब्ज, लॉक, बेंथॅम, हायेक, मिल हे विचारवंत अभावात्मक स्वातंत्र्याची कल्पना उचलून धरतात. तर रूसो, हेगेल, मार्क्स हे सकारात्मक स्वातंत्र्याचा आग्रह धरतात.

अभावात्मक स्वातंत्र्य म्हणजे नियंत्रणाचा अभाव, बाह्य हस्तक्षेपाला विरोध. सकारात्मक स्वातंत्र्य म्हणजे व्यक्तिविकास आणि स्वायत्ततेचा अधिकार. इतरांनी जाणीवपूर्वक प्रतिबंध सोडता इतर कोणत्याही मार्गाने स्वातंत्र्याचा संकोच होता कामा नये आणि कायदा हाच खरा स्वातंत्र्याचा अडसर आहे. अभावात्मक स्वातंत्र्य 'मूल्य-निरपेक्ष' संकल्पना मानली जाते. कायदा आणि शासन यांचा

किमान हस्तक्षेप त्यामागे गृहीत धरलेला आहे. अभावात्मक स्वातंत्र्य व्यक्तिस्वातंत्र्यवादी खुल्या-मुक्त व्यवहाराचा (Laissez-faire) पुरस्कार करतात. स्वातंत्र्य आणि सामाजिक न्याय व समता यांत स्वातंत्र्याच्या बाजूने सतत समतोल राखण्याचा प्रयत्न केला जातो.

'निवडीचे स्वातंत्र्य (Freedom of Choice) आणि त्यासाठी खुली बाजारव्यवस्था यांचा आर्थिक स्वातंत्र्यात अंतर्भाव होतो' - फ्राईडमन / Friedman. निवडीच्या स्वातंत्र्याबरोबर पर्याप्त पर्यायांची उपलब्धताही असणे आवश्यक आहे. भांडवलशाही व्यवस्थेत असे पर्याय नसल्याने कामगार म्हणजे 'रोजंदारीचे गुलाम'च बनतात. अभावात्मक स्वातंत्र्याच्या कल्पनेत खासगी-व्यक्तिगत क्षेत्राचीही कल्पना येते. व्यक्तीचा खासगीपणाचा हक्क (Right to Privacy) उदारमतवादी लोकशाहीत महत्त्वाचा मानला जातो. व्यक्तीला आपले हित योग्य पद्धतीने कळते, असा त्यामागे विश्वास आहे. व्यक्तीवर आणि व्यक्तीच्या विचार-कृती करण्याच्या बौद्धिक क्षमतेवर विश्वास ठेवला पाहिजे, असे अभावात्मक स्वातंत्र्यवादी म्हणतात.

## ४.५. सकारात्मक स्वातंत्र्य (Positive Freedom)

अभावात्मक स्वातंत्र्यामधून व्यक्तिविकासाऐवजी आर्थिक असमतोल आणि बाजारव्यवस्थेच्या अनिश्चिततेला व्यक्तीला तोंड द्यावे लागेल. त्यातून सकारात्मक स्वातंत्र्याची कल्पना पुढे आली. शासन कसे असावे, या प्रश्नापेक्षा ते कोणत्या प्रकारच्या लोकांचे असावे, हा विचार सुसंगत ठरतो. त्या दृष्टीने राज्याचे कल्याणकारी स्वरूप वा वंचितांच्या बाजूने केलेला हस्तक्षेप न्याय्य ठरतो; अशा तऱ्हेच्या नियंत्रणाने स्वातंत्र्याचा संकोच न होता खऱ्या अर्थाने व्यक्तिविकास होतो ('Attainment of Individuality, - J.S. Mill). लोकशाही समाजव्यवस्थेमधील व्यक्तिवरील बंधने म्हणून खऱ्या अर्थाने व्यक्तिविकासाला पूरकच असतात. केवळ बंधनाच्या अभावापेक्षा कार्य करण्याची क्षमता, विकाससंधीची उपलब्धता ही अधिक महत्त्वाची आहे. 'State must help individuals to help themselves.' व्यक्तीचे सबलीकरण करणे आणि सामाजिक अन्यायापासून त्यांची मुक्तता करणे. उदा. गरिबी, आरोग्य, शिक्षण या क्षेत्रातील कार्यक्रमांची कार्यक्षमतेने अंमलबजावणी करणे हे राज्याचे ध्येय असले पाहिजे; त्यातून व्यक्तिस्वातंत्र्याला पूरक असे सामाजिक वातावरण निर्माण होईल.

व्यक्तिविकासाला स्वातंत्र्यामुळे 'शक्ती' किंवा 'संधी' प्राप्त होते. रूसोने सामाजिक इहेची कल्पना मांडलेली आहे आणि ते वरच्या दर्जाचे स्वातंत्र्य आहे, खरे स्वातंत्र्य हेच आहे असे म्हटलेले आहे.

स्वातंत्र्याची कल्पना आपल्या विचारांपेक्षा वेगळा विचार-कृती सहन करण्याच्या मर्यादेशी जोडली जाते. वेगळ्या विचार-कृतीचे अस्तित्व मानण्यामागे नैतिकतेबरोबर

एक सामाजिक व्यवहार म्हणूनही पहावे लागेल. लॉक आणि मिल यांनी या विचारांचा पुरस्कार केलेला आहे.

### ४.६. बहुआयामी स्वातंत्र्य (Categories of Liberty)

समाजजीवनाच्या स्थित्यंतरात आणि व्यक्तिविकासात स्वातंत्र्याची संकल्पना विविध रूपांत पुढे आलेली आहे.

**४.६.१. नैसर्गिक स्वातंत्र्य (Natural Liberty) :** नियंत्रणाचा अभाव अशी स्वातंत्र्याची व्याख्या केल्यास निसर्गात असलेले हे स्वातंत्र्य आधुनिक विकसित समाजात स्वातंत्र्याच्या अभावात परिवर्तित होण्याची भीती आहे. 'सामाजिक करार' कल्पनेचे पुरस्कर्ते असा स्वातंत्र्याचा विचार मांडतात. अर्थात, निसर्ग-अवस्था ही अराज्यवादाच्या व्यवस्थेकडे जाणारी आहे. अराज्यवादात सर्व व्यक्तींना असे स्वातंत्र्य असेल आणि सर्वजण ते उपभोगू शकतील व कोणीही त्याच्या स्थानाचा दुरुपयोग करून इतरांना त्यांच्या स्वातंत्र्याच्या हक्कापासून वंचित करणार नाही; यावर श्रद्धा ठेवणारी असावयास हवी. नैसर्गिक स्वातंत्र्य आणि नैसर्गिक न्याय बरोबरीने जातात. नैसर्गिक न्याय हा 'न्याय' आणि 'बुद्धी' यावर आधारलेला असतो. सोफिस्ट विचार व रोमन कायदा यांचा नैसर्गिक कायदा हा आधार होता. मध्ययुगातही धर्मपीठाचा कायदा हा परमेश्वराचा कायदा म्हणून मानला जाई.

**४.६.२. नागरी स्वातंत्र्य (Civil Liberty) :** व्यक्ती समाजात राहात असताना तिच्यावर काही बंधने येतात. त्याचबरोबर व्यक्तिविकासासाठी राज्याने काही हक्क / स्वातंत्र्ये व्यक्तीला देणे अपेक्षित असते. अर्थात, प्रत्येक राज्याच्या इतिहासानुसार नागरी स्वातंत्र्याचा आशय वेगवेगळा असू शकतो. त्यात मुख्यत्वे आचार-विचार, अभिव्यक्ती, निवास, खासगी मालमत्ता आणि संस्कृतीजतन हे अधिकार असतात. भारताच्या राज्यघटनेत मूलभूत हक्कांत त्यांचा समावेश केलेला दिसून येतो. पाश्चात्त्य देशांत व्यक्तीच्या खासगी आयुष्याचा (Right to Privacy) आग्रह धरला जातो. बेकायदा किंवा असमर्थनीय नियंत्रणे राज्याने घालू नयेत असे प्रतिपादन केले जाते. सर्व व्यक्ती समान असून आपल्या क्षमतेनुसार आणि संधीनुसार आपला विकास करण्याचा हक्क व्यक्तीला आहे. राज्याने व्यक्तीवर आपली बंधने लादू नयेत, यासाठी उदारमतवादी पाश्चात्त्य लोकशाही समाज जागरूक असतो. सर्वंकष राजवटीत व्यक्तीवर राज्याची बंधने असून राज्याच्या बंधनांना केलेला विरोध मोडून काढला जातो. दुसऱ्या महायुद्धातील काळात अमेरिकन अध्यक्ष रुझवेल्ट यांनी प्रसिद्ध केलेली चार स्वातंत्र्ये नागरी स्वातंत्र्याचा गाभा म्हणता येतील. ती याप्रमाणे होती - १. विचार आणि अभिव्यक्तीचे स्वातंत्र्य, २. धर्म-निवड आचार स्वातंत्र्य, ३. गरजेनुसार स्वातंत्र्य, ४. भयापासून स्वातंत्र्य. व्यक्तीच्या किमान गरजा भागल्या गेल्या पाहिजेत.

तसेच त्याच्यावर जबरदस्ती वा धाक यांचे सावट असता कामा नये. तरच व्यक्ती खऱ्या अर्थाने समाजात समान नागरिक म्हणून आपले जीवन जगू शकेल.

**४.६.३. राजकीय स्वातंत्र्य (Political Liberty) :** राजकीय हक्कातून राजकीय स्वातंत्र्याचे रक्षण होते. मतदानाचा अधिकार आणि त्याचा तार्किक विकास लक्षात घेता त्यातून निवडणुकीला उभे राहण्याचा आणि सार्वजनिक पद सांभाळण्याचा अधिकार व्यक्तीला मिळतो. मतस्वातंत्र्यातून समविचारी लोकांची संघटना करण्याचा आणि शासनावर टीका करण्याचाही अधिकार राजकीय स्वातंत्र्यामध्ये येतो. राजकीय हक्कातून लोकशाही व्यवस्था निर्माण होते. राजकीय स्वातंत्र्य राज्याशी संबंधित असल्याने परकीय नागरिकांना राजकीय स्वातंत्र्य नसते. मात्र, नागरी स्वातंत्र्य आणि आर्थिक स्वातंत्र्य (कायद्यामधील अटी धरून) परकीयांना कोणत्याही देशांत दिले जाते. राजकीय स्वातंत्र्यामधून जनतेच्या सार्वभौमत्वाचा आविष्कार होत असतो. राज्यघटनेत व्यक्तीला मिळणाऱ्या नागरी व राजकीय स्वातंत्र्याचा आशय विविध कलमांत स्पष्ट केलेला असतो.

**४.६.४. आर्थिक स्वातंत्र्य (Economic Liberty) :** व्यक्तीला आपले नागरी जीवन सुसह्य आणि सुरक्षित ठेवण्यासाठी आर्थिक स्वातंत्र्याची गरज असते. त्यात कामाचा हक्क, कामाच्या योग्य मोबदल्याचा हक्क व त्याचबरोबर कामाशी संबंधित धोका-अडचणी यापासून संरक्षण (उदा. अपघात, आजार, बेकारी) आणि शोषणाविरुद्धचा अधिकारही येतो. व्यवसायनिवडीचे स्वातंत्र्य हा आर्थिक स्वातंत्र्याचा एक मोठा आधार आहे. प्रे. रुझवेल्ट यांच्या गरजेपासून स्वातंत्र्य यामध्ये आर्थिक स्वातंत्र्याचा गाभा आहे. आर्थिक स्वातंत्र्य नसेल तर नागरी व राजकीय स्वातंत्र्य कमकुवत बनेल. समाजात धनदांडग्यांचे वर्चस्व प्राप्त होईल आणि दुर्बल, वंचित, असाहाय्य समाज प्रत्यक्षात गुलामीचे जिणे जगेल. त्याचे सर्वार्थाने शोषण होईल. समतोल आर्थिक विकास आणि व्यक्तीला बेरोजगारीपासून मुक्तता मिळेल, तर लोकशाही व्यवस्थाही बळकट होईल. त्यासाठी शासनाने आर्थिक हक्क नि:संदिग्धपणे स्पष्ट केले पाहिजेत आणि त्यांच्या रक्षणाचे मार्ग तितकेच प्रभावीपणे कार्यवाहीत आणले पाहिजेत. काम करण्याच्या किमान वेतनाचा हक्क, विकासासाठी फुरसतीचा पगारी वेळ आणि कामाशी संबंधित असलेले धोके लक्षात घेता त्याबाबत तरतूद या मार्गांचा शासनाने अवलंब केला पाहिजे. समाजवादी कल्याणकारी राज्य याबाबतीत आग्रही भूमिका घेतात. नवलोक व्यवस्थापन राज्याचे क्षेत्र कमी करून बाजारपद्धतीवर हे कार्य सोपवीत आहे. विकसनशील राज्यांच्या दृष्टीने हे अकाली असल्याचे वाटते.

**४.६.५. राष्ट्रीय स्वातंत्र्य (National Freedom) :** जे स्वातंत्र्य व्यक्तीला त्याच्या विकासासाठी हवे तेच स्वातंत्र्य राजकीय समाजाला असणे आवश्यक आहे. राष्ट्र हे बाह्य नियंत्रणापासून मुक्त असले पाहिजे. सार्वभौमत्वाच्या कल्पनेत या

स्वातंत्र्याचा आग्रह धरलेला आहे. राष्ट्रीय स्वातंत्र्याच्या चौकटीत नागरी, राजकीय आणि आर्थिक स्वातंत्र्याला अर्थ प्राप्त होतो. आंतरराष्ट्रीय संबंधात राज्य परकीय राज्याच्या दबावापासून मुक्त असते. आंतरराष्ट्रीय संबंधात राज्याने स्वीकारलेला तह-करार यामधून येणारी बंधने ही राज्याने स्वत: स्वीकारलेली असतात. त्यामुळे त्यांना राज्याच्या राष्ट्रीय स्वातंत्र्याचा संकोच होत नाही. वेस्टफालियाच्या तहाने राष्ट्र-राज्ये निर्माण झाल्यानंतर राष्ट्रीय स्वातंत्र्याचा प्रश्न महत्त्वाचा ठरला. कदाचित, जगाच्या नवीन रचनेत संयुक्त राष्ट्रासारख्या (UNO) आंतरराष्ट्रीय संघटनेच्या आधिपत्याखाली जगाची संघराज्यात्मक रचना निर्माण होईल व राष्ट्रीय स्वातंत्र्य आंतरराष्ट्रीय पातळीवरील नागरी स्वातंत्र्याच्या दर्जाचे होईल. अर्थात, त्यासाठी जागतिक पातळीवर नागरी समाज निर्माण झाला पाहिजे अशा संघराज्याचे घटक राष्ट्रांचे प्रादेशिक समूह (regional blocks) असतील.

राष्ट्रीय स्वातंत्र्याची चळवळ हा विसाव्या शतकांतील राजकीय चळवळींचा मोठा टप्पा आहे. साम्राज्यवाद आणि वसाहतींची व्यवस्था, अंतर्गत तणाव, बदलत्या आंतरराष्ट्रीय घडामोडी यामुळे कमकुवत होऊ लागल्या. आफ्रिका आणि आशिया खंडातील वसाहतींचे प्रदेश राष्ट्रीय, राजकीय चळवळीतून स्वतंत्र होऊ लागले. स्वयंनिर्णय आणि राष्ट्रीय स्वातंत्र्याचा हक्क जनजागृतीमुळे प्रभावी बनला. राष्ट्रवाद ही आजही लोकांना जागृत करणारी आणि एकत्र आणणारी एक शक्ती आहे आणि आंतरराष्ट्रीय महासत्ता म्हणून ओळखल्या जाणाऱ्या राष्ट्रांनाही त्याची दखल घ्यावी लागते. भारत, द. आफ्रिका, अल्जेरिया, व्हिएतनाम, पॅलेस्टाइन या राष्ट्रांचे स्वातंत्र्यलढे या जागतिक इतिहासातील महत्त्वाच्या घटना आहेत. या राष्ट्रीय चळवळींनी राष्ट्रवादाचा पाया अधिक व्यापक केला. केवळ राजकीय स्वातंत्र्य हे ध्येय न ठेवता, राष्ट्रवाद ही एक सामाजिक परिवर्तनाची, सांस्कृतिक क्रांतीची आणि नव्या आत्मभानाची नांदी ठरते. एकाच वेळी हा लढा राजकीय मुक्तिसंग्राम, समाजवादी, साम्यवादी नवरचना, गोऱ्या वर्चस्वाविरुद्ध एकजूट, वसाहतवादी मनोवृत्तीवर प्रहार असा अनेक-अंगी बनतो.

### ४.६. स्वातंत्र्याची हमी (Conditions of Liberty)

**४.६.१. स्वातंत्र्याची तीव्र भावना :** स्वातंत्र्याची मुख्य हमी स्वातंत्र्याविषयी वाटणारी तीव्र भावना आहे अशी भावना स्वातंत्र्याला प्राथमिकता दिल्याने निर्माण होते; आणि त्यामुळे स्वातंत्र्याचे रक्षण करण्यासाठी व्यक्ती अखंड जागरूक रहाते. निष्काळजीपणा किंवा अनुत्साह असेल तर स्वातंत्र्यावर केव्हा आक्रमण होईल हे सांगता येणार नाही. 'Eternal vigilance is the price of freedom' - Byron. स्वातंत्र्याविषयीची आत्मीयता कृत्रिमरीत्या निर्माण करता येत नाही किंवा बाहेरून लादता येत नाही.

**४.६.२. लोकशाही शासनव्यवस्था :** लोकशाही शासनव्यवस्था लोकानुवर्ती, लोककेंद्री आणि लोकप्रातिनिधिक व्यवस्था असल्याने लोकशक्तीचा विकास करण्यासाठी ती अस्तित्वात येते. लोकांचे मूलभूत हक्क राज्यघटनेत स्पष्ट नमूद केलेले असतात आणि त्यांच्या रक्षणाविषयीची पद्धतही त्यात दिलेली असते. व्यक्तीच्या स्वातंत्र्यावर सत्ताधारी पक्षाने आक्रमण केल्यास लोकांना त्याविरुद्ध न्यायमंडळाकडे दाद मागता येते. लोकशाही शासन हे जबाबदार शासन म्हणून ओळखले जाते. लोकशाहीत सर्व समान असून त्यात वर्ग-जात-लिंग यानुसार भेद केला जात नाही.

**४.६.३. सत्ताविभागणीचे तत्त्व :** सत्तेची प्रवृत्ती केंद्रित होण्याकडे असल्याने शासनाच्या सत्तेचे विभाजन केले जाते. कार्यकारी मंडळ, विधिमंडळ व न्याय मंडळ या शासनाच्या प्रमुख विभागांना त्यांचे कार्य करण्याच्या दृष्टीने आवश्यक ती सत्ता देत असताना त्यावर नियंत्रण ठेवून सत्तावाटप समतोल करण्याचाही प्रयत्न केला जातो. त्यामुळे तीनही सत्तांवर परस्परांचे नियंत्रण ठेवले जाते. (Balance of Power). अध्यक्षीय पद्धतीत अशा विभाजनसमतोलाची अधिक आवश्यकता असते. संसदीय पद्धतीतही बहुमतवाल्या पक्षाची हुकूमशाही स्थापन होण्याचा धोका असतो; अशा वेळी न्यायमंडळाच्या स्वातंत्र्याचे महत्त्व अधिक मोलाचे बनते; न्यायमंडळ त्याला दिलेल्या अधिकारात व्यक्तिस्वातंत्र्याचे बहुमताच्या जुलमापासून रक्षण करू शकते. विशेष पद्धतीने न्यायमंडळाचे स्वातंत्र्य अबाधित ठेवता येते.

**४.६.४. कायद्याचे अधिराज्य :** कायद्याचे राज्य असताना घटनात्मक तरतुदींनी लोकांच्या स्वातंत्र्याचे रक्षण होऊ शकते. कायदा व्यक्तिनिरपेक्ष आणि सार्वत्रिक असून त्याच्यापुढे सर्व समान असतात. अलिखित राज्यघटनेत कायद्याबरोबर रूढी-पूर्व निवाडे यांनाही महत्त्व दिले जाते. प्रस्थापित कायद्याने आणि प्रस्थापित न्यायालय - व्यवस्थेत, कायद्याच्या पद्धतीने गुन्हा सिद्ध झाल्यासच त्याला शिक्षा होऊ शकते. इंग्लंडमध्ये कायद्याच्या अधिराज्याची पद्धत आहे.

**४.६.५. प्रभावी व जागरूक लोकमताची साधने :** लोकांची जागरूकता जपण्याचे आणि संघटित करून त्याचा प्रभाव वाढविण्याचे कार्य वृत्तपत्रे आणि सभा, संमेलने, चळवळी असे लोकउपक्रम करीत असतात. शासनावर त्यांचा दबाव पाडून शासनही त्यांच्या मर्यादेत रहाते आणि लोकांच्या स्वातंत्र्याचे रक्षण होते. आधुनिक तंत्राने माध्यमाचे महत्त्व आणि कार्यक्षेत्र अधिक प्रभावी बनलेले आहे. अर्थात, त्याचा दुरुपयोग होणार नाही याचीही काळजी घ्यावी लागेल.

**४.६.६. राजकीय पक्ष :** हे लोकमनाला वाचा फोडून ते संघटित करीत असतात; व त्यानुसार आपला जाहीरनामा तयार करून त्यावर लोकांचा कौल सार्वत्रिक निवडणुकांमधून घेत असतात. समता (Equality) स्वातंत्र्याचे खरे रक्षण

समतेची समाजरचनाच करू शकेल. समता ही स्वातंत्र्याची मूळ अट आहे आणि मुख्यत्वे आर्थिक समता निर्माण होणे आवश्यक आहे. समाजाची विभागणी गरीब आणि श्रीमंत अशा वर्गांत झाली की राज्याच्या विघटनाची ती सुरुवात होते आणि शासनयंत्रणेवर श्रीमंत वर्गांचा प्रभाव व ताबा राहून गरीब, वंचित आणि असंघटित अशा बहुसंख्य वर्गाला स्वातंत्र्याच्या हक्कालाही वंचित राहावे लागते. 'स्वातंत्र्य' आणि 'समता' एकमेकांना पूरकच असे हक्क आहेत.

स्वातंत्र्याच्या कल्पनेविषयीची विविध मते आणि मतांतरे लक्षात घेता स्वातंत्र्य हे मूल्य कोणत्याही राजकीय तत्त्वज्ञानाचा केंद्रभाग आहे असेच म्हणावे लागेल.

## ५. समता (Equality)

### ५.१. संकल्पना

स्वातंत्र्याइतकेच व्यक्तिविकासाच्या दृष्टीने 'समता' हे श्रेष्ठ दर्जाचे व्यावहारिक आणि नैतिक मूल्य आहे. प्राचीन काळात समतेच्या तत्त्वज्ञानाचा पुरस्कार मुख्यत्वे धार्मिक आणि मानवी दृष्टिकोनातून केलेला आहे. त्याच वेळी व्यक्ति-व्यक्तींमधील नैसर्गिक असमानता लक्षात घेऊन समपातळीवरील समतेचा आग्रह राज्याच्या स्थैर्यावर प्रतिकूल परिणाम करेल, असे ॲरिस्टॉटल म्हणतो. समाजातील वर्गामध्ये मात्र अंतर्गत समता आवश्यक आहे असे त्याचे मत आहे. आधुनिक काळात फ्रेंच राज्यक्रांती (१७८९) मधून स्वातंत्र्य-समता-बंधुता ही तत्त्वत्रयी आदर्श समाजाचा पाया म्हणून मानली गेली. लोकशाही व्यवस्थेचा ती आधार आहेत; तर समाजवादी विचारांचा केंद्रबिंदू समतेचे तत्त्वज्ञान आहे. 'Men are born free and always continue to be free and equal in respect of their rights' – हा फ्रेंच राज्यक्रांतीचा घोष आहे.

अर्थात, समता म्हणजे समानता नाही. निसर्गातच व्यक्ति-व्यक्तींमध्ये असमानता असते. आपल्या कुवती-क्षमतेनुसार आपल्या गुणांचा विकास करून परिपूर्ण जीवन जगता यावे असा त्यामागे हेतू असतो. 'नैसर्गिक' याचा अर्थ 'अंगभूत असलेल्या' क्षमतेचा पूर्ण विकास घेण्याची स्थिती. 'All men are created equal' हा अमेरिकन जाहीरनाम्यातील विचार समाजाच्या प्रगतीची दिशा दाखवितो; वस्तुस्थिती नाही. तथापि, विषमतेमुळे समाजात असंतोष निर्माण होतो आणि त्याचे स्थैर्य नष्ट होते. नैसर्गिक विषमतेला 'विषमता' म्हणण्यापेक्षा 'विविधता' म्हणणे अधिक योग्य ठरेल; कारण प्रत्येक जाती-प्रजातीमध्ये नैसर्गिक समताच असते. मानवनिर्मित विषमता-मुख्यत्वे आर्थिक विषमता व त्यामधून निर्माण होणारी सामाजिक व राजकीय विषमता समाजव्यवस्थेला घातक ठरते.

समतेचा आग्रह हा समतलतेचा आग्रह आहे. 'It implies fundamentally a levelling process that no man shall be so placed in society that he can over reach his neighbour to the extent which constitutes a denial of latters.'

समाजापुढील मुख्य प्रश्न व्यक्तीचे स्वातंत्र्य आणि त्याचा सर्वांना उपभोग घेण्यासाठी समाजातील अटळ आणि मानवनिर्मित क्षमतेवर कितपत नियंत्रण असावे हा आहे; कारण सामाजिक संस्थांचा आधार 'सामाजिक न्याय' हा आहे. आर्थिक विषमतांमुळे केवळ आर्थिक क्षेत्रांतच व्यक्तीची कुचंबणा होते असे नाही, तर राजकीय आणि सामाजिक क्षेत्रांतही विकासाच्या संधीची उपलब्धता संकुचित रहाते. त्यामुळे समतेचा आग्रह केवळ एकाच क्षेत्रापुरता धरणे, हे समतेच्या तत्त्वाच्या मूळ आशयाच्या विरुद्ध आहे. व्यक्ति-व्यक्तींमध्ये अधिकार-संधी या बाबतीत विकल्प असू नये, या विचाराने भारतीय राज्यघटनेमध्ये समतेच्या तत्त्वाचा व्यापक पाया स्पष्ट करून त्यात कायद्यापुढे समानता, सामाजिक समता, संधीची समता, अस्पृश्यताविरोध, विशेष अधिकार आणि पदचिन्हांची समाप्ती अशा अनेक अंगांचा त्यात अंतर्भाव केलेला आहे.

विषमता वास्तव असली तरी त्यामागे काही तार्किक-समर्थन नाही. विषमतेचा स्वीकार करणे हा केवळ प्रवाहपतित असण्याचा प्रकार आहे. त्याला स्वतःची दिशा वा नियोजित ठिकाण नाही. समतेचा आग्रह हा लोकशक्तीच्या लढ्याचा मोठा आधार आहे. मग तो लढा नशिबाच्या विरुद्ध असो; कृत्रिम विषमतेविरुद्ध असो. पारंपरिक मानमरातबाबाबत असो वा अन्यायी शक्तीविरुद्ध असो.

## ५.२. समतेचे प्रकार (Types of Equality)

मानवी जीवनाचे आधारभूत तत्त्व म्हणून जसे समतेच्या तत्त्वाकडे पाहता येईल; तसेच शासनव्यवहारासाठीचे मार्गदर्शक तत्त्व म्हणूनही त्याकडे पाहता येईल. समतेच्या आधारभूत कल्पनेत सर्वांची नैसर्गिक-मानवी समानता, संधीची समानता, सामाजिक समता आणि परिणामांच्या संदर्भातील समानता असे भाग पाडता येतील. सामाजिक व्यवहाराच्या संदर्भात हक्क व फायद्याच्या वाटपातील समानता महत्त्वाची ठरेल.

## ५.३. समानतेची आधारभूत कल्पना (Foundational Concept)

समतेची कल्पना आधुनिक काळातील आहे. सर्व प्राचीन समाज उतरंडीवर रचलेले होते आणि सामाजिक दर्जानुसार त्यांना खास हक्क असत. माणसांत एकमेकांत फरक असतो; पण तो मुख्यत्वे कृत्रिमरीत्या चाललेल्या सामाजिक, राजकीय किंवा आर्थिक व्यवहारातून निर्माण झालेला असतो. माणसे सारखी नसली तरी त्यांना सारखेपणाने वागविले पाहिजे; नैसर्गिक फरकाची मर्यादा असते आणि त्यानुसार व्यक्तीला विशेषाधिकार देण्याचे समर्थन करता येणार नाही. किंबहुना या नैसर्गिक सारखेपणावरच नैसर्गिक हक्काची कल्पना उभारलेली आहे. शारीरिक क्षमता सुख-दुःखाची संवेदना आणि मानलेल्या वा जाणलेल्या आदर्शांकडे जाण्याचा प्रयत्न सर्व

मानवांत सारखाच असतो. सर्व लोक निसर्गत: समाज आहेत म्हणून त्यांना समानता मिळावी असे म्हणण्यापेक्षा त्यांना त्यांच्या समाजातील कार्य-स्थान यानुसार प्रमाणशीर समानता मिळावी असे म्हणणे योग्य ठरेल.

**५.३.१. कायद्यापुढे समानता कायद्यापुढील समानता :** हा ग्रीक विचार (Isonomia) लोकशाहीचा पाया आहे. त्याला असलेले अपवाद कायद्याने मान्य केलेले आणि विचारपूर्वक स्वीकालेले असतात. प्रत्यक्ष व्यवहारामधील त्यातील फरक आणि त्यापासून मिळणारा लाभ श्रीमंत आणि उच्चभ्रू समाजातील लोक आणि सामान्य जन यांच्या बाबतीत जाणवला तरी त्याचे समर्थन करता येणार नाही. सर्व व्यक्तींना काही सारखे आणि अदेय अधिकार असतात उदारमतवादी लोकशाहीत सार्वत्रिक मतदानाचा अधिकार, सामाजिक दर्जा आणि संधीची समानता. याबाबत समानतेचा आग्रह धरला जातो.

**५.३.२. राजकीय समानता (Political Equality) :** राजकीय समता म्हणजे मतदानाचा हक्क आणि निवडणुकीला उभे राहण्याचा हक्क, मतदानाचा हक्क सार्वत्रिक होण्यात आणि त्यातील लिंगभेद दूर करण्यास पारंपरिक समाजाने खूप वेळ घेतला. त्यामानाने नव-स्वतंत्र समाजाने हे हक्क लवकर मान्य केले, व्यक्ती व समाज परिपक्व नसताना असे अधिकार मिळण्यात फायद्याबरोबर तोटेही असतात. याचा अनुभव नवीन, स्वतंत्र राष्ट्रांना येतही आहे. राजकीय हक्कांमध्ये राजकीय संघटना स्थापण्याचा हक्क, भाषण व अभिव्यक्ती स्वातंत्र्याचा हक्क, यांच्या सार्वत्रिकतेने राजकीय समानता निर्माण होते.

**५.३.३. संधीची समानता (Equality of Opportunity) :** संधीची समानता हे उदारमतवादी व्यवस्थेचे महत्त्वाचे लक्षण आहे. समाजातील कोणतेही पद कोणाही व्यक्तीला पदासाठी आवश्यक असलेल्या अर्हतेनुसार मिळावयास पाहिजे. ('Career open to talent.') गुणवत्तेशिवाय दुसरा कोणताही निकष समर्थनीय नाही. हे गुणवत्तेचे तत्त्व प्लेटोच्या तत्त्वज्ञ राज्यकर्त्याच्या निवडीपासून दिसून येते. गुणवत्तेच्या संदर्भात कुटुंब व सामाजिक दर्जा हे निवडीच्या निकषांबाबत असमर्थनीय ठरतात. समाजरचनेमध्ये असलेली विषमता मात्र समानसंधीच्या आड येण्याची शक्यता आहे.

**५.३.४. सामाजिक समता (Equalities of Conditions) :** सामाजिक समतेशिवाय संधीची समानता निरर्थक आहे. संधीच्या समानतेत, सहभागात समानता अपेक्षित आहे; तर सामाजिक समतेमध्ये समाजातील स्पर्धा अपेक्षित आहे. याचा अर्थ संधी सर्वांना सारखीच उपलब्ध करून देताना जे सामाजिक व परिस्थितीनुसार आपल्या गुणांचा-क्षमतेचा विकास करून घेऊ शकलेले नाहीत अशा लोकांना विशेष सुविधा, शिक्षण-आरक्षण उपलब्ध करून देऊन इतर वर्गांच्या बरोबरीने आणले

पाहिजे - नाहीतर उच्चवर्गीय, शिक्षित, सुस्थितीतील लोकांना त्याच्या कुटुंबांचा व सामाजिक दर्जाचा अवाजवी फायदा मिळू शकेल. 'Fair equality of opportunity, undermining advantages, family and natural endowments would give.' - Rowls. सामाजिक समतेत नागरी हक्क, लिंगभेदाला विरोध, अस्पृश्यताबंदी याचाही विचार प्रस्तुत ठरतो.

**५.३.५. परिणामातील समता (Equality of Outcome) :** उपक्रमाचा फायदा लक्ष्य गटाला मिळत असताना वितरणात सकारात्मक विकल्प ठेवला तर असंघटित व वंचित वर्गाला त्या उपक्रमाच्या परिणामात न्याय्य वाटा मिळू शकतो. सामाजिक समता निर्माण करत असताना अशा विशेष विकल्पामुळे खऱ्या अर्थाने समता प्राप्त होते (Each according to his needs). इतर सर्व प्रकारची स्वातंत्र्ये उपभोगावयाची असल्यास अर्थिक समता अनिवार्य आहे. उत्पादनात न्याय्य वाटा समाजातील सर्व वर्गांना मिळणे आवश्यक आहे. त्यासाठी वापरलेला विकल्प म्हणजे भेद नाही. (Discretion is not discrimination.)

**५.३.६. नागरी समता (Civil Equality) :** समाजातील सर्व घटकांना समाजजीवनाच्या सर्व सुविधांचा लाभ घेण्याचा हक्क आणि स्वातंत्र्य सारखेच असते. लोकशाहीचे हे मूलतत्त्व आहे. नैसर्गिक समता, कायद्याची समता, सामाजिक रचनेतील विकासाला विरोध करणाऱ्या रूढि-प्रथांपासून संरक्षण याचे एकत्रित स्वरूप म्हणजे 'नागरी समता' होय. सर्व प्रगत देशांच्या राज्यघटनेत नागरी समतेची तरतूद केलेली दिसून येते. 'सर्व व्यक्ती मानवी पातळीवर एक असतात' हे नैतिक तत्त्व नागरी समतेचा आधार आहे.

समतेच्या विविध छटा लक्षात घेता वरवर पाहाता त्यांच्यामध्ये विसंगती वाटण्याची शक्यता आहे. उदा. संधीची समानता देत असताना गुणांची अर्हता या तत्त्वाचा आग्रह शेवटी सामाजिक समतेच्या तरतुदींविना समाजातील मोठ्या वर्गावर अन्याय करणारा ठरेल. विविध समतेच्या कल्पनांचा एक गतिमान समन्वयच समाजात वितरणात्मक न्याय निर्माण करू शकेल.

'समानता' ही निसर्गदत्त नाही; किंबहुना, निसर्गात विषमताच दिसून येते. मात्र, मानवनिर्मित विषमता त्यामुळे समर्थनीय ठरत नाही; समता ही एक समतलीकरणाची प्रक्रिया असल्याने 'स्वातंत्र्य' आणि 'न्याय' या दोन्ही संकल्पनांशी तिचे नाते आहे. तसेच तिच्या आशयाचा विचार करताना 'अभावात्मक' आणि 'प्रभावात्मक' अशा दोन्ही दृष्टींने समतेचा विचार होणे आवश्यक आहे. अनेक सामाजिक परिवर्तनाच्या चळवळींचा उगम समतेच्या इच्छेतून झालेला दिसून येतो. अर्थात, समनता ही निरपेक्ष कल्पना नाही; तर ती व्यक्तिहित आणि समाजहित सापेक्ष आहे. समता आणि स्वातंत्र्य हे व्यक्ती विकासाचे दोन आधारस्तंभ आहेत. व्यक्तीला विकासासाठी संधी

मिळावी, त्या मार्गातील सामाजिक अडथळे दूर व्हावेत आणि ही प्रक्रिया अधिकाधिक सामाजिक वर्गांना सामावून घेणारी असावी तसे झाले तरच व्यापक समाजहित साधले जाईल.

**५.३.७. समता, स्वातंत्र्य आणि न्याय (Equality, Liberty and Justice) :** समता आणि स्वातंत्र्य यांचा खरा हेतू लक्षात घेतला तर या दोन्ही कल्पना एकमेकांना पूरक आहेत असे दिसून येईल. तथापि, या दोन्ही कल्पना त्यांचा खरा संदर्भ सोडल्याने एकमेकांना मारक असल्याचे म्हटले जाते. डी टोकव्हील (de Tocqueville) आणि लॉर्ड ॲक्टन (Lord Acton) यांनी असे मत मांडलेले आहे. समतेच्या आग्रहामुळे स्वातंत्र्याचा संकोच होतो, असे त्यांचे मत आहे; कारण सर्वांना समानता देण्यामध्ये काही गटांच्या स्वातंत्र्यावर बंधने घालावी लागतात.

'स्वातंत्र्य' आणि 'समता' या दोन कल्पनांचा स्वतंत्रपणे विचार केल्याने ही विसंगती निर्माण होते. प्रत्यक्षात ही दोन्ही तत्त्वे एकमेकांना पूरक असण्यातच त्याचा हेतू सफल होत असतो. राजकीय समता नसेल तर सर्वांना राजकीय निर्णयप्रक्रियेत भाग घेता येणार नाही आणि त्यांचे राजकीय स्वातंत्र्य धोक्यात येईल. सामाजिक समता नसेल, राजकीय समता प्रत्यक्ष व्यवहारात केवळ नावापुरती राहील. आर्थिक समतेशिवाय इतर स्वातंत्र्ये केवळ देवाण-घेवाणीच्या वस्तू बनतील. स्वातंत्र्याचा लाभ सर्वांना घेण्यासाठी समतेचा हक्कही सर्वांना मिळावयास हवा. ('If *freedom from* is the basis for all other liberties, *freedom to* is the precondition for equality.') समतेला पोषक असे वातावरण समाजात सार्वत्रिक असले तरच स्वातंत्र्याचा उपभोग सार्वत्रिकपणे घेता येईल; म्हणून दोहोंचा समन्वय घालणे महत्त्वाचे आहे; कारण दोन्ही तत्त्वे केवळ साधन म्हणून आहेत. ती साध्ये नाहीत. साध्य व्यक्तीचा विकास आणि त्याचे समाजाभिमुख अस्तित्व हे आहे. 'The development of a rich variety of personalities requires a large measure of liberties and forbids all attempts to impose a dead level of social and economic equality' - Corry and Abraham. समाजाच्या एका क्षेत्रात विषमता असताना इतर क्षेत्रांत समता-स्वातंत्र्य नांदणे अशक्य आहे. गरिबी का गुलामगिरी, असा पर्याय असणे समाजाच्या प्रगतीचे लक्षण नाही.

'न्याय' आणि 'समता' या दोन्ही कल्पनाही स्वभावत:च एकत्रित विचार करण्याच्या कल्पना आहेत; तसे न केल्याने दिसून येणारी विसंगती म्हणून वरवरची विसंगती ठरते. सरंजामी पद्धतींमधून आधुनिक समाजपद्धतीत स्थित्यंतर होताना 'कायद्यापुढील समता' ही पुढे आली. सामाजिक सुविधांचा समतोल विस्तार आणि सारख्या समस्यांबाबत सारखी विचारपद्धती यामधून न्यायाची स्थापना होऊ शकते. केवळ समतेमधून न्यायी समाजाची स्थापना होणार नाही. समाजातील विषमतेचा पाया समर्थनीय असला

पाहिजे; पण त्याचबरोबर समाजातील विषमतेची दरी कमीत कमी असावी असा प्रयत्न सामाजिक न्यायपद्धतीचा असला पाहिजे. समतेचे समर्थन इतर मूल्यांनी करण्यापेक्षा इतर मूल्यांचे समर्थन समतेच्या मूल्यांनी केले पाहिजे.

## ५.४. समतेच्या मार्गातील अडथळे

समानतेसंबंधी केवळ कायदा करून पुरेसे नाही तर त्या कायद्यांची कार्यक्षमतेने अंमलबजावणी झाली पाहिजे; अशी अंमलबजावणी होत नसल्याने कायदे केवळ कायद्याच्या पुस्तकातच राहतात. उदा. अस्पृश्यताबंदी, स्त्रियांवरील अत्याचार.

'समतेचा आग्रह' ही एक मनोवृत्ती आहे. त्यासाठी समाजमन व्यापक व समजूतदार असणे आवश्यक आहे. आधुनिक समाजात रुजू होत असलेल्या नवीन कल्पना स्वीकारण्याची तयारी. त्यांचा पारंपरिक कल्पनांशी ताळमेळ घालण्याचा प्रयत्न आणि त्यातून क्लिष्ट कल्पनांचा स्वीकार; यासाठी मानसिक क्रांतीची गरज आहे. तात्कालिक राजकीय फायदे (उदा. निवडणुकांतील यश) परंपरा आणि सवयी यावर पुनर्विचार करण्याची नाराजी आणि आर्थिक असमतेमुळे विशिष्ट वर्गाला मिळणारे फायदे सोडण्यास त्या वर्गाचा संघटित नकार यामुळे खरी समता आणि न्यायी व्यवस्था प्रस्थापित होण्यास अडथळे येतात. लोकशाहीत सर्व लोक समान असले तरी काही अधिक समान असतात, असे त्यामुळे म्हटले जाते. आर्थिक, सामाजिक आणि राजकीय समताच आर्थिक, सामाजिक आणि राजकीय स्वातंत्र्याचा लाभ समाजातील सर्व वर्गांना मिळवून देऊ शकेल आणि त्या समाजाला शांतता आणि स्थैर्य प्राप्त होईल.

## ६. न्याय (Justice)

## ६.१. संकल्पना

'न्याय म्हणजे काय?' हा सामाजिक शास्त्रामधील सनातन प्रश्न आहे. तो राज्यशास्त्राचा वेदग्रंथ प्लेटोच्या 'Republic' मध्ये सॉक्रेटिसने विचारला आहे आणि चांगल्या समाजासाठी व्यक्तीने आपल्या क्षमतेनुसार समाजात मिळालेल्या स्थानाकडून असलेल्या अपेक्षा पूर्ण करणे (do the duties of the station in the life) म्हणजे 'न्याय' असे म्हटले आहे; चांगला समाज म्हणजेच न्यायी समाज; राज्याची अधिमान्यता राज्याच्या न्यायी असण्यावर अवलंबून असते.

'न्याय' म्हणजे 'Justice' हा इंग्रजी शब्द लॅटिन *Jus* ह्या शब्दाशी निगडित आहे. त्याचा अर्थ एकत्रित आणणे, समन्वय साधणे असा आहे. जेव्हा 'व्यवस्था' आणि 'व्यवहार' यात तफावत आढळते तेव्हा त्यांचा मूळ हेतू - मूल्य लक्षात घेऊन ती तफावत दूर करणे आवश्यक बनते. ते कार्य न्याय संकल्पना करते. राजकीय

आणि सामाजिक जीवनात कार्ये आणि व्यक्तिभूमिका यात समन्वय करणे म्हणजे न्याय असा ग्रीक विचार (allocating basic tasks and situating people in social roles). आधुनिक समाजात पूर्णांशाने वापरता येणार नाही. समाजात जाति-वर्णानुसार (estate) मिळणारे फायदे-सवलती (desert) आधुनिक काळात समर्थनीय ठरणार नाहीत.

न्यायाकडे दोनही दृष्टिकोनांतून पाहता येईल. एक कायदेशीर न्याय (Legal Justice) आणि दुसरा सामाजिक न्याय (Social Justice), कायदेशीर न्याय कायद्यातील कलमांचा अर्थ लावून चुकीचे कृत्य केलेल्या व्यक्तीस शिक्षा करणे आणि त्रास पोहोचलेल्या व्यक्तीस नुकसानभरपाई मिळवून देणे. कायदेशीर न्याय कायद्याने घालून दिलेल्या पद्धतींमधून (Procedure established by law) मिळतो. त्याचा आधार तर्क असतो. त्यामधून खरा न्याय (Substantive Justice) मिळण्यासाठी कायद्याच्या नैतिक मूल्यांचा (Moral Values) संदर्भ पहावा लागतो. त्यातून सामाजिक न्याय स्थिर होऊ शकतो. वितरणातील न्यायामधून न्याय तत्त्वांचा व्यवहार स्पष्ट होतो. राजकीय संस्थांना अधिमान्यता मिळण्याच्या दृष्टीने कायद्याच्या दोन्ही दृष्टिकोनांचा विचार महत्त्वाचा ठरतो. न्यायव्यवस्थेने या दोन्ही दृष्टिकोनांत सहकार्य व समन्वय घडवून आणणे म्हणजे न्यायव्यवस्थेला न्याय देण्यासारखे आहे. बदलत्या संकल्पनांचा उचित परिणाम न्यायाधीशांच्या संवेदनशील मनावर पडत असतो; त्यातून कायद्याच्या शब्दांतील गर्भित अर्थ स्पष्ट होत असतो.

## ६.२. न्याय - व्याख्या

'तडजोड आणि एकत्रीकरण यातून निर्माण होणारी व्यवस्था म्हणजे न्याय होय' - अर्नेस्ट बार्कर

आधुनिक समाजजीवनाच्या धारणेत अनेक तत्त्वांचा आधार समाजव्यवहारांत होत असतो. स्वातंत्र्य, समता, कायदा, हक्क, सार्वभौमत्व अशा मूलभूत कल्पना राज्यशास्त्राची पायाभरणी करतात. या कल्पनांच्या अर्थात अनेक छटा असतात. उदा. 'स्वातंत्र्य हे व्यक्तिविकासाला पोषक असले तरी संधीची समानता नसेल तर त्यातून विषमताच निर्माण होईल. तसेच हक्क हे त्याबरोबर येणाऱ्या कर्तव्याचा विसर पडत असेल तर केवळ विशेषाधिकारच बनतील. 'कायदा' आणि 'वास्तव' यात तफावत असेल तर कायद्याची अंमलबजावणी म्हणजे निव्वळ जुलूम होईल. न्याय तत्त्व अशा विसंगतीमधील अंतर कमी करते. *'Jus'* या लॅटिन शब्दाचा अर्थच मुळी एकत्र आणणे असा आहे. जेथे दोन किंवा अधिक गटांमध्ये अथवा तत्त्वांमध्ये विरोध निर्माण होत असेल तर त्यात योग्य समन्वय साधणे म्हणजे न्याय होय.

न्यायकल्पनेचा आशय त्याच्या संदर्भानुसार व समाजधारणेच्या तत्त्वानुसार

बदलत जातो. न्यायकल्पनेचा विकास असे त्यास म्हणता येईल. न्यायकल्पनेचा विचार चार दृष्टिकोनांतून करता येईल. तात्त्विक न्याय सिद्धान्त (Philosophical Justice), नैसर्गिक न्याय सिद्धान्त (Natural Justice), वैधानिक न्याय सिद्धान्त (Legal Justice), सामाजिक न्याय सिद्धान्त (Social Justice).

## ६.३. तात्त्विक न्याय कल्पना

ग्रीकांच्या विचारात आणि मध्ययुगीन काळात न्यायाकडे तत्त्वज्ञानाच्या पार्श्वभूमीवर पाहिले जाई. त्यानुसार न्याय म्हणजे अपेक्षित परिणाम घडवून आणण्यासाठी आवश्यक असलेला गुण (Virtue). प्रत्येक व्यक्तीमध्ये निसर्गत: काही क्षमता असतात. त्यानुसार त्याला सामाजिक उतरंडीमध्ये जागा व काम मिळते. मिळालेले काम पूर्ण क्षमतेने करणे म्हणजे व्यक्तीने न्यायी सामाजिक जीवन जगणे होय; अशा वेगवेगळ्या व्यक्तीच्या वेगवेगळ्या पातळीवर केलेल्या कामाचा समन्वय होण्यात न्यायी समाजाची स्थापना आणि स्थिरता असते.

ग्रीकांच्या न्याय कल्पनेचा परमेश्वरी इच्छा आणि पाप-पुण्य यांच्याशी संबंध नाही; त्याचा संबंध व्यक्तिगत समाधानाने आणि मैत्रीवर आधारलेले सुविहित समाजजीवन हा आहे. मी काय करावयास हवे आणि ते कसे करावयास हवे या प्रश्नाच्या उत्तरातून न्याय मिळतो. ॲरिस्टॉटलने न्यायाची कल्पना दोन विभागांत केली. वितरणातील (कार्यकारी पद व संपत्ती) न्याय Distributive Justice - आणि व्यवहारांतील (खरेदी-विक्री, कर्ज) न्याय Rectificatory Justice. वितरणातील न्यायानुसार समान वर्गातील लोकांना त्यांच्या समान गुणवत्तेमुळे समान वाटा मिळावयास हवा. असमान वर्गांनी त्याची अपेक्षा करणे अयोग्य आहे. न्यायाचे तत्त्व प्रमाणशीरतेशी (Proportionate) जोडलेले होते. न्यायाची सांगड सर्वांच्या हिताशी (Common good) घालण्याची प्रवृत्ती मध्ययुगातही दिसून येते. सेंट ऑगस्टिनच्या मताने केवळ देवाच्या राज्यातच (City of God) न्याय राहू शकतो. हिंदू न्यायाची कल्पना धर्म (धारण करणारा) कल्पनेशी निगडित आहे आणि न्याय 'योग्य' (Just) कर्तव्यांच्या पालनातून व्यक्त होतो.

## ६.४. नैसर्गिक न्याय (Natural Justice)

नैसर्गिक व्यवस्था ही स्वाभाविक म्हणून न्यायव्यवस्था आहे. त्यानुसार कार्य करणे म्हणजे 'न्यायव्यवस्था' होय; असे मत ग्रीक स्टॉइक विचारवंतांच्या चर्चेतून व्यक्त होते. रोमन विचारही न्यायाच्या कल्पनेला महत्त्व देतो. समाजधारणेच्या चार आधारस्थानांमध्ये ज्ञान-न्याय-शौर्य-नियमन (Wisdom-Justice-Courage-Temperance). सिसेरो न्यायाला दुसरा क्रमांक देतो. या चारी तत्त्वांच्या समन्वयातून

समाजाचे हित होते. कोणत्याही गोष्टीचा ध्यास वा सत्तेची अभिलाषा हे अन्यायाचेच स्वरूप आहे. न्याय आणि नैतिकता या कल्पना बरोबरच जातात. निसर्गातील विषमता ही स्वाभाविक आणि निसर्गाच्या विविधतेमधून आलेली आहे. ती हेतुपुरस्सर वा मानवनिर्मित नाही; म्हणून अन्याय नाही. असा विचार नैसर्गिक न्यायामध्ये दिसून येतो. सर्वसमाजहिताशी त्याचा समन्वय घालणे आणि विषमता मर्यादेत राखणे हे न्यायाचे खरे कार्य आहे.

## ६.५. वैधानिक न्याय (Legal Justice)

राज्याने केलेल्या कायद्याचा त्याचा योग्य अर्थ लावून अंमलबजावणी करणे आणि कायद्याचा हेतू साध्य करणे म्हणजे 'न्याय' होय. कायद्यातील कलमांचे स्पष्टीकरण करण्याचे कार्य न्याय-व्यवस्था करते. ते कार्य न्यायव्यवस्था कायद्याने घालून दिलेल्या पद्धतीने (Procedure established by law) किंवा कायद्यानुसार योग्य पद्धतीने (Due process of law) करीत असते. दोन्ही पद्धतींत फरक असला आणि कायद्याने घालून दिलेली पद्धत ताठर वाटत असली तरी प्रत्यक्षात दोन्ही पद्धतींने 'न्याय' मिळण्यात अडचण येत नाही. मूलत: कायदा म्हणजे विचारपूर्वक केलेला नियम असतो आणि त्याची सार्वत्रिक अंमलबजावणी समन्याय बुद्धीने करणे शासनाकडून अपेक्षित असते. त्याने 'कायदा' हा न्याय प्रस्थापित करण्याचे साधनच बनते.

कायद्याने घालून दिलेली पद्धत तंट्यातील दोन्ही पक्षांत एक औपचारिक समानता पाळते आणि न्यायालयांची उतरंड पाहता खालील न्यायालयांत काही चूक झाली असे एखाद्या पक्षास वाटल्यास त्याला वरील न्यायालयांत दाद मागण्याची मुभा देते. आरोपी आरोप सिद्ध होईपर्यंत निष्पाप मानला जातो. इंग्लिश न्यायपद्धतीचे हे एक पायाभूत तत्त्व मानले जाते. आरोपीलाही काही हक्क असून ते त्याला माहीत करून घ्यावे लागतात.

कायद्याचा आशय आणि न्याय यांची सांगड घालण्याची प्रक्रिया (Substantive Justice) समाजाच्या नैतिक कल्पनेशी जोडली जाते आणि ती वस्तुनिष्ठ राहणे अवघड बनते. डेव्हीनने सहमतीचा कायदा (Consensus law), असहमती कायदा (Non-Consensus Law) असे कायद्याचे वर्गीकरण केलेले आहे; आणि सहमतीचा कायदा सामाजिक नीतिमत्तेशी सुसंगत असल्याचे म्हटले आहे. तथापि, आधुनिक समाज पारंपरिक समाजासारखा एकजिनसी नसल्याने सहमतीच्या कायद्याच्याबाबत अडचणी आणि अनिश्चितताच अधिक असेल.

## ६.६. सामाजिक न्याय (Social Justice)

समाजातील विषमता नैसर्गिक असली तरी तिचे स्पष्टीकरण म्हणजे समर्थन

होऊ शकत नाही. नैसर्गिक कुवतीची मर्यादा लक्षात घेऊनही समाजातील सर्व व्यक्तींना आपली कुवत प्रयत्नपूर्वक आणि जाणीवपूर्वक वाढविण्याची सारखी संधी मिळाली पाहिजे हा सामाजिक न्यायाचा गाभा आहे. सामाजिक न्याय व्यक्तिहित आणि समाजहित या दोघांचा समन्वय घालण्याचा प्रयत्न करतो व त्यातून सामाजिक, राजकीय आणि आर्थिक क्षेत्रांतील अन्याय दूर करण्यास मदत करतो. व्यक्तिहित आणि सामाजिक हित यात खऱ्या अर्थाने विसंगती नसते. व्यक्तिहितामधून समाजहित किंवा समाजहितामधून व्यक्तिहित यात अग्रतेच्या दृष्टीने फरक आहे; असे परंपरावादी विचारवंत मानतात. मात्र, दलित आणि वंचित समाजाच्या दृष्टीने यामध्ये मोठी विसंगती आहे.

पारंपरिक विचारपद्धती प्रगत समाजाची मुख्यविचारधारा आणि व्यापक जागतिक दृष्टिकोनातून सामाजिक न्यायाकडे पाहाते आणि समाजातील पृथक आणि स्थानीय घटनांच्या महत्त्वाकडे दुर्लक्ष करते. तिसऱ्या जगातील विकसनशील राष्ट्रांच्या समस्यांचे आकलन अशा युरो-केंद्री चौकटीत होणार नाही; अशा समाजाच्या योग्य आकांक्षांचा आवाज न्यायसंकल्पनेत असला पाहिजे असा त्यांचा आग्रह आहे.

स्त्री-स्वातंत्र्यवादीही प्रस्थापित न्याय संकल्पनेवर टीका करतात आणि समाजाच्या संघटनांसाठी न्याय-हक्क इ. संकल्पनांवरील पुरुषी विचार पद्धतीचा प्रभाव कमी करण्याचा आग्रह धरतात. पुरुषी पद्धतीत समान वागवणूक, परस्परावलंबी चांगलेपणा, स्वायत्तता यावर भर दिलेला असतो तर स्त्रीवादी पद्धतीत नातेसंबंध, जबाबदारी, काळजी या भावना केंद्रित असतात. ओकिन यांच्या मताने, न्यायाच्या क्षेत्रात कुटुंबांचाही समावेश असावयास हवा आणि त्यातील लिंगभेद, वितरणव्यवस्था, पारंपरिक कार्यामुळे स्त्रियांच्या नव्या क्षेत्रामधील कामासंबंधीचा हक्क इ. बाबींचाही न्याय-संकल्पनेत विचार घेणे आवश्यक आहे. शिक्षण, कुटुंबातील कामाची विभागणी, सामाजिक-राजकीय क्षेत्रातील सहभाग, समानकामासाठी समान वेतन इ. अनेक बाबतीत 'न्याय' आता लिंग-निरपेक्ष बनत आहे. अर्थात, खरा न्याय केवळ वितरणव्यवस्थेमधील बदलातून प्राप्त होणार नाही. त्यासाठी संस्थात्मक पुनर्रचना (उदा. कुटुंबरचना, विवाहरचना) आवश्यक आहे. सामजरचनेमधील अनेक भेदांमध्ये लिंगभेद हा एक भेद आहे. धर्म, जात, वर्ण असे अनेक भेद खऱ्या न्याय-व्यवस्थेच्या स्थापनेच्या आड येत असतात.

## ६.७. आधुनिक न्याय संकल्पना

'न्याय' कल्पना ही स्वातंत्र्य, समता आणि बंधुता या तीन तत्त्वांना अर्थ प्राप्त करून देणारी कल्पना आहे. नागरिकांना विकासाची समान संधी, सामाजिक जीवनात सहभागाची संधी आणि सामाजिक प्रगतीमध्ये समान वाटा मिळू लागला की, त्या समाजाला स्थैर्य प्राप्त होते; अशा समाजाचा पाया न्याय तत्त्वावर रचला जातो.

म्हणून न्यायाचे सामजिक, आर्थिक आणि राजकीय अशी तीनही अंगे सारखीच महत्त्वाची बनतात. लोकशाहीच्या यशासाठी सामाजिक न्याय (भेदभावविरहित समाजरचना), आर्थिक न्याय (समान संधी आणि दुर्बल घटकांना खास संरक्षण) आणि राजकीय न्याय (राजकीय क्षेत्रांत समान सहभाग) या तीनही गोष्टींची पूर्तता एक हक्क म्हणून नागरिकाला करता यावी अशा तरतुदी आधुनिक घटनेमध्ये असतात. भारतीय घटनाकारांना याचे भान होते.

योग्य कायद्यामधून न्यायाची निर्मिती होते आणि ती वस्तुनिष्ठ असते असे हॉब्ज यांचे मत होते. खासगी मालमत्तेचे समर्थनही न्याय तत्त्वाच्या आधारावर केलेले दिसून येते. ह्यूम यांच्या मताने न्याय तत्त्व व मालमत्ता दोन्ही परस्परावलंबी आहेत. न्यायाशिवाय मालमत्ता म्हणजे केवळ लूटच ठरते असे यूम म्हणे. उपयुक्ततावाद्यांनी न्याय-तत्त्वाला सामाजिक उपयुक्ततेची जोड दिली.

रॉल्सने (Rawls) न्यायाची कल्पना - fairness - स्वाभाविक वाटणारा सार्वत्रिक व सर्वमान्य विचार याच्याशी निगडित आहे. केवळ गुण-कौशल्यांवर सामाजिक उत्पन्नातील अधिक वाटा कोणाला मिळू नये; कारण ही कौशल्ये व्यक्तींमध्ये असली तरी सामाजिक उत्पन्ने आहेत. त्यांचा वापर सामाजिक हितासाठीच व्हावयास हवा. उत्पादन आणि वाटप या दोन्ही क्रिया वेगवेगळ्या असल्या तरी वाटप केवळ बाजार-व्यवस्थेच्या प्रभावाखाली राहणे म्हणजे सामाजिक अन्यायाला आमंत्रण देण्यासारखे आहे. Neither the well-off, nor the worst off are to make undue sacrifices that are disproportionate to the benefits they receive - Rawls. (रॉल्स) सामाजिक दर्जा आणि त्यामुळे मिळणाऱ्या सुविधा व फायदे (Desert) आणि त्यांच्या अभावामुळे इतर पातळीवरील व्यक्तींबाबत निर्माण होणारी असुविधा व विकासातील अडथळे यांचा योग्य मेळ घालणे हे न्यायापुढील खरे आव्हान आहे. केवळ उपयुक्ततावादाचा आधार या संदर्भात अपुरा पडेल. 'मानवी समाज ही एक सहकारी व्यवस्था आहे. व्यक्ती आपल्या अस्तित्वासाठी आणि हितसंबंधांच्या रक्षणासाठी स्वखुशीने समाजव्यवस्थेत सहभागी होते.' असे रॉल्स म्हणतो. 'Conflicting claims ought to be ordered with the help of a conception of right' - Rawls (रॉल्स)ची न्याय कल्पनाही उदारमतवादी भांडवलशाही आणि सामाजिक लोकशाही यांचा समन्वय करण्याचा प्रयत्न आहे. संसाधनांचा वापर करण्याची समान शक्यता आणि त्यातून सर्व वर्गांचे कल्याण या दृष्टीने 'न्याय' कल्पनेचा विस्तार करणे हे लोकशाहीचे ध्येय असावयास हवे.

## ७. प्रभाव (Power)

### ७.१. संकल्पना

प्रभाव याचा अर्थ दुसऱ्याच्या निर्णय/कृतीवर परिणाम करण्याची आणि त्यात आपल्याला अनुकूल बदल करण्याची आणि प्रतिकूल बदलाला प्रतिबंध करण्याची क्षमता (Capacity to influence). 'Power is the ability to get someone to do what they would not otherwise have done' - Luke. प्रभावामध्ये औपचारिक निर्णय घेण्याची क्षमता (Capacity) तसेच निर्णयाच्या आशयावर परिणाम करण्याची क्षमता असाही भेद करतात. तसेच प्रभाव व्यक्ती वा व्यक्तिगटाचे गुण किंवा समाजव्यवस्थेचे लक्षण असाही त्यात भेद केला जातो. निर्णयावर प्रभाव, निर्णयाच्या स्वरूपावर प्रभाव तसेच निर्णय प्रतीक्षेतील सहभागी व्यक्तिसंस्थांच्या दृष्टिकोनावर या तीनही अंगांनी 'प्रभाव' संकल्पनेचे स्वरूप स्पष्ट होऊ शकते. प्रभावाची क्षमता समाजाच्या सर्व स्तरांत पसरलेली असते. समस्येनुसार ती कमी-अधिक तीव्रतेने आणि स्तरांच्या रचनेनुसार कमी-अधिक संख्याबलाने व्यक्त होत असते. राज्यशास्त्राचा अभ्यास म्हणजे प्रभावाचा अभ्यास असे म्हणत असताना त्यात समाजातील प्रभावी मूल्ये, राजकीय मिथक, परंपरा, संस्था आणि त्याचा समाजातील संस्था-गटाविषयी अनुकूल-प्रतिकूल कल यांचा विचार आवश्यक बनतो. विशिष्ट विचारपद्धतीचा प्रचार करून ती समाजात प्रचलित करून त्यामधून व्यक्तीच्या विचारपद्धतीवरही प्रभाव टाकता येतो. राजकीय तत्त्वज्ञानाचा प्रभाव अशा प्रकारे व्यक्तीवर पडू शकतो आणि व्यक्तीच्या वा व्यक्तिगटाच्या खऱ्या आणि जाणवणाऱ्या गरजांविषयी त्यांच्या मनात गोंधळ, संभ्रम निर्माण होऊ शकतो. फोकाल्ट ज्या सामाजिक व राजकीय स्थानानुसार प्रभावाची व्याप्ति व तीव्रता बदलू शकते. संसदीय पद्धतीत पंतप्रधानांचे स्थान व्यक्तीच्या प्रभावाच्या क्षमतेमध्ये भर टाकू शकते. आर्थिक किंवा लष्करी गट औद्योगिक समाजाच्या निर्णयप्रक्रियेत अनेकदा निर्णायकरीत्या प्रभावी बनतात. प्रभावाची कल्पना सहमतीमधून मिळणारी शक्ती असेही म्हटले जाते. 'Power is never a property of an individual. It belongs to a group and remains in existence only so long as the group keeps together' राज्यशास्त्रातील अनेक संकल्पनांसारखी प्रभाव ही संकल्पना संमिश्र आणि गुंतागुंतीची असून त्यामुळे तिचे काटेकोर आरेखन करणे आव्हानात्मक बनते.

### ७.२. अधिसत्ता (Authority)

अधिसत्तेची कल्पना, प्रभाव कल्पनेशी निगडित आहे. अधिसत्ता म्हणजे प्रभाव टाकण्याचा 'औपचारिक अधिकार'. हा अधिकार गाजविण्याच्या व नियमित केलेल्या पद्धतींना असलेल्या मान्यतेमुळे मिळालेला असतो. राजकीय समाजात पंतप्रंधानपदाला

असलेल्या अधिसत्तेमुळे ते पद प्रभावी बनते. ही अधिसत्ता कायद्याने, त्या स्थानाकडून अपेक्षित असलेल्या कार्यकौशल्यामुळे किंवा परंपरा-संकेतानेही त्या व्यक्तीला मिळू शकते. ती कायदेशीर (*De Jure*) वा वास्तविक (*De Facto*) अशा दोन्ही प्रकारची असू शकते. हुकूमशहा हा वास्तविक सत्ताधारी असला तरी त्याला कायदेशीर आधार असत नाही. अधिकारपदाच्या नियुक्तीत आणि व्यवहारात नियमांचे पालन होत असेल तर व्यक्ती त्या अधिकाऱ्याच्या अधिकाराला मान्यता देते.

वेबरने समाजशास्त्राच्या दृष्टिकोनामधून अधिसत्ता व त्याला मिळणारी समाजाची मान्यता याचा विचार केलेला आहे; त्यानुसार व्यक्तीची अधिसत्ता रूढिपरंपरा, (Customs), व्यक्तिगत प्रभाव (Charisma) आणि कायदेशीर, व्यक्तिनिरपेक्ष नियम पद्धत (Legal-Rational) अशी अधिसत्तेची तिच्या उगमस्थानानुसार व आधार तत्त्वानुसार विभागणी केलेली आहे. राज्यसत्तेचा दैवी उगम सिद्धान्त पहिल्या प्रकारात येतो तर गांधी (भारत), द गॉल (फ्रान्स), मंडेला (द. आफ्रिका) दुसऱ्या प्रकारात मोडतात. आधुनिक समाजात अधिसत्ता असलेल्या स्थानाची रचना, त्यावरील नियुक्ती आणि त्याची मर्यादा याबाबत कायद्याने व्यवस्था केलेली दिसून येते. उदा. निवडणुका आणि राजकीय सत्तापद. प्रशासन आणि अधिकारी निवड पद्धत (Authority is legitamized power. - Weber)

राजकीय समाजात राज्यसंस्थेला अधिसत्ता प्राप्त होते. त्यानुसार राज्याचा अधिकार राज्याच्या अखत्यारीत असलेल्या भूभागावर निर्माण होतो. त्यावरील बंधने, मर्यादा केवळ घटनेने निश्चित केलेल्या असतात. आपल्या राज्यातील लोकांच्या हक्कांचे रक्षण करीत असताना त्यांच्याकडून आज्ञापालनाची अपेक्षा राज्य करीत असते. राजकीय अधिसत्ता आणि राजकीय प्रभाव या दोन्ही गोष्टी सामान्यत: बरोबर असतात. राजकीय पदामध्ये त्या एकत्रित झालेल्या दिसतात. राजकीय पदाबरोबर येणारा अधिकार अनेकदा पदाच्या पारंपरिक अधिकारातूनही येतो. राजकीय पदांना लोकशाही व्यवस्थेत घटनेमधून अधिसत्ता मिळते. अधिकाराच्या मूळ संकल्पनेत अशा वाढीची (Augmentation - Auctoritas) कल्पना आहे. आधुनिक काळात अधिसत्तेचा आधार भौतिकसंस्था आणि व्यवहारांत असतो. अधिसत्तेने राज्य करण्याचा अधिकार मिळून राज्यात सुव्यवस्था निर्माण होत असली तरी त्याबरोबर येणारी 'सक्ती' ही टीकेचा विषय बनलेली आहे आणि विशिष्ट परिस्थितीत अधिसत्तेला प्रतिकार करण्याचे समर्थनही केले जाते. मानसशास्त्रीय दृष्टीने काटेकोर आज्ञापालन करण्याची वृत्ती असलेले लोक फार लवकर आग्रही हुकूमशाही वृत्तीचे बनू शकतात.

### ७.३. अधिमान्यता (Legitimacy)

अधिमान्यतेचे प्रभाव आणि अधिसत्तेचे स्वरूप समाजमान्य, सनदशीर बनून

त्याचा अधिकार व आधार भक्तीपेक्षा कर्तव्यभावना बनतो. ('The strongest is never strong enough to be always the master unless he transforms strength into right and obedience into duty' - Rousseau). अधिमान्यतेने कायदेशीर मान्यता व्यापक व स्थिर बनते. अर्थात, अधिमान्यता नसेल तर कायदेशीर मान्यतेला व्यवहारात सक्तीचा वापर करावा लागतो. वेबरने अधिमान्यतेची कल्पना समाजशास्त्रीय दृष्टिकोनांतून मांडलेली आहे. अधिमान्यतेचा बदलता अधिकार समाजाच्या प्रगतीचा दर्शक असतो. पारंपरिक समाजात रूढिपरंपरा हा सामाजिक व्यवहाराचा आणि प्रभावाचा, अधिकाराचा आधार असतो. त्याची जागा व्यक्तिनिष्ठा, व्यक्तिमत्त्वाचा प्रभाव (Charisma) ही कल्पना घेते. समाजव्यवहाराची व त्याच्या सातत्याची गरज प्रभावी व्यक्तिमत्त्वाच्या नेतृत्वाविषयी वाटणाऱ्या समर्पित वृत्तीमधून भागली जाते. आधुनिक समाजात सामाजिक संस्था आणि त्यांचा व्यवहार यांचा आधार त्यांच्या निर्मितीची कायदेशीर प्रक्रिया व त्यामागील सुस्पष्ट तत्त्वे (Legal-rational) हा असतो. केवळ त्या संस्था योग्य आहेत ही भावना अधिमान्यता मिळण्यास अपुरी आहे. प्रभाव-अधिकार समाजमान्य प्रस्थापित नियमांनी वापरला पाहिजे. त्यांना शासन व शासित दोघांची मान्यता हवी आणि ती मुख्यत्वे शासितांनी स्पष्टपणे प्रगट केलेली असावी. अधिमान्यतेमध्ये राज्यव्यवहाराचे स्थैर्य दडलेले आहे.

घटनेमुळे राजसत्तेवर बंधने येतात त्याचबरोबर घटनेच्या चौकटीत राज्यव्यवहार करणाऱ्या शासनसंस्थेला अधिमान्यता मिळत असते. अर्थात, घटनेत व्यक्त केलेल्या तत्त्वांना समाजाची मान्यता असावी लागते. भारतीय जनतेची स्वातंत्र्यलढ्यामधील मूल्ये आणि अपेक्षा आपल्या घटनेत व्यक्त झाल्याने साठ वर्षांच्या चढ-उतारांत तिचा गाभा अनेक दुरुस्त्या होऊनही कायम राहिलेला आहे. 'निवडणुका' हाही अधिमान्यता मिळविण्याचा मार्ग आहे आणि लोकशाही तसेच हुकूमशाही व्यवस्था म्हणून निवडणुकांचा आधार घेतात. अर्थात, लोकांची मान्यता लोकमताच्या साधनांवर नियंत्रण किंवा प्रभाव टाकूनही मिळविता येते. अनेकदा प्रभावी तत्त्वज्ञान हे राज्यातील प्रभावी वर्गाचे तत्त्वज्ञान असू शकते. मॅनहीमच्या मताने, तत्त्वज्ञानावर सामाजिक गटांच्या अशा अपेक्षांचा प्रभाव पडतो. व्यक्ती त्या प्रभावाखाली विचार करते. किंबहुना, सामाजिक ज्ञानसंचय अशा सामाजिक प्रक्रियेमधून निर्माण होत असतो आणि तो अधिमान्यतेचा आधार असतो. ('Legitimacy is a Social Construct' - Berger)

राजकीय स्थैर्याच्या दृष्टीने राज्यव्यवस्थेला अधिमान्यता आवश्यक असते. लोकाभिमुख योजनांची अंमलबजावणी आणि बाजारव्यवस्थेची गरज यांत तणाव निर्माण होऊन उदारमतवादी, लोकशाही राज्यव्यवस्थेच्या अधिमान्यतेवर ताण पडू शकतो. त्यामधून लोककल्याणाची जबाबदारी राज्याऐवजी व्यक्ती आणि व्यक्तिगटावर सोपविण्याची आणि शासकीय उपक्रमांचे खासगीकरण करण्याकडे आधुनिक राजव्यवस्थेचा

कल वाढू लागलेला आहे. साम्यवादी रशियन राजवटीच्या अपयशाने ही वृत्ती अधिक प्रभावी बनलेली दिसून येते.

## ७.४. राजकीय-आबंधन (उत्तरदायित्व) (Political Obligation)

एखाद्या गटाचे सभासदास स्वीकारताना जसे हक्क प्राप्त होतात, त्याचबरोबर त्या व्यक्तीवर त्या गटाच्या संदर्भात काही बंधनेही स्वीकारावी लागतात. बांधिलकीचे हे नाते एकेरी कधीच नसते हक्काबरोबर कर्तव्ये, अधिकाराबरोबर अपेक्षा यामधून राजकीय समाजातील व्यक्तीवर पडणाऱ्या बंधनांना राजकीय आबंधन असे म्हणतात. व्यक्तीवरील बंधने व्यक्तीच्या नागरिकत्वाशी निगडित असतात आणि त्याचा आशय उदारमतवादी वा हुकूमशाही राज्यपद्धतीनुसार वेगवेगळा असतो.

आबंधनाचे वर्गीकरण नैतिक-कायदेशीर, प्रभावात्मक-अभावात्मक असे करता येईल. काही बंधने नैतिक स्वरूपाची असतात. उदा. गरीब, वृद्ध आणि अपंग व्यक्तींना मदत करणे. वडिलधाऱ्या व्यक्तीच्या आज्ञा पाळणे. नैतिक बंधने मोडल्यास त्यावर ठपका येईल; पण कायदेशीर शिक्षा होणार नाही; अशा बंधनाचे स्वरूप सामाजिक जबाबदारीचे भान असे असते. शासनाने संमत केलेले कायदे मोडल्यास शासन त्यास कायद्यात सांगितलेली शिक्षा करते. राज्याची व्यक्तीशी असलेली बांधिलकी नैतिक व कायदेशीर अशा दोन्ही स्वरूपाची असते.

बंधनाचे स्वरूप 'होकारार्थी' वा 'नकारार्थी' असेही असते आणि नैतिक बंधनाचेही असे वर्गीकरण करता येईल; कर भरणे हे जितके होकारार्थी कर्तव्य आहे तसेच वृद्ध पालकांची देखभाल करणे हे नैतिकदृष्ट्या होकारार्थी कर्तव्य आहे. नागरिकाने अमुक करावे तसे अमुक करू नये (Dos and Don'ts) असे दुपदरी स्वरूप आबंधनाचे असते. राज्यघटनेमध्ये नागरिकांच्या राज्यासंबंधीच्या हक्काचा आणि राष्ट्राच्या व्यक्तीवरील हक्काच्या मर्यादा स्पष्ट केलेल्या असतात. भारतीय राज्यघटनेमध्ये व्यक्तीला मूलभूत हक्क दिलेले आहेत. त्याचबरोबर ४२ व्या घटनादुरुस्तीनुसार (१९७६) मूलभूत कर्तव्यांची नोंद आहे. (कलम 51-A) केलेली आहे. सोव्हिएत रशियाच्या राज्यघटनेमध्येही मूलभूत कर्तव्यांची नोंद आहे. अनेक प्रगत देशांच्या राज्यघटनेत अशी कर्तव्याची स्पष्ट नोंद नाही. अर्थात, म्हणून ते कर्तव्यापासून मुक्त आहेत असा अर्थ होत नाही. कर्तव्यपालनातून एक सहविचारी आणि सुसंघटित समाज निर्माण होतो. योग्य कायद्याचे पालन आणि अन्याय्य कायद्याचा प्रतिकार हे खऱ्या नागरिकाचे कर्तव्य आणि हक्क आहेत.

राज्याच्या कायद्याचे पालन व्यक्तीने का करावे, हा सनातन प्रश्न आहे. सार्वभौमाच्या आज्ञांचे स्वाभाविकपणे सवयीने बहुसंख्य लोकांनी पालन करावे. (Render Habitual Obedience) ही अपेक्षा सार्वभौमाची असते. बहुसंख्य लोक राज्याच्या कायद्याचे

(आज्ञेचे) पालन करतात म्हणूनच कायदे मोडणाऱ्या अल्पसंख्य लोकांवर राज्याला कारवाई करता येते. बहुसंख्य लोकांनी कायदा मोडण्याचा प्रयत्न केला तर राज्याची अधिमान्यताच धोक्यात येते.

राज्याच्या आज्ञेचे पालन करण्याचे बंधन मुख्यत्वे व्यक्तीला राज्याची गरज वाटते म्हणून आहे. राज्य व्यक्तीच्या जीवित हक्काचे रक्षण करते आणि आपल्या विविध गरजा राज्यामुळे भागविल्या जातात याची व्यक्तीला कल्पना असते. राज्य हे जीवन अधिक चांगले होण्यासाठी आहे. ('Betterment of life' - Aristotle) यावर त्याचा विश्वास असतो. राज्यसंस्थेच्या अभावामुळे सर्वत्र अव्यवस्था निर्माण होईल. राज्याची दंडशक्ती ही अव्यवस्था थांबवू शकते. व्यक्तीलाही या दंडसत्तेच्या भीतीमुळे राज्याच्या कायद्याचे पालन करावेसे वाटते. अराज्यवादी व्यवस्थेमध्ये व्यक्तीकडून असलेल्या अपेक्षा पूर्ण करण्याची क्षमता सर्वसाधारण व्यक्तीमध्ये नसते. कुटुंब आणि समाजात राहत असल्याने व्यक्तीला आज्ञापालनाची सवय प्रथमपासूनच असते. राज्याजवळ असलेली दंडशक्ती हे सुद्धा आज्ञापालनाचे एक महत्त्वाचे कारण आहे. राज्याचे कायदे मोडले तर दंडात्मक कारवाई होऊ शकते. कायद्याच्या अंमलबजावणीसाठी राज्याच्या नियंत्रणाखाली दंडसत्ता, पोलिस व तुरुंग ही साधने असतात. तसेच या साधनांमुळे राज्याबद्दल एक भीतियुक्त आदर व्यक्तीच्या मनात निर्माण होतो आणि त्यामुळे राज्याच्या आज्ञेचे पालन केले जाते. प्राचीन काळापासून व्यक्तीच्या मनावर धर्माचा प्रभाव पडलेला आहे. धर्माधिष्ठित राज्यात पूर्वी राजा हा धर्मप्रमुख असे किंवा धर्मप्रमुखांवर त्याचा मोठा प्रभाव असे. राज्याच्या दैवी सिद्धान्तानुसार राज्याला मिळालेले राजपद हे दैवी प्रसाद म्हणून मानले जाई. धर्माचरण करणारी प्राचीन समाजाची सवय लक्षात घेता कायदापालन हे धर्माचरणाचे स्वरूप बनले गेले. आधुनिक काळात राज्याचे कायदे हे चर्चा करून निर्माण होतात त्यामुळे त्यामागची सामाजिक उपयुक्तता सर्वसामान्यांना पटलेली असते. राज्याची घटनात्मक सत्ता आणि विहित पद्धतीने केलेल्या कायद्यांत त्यामुळे अधिमान्यता मिळणे सोपे जाते.

## ७.५. राजकीय उत्तरदायित्वाचा तात्त्विक आधार

राजकीय समाजाच्या उदयापासून आज्ञापालनाच्या तत्त्वाला तात्त्विक पाठबळ देऊन ते राज्याच्या स्थैर्यासाठी बळकट करण्याचा प्रयत्न राजकीय विचारवंतांनी केलेला दिसून येतो. ग्रीक विचारांत तर नागरिक हा राज्यव्यवहारात सहभागी होत असे आणि स्वत:ला कायद्याचा गुलाम मानण्यात धन्य म्हणवत असे. कायद्याच्या शिक्षेपासून पळून जाण्यापेक्षा कायद्याचे पालन करून तो मोडल्याची शिक्षा स्वीकारण्यात सॉक्रेटिसने ग्रीक आदर्श घालून दिलेला आहे.

दैवी सिद्धान्ताच्या विचारानुसार (Divine Right Theory) राज्याच्या आज्ञापालनाचे

स्वरूप बिनशर्त होते. राजाची सत्ता दैवी असल्याने त्याला विरोध करणे केवळ गुन्हा न होता पाप ठरत असे. आधुनिक काळातील नेत्याची ऐतिहासिक गरजेची हाक याच स्वरूपात मोडते. सामाजिक कराराच्या प्रतिपादनानुसार आज्ञापालनाचे स्वरूप सशर्त बनते. करारांमधून येणाऱ्या अटींवर ते आधारित बनते. राज्याला मिळणारे अधिकार ते राज्याच्या गरजा पुरविण्याशी निगडित असतात. नैसर्गिक कायद्याचे राजाने पालन केले पाहिजे. करारमदाराचे पालन हे महत्त्वाचे नैसर्गिक तत्त्व मानलेले आहे. हॉब्जच्या विचारांमधून राज्याने व्यक्तीचे रक्षण करणे आणि नैसर्गिक अवस्थेमधील युद्धजन्य परिस्थितीमधून त्याला मुक्त करणे राज्याचे महत्त्वाचे कर्तव्य मानलेले आहे. लॉकच्या मताने जीवित, स्वातंत्र्य व खासगी मालमत्तेचे रक्षण होत असल्यानेच लोक आज्ञापालन करतात. रूसोच्या विचारानुसार, 'सामाजिक ईहेचे आज्ञापालन म्हणजे स्वत:च्याच उत्क्रांत ईहेचे आज्ञापालन होय.' समाजाचे गुंतागुंतीचे स्वरूप पाहता आज्ञापालनाचा आधार व्यावहारिक (भौतिक), बौद्धिक व नैतिक असल्याचे हॉब्ज मानत असे. 'Each of these obligations provides a separate motive for observing the order of the commonwealth and each is necessary to preserve that order' - Hobbes. राजकीय समाजाच्या आधीचा नागरी समाज आणि त्याचा पाया हा राजकीय आज्ञापालनाचा आधार मानलेला आहे.

आदर्शवादी (Idealistic) विचारानुसार, व्यक्ती आणि राज्य यामध्ये उद्दिष्टांनुसार कोणतीही विसंगती नसते. व्यक्तिहिताचे उदात्त व उन्नयित स्वरूप म्हणजे राज्याचे हित असते आणि त्याचे राज्याच्या कायद्यात प्रतिबिंब पडते. त्यामुळे आज्ञापालन करण्यातच व्यक्तीचे खरे हित सामावलेले आहे. बाह्य शक्तीपेक्षा आंतरिक इच्छा हा कायदापालनाचा खरा आधार आहे. मार्क्सच्या मतानुसार आज्ञापालनाची संकल्पना ही भौतिक उत्पादन साधनाच्या सुरक्षित मालकीच्या गरजेमधून निर्माण झालेली आहे. अराज्यवादी विचारवंतांना आज्ञापालनापेक्षा व्यक्तीच्या नैतिक स्वायत्तेचे महत्त्व अधिक वाटत आलेले आहे.

## ७.६. प्रतिकाराचा हक्क (Right to Resist Law)

राज्य व्यक्तिहितासाठी अनेक कायदे करत असताना व ते त्याच्या जीवित-वित्त-मालमत्तेचे रक्षण करीत असताना त्याला विरोध करण्याचा हक्क व्यक्तीला असावा हा विचारही राज्यशास्त्रात महत्त्वाचा ठरतो. राज्याच्या आज्ञेचे पालन करीत असता; कोणत्या अपवादात्मक परिस्थितीमध्ये कायद्याला विरोध करण्याचा हक्क समर्थनीय ठरतो, हा विचार राजकीय समाजाच्या उदयापासून विचारवंतांना पडलेला आहे. आदर्शवादी विचारवंतांना नागरी प्रतिकाराचा हक्क मान्य नाही कारण राज्याच्या विरोधी हक्क असतात, हा विचार त्यांना तर्कविसंगत वाटतो. ग्रीकच्या मताने, हा हक्क अत्यंत

अपवादात्मक परिस्थितीत व निरुपायाने वापरला जावा व त्याआधी असा बहुसंख्यांकांना अमान्य असलेल्या कायदा मागे घेण्याचे सर्व प्रयत्न केलेले असावेत. 'It should be regarded not as a right but painful obligation' असा अधिकार नैतिक आधार असलेले आणि समाजाला उदात्त तत्त्वाकडे नेणारे व्यक्तिमत्त्व वापरू शकते.

नागरी प्रतिकाराची संकल्पना राजकीय विचारांत प्रथमपासून अस्तित्वात आहे. त्याचे स्वरूप प्राचीन काळी वैयक्तिक होते. आधुनिक काळातील सामुदायिक नागरी असहकार (Civil Disobedience) ही कृती राजसत्तेच्या उत्तरदायित्वाच्या संदर्भात महत्त्वाची बनलेली आहे. व्यक्तिगत फायद्यापेक्षा सामाजिक न्यायाची स्थापना हा त्याचा हेतू असतो. सार्वत्रिक न्यायतत्त्वाच्या आधारे एखाद्या कायद्याला त्यात आव्हान दिलेले असते. स्वतःच्या सदसद्विवेकबुद्धीला आणि समाजनीतीला हा असहकार पटलेला असतो आणि कायदा मोडला जात असताना त्या प्रस्थापित (पण अन्याय्य) कायद्यानुसार होणारी शिक्षा भोगण्याची त्याची तयारी असते. महात्मा गांधींच्या भाषेत म्हणून कायदेभंग करणारा हा सत्याग्रही असतो. नवी न्यायव्यवस्था प्रस्थापित करण्यापेक्षा लोकजागृती हा त्याचा खरा हेतू असतो. त्यामागे बंडखोरी किंवा क्रांतिकारकाची धग नसते; तर 'आत्मक्लेश' आणि 'त्याग' असतो. थोरो, महात्मा गांधी, मार्टिन ल्यूथर किंग (धाकटा), रसेल हे त्याचे प्रणेते आहेत आणि त्यांचा लढा-दक्षिण अमेरिकेतील गुलामगिरी (थोरो), वसाहतवादविरोधी (म. गांधी), वर्णद्वेषविरोध (किंग) किंवा अण्वस्त्र बंदी (रसेल) असा मानवजातीच्या व्यवस्थेशी निगडित होता.

आपल्या असहकाराची पुरेशी प्रसिद्धी शासन आणि समाजाला देण्याकडे सत्याग्रहींचा प्रयत्न असे. कायद्याचा मान राखत तो कायदा मोडत असतो. गांधीजींच्या नेतृत्वाखाली कायदेभंग होत. अहिंसक क्रांतीचे साधनच बनले आणि तो जनकृतीचा आविष्कार बनला. ('Civil disobedience is a midway path between constitutional reforms of political action on the one hand and revolutionary activity on the other hand.') राज्यव्यवस्थेविरुद्ध उठाव, उग्र चळवळी, गुप्त कट अशा मार्गाने ती उलथून टाकणे यात अभिप्रेत नाही; तर राज्यकर्त्यांचे मनःपरिवर्तन आणि तेही आत्मक्लेशाच्या, शांततेच्या, नैतिकतेच्या मार्गाने करणे असा आग्रह आहे.

अन्याय, कायद्याचा प्रतिकार करणे हा नैतिक हक्क आहे. 'राजाचे कायदे मानले पाहिजेत' पण परमेश्वराचे प्रथम. ('The King's good Servant, but God's first.' - Moore)

थोरोच्या राज्याच्या करकायद्याच्या विरोधाचे कारण मॅसॅच्युसेट्सच्या करपद्धतीला विरोध हे नव्हते, तर मेक्सिकोबरोबरील युद्ध व दक्षिणेतील गुलामगिरीला विरोध हे होते. त्याच्या कायद्याच्या प्रतिकाराचे स्वरूप नीतिमूल्ये मानणाऱ्या व्यक्तीने केलेले

नैतिक कृत्य असे होते. गांधीजींनी त्यांना सत्य आणि अहिंसेच्या तत्त्वांची जोड देऊन लोकलढ्यातील एक महत्त्वाचे साधन बनविले. 'Loyalty to a capricious and corrupt state is a sin.' - Gandhiji असहकाराचे अनेक मार्ग गांधीजींनीं लोकांना उपलब्ध करून दिलेले दिसून येतात. उदा. सरकारी पदव्या परत करणे शाळांवर बहिष्कार इ. यातून केवळ लोकशिक्षणच नाही तर जनतेचे आत्मभान त्यांनी जागे केले आणि त्यातून सामाजिक परिवर्तनाचा मार्ग मोकळा झाला. अन्यायाचा खरा धोका न्यायी व्यवस्थेला असतो.

रॉल्सने प्रतिकाराच्या हक्काची सैद्धांतिक मांडणी करण्याचा प्रयत्न केलेला आहे. आणि घटनात्मक चौकटीत अशा हक्काची कशी अंमलबजावणी करता येईल याचे विवेचन केलेले आहे. अल्पसंख्यांकाना त्यांच्या न्याय हक्कांकडे शासनाचे लक्ष वेधण्याचे ते एक साधन आहे. आधुनिक प्रातिनिधिक लोकशाहीमध्ये सार्वत्रिक निवडणुकांतील मतदानाची टक्केवारी पाहता कोणतेही शासन अल्पमताने निवडून येण्याची शक्यता नाकारता येत नाही. अशा वेळी प्रतिकाराच्या हक्काला नव्याने समर्थन प्राप्त होते. एक निश्चित की प्रतिकाराच्या हक्काचा वापर असाधारण परिस्थितीमध्ये करणे अपेक्षित आहे. समाजव्यवस्था जिवंत राहण्यासाठी वापरण्याचे ते एक जीवरक्षक औषध आहे. त्याचा वापर अपवादात्मक परिस्थितीतच आणि योग्य मार्गदर्शनाखालीच केला जाणे अपेक्षित आहे. ◻

# विभाग ब

प्रकरण ४

# राजकीय विचारप्रणाली

समाजजीवनाच्या सर्व अंगांना स्पर्श करणारी आणि त्यांना एकत्र गुंफणारी तत्त्वप्रणाली समाजाचे संघटन, समाजजीवनाचा अर्थ हेतू, समाजाच्या विविध अंगांची (आर्थिक - सामाजिक - राजकीय) अंतर्गत संस्थाबांधणी आणि त्यांचे परस्पर संबंध तसेच व्यक्ती आणि समाजजीवन यांना आशय देते आणि त्यांच्या विकासाची दिशाही स्पष्ट करते. समाजाच्या बांधणीत तत्त्वप्रणालीला म्हणून समन्वयक आणि सार्थकत्व या दोन्ही दृष्टींनी महत्त्व असते. मानवी समाजाच्या विकासात उदारमतवादी, साम्यवादी आणि सर्वंकषवादी विचारसरणीचे योगदान महत्त्वपूर्ण मानले जाते.

## १. उदारमतवाद (Liberalism)

### १.१. संकल्पना

व्यक्तिस्वातंत्र्य, व्यक्तिविकास आणि त्यामधून समाजाचा विकास अशी विचारधारा असलेला उदारमतवाद हा युरोपमधील सामंतशाही आणि त्यातून सामंतशाह यांना असलेले विशेष दर्जा व अधिकार यांची प्रतिक्रिया आहे. भांडवलशाहीच्या सुरुवातीच्या काळात व्यक्तिकेंद्री तत्त्वज्ञान भांडवलशाहीच्या बाजारव्यवस्थेला अनुकूल ठरले आणि उदारमतवादाने भांडवलशाहीला तात्त्विक अधिष्ठान दिले. सुरुवातीच्या काळात एक राजकीय साधन म्हणून उदारमतवादाने सामंतशाहीच्या निरंकुशतेवर हल्ला केला आणि घटनात्मक व प्रातिनिधिक शासनव्यवस्थेचा पुरस्कार केला. आर्थिक दृष्ट्या मुक्त बाजारपेठेचा पुरस्कार हाही उदारमतवादी विचारांचा आविष्कार आहे. व्यक्ती बौद्धिक विचारांवर आधारित निर्णय घेण्यास सक्षम आहे, अशी उदारमतवादाची श्रद्धा आहे. व्यक्तीला म्हणून पूर्ण स्वातंत्र्य द्यावे आणि शासन व समाजाच्या हस्तक्षेपापासून त्याला मुक्त करावे. व्यक्तीच्या विकासातून स्वाभाविकपणे समाजाचाच अंतिम विकास होईल, अशी उदारमतवादाची धारणा आहे. एकोणविसाव्या शतकाच्या अखेरीस राज्याचे स्वरूप कल्याणकारी बनले आणि राज्याकडून समाजकल्याणाच्या कार्यक्रमांची अंमलबजावणी आणि आर्थिक विकासाच्या व्यवस्थापनाची समाजातील सर्व वर्गांच्या

व अधिकांश गरीब वर्गाच्या दृष्टीने राज्याकडून अपेक्षा निर्माण झाली तीही उदारमतवादाच्या आधारानेच! नियंत्रणमुक्त, व्यक्तिविकासाचा पुरस्कार करणारे राजकीय, आर्थिक आणि सामाजिक तत्त्वज्ञान असे उदारमतवादाचे वर्णन करता येईल. उदारमतवादाच्या तत्त्वज्ञानात अशा अनेक छटा मिसळल्या असून लोकशाही समाजरचना आणि शासनव्यवस्था यांचा पाया म्हणून उदारमतवादाकडे पाहिले जाते.

व्यक्तिस्वातंत्र्यावरील विश्वास, व्यक्ती स्वत: स्वत:च्या हिताचा बौद्धिक पद्धतीने विकास करू शकते आणि एकमेकांच्या स्वातंत्र्यावर आक्रमण न करता ती स्वतंत्र असावयास हवी असा आग्रह धरण्यात आला. व्यक्ती स्वयंपूर्ण असल्याने आपल्या हिताचा पाठपुरावा करताना राज्य व समाजाच्या नियंत्रणापासून ती अधिकांश मुक्त असावयास हवी. आपल्या गुणांचा विकास हा व्यक्तिविकास असल्याने गुणाधिष्ठित समाजरचनेचा पुरस्कार उदारमतवादी करतात. नैसर्गिक न्याय (Natural Rights) आणि उपयुक्ततावाद (Utilitarianism) यामधून उदारमतवादी राजकीय व्यवस्था आणि समाजकल्याण कार्यक्रम यांचा उगम झालेला दिसून येतो. आधुनिक उदारमतवाद मात्र राज्याचे महत्त्व पुन्हा मानू लागलेला आहे. भांडवलशाही व्यवस्थेत बाजार-व्यवस्था आणि असंघटित व गरीब समाजाच्या वाट्याला आलेले दुर्लक्ष यांतून अधिकच अन्याय झाल्याचे दृष्टीस आलेले आहे. त्यामधून नवउदारमतवादाने राज्याच्या हस्तक्षेपास मान्यता, राज्याच्या कल्याणकारी कामाचे समर्थन, बाजारव्यवस्थेवर नियंत्रण ठेवणाऱ्या संस्थांची स्थापना आणि नियंत्रणातून स्वातंत्र्य आणि व्यक्तिविकास या मार्गांचा स्वीकार केला. आधुनिक उदारमतवाद म्हणून सामाजिक लोकशाहीला पूरक ठरलेला आहे.

एल. टी. हॉब्हाउसच्या मताने अभिजात उदारमतवादात खालील स्वातंत्र्यांचा समावेश होतो.

- **नागरी स्वातंत्र्य** - अनियंत्रित आणि जुलमी राजसत्तेला विरोध.
- **वित्तीय स्वातंत्र्य** - अन्याय्य कराचा निषेध. करअंमलबजावणीस प्रातिनिधिक मान्यता हवी.
- **व्यक्तिस्वातंत्र्य** - विचारस्वातंत्र्य, संघटनास्वातंत्र्य, मतप्रसाराचे स्वातंत्र्य.
- **सामाजिक स्वातंत्र्य** - सामाजिक समता, जन्म, वंश, रंग, लिंग, वर्गभेद अमान्य.
- **आर्थिक स्वातंत्र्य** - खासगी मालमत्ता व कराराचा हक्क.
- **अंतर्गत स्वातंत्र्य** - स्त्री-पुरुषांना खासगी जीवनात समान हक्क. उदा. विवाह, संपत्ती, संतती.
- **प्रशासकीय स्वातंत्र्य** - राज्यांना स्वयंनिर्णयाचा हक्क, स्थानिक प्रशासनाचा हक्क.

- **आंतरराष्ट्रीय स्वातंत्र्य** - आंतरराष्ट्रीय शांतता, सहकार्य व आंतरराष्ट्रीय संघटनांची स्थापना.
- **राजकीय व जनसार्वभौमत्व** - राजकीय संघटना व व्यवहार. जनतेची राजकीय सत्ता.

'Liberalism is a term of many meanings, often carrying a highly emotional content along with rational reasoning and providing meaning and content to social-political and economic policies and programmes of change.'

## १.२. उदारमतवाद आणि व्यक्तिवाद (Liberalism and Individualism)

उदारमतवाद, व्यक्तिवाद आणि लोकशाही या संकल्पना एकमेकांना पूरक ठरलेल्या आहेत. तथापि, त्यांच्यात संकल्पना आणि संरचना (Concept and structure) या दृष्टीने फरक आहे.

व्यक्तिवाद ही व्यक्तिकेंद्री विचारसरणी आहे. व्यक्तिस्वातंत्र्याचा पुरस्कार करताना व्यक्ती आपल्या विकासासाठी सक्षम असून उपक्रमशीलही असते आणि त्यामुळे राज्याच्या हस्तक्षेपास व्यक्तिवादाचा विरोध असतो. राज्याची गरज नाइलाज म्हणून असून त्याचे कार्यक्षेत्र जितके कमी व नियंत्रित तितके चांगले असे व्यक्तिवादी विचारवंत मानतात. ('State a necessary evil'). राज्याला कोणतेही नैतिक अधिष्ठान नसून त्याची सामाजिक, आर्थिक, राजकीय नियंत्रणे खऱ्या व्यक्तिविकासाला मारकच असतात. नियंत्रणाचा अभाव म्हणजेच खरे स्वातंत्र्य म्हणून राज्याने किमान कार्ये करण्यावरच भर द्यावा. उदा. जीवित व मालमत्तेचे रक्षण, बाह्य आक्रमणापासून रक्षण, शांतता व सुव्यवस्था, करारांची अंमलबजावणी, गुन्हेगारांना शासन.

व्यक्तिकेंद्री तत्त्वज्ञान असल्याने व्यक्तिवादाचा आदर्शवाद, समाजवाद, समाजसत्ता-वाद अशा सर्वच विचारसरणींना विरोध आहे. व्यक्तिस्वातंत्र्याचा संकोच करणाऱ्या राज्याच्या व समाजाच्या प्रवृत्तींना विरोध करताना उदारमतवादाने व्यक्तिवादाला साथ दिलेली असली तरी त्याने स्वातंत्र्याच्या नकारात्मक भूमिकेपेक्षा सकारात्मक (Positive) भूमिकेचा आग्रह धरलेला आहे आणि व्यक्तिहित व समाजहित यांची सांगड घातलेली आहे. व्यापारशाहीला विरोध करताना फ्रान्समधील फिजिओक्रॅट (Physiocrat) ह्यांनी खासगी मालमता आणि कराराचे स्वातंत्र्य नैसर्गिक स्वातंत्र्याचा आविष्कार म्हणून मानले. सामाजिक कराराच्या कल्पनेतही व्यक्तीच्या करार करण्याच्या हक्काला मान्यता मिळालेली आहे. ॲडम स्मिथच्या विचारांत व्यक्तीच्या स्वहित जपण्याच्या आणि उद्योग-व्यापार यातून खासगी मालमत्ता निर्माण करण्याच्या हक्कासाठी मुक्त स्पर्धेला वाव देण्याचे प्रतिपादन केलेले आहे. तथापि, जागतिक मंदी, वाढती बेरोजगारी अशा

प्रश्नांची सोडवणूक करण्यात व्यक्तिवादी तत्त्वज्ञान अपुरे पडले. आधुनिक व्यक्तिवादी विचारांत त्यामुळे व्यक्तिऐवजी व्यक्तीगटाचा पुरस्कार केलेला दिसून येतो.

राज्याने व्यक्तीच्या विकासाची जबाबदारी स्वत:वर घेण्यात आणि त्या दृष्टीने विविध योजना व कार्यक्रम आखण्यात व्यक्तीचा आत्मविश्वास आणि स्वक्षमता यांचा संकोच होतो आणि त्याचा जणू नैतिक ऱ्हासच होतो, असा व्यक्तिवादी दृष्टिकोन आहे. खुल्या व्यापाराचे तत्त्व (*Laissez-faire*) औद्योगिक क्रांतीच्या सुरुवातीच्या काळात आर्थिक विकासाला अनुकूल ठरले आणि स्पर्धेमुळे व्यक्तीचा कसही लागू शकला. जगण्यास सक्षम व्यक्तीच जगेल. (Survival of the fittest) या स्पेन्सरच्या विचारांतही एक नैसर्गिक न्याय दिसून येतो. भांडवलशाहीच्या प्रारंभिक काळात समाज-विकासाला राज्याची नियंत्रणे म्हणून मारक वाटली. उलट, ती कार्यक्षमता, उपक्रमशीलता, खासगी मालमत्तेची प्रेरणा यांचा संकोच करणारी ठरली. व्यक्तिवाद व्यक्तिविकासाला प्रेरकच ठरलेला आहे. ('In emphasizing self-reliance, in combating needless governmental interference in urging the value of the individual in society, it has contributed much to the vitality of modern thought' - Gilchrist). सशक्त, उद्यमशील आणि आशावादी व्यक्तिमत्त्व आणि व्यक्तिगत फायद्याची भांडवलशाही प्रेरणा यामुळे पाश्चात्त्य समाजाचा औद्योगिक विकास व राजकीय प्रभाव यांचा जगावर परिणाम झालेला दिसून येतो.

व्यक्तिवादाच्या विवेचनांत मोलाची भर घालणारे विचारवंत म्हणून जॉन लॉक, जॉन स्टुअर्ट मिल, थॉमस ग्रीन, असाह बर्लिन यांचे नाव प्रामुख्याने घेता येईल. लोकांच्या विचारांनुसार राज्य व्यक्तीबरोबर केलेल्या सामाजिक करारातून निर्माण झालेले असून कराराच्या शर्तीने ते बांधलेले आहे आणि त्याने व्यक्तीच्या जीवित, स्वातंत्र्य आणि मालमत्तेचे रक्षण केले पाहिजे. मर्यादित, प्रातिनिधिक व घटनात्मक शासन हा लोकांच्या विचाराचा गाभा आहे. मिलने राज्याच्या हस्तक्षेपाला विरोध केला, तरी केवळ उपयुक्ततावादी दृष्टिकोन बाजूस सारून त्याने व्यक्तिविकासावर भर दिलेला आहे. ग्रीनने सकारात्मक स्वातंत्र्याची (Positive liberty) पुढे आणली आणि व्यक्तिवादाला 'समाजकल्याण' व 'सामाजिक न्याय' या तत्त्वांची जोड दिली. बर्लिन यांनी बहुमुखी उदारमतवादाची कल्पना पुढे आणली आणि व्यक्ती आणि समाजजीवन यांत मूल्यसंघर्ष अनिवार्य व अटळ असून व्यक्तीला त्याच्या मूल्य-कल्पनांनुसार स्वातंत्र्य असावे, असा आग्रह धरला. बर्लिन हा अभावात्मक स्वातंत्र्याचा (Negative liberty) पुरस्कर्ता होता. जॉन रॉल्सने आपल्या न्यायाच्या कल्पनेत (Justice as fairness) समाजातील जाति-लिंग-धर्मभेदावर व सामाजिक-आर्थिक विषमतेवर टीका केलेली आहे आणि आधुनिक उदारमतवादाला व्यापक अधिष्ठान दिलेले आहे.

व्यक्तिवादाच्या मर्यादाही स्पष्ट आहेत. संपूर्ण व्यक्तिकेंद्री होत असताना सामूहिक जीवनाचे आणि सामाजिक संस्थाच्या उपयुक्ततेचा आधारच नष्ट होतो. राज्य व इतर संस्थांची उपक्रमशीलता नष्ट होते आणि त्याचा समाजजीवनाला तोटा होतो. व्यक्ति-व्यक्तीत क्षमता आणि बुद्धिमत्ता यांत नैसर्गिक फरक असल्याने खुली स्पर्धा (Free Competition) ही विषम समाजातील स्पर्धा ठरते व ती सर्वांना घातकच ठरते. मुक्त धोरणाचा फायदा या विषमतेमुळे समाजातील एकाच-संघटित, सधन-सत्ताधारी वर्गाला होण्याची शक्यता जास्त वाढते आणि व्यक्तिवादाचा मूळ हेतू फसतो. लायक व्यक्तिमत्त्व जगण्याचा हक्क (Survival of the fittest) या तत्त्वांत नैसर्गिक न्यायापेक्षा नैसर्गिक अन्यायच अधिक आहे; अशा स्पर्धेत समाजातील संसाधनांची उधळपट्टी होते. सत्ताधारी वर्गाकडून सत्तेचा दुरुपयोग होऊ लागतो. उत्पादनाचा मानवी चेहरा नष्ट होतो आणि असंघटित दुर्बल अशा कामगारवर्गाचे शोषण सत्ताधारी व वित्तधारी मालक वर्गाकडून होऊ लागले. समाजातील समेळ नष्ट होऊन समाजवर्गातील - गरीब-श्रीमंत अशी दरी वाढत जात आहे.

आधुनिक व्यक्तिवादाला अशा एकांगी व्यक्तिवादाच्या दोषाची दखल घेणे भाग पडले. व्यक्तिवाद ही राज्याच्या अमर्याद नियंत्रणाविरुद्धची प्रतिक्रिया होती. त्यामुळे व्यक्तिहितापेक्षा व्यक्तिगटाच्या हितरक्षणाचा विचार पुढे आला. ग्रॅहॅम वॅलेस त्याचे पुरस्कर्ते आहेत. सामाजिक गटांना त्याचे स्वत:चे व्यक्तिमत्त्व असते आणि गट म्हणून त्यांचे हितरक्षण करणे आवश्यक असते. गट आपला विकास राज्याच्या हस्तक्षेपाशिवाय करू शकतील. ज्या गोष्टी व्यक्तिगट चांगल्या पद्धतीने करू शकतात. त्या गोष्टी राज्याने करणे अनावश्यक व खर्चिक आहे. त्यातून केवळ शासनाच्या अकार्यक्षमतेचेच दर्शन होईल असे नव्हे तर व्यक्तिगट आणि व्यक्ती यांना सक्षम होण्यात अडथळा निर्माण होईल. स्वसहाय्यता हा व्यक्तिविकासाचा पाया आहे. ('The spirit of self-help is the root of all genuine growth in the individual' - Samuel Smiles). व्यक्तिवादाकडून समाजगटाकडे जाताना अनिर्बंध स्वत्वाला (unencumbered self) मुरड पडत असली तरी समाजबंध बळकट होतील, याची जागरूकतेने काळजी घेणे आवश्यक आहे; कारण आधुनिक औद्योगिक पाया असलेला समाज हा शहरी आणि स्पर्धात्मक व्यवसाय संबंधावर आधारलेला आहे.

उदारमतवाद ही एकोणिसाव्या शतकातील अत्यंत प्रभावी विचारसरणी होती. व्यक्तिस्वातंत्र्याच्या आग्रहातून राजकीय क्षेत्रांत तिने अनियंत्रित सत्तेवर नियंत्रण आणले. मुक्त-अनिर्बंध-आर्थिक स्वातंत्र्यामधून (*Laissez - faire*) भांडवलशाही व्यवस्थेचा विकास झाला. तथापि, त्यातील धोके लक्षात येता नवउदारमतवादाने जनतेच्या कल्याणाच्या कार्यक्रमाचा आग्रह धरला आणि लोकशाही व्यवस्थेचा व्यापक पाया घातला.

# २. लोकशाही (Democracy)

## २.१. संकल्पना

राजकीय समाजाच्या उदयापासून अस्तित्वात असलेली, समाजविकासाबरोबर विकसित होत गेलेली लोकशाही ही संकल्पना एकाच वेळी एक मुख्यत्वे राजकीय व सामाजिक तत्त्वप्रणाली, संस्थाव्यवस्था, व्यवहार आणि लोकांची मनोवृत्ती असलेली विविध छटांची संज्ञा आहे. तिचा अर्थ आणि आशय कालानुरूप बदलला आहे. तिचे रूप वेगवेगळे दिसून आले आहे; पण ती नेहमीच एक आदर्श (Ideal) म्हणून गणली गेलेली आहे. आधुनिक काळात हुकूमशाही व्यवस्थाही आपण लोकशाही असल्याचा दावा करत असतात आणि लष्करी राजवटीही आपण लवकरात लवकर लोकशाही व्यवस्था आणण्याचे आश्वासन देत असतात. रशियामधील साम्यवादी राजवट कोसळल्यानंतर पाश्चिमात्य देशांत रुजलेली लोकशाही हा नागरी राज्यांना एकमेव आदर्श उरलेला दिसून येतो. लोकशाहीच्या गुण-दोषांसह आजतरी लोकशाहीला पर्याय नाही.

लोक (People) हा लोकशाहीचा केंद्रबिंदू आहे. लोकांचा सहभाग (Government by the people), लोकहिताची दिशा (Government for the people) आणि लोकशासन (Government of the people) ही लोकशाहीची वैशिष्ट्ये आहेत. राष्ट्राध्यक्ष अब्राहम लिंकन यांच्या गेटिसबर्ग येथील भाषणाने ती सर्वसामान्य जनतेपर्यंत पोहोचली आहेत. लोकशाही हे लोकसंमतीने चालणारे शासन आहे. ('The opinion of the governed is the real foundation of all governments' - Dicey.) आधुनिक काळात ही संमती सार्वत्रिक व प्रौढ मतदान हक्कानुसार होणाऱ्या निवडणुकीच्या मार्गाने होते. मतदानाचा विस्तृत होत गेलेला हक्क लोकशाहीचा पाया विस्तृत करत असतो. अर्थात, निवडणुका म्हणजे सर्व असे नाही. खुल्या मतदानाबरोबर खुली मतप्रक्रियाही तितकीच महत्त्वाची आहे. मताशिवाय मतदान हे निरर्थक आणि पोकळ ठरते. छोट्या ग्रीक नगरराज्यांत प्रचलित असलेली प्रत्यक्ष लोकशाही हे लोकसहभागाचे प्रत्यक्षीकरण होते. आजच्या प्रदेशराज्यांत प्रत्यक्ष लोकशाही व्यावहारिक अडचणीमुळे अडचणीची होत असली तरी प्रत्यक्ष लोकशाहीच्या तंत्राचा (सार्वमत, जनमत, प्रत्यावादन, उपक्रम) वापर करून प्रातिनिधिक लोकशाहीमधील केवळ निवडणुकांचा आधार घेतल्याने येणारी त्रुटी दूर करता येईल. लोकांचा सहभाग स्थिर व व्यापक राहण्यासाठी समाजपातळीवर मूल्यांबाबत सहमती, सामाजिक व्यवहाराबाबतच्या नियमांबाबत सहमती आणि विविध सामाजिक निर्णयांबाबत सहमती यांची आवश्यकता असते. चर्चा, बहुमताने अल्पमताचे म्हणणे ऐकून घेण्याची आणि त्यांतील योग्य मताचे सहमतीमध्ये रूपांतर करण्याची तयारी आणि सहमती अशक्य असेल तर

मतविरोधाची सर्वमान्य पद्धती यावर लोकशाहीचे यश अवलंबून असते. बहुमताचे शासन आणि अल्पमताचे हक्क यांत समतोल साधणे, यामुळे लोकशाही गतिमान राहते.

ग्रीक भाषेत लोकशाही म्हणजे लोकांचे शासन (*Demos* - लोक व समाज आणि *Cracy-kratos* म्हणजे सत्ता) तरी आधुनिक लोकशाही आणि ग्रीक लोकशाही यांत फरक आहे आणि तो केवळ भौगोलिक नाही. ग्रीकांच्या काळात (Democracy) 'लोकशाही' या शब्दाला नकारात्मक छटा होती; नागरिकांचा सहभाग हे लोकशाहीचे वैशिष्ट्य असले तरी असा सहभाग घेण्यास पात्र असणाऱ्या नागरिकांची संख्या - नियम करणारे आणि त्या नियमांचे नियंत्रण स्वीकारणाऱ्यांची संख्या (rule and beruled) अत्यंत कमी होती. ग्रीकांच्या काळात स्त्रिया व गुलाम यांना मताधिकार नव्हता. ग्रीक विचारवंतांनी (Democracy) हा विकृत प्रकार मानलेला होता. त्याचे वर्णन आजच्या झुंडशाहीशी होऊ शकेल. त्यांचे आदर्श राज्य (Polity) - मिश्र राज्यव्यवस्थेचे होते. केवळ संख्येपेक्षा उमरावशाहीची काही वैशिष्ट्ये त्यांत मिसळूनच 'लोकशाही शासन' (Polity) स्थिर होईल असे ॲरिस्टॉटलचे मत होते. प्लेटोच्या मताने बहुसंख्य जनता निरक्षर, गरीब आणि राज्य करण्यास अकार्यक्षम असल्याने राज्य करण्याचे काम खास प्रशिक्षित वर्गाच्याच हाती सोपविणे सर्व वर्गांच्या हिताचे असते. (तत्त्वज्ञ राज्यकर्ता). ग्रीस काळातील लोकशाही आणि आधुनिक लोकशाही यांच्या ध्येयांतही फरक आहे. ग्रीक काळात समाज आणि राजकीय समाज असा फरक नव्हता. आधुनिक काळात व्यक्तीला व्यक्तीची अशी खासगी जीवनाची जागा मानली जाते; आणि त्यांत राज्याने हस्तक्षेप करणे केवळ अनिवार्य परिस्थितीमध्ये व मर्यादित काळापुरते स्वीकारले जाते. (Greening in individual life). आधुनिक लोकशाही मुख्यत्वे राजकीय क्षेत्रातील नियमनाबद्दल असते. अर्थात, कल्याणकारी राज्याच्या कल्पनेबरोबर राज्याच्या राजकीय क्षेत्रात वाढ होत गेलेली आहे. ग्रीकांची लोकशाहीची कल्पना प्रत्यक्ष सहभागाची (Direct Democracy) होती. आधुनिक काळांत प्रातिनिधिक लोकशाहीचा (Representative democracy) आपण तिचा गुणदोषांसहित स्वीकार केलेला आहे. लोकांचे श्रेष्ठत्व, लोकांची मान्यता, कायद्याचे राज्य, लोकप्रतिनिधींचा कारभार आणि लोकहिताच्या संदर्भात व्यवस्थेचे उत्तरदायित्व असे लोकशाहीचे स्वरूप सांगता येईल. ग्रीकांची सहभागी लोकशाही. उदारमतवादी औद्योगिक कालखंडातील लोकशाही आणि मुख्यत्वे तिसऱ्या जगांत उदयास आलेली एकपक्षीय लोकशाही असे लोकशाहीचे तीन प्रकार सांगता येतील. अर्थात, लोकशाही म्हणजे केवळ राजकीय व्यवस्था नाही; तर ती जीवनाकडे पाहण्याची वृत्ती आहे. व्यक्तीच्या सर्व जीवनांत आणि संबंधांत लोकशाही मूल्ये प्रभावीपणे व्यक्त होणे खऱ्या लोकशाहीला अपेक्षित आहे.

## २.२. लोकशाहीची व्याख्या

- 'राज्याची सत्ता समाजातील सर्व लोकांच्या हाती, सामुदायिक स्वरूपात देण्यात आलेला शासनप्रकार' - लॉर्ड ब्राइस
- 'राज्यकारभार चालविणारे मंडळ तुलनात्मक दृष्ट्या संपूर्ण राष्ट्राचा मोठा भाग असलेली शासनव्यवस्था' - डायसी.

राजकीय दृष्टीने संमती, सहमती, सहकार्य यावर लोकशाही शासनाचा भर असला तरी शासन चालविण्यापेक्षा त्याच्या दिशेला लोकानुवर्ती व प्रातिनिधिक वळण देणे त्यामागे अभिप्रेत आहे आणि लोकानुवर्ती म्हणजे केवळ लोकरचनात्मक असणे असा नाही. समाजजीवनांतील विशिष्ट, सनातन मूल्ये आणि आचारपद्धती जाणीवपूर्वक जपण्याचा आग्रह लोकशाही व्यवस्थेत धरला जातो.

## २.३. लोकशाहीची तत्त्वे

गतीचा कायदा पाळीत असताना लोकशाही विचार-तत्त्वज्ञान स्वाभाविकपणे गतिमान राहिलेले आहे. वेळोवेळी लोकशाही सिद्धांताने बदलाशी सुसंगत रहात आपले तत्त्वज्ञान विकसित केलेले आहे.

लोकशाहीने व्यक्तिविकासाला नेहमीच प्राधान्य दिलेले आहे. जनतेच्या सार्वभौमत्वाचा पुरस्कार करताना व्यक्तीचा विकास घडवून आणणे आणि त्यासाठी राज्याने अनुकूल, बाह्य परिस्थिती निर्माण करणे हे राज्याचे कर्तव्य मानलेले आहे. उदारमतवादी विचारांत व्यक्तिहित आणि समाजहित यांची सांगड घालण्याचा प्रयत्न केलेला दिसून येतो. व्यक्तिवादी सिद्धांत राज्याच्या कोणत्याही हस्तक्षेपाला विरोध करतो इतकी टोकाची भूमिका लोकशाही सिद्धांत घेत नाही. मात्र, व्यक्तीची अशी खास बाब राज्याच्या नियंत्रणापासून मुक्त असावी आणि ते त्याचे नैसर्गिक क्षेत्र (Natural Space) म्हणून मानले जावे, असे व्यक्तिवाद मानतो. लॉकने आपल्या सामाजिक कराराच्या संकल्पनेत ते क्षेत्र 'जीवित, स्वातंत्र्य व खासगी मालमत्ता''असे निश्चित केलेले आहे. आधुनिक राज्यघटनेत व्यक्तीच्या मूलभूत हक्कांची नोंद करण्याची प्रथा आहे. व्यक्तिस्वातंत्र्याच्या, व्यक्तिविकासाच्या मूलभूत हक्कांची नोंद आणि त्यांच्या रक्षणाची खास सोय राज्यघटनेत केलेली आढळते. त्याचबरोबर अल्पसंख्यांकांनाही असे खास सांस्कृतिक, शैक्षणिक हक्क मिळालेले असतात.

व्यक्तिविकासाइतके किंबहुना व्यक्तिविकासासाठी व्यक्तिस्वातंत्र्याचा आग्रह लोकशाही तत्त्वज्ञानात दिसून येतो. व्यक्तिविकासासाठी राज्याने केवळ अनुकूल बाह्य परिस्थिती निर्माण करून न थांबता त्यासाठी जाणीवपूर्वक प्रयत्न केले पाहिजेत आणि समाजहितासाठी त्यावर काही बंधने आणावी लागली तर ती कमीत कमी व सामाजिक उपयुक्ततेच्या मर्यादेतच असली पाहिजेत. मिलने व्यक्तीचे स्वसंबंधी आणि समाजसंबंधी

(Self - regarding and other - regarding) असे दोन भाग पाडलेले असून स्वसंबंधी क्षेत्रांत त्याला संपूर्ण स्वातंत्र्य असले पाहिजे, असे म्हटलेले आहे. आधुनिक काळात व्यक्ति-व्यक्तींमधील नैसर्गिक आणि परिस्थितिजन्य विषमता दूर करण्यासाठी दुर्बल आणि वंचित गटांना त्यांच्या विकासासाठी इतर गटांपेक्षा खास सोयी-सवलती देणे न्याय्य मानले गेलेले आहे. अधिकांचे अधिक हित पाहत असताना ते अधिक चांगले हित असेल अशी दक्षता राज्याने घ्यावयाची आहे. आदर्श नागरिकाने आपल्या स्वातंत्र्याचा उपयोग सामाजिक हित साध्य करण्यासाठी केला पाहिजे असा ग्रीकांचाही आग्रह होता ('We regard a man who takes no interest in public affairs, not as hopeless, but as a useless character.' - Pericles)

लोकशाही हे लोकांचे राज्य असते. लोकशाहीमधील अंतिम सत्ता सार्वभौमत्व हे लोकांचे असते. राजकीय दृष्टीने तीच अखेरची सत्ता असते. लोक स्वतंत्र होणे आणि ते सक्षम होणे हे उदारमतवादी लोकशाहीचे ध्येय आहे. ('Liberalism frees the people and democracy empowers them.') लोकांचे सार्वभौमत्व रूसोच्या सामाजिक ईहेमध्ये (General Will) व्यक्त झालेले दिसते. सामाजिक ईहेमधून गणराज्याची- लोकसत्तेची कल्पना पुढे आहे. ग्रीकांच्या काळात राज्याची लोकसंख्या व कार्यक्षेत्र कमी असल्याने नागरिकांचा प्रत्यक्ष सहभाग (Direct Democracy) शक्य होता. आधुनिक काळात अप्रत्यक्ष लोकशाही ही प्रौढ मतदानाच्या हक्कामधून मान्य झालेली आहे. सार्वत्रिक, खुल्या व नियमित निवडणुकांतून लोकांची सत्ता व्यक्त होते आणि राजकीय सत्तेला अधिमान्यता मिळते.

प्रातिनिधिक लोकशाहीत बहुमताचे शासन ही कल्पना सर्वमान्य झालेली आहे. राजकीय व्यवहार सुरळीत चालण्यासाठी व राजकीय स्थित्यंतर शांततामय पद्धतीने होण्यासाठी बहुमताचे शासन हा लोकशाहीतील खेळाचा महत्त्वाचा नियम आहे. निवडणुकीच्या पद्धतीत प्रचलित असलेल्या प्रत्येक प्रकाराचे काही फायदे व मर्यादा आहे. मतदानाचा अधिकार पवित्र आणि जबाबदारीचा अधिकार मानला गेलेला आहे. तथापि, तो सर्वजण बजावतीलच असे नाही आणि त्याबाबत सक्ती करण्याबाबतही दुमत आढळते. प्रमाणशीर गटपद्धती, व्यावसायिक, दुबार मतदान इ. अनेक पद्धतींचा वापर होत असला तरी प्रौढ, सार्वत्रिक मतदान (Adult Franchise) सर्वसामान्यत: वापरण्यात येते; अशा पद्धतीत संघटित अल्पमत निवडणुका जिंकण्याची शक्यता आहे. तसेच अनेक पक्षांत मतदान विभागले गेल्यास बहुसंख्येने निवडून येणाऱ्यांना बहुमताचा आधार असेलच असे नाही. यासाठी लोकशाहीत विधिमंडळ- चर्चेची संस्कृती जोपासणे आवश्यक आहे. विधिमंडळात अल्पसंख्य मताचाही चर्चेत सहभाग व आदर केला जातो. बहुमताने घेतलेला निर्णय सर्वांना मान्य करावा लागतो आणि अशा निर्णयाच्या परिणामांची जबाबदारीही अशा निर्णयाच्या यशाबरोबर बहुमत

असणाऱ्यांना स्वीकारावी लागते. बहुमताची प्रवृत्ती ही हुकूमशाही होण्याची शक्यता असते (Tyranny of Majority) आणि बहुमताची हुकूमशाही तिला असलेल्या संख्याबळामुळे अधिक धोक्याची असते.

लोकशाहीमध्ये लोकांचा सहभाग वाढावा म्हणून शासनप्रक्रिया अधिकाधिक सहभागी करण्याकडे लोकशाहीचा कल दिसून येतो. हा सहभाग दोन पद्धतींनी वाढविला जातो. एक, शासकीय निर्णयप्रक्रियेत व अंमलबजावणीत लोकांचा सहभाग वाढविण्यासाठी लोकांच्या निर्णयाचे क्षेत्र वाढविले जाते. विकेंद्रीकरणातून हे शक्य होते; व दोन, शासनाच्या रचनेत विभागणीनियंत्रणाचा (Separarion of powers and Checks and Balances) वापर करून समतोल निर्माण केला जातो. जनतेचा सहभाग प्रशासन- प्रक्रिया जिल्हा व खालील स्तरापर्यंत पंचायती राज्यव्यवस्थेने नेऊन वाढविला आहे. त्याचबरोबर स्थानिक प्रकल्पाची मान्यता जनतेच्या मागणीनुसार करणे, खासगी क्षेत्राचा कार्यक्रमात सहभाग वाढविणे आणि अ-शासकीय संस्थांची भागीदारी वाढविणे या मार्गानेही जनतेचा सहभाग वाढविला जातो. या मार्गाने विकेंद्रीकरणाबरोबर लोकांचा, आपले काम आपण करू शकतो असा आत्मविश्वासही वाढीला लागतो.

शासकीय व्यवस्थेचे विकेंद्रीकरणही लोकशाही शासनव्यवस्था स्थिर करण्यात महत्त्वाची कामगिरी बजावते. विक्रेंद्रीकरणाचा फायदा केवळ प्रशासकीय क्षेत्रापुरता मर्यादित न राहता राजकीय दृष्ट्याही व्यवस्थेला मान्यता देण्याच्या दृष्टीने महत्त्वाचा ठरतो. केंद्रीकरणाचे तोटे त्यामुळे कमी होऊन राजकीय व्यवस्था लोकांना जवळची वाटू लागते. लॉकने लोकांची संमती (निवडणुका) विधिमंडळाचे सार्वभौमत्व आणि बहुमताचे प्रातिनिधिक शासन या कल्पनांचा पुरस्कार केला. मॉंटेस्क्यूने सत्ताविभाजनाची कल्पना लोकशाहीच्या संदर्भात पुढे आणली. पेनने व्यक्तीच्या शासनाविरुद्ध अधिकाराचा व्यक्तिस्वातंत्र्याच्या रक्षणासाठी आग्रह धरला. अमेरिकेच्या संघराज्याच्या राज्यघटनेत हॅमिल्टनने या कल्पनांचा सुरेख मेळ घातलेला आहे. समाजातील विविध गटांत सहकार, हितसंबंधांबाबत चर्चा आणि देवाण-घेवाण याचा मॅडिसनने पुरस्कार केला आहे. ब्रिटिश पद्धतीत बहुमताचा हक्क मान्य केलेला होता. बेन्थॅमने आपल्या (Constitutional Code) मध्ये प्रातिनिधिक लोकशाहीचा आराखडा दिलेला आहे. लोकप्रतिनिधित्व आणि शासनकौशल्य यांचा समन्वय घालण्याचा उपयुक्ततावादी विचारवंतांचा प्रयत्न दिसून येतो. अमेरिकेत धर्म आणि शासन यांत युरोपइतका दुरावा नव्हता. त्यामुळे अमेरिकेतील लोकशाही स्थिर झाली असे टॉकव्हील यांचे मत होते. उदारमतवादी लोकशाही अभिजनसत्ता आणि लोकसहभाग यांचा मिलाफ घडविण्याचा प्रयत्न करते. अभिजनवर्गाच्या हाती नियम करण्याची सत्ता असते; पण तिचा आधार स्पर्धात्मक लोकमताने दिलेला कौल असा असतो.

लोकशाहीत व्यक्तीची मनोधारणा स्वमताच्या आग्रहाबरोबर दुसऱ्याच्या मताबाबत मान देणारी अशी असणे आवश्यक आहे. व्यक्तिव्यक्तींमधील समानता सामाजिक-राजकीय आणि आर्थिक - हा लोकशाहीचा पाया आहे. व्यक्तिव्यक्तींत असलेला फरक नैसर्गिक असला तरी त्यात भर पडेल आणि त्या विषमतेचा अवाजवी फायदा व्यक्ती उठवू शकेल अशी समाजरचना लोकशाहीला घातक ठरते. कोणाही व्यक्ती वा व्यक्तिगटाला विशेषधिकार असता कामा नये. समान संधी, समान कायदा आणि किमान पातळीवर समाजव्यवहारांत समानता (उदा. अस्पृश्यताबंदी) हा लोकशाही समाजाचा पाया आहे. भारतीय घटनेत आचार-उच्चार, संघटनेचे स्वातंत्र्य बहाल केलेले आहे. अल्पसंख्यांकांसाठीचे सांस्कृतिक हक्क, धार्मिक स्वातंत्र्याचे हक्क यांमधून एकमेकांच्या मताबद्दल सहिष्णुता निर्माण होण्यास मदत होते. दुसऱ्याचे मत आपणास मान्य नसले तरी त्याला तसे मत असण्याचा हक्क आहे आणि तो मला माझ्या तशा हक्काइतकाच मान्य असून त्याबाबत मी तितकाच जागरूक राहीन अशी वृत्ती लोकशाही समाजमनाला बळकटी आणते.

## २.४. लोकशाही व्यवस्थेपुढील आव्हाने (Challenges before Democracy)

उदारमतवादी लोकशाही संकल्पनेने औद्योगिक व विकसित अशा समाजात राजकीय व आर्थिक स्थैर्य निर्माण केलेले आहे.त्यामुळे विकसनशील व नवोदित देशांतही लोकशाही पद्धतीविषयी आकर्षण निर्माण झालेले आहे. आंतरराष्ट्रीय समाजात स्थान आणि प्रतिष्ठा मिळण्याच्या दृष्टीने सामान्य लोकांबरोबर नवोदित राज्यांनाही लोकशाहीचे महत्त्व वाटू लागलेले आहे. अर्थात, या राष्ट्रांतील लोकशाही पद्धती यशस्वी झालेली आहे असे नाही. आफ्रिका आणि आशियातील नव्या राष्ट्रांत लोकशाहीच्या मार्गात अनेक अडचणी/अडथळे असल्याचे जाणवते. यावर मात करणे आणि आव्हानांचे संधीत रूपांतर करणे हा या राष्ट्रांपुढील महत्त्वाचा प्रश्न आहे.

२.४.१. लोकांमधील जागरूकतेचा अभाव : लोकशाहीच्या यशासाठी सामान्य जनता सतत जागरूक असणे आवश्यक आहे. अखंड जागरूकता ही लोकशाहीची किंमत आहे ('Eternal Vigilance is the Price of Freedom'). प्रातिनिधिक लोकशाहीमध्ये लोकप्रतिनिधींवर सतत लक्ष ठेवूनच त्यांना लोकमताच्या मार्गावर ठेवता येते. जागरूक लोकच असे नियंत्रण ठेवू शकतील. तेच जर निष्क्रिय व बेफिकीर राहिले तर सत्तेची साधने जवळ असल्याने लोकप्रतिनिधी आपल्या हिताचेच रक्षण करतील ('Who will guard the Guardian?') हा लोकशाही व्यवस्थेपुढील महत्त्वाचा प्रश्न आहे. व्यक्तिहिताचे राज्याने रक्षण करावे या करारातून राज्य निर्माण झाले, असे 'सामाजिक करार सिद्धांत' मानतो. त्यासाठी व्यक्तीला

दिलेला अधिकार सुरुवातीच्या काळात मालमत्तेपुरता (Property right) मर्यादित होता. तो उपयुक्ततावादी विचारांत सार्वत्रिक झाला. तथापि, लोक त्याच्या वापराविषयी उदासीन राहिले, तर लोकशाही ही 'बहुसंख्यांकांच्या संमतीने' असलेली अल्पजनसत्ता होईल. मतदानाचा हक्क हे लोकांच्या हातात असलेले हत्यार आहे. त्याचा लोकांनी जागरूकपणे वापर करण्यावरच लोकशाहीचे यश अवलंबून आहे. लोकांनाच लोकशाहीविषयी आस्था नसेल किंवा ईर्षा नसेल तर लोकशाहीला भविष्य राहणार नाही.

**२.४.२. लोकसहभागाच्या मर्यादा** - लोकसहभागावर लोकशाहीचा जिवंतपणा अवलंबून असतो. रूसोने समाजाच्या प्रत्यक्ष व सततच्या सहभागाशी जुळणारी सामाजिक ईहेची (General Will) कल्पना पुढे मांडली. अर्थात, त्याची नीट मांडणी त्याने केलेली आहे. सामाजिक ईहेच्या प्रकटीकरणात व्यक्तिगत ईहेचे प्रकटीकरण होते, असे तो म्हणे. केवळ निवडणुकीत मतदान करण्यापुरते स्वातंत्र्य त्याला मान्य नव्हते. (English people are free only on the day of election) असे त्याचे मत होते. मतदानाचा हक्क अधिकाधिक विस्तृत करणे, हा लोकसहभागाच्या मर्यादा वाढविण्याचा एक मार्ग आहे.

मतदानाचा हक्क विस्तारित करूनही लोकांचे अज्ञान व निरक्षरता त्याच्या योग्य वापराच्या आड येण्याची शक्यता आहे. देशातील लोक शिक्षित असल्यास त्यांना सामाजिक व राजकीय समस्यांची जाण अधिक असेल आणि त्यांची उकल करण्याची त्यांची क्षमताही वाढेल. केवळ औपचारिक शिक्षणाला महत्त्व नसले तरी साक्षर लोक विविध माध्यमांतून आलेली माहिती वाचू शकतील आणि त्यामधून त्यावर विचार करू शकतील. मिलने अशिक्षित लोकांना मतदानाचा अधिकार नाकारलेला आहे.

लोकसहभाग वाढण्यासाठी समाजात सर्व क्षेत्रांत समानता असणे आवश्यक आहे. समाजरचनेत समतलरचना असल्यास सामाजिक, आर्थिक आणि राजकीय प्रक्रियांचे क्षेत्र वाढू शकते आणि त्यांचा लोकांवर अधिक प्रभाव होत असल्याने लोकांची लोकशाहीविषयी आस्था अधिक वाढेल. सामाजिक, आर्थिक, राजकीय समानता असलेला समाज अधिक एकजिनसी असतो. ('Democracy represents more the community / than the individual, the collective interests more, than the particular.') जात-धर्म-पंथ-लिंग इ. गोष्टींच्या आधाराने समाजातील काही लोकांना विशेष अधिकार रूढी, कायदा यांमधून मिळत असले तर सामाजिक अभिसरण संकुचित होईल. लोकशाही व्यवस्थेने दिलेले अधिकार व स्वातंत्र्य निरर्थक बनतील. आर्थिक दृष्ट्या समाजात श्रेष्ठ-कनिष्ठ असे दोन विभाग पडून उत्पादनसाधनांवरील मालकी केवळ वरिष्ठ वर्गाच्या ताब्यात जाऊन कनिष्ठ वर्गाचे शोषण होऊ लागेल; आणि त्याचा शेवट मार्क्सने भाकित केलेल्या वर्गयुद्धात होईल; अशा वर्गाला राजकीय स्वातंत्र्याचा लाभही घेणे अशक्य बनेल. (A city within city) असे समाजाचे विघटन होऊन लोकशाहीच्या स्थैर्यावर त्याचा परिणाम होईल.

प्रतिनिधित्वाची पद्धत आणि लोकसहभाग यांचा संबंध असतो. मुळात एक व्यक्ती दुसऱ्याचे प्रतिनिधित्व करते, ही कल्पना संयुक्तिक वाटत नाही. प्रतिनिधित्वाच्या कल्पनेत समाजात राज्यकर्ते आणि शासित जनता असा भेद मानला जातो आणि त्यांच्यातील अंतर लोकशाहीत कमीत कमी करण्याचा प्रयत्न केला जातो. त्यावरच लोकशाहीचे यश अवलंबून आहे. बर्कच्या विचारांनुसार लोकप्रतिनिधी हा मतदारसंघाचे प्रतिनिधित्व करण्यापेक्षा मतदारसंघाच्या माध्यमातून राष्ट्राचे प्रतिनिधित्व करीत असतो. ('Parliament is a deliberative assembly of one nation with one interest that of the whole.' - Burke.) प्रतिनिधित्वाच्या प्रत्येक पद्धतीवर मर्यादा असल्याने व्यवहारात सार्वत्रिक प्रौढ एकमत पद्धतीने प्रतिनिधित्वाची पद्धत रूढ झालेली आहे. मुळात राजकीय समाजात अभिजन वर्गाचे (Elite) वर्चस्व असते आणि राजकीय-सामाजिक विचारांवर व अर्थव्यवहारांवर त्याचा प्रभाव असतो. राजकीय पक्षसंघटनेमध्येही अशी संघटित अल्पजनसत्ता असते. निवडून येण्याच्या आवश्यकतेमुळे 'अभिजन वर्गात होणारी स्पर्धा' हीच खरी जनतेची लोकशाही सुरक्षित ठेवू शकेल. शुंपीटरने लोकशाही अभिजन (Democratic Elitism) अशी कल्पना मांडलेली आहे. लोकप्रतिनिधी सक्षम, सजग असेल. सामान्य जनता-मतदार आणि प्रतिनिधी यांत विचारांची रचनात्मक देवाण-घेवाण असेल; आणि लोकमताला लोकशिक्षणाची जोड असेल तर लोकप्रतिनिधी त्यांच्या मतदाराच्या मताचे नेतृत्व करू शकतील. एवढेच नव्हे तर त्याला योग्य वळण देऊ शकतील.

लोकशाहीचा पाया मतदार व्यक्ती आहे. तिचे विचार आणि विचारपद्धती यांवर जनमताचे स्वरूप किती व्यापक आहे, हे ठरू शकेल. किंबहुना व्यक्तीच्या मर्यादा लक्षात घेऊनच लोकशाहीवर टीका करण्यात येते. ग्रीक तत्त्ववेत्ता ॲल्सीबियाडस (Alcibiades) म्हणून म्हणतो की, लोकशाही म्हणजे सर्वमान्य मूर्खपणा - त्यावर चर्चा कशाला करावयाची? लॉक लोकशाहीविषयी म्हणतो - 'It is the Government of the poorest, the most ignorant and the most incapable, who are necessarily the most numerous.' व्यक्तिस्वातंत्र्य असताना त्याच्या प्रकटीकरणाच्या मागे दोन गोष्टी अपेक्षित आहेत. आपल्या मताचा आग्रह असला तरी दुसऱ्याच्या मताचाही आदर करण्याची सहिष्णुता व्यक्तीमध्ये असावयास हवी; आणि त्यासाठी आपल्या मताविषयीचा आग्रह हा दुराग्रहात रूपांतरित होणार नाही याविषयी पण व्यक्तीने काळजी घेणे आवश्यक आहे. राज्यकर्त्या वर्गाच्या मताइतकेच विरोधी पक्षाचे मतही म्हणून लोकशाहीत तितकेच महत्त्वाचे असते. दुसऱ्याचे मत - विचार ऐकून घेणे, आपल्या मत-विचारांबरोबर त्याची सांगड घालणे आणि आपल्या मतातील अपुरेपणा दूर करून ते अधिक समावेशक करणे, यातच लोकशाहीचे खरे

यश सामावलेले आहे. प्रत्येक व्यक्ती आणि व्यक्तिगट यांची मते त्यांचे अनुभव-अपेक्षा यांवर अवलंबून असल्याने त्या सर्वांचेच व्यापक समाजहितामध्ये उदात्तीकरण होणे सर्वांसाठी आवश्यक असते.

'राजसंस्था' आणि 'धर्मसंस्था' पाश्चात्त्य देशात प्राय: स्वतंत्र झालेल्या आहेत. विकसनशील देशांत 'धर्म' आणि 'राजकारण' यांत फारकत झालेला नाही आणि व्यक्तीच्या असहिष्णुवृत्तीला धर्माची जोड मिळाल्यास त्यात कडवेपणा प्राप्त होतो. धार्मिक कारणावरून समाजात तेढ निर्माण होऊन 'समाज' आणि 'राज्य' दोन्ही अस्थिर बनतात. काही धार्मिक व राजकीय गटांना त्यातून फायदा मिळत असला तरी तो तात्पुरता आणि संकुचित असतो. आधुनिक राज्ये त्यामुळे धर्मनिरपेक्षतेचे तत्त्व स्वीकारताना दिसतात. धर्म ही खासगी जीवनातील आचार व विचारसरणी असून राज्याच्या व्यापक हिताच्या संदर्भात ती दुय्यम आहे, हा विचार समाजमान्य होण्यावर लोकशाहीचे स्थैर्य अवलंबून आहे.

समाज मूलत: अनेक हितसंबंधी गटांत विभागलेला आहे आणि आपल्या मर्यादित संदर्भात हे हितसंबंध न्याय्यही असतात; पण समाजजीवनात एकत्रित येऊन मिळणाऱ्या फायद्यांच्या दृष्टीने त्यात समन्वय घडवून येणे तितकेच आवश्यक असते. ('Since dissent, argument, conflict of interest and clashes of judgement are inescapable as their roots lie in human nature, the fact is that politics has to deal with these' - Madison.) लोकशाही व्यवहारांत म्हणून व्यवस्थेत असलेले दोष-मर्यादा कमी करून व्यक्तिविकासाला वाव देऊन त्यातून लोकशाही दृढ केली पाहिजे. लोकशाही बहुसंख्यांकांची हुकूमशाही होऊ नये, म्हणून अल्पसंख्यांकांच्या न्याय्य हक्कांच्या रक्षणाची व्यवस्था लोकशाही व्यवहारात अंतर्भूत असावयास हवी. निवडणुकीमधील संख्येचे महत्त्व अनिवार्य असले तरी त्याला गुणात्मक जोड देण्याचे मार्ग शोधले पाहिजेत; आणि पात्र व्यक्तीच निवडणुकीला उभी राहू शकेल, असे अर्हतेचे निकष शोधले पाहिजेत. लोकशाही पद्धत खर्चिक, विलंबकारी आणि राजकीय पक्षांना अवाजवी महत्त्व देणारी बनलेली आहे. राजकीय पक्षांचे हितसंबंध व मर्यादित स्वार्थ लक्षात घेऊन सर्व राजकारण सत्ताकेंद्री बनत आहे; अशा वेळी व्यक्तिजीवनाच्या दृष्टीने राजकीय हस्तक्षेपापासून मुक्त क्षेत्र (Gardening in life) आणि समाजजीवनाच्या दृष्टीने सामाजिक संघटनांचा (Community Based Organizations) निर्णय घेण्यात व निर्णयाची अंमलबजावणी करण्यात वाढता सहभाग यामधून लोकशाहीचे दोष कमी होऊ शकतील आणि समाज नागरी समाजरचनेच्या दृष्टीने (Civil Society) विकसित होऊ शकेल.

लोकशाही समाजाचे केंद्र व्यक्ती आहे. त्याच्या क्षमतेवरील विश्वास लोकशाहीचा आधार आहे. त्यासाठी विषमता व शोषणापासून मुक्त असलेला समाज निर्माण

करण्याची लोकशाहीची वाट आहे. व्यक्तिहित आणि समाजहित यांचा सुमेळ घालण्याचे नागरी व राजकीय शिक्षण आणि लोकशाहीच्या मूल्यांचा प्रसार करणारी शिक्षण-पद्धती याची गरज आहे. व्यक्तीचे अपयश हे जर लोकशाहीच्या अपयशाचे कारण असेल तर त्या अपयशाचे उत्तरही व्यक्तीमध्येच शोधावे लागेल.

## २.५. भारतीय लोकशाही

वसाहतवादी राजवटीतून १५ ऑगस्ट १९४७ रोजी भारत स्वतंत्र झाला आणि २६ जानेवारी १९५० मध्ये घटनेचा स्वीकार करून भारत हा एक सार्वभौम, लोकशाही गणराज्य बनला.

ब्रिटिश राजवटीमधील विविध घटनात्मक सुधारणांमधून आलेला अनुभव, स्वातंत्र्यलढ्यातील जोपासलेली तत्त्वे आणि राजकीय नेतृत्वाच्या मनात असलेला समर्थ भारताचा आराखडा यांचे एकत्रित प्रतिबिंब राज्यघटनेत दिसून येते. घटनेच्या सरनाम्यांत भारतीय जनतेने स्वत:ला एक सार्वभौम 'समाजवादी' धर्मनिरपेक्ष लोकशाही प्रजासत्ताक निर्माण करण्याचे अभिवचन दिलेले आहे आणि स्वातंत्र्य, बंधुता, समानता आणि न्याय यांवर आधारित असलेल्या समाजनिर्मितीची हमी दिलेली आहे. लोकसहभाग वाढावा म्हणून सर्वांना सार्वत्रिक मतदानाचा हक्क घटनेने दिलेला आहे. वय ६ ते १४ वर्षापर्यंत सर्वांना मोफत शिक्षणाचा मूलभूत हक्क देण्यात आलेला आहे. विषमता ही व्यक्तिविकास आणि लोकसहभाग यांच्या आड येत असल्याने व्यक्तीला काही मूलभूत हक्क आणि राज्यांसाठी काही मार्गदर्शक तत्त्वे (क्र. १२-३५ व क्र. ३६-५१) यांचाही घटनेत समावेश केलेला आहे. समाजातील विषमता लक्षात घेऊन समान संधीसाठी मागासवर्ग व अल्पसंख्य यांना खास संरक्षणही देण्यात आलेले आहे. आर्थिक विषमता दूर करण्यासाठी नियोजनबद्ध विकासाची व्यवस्था भारताने स्वीकारलेली आहे. लोकसहभाग वाढविण्याच्या दृष्टीने राजकीय व प्रशासकीय विकेंद्रीकरण करून पंचायत राज्यपद्धतीने शासन लोकांच्या जवळ जात आहे आणि त्यातून समाजसबलीकरणाचा प्रयत्न केला जात आहे. कल्याणकारी राज्याच्या निर्मितीचे ध्येय अनेक क्षेत्रांत विकासाचे कार्यक्रम राबविण्यात येत आहेत. धार्मिक स्वातंत्र्याचा हक्क, अल्पसंख्याकांचे सांस्कृतिक व शैक्षणिक, घटनात्मक उपाययोजनेचे हक्क हे भारतीय राज्यघटनेमधील वैशिष्ट्यपूर्ण हक्क आहेत.

अर्थात, भारतीय लोकशाहीपुढील आव्हानेही मोठी आहेत. भारतामधील वाढती लोकसंख्या, निरक्षरतेचे आणि अज्ञानाचे प्रमाण यांनी लोकसहभाग व विकासप्रक्रिया यांना अडथळा निर्माण होत आहे. अंधश्रद्धा, धार्मिक विचारांचे प्राबल्य आणि लोकशिक्षणाचा अभाव यामुळे लोकसंख्यावाढीला आळा घालणे अवघड बनत आहे आणि विकासाचे प्रयत्नही प्रतिव्यक्ती कमी पडत आहेत.

विकासप्रक्रियेतील अडथळ्यांमध्ये मोठ्या प्रमाणावरील गरिबी हे भारतीय लोकशाहीपुढील मोठे आव्हान आहे. विकासाचे फायदे लक्ष्यगटापर्यंत पोहोचत नाहीत आणि प्रशासकीय विलंब, अकार्यक्षमता आणि भ्रष्टाचार यांमुळे गरीब लोक गरीबच राहतात. वाढत्या लोकसंख्येबरोबर वाढती गरिबी यामुळे घटनेने दिलेली सर्व स्वातंत्र्ये आणि अभिवचने निरर्थक बनतात. प्रादेशिक असमतोलामुळे राज्याराज्यांतही अंतर पडते.

आपण संसदीय लोकशाही स्वीकारलेली आहे; अशा लोकशाहीत व्यक्तीला महत्त्व असले तरी व्यक्तिमाहात्म्याला जागा नाही. विकसनशील देशात तत्त्वापेक्षा व्यक्तीला महत्त्व दिले जाते. आपल्या पुढाऱ्यांवरील विश्वासाचे श्रद्धेत रूपांतर होते; आणि ते लोकशाहीला घातक ठरते. सत्ताधारी पक्षाइतकेच ते विरोधी पक्षालाही लागू पडते. व्यक्तिपूजनाची सवय म्हणजे जणू राज्याच्या दैवी सिद्धांताचे पुनरागमनच होय. लोकशाहीत विरोधी पक्षाचेही स्थान एक विधायक पक्ष म्हणत अपेक्षित असते. लोकशाहीचे यश सत्ताधारी पक्षाइतके विरोधी पक्षावरही अवलंबून असते.

भारतीय समाज जात-धर्म-पंथ-भाषा यांनी विभागला गेलेला आहे. जातिव्यवस्था तर एक मानवी कलंक म्हणूनच मानली जाते. भाषांमधील विविधता (१७९ अधिकृत भाषा आणि ५४४ बोली भाषा) ही समाजाच्या एकात्मतेच्या आड येत आहे. प्रशासकीय सोय सामाजिक अभिसरण आणि सांस्कृतिक विकास म्हणून राबविण्यात आलेली भाषावार प्रांतरचना प्रांतिकवादाच्या विळख्याने फुटीरतेलाच कारणीभूत ठरलेली आहे.

लोकशाहीमधील विविध व्यवस्थाही लोकशाही मूल्यांवर आधारित असावयास हव्यात. भाषा-विचार, स्वातंत्र्याचा पुरस्कार करणारी विविध साधने उदा. वृत्तपत्रे ही साखळी पद्धतीने आपल्या गटाच्या हितसंबंधांचेच रक्षण करीत असतात. विविध प्रभाव-गटांनी शासनव्यवस्थेबरोबर माहिती पुरविणे, निवेदन देणे, बाजू मांडणे इ. मार्गांनी शासनाचे निर्णयांचा अधिक सामावेश करण्याचे कार्य करणे अपेक्षित आहे. तथापि, त्या बाबत ती जाणीवपूर्वक कमी पडत आहेत असे वाटते.

अर्थात, या अडचणींवर मात करीत विकसनशील देशांमध्ये भारताने लोकशाहीचा प्रयोग यशस्वीरीतीने राबविण्याचा प्रयत्न केलेला आहे. नियमित सार्वत्रिक निवडणुका, शांततामय सत्तांतर, नियोजनपद्धतीने अर्थव्यवस्थेच्या विविध क्षेत्रांत केलेली प्रगती, संयुक्त राष्ट्रसंघाच्या उपक्रमांतील सहभाग, नवोदित राष्ट्रांच्या विविध समस्यांसंबंधी अलिप्ततावळवळीतून दिलेले नेतृत्व आणि विज्ञान व तंत्रज्ञानातील प्रगती यांमुळे आशियातील उद्याची बलशाली लोकशाही म्हणून भारताची ओळख जगाला पटलेली आहे.

❒

प्रकरण ५

# राज्याची भूमिका

राज्याची आवश्यकता सर्वांना मान्य असली तरी 'राज्य' आणि 'समाज' यांचे संबंध कसे असावेत याविषयी मात्र विचारवंतांमध्ये एकमत नाही. अराज्यवादी विचारवंतांना राज्यसंस्था तात्त्विक दृष्ट्या अनावश्यक वाटते आणि नागरी समाजाच्या रचनेत ती एक इतर सामाजिक संस्थांसारखी असेल असे त्यांचे मत आहे. साम्यवादी विचारांत कामगारवर्गाने नियंत्रित केलेले राज्य भांडवलशाही व्यवस्थेची पाळेमुळे खणून काढण्यासाठी का होईना पण काही काळासाठी आवश्यक वाटते. इतर विचारवंतांनी राज्याच्या आवश्यकतेवर भर दिलेला असून तिच्या कार्यक्षेत्रांवर व कार्यावर कमी-जास्त नियंत्रण ठेवण्याचा प्रयत्न केलेला आहे. सर्वंकष राज्यापासून (Totalitarian State) उद्योजक राज्यापर्यंत (Entrepreneural State) सर्व छटा राज्याच्या भूमिकेबाबत दिसून येतात.

राज्यसंस्थेच्या निर्मितीमधील हेतू काय असावा हा प्रश्न केवळ विचारवंतांचाच नाही. राज्याच्या हेतूची निश्चिती झाली की, त्यानुसार तिचे कार्यक्षेत्र, राज्यातील संस्था आणि व्यक्ती यांचे संबंध, राज्यसंस्थेच्या त्यांच्यावरील नियंत्रणाचे स्वरूप व हेतू आणि प्रत्यक्ष राज्यसंस्थेचे कार्यक्रम या सर्वांना एक समान चौकट प्राप्त होते.

## १. ग्रीक विचारधारा

ग्रीक विचारवंतांनुसार राज्य हे व्यक्तीच्या जीवन आणि विकास या दृष्टीने एक साध्य आहे. व्यक्ती आपल्या जीवनाची परिपूर्तता राज्यातच पाहते. ग्रीक नगरराज्यांत 'समाज' आणि 'राज्य' यांत फरक केलेला नाही. नगरराज्यांत नागरिकत्वाचा हक्कही मर्यादित होता. स्त्रिया, मुले, गुलाम यांना नागरिकत्वाचा दर्जा नव्हता. नागरिकांकडून राजकीय कार्यात अधिकाऱ्यांची निवड, त्यांच्या कामकाजावर टीका आणि त्यानुसार अधिकारपद सांभाळण्याची अनुज्ञा-प्रत्यक्ष आणि सततचा सहभाग अपेक्षित होता. राज्य हे चांगल्या आयुष्यासाठी असते. ('State continues for the betterment of life') असे ॲरिस्टॉटल म्हणे. राज्याने न्यायाची स्थापना केली पाहिजे असा प्लेटोचा आग्रह होता. त्याच्या मतानुसार न्याय म्हणजे (आपल्या क्षमतेनुसार) आपल्यावर सोपविलेले सामाजिक कर्तव्य करणे.

अशा राज्याविरुद्ध लोकांना हक्क नसतात किंबहुना राज्याविरुद्ध हक्क असण्याची कल्पना आधुनिक आहे. 'राज्य' आणि 'समाज' यांत फरक केल्यानंतरची आहे. राज्यामध्ये व्यक्तिविकासाचे हक्क असा ग्रीक विचार आहे. समाज व्यक्तीला केवळ संरक्षण देत नाही तर जीवन विकसित करण्यास मदत करतो अशा राज्याचा बंध तोडण्यात काहीच स्वारस्य नाही; म्हणून राज्याविरुद्ध बंड न करता राज्याची शिक्षा सॉक्रेटिसने स्वीकारली.

रोमन काळात राज्य हे साध्य आहे ही कल्पना मागे पडली. मूळचे नगरराज्य असलेले रोम हे एका साम्राज्याची राजधानी बनले.

## २. मध्ययुगीन विचारधारा

स्टॉइक विचारांमधील जागतिक नागरिकत्वाची कल्पना आणि रोमन साम्राज्याचा विस्तार आणि धर्मसंस्थेचे राजसत्तेवरील वर्चस्व यामुळे राज्याविषयी वस्तुनिष्ठ विचार करणे अवघड झाले. धर्मसत्ता ही एक प्रभावी सत्ता बनली आणि चर्चच्या नियंत्रणाखाली मोठमोठ्या जमिनी असल्याने त्यांचे हितसंबंधही जहागीरदारांच्या हितसंबंधासारखे झाले. राज्याकडे धार्मिक दृष्टिकोनामधून पाहिले जाऊ लागले. सेंट ऑगस्टीन (३५४-४३०) यांनी दुहेरी नागरिकत्वाची आणि दुहेरी राज्याची (*Civitas* आणि *Ecclesia*) कल्पना मांडली. दैवी राज्याचे *(Civitas Dei)* नागरिकत्वाचे महत्त्व आणि कर्तव्य *(Civitas terrena)* पेक्षा श्रेष्ठ दर्जाचे आहे आणि त्याच्याशी भौतिक राज्याच्या नागरिकत्वाचे 'महत्त्व' आणि 'कर्तव्य' विसंगत असता कामा नये. मध्ययुगात ख्रिश्चन राष्ट्रसंघाची कल्पना पुढे आली. शार्लमेन (७६८-८१४) याचे पवित्र रोमन साम्राज्य राजकीय दृष्ट्या प्रभावी नसले तरी सामाजिक दृष्ट्या लोकमतावर प्रभाव पाडणारे होते. धार्मिक पुनरुज्जीवनाच्या चळवळीमुळे आणि मध्ययुगीन अनियंत्रित राजेशाहीच्या उदयाने धर्म आणि राज्य यांत फारकत झाली. सरंजामशाहीच्या अस्तामधून नागरी समाजाची कल्पना पुढे आली.

## ३. आधुनिक विचारधारा

समाज आणि राज्य यांमध्ये फरक हे आधुनिक समाजाचे वैशिष्ट्य आहे. समाजामध्ये अनेक संघटना असतात. त्यांपैकी राज्य ही एक संघटना असून ती समाजाची राजकीय गरज पूर्ण करण्याचे एक साधन आहे. व्यक्तीसाठी राज्य असते, राज्यासाठी व्यक्ती नसते हा विचार प्रभावी होऊ लागला. ज्याप्रमाणे व्यक्तीच्या हक्काला अमर्याद मुभा असणे अनावश्यक तसेच राज्याच्या व्यक्तीवरील नियंत्रणांना मर्यादा नसणे तितकेच असमर्थनीय आहे. 'हक्क' आणि 'मर्यादा' यांचा गतिमान समतोल राज्यसंकल्पनेच्या सिद्धांतानुसार सांभाळला जातो. राज्य हे समाजातील मूळ चेतनातत्त्वाचे

(geist) स्वरूप असल्याने राज्याविरुद्ध व्यक्तीला हक्क आणि अधिकार असणे अनावश्यक तसेच अनाकलनीय आहे. 'राज्यातच सर्व आहे. त्या विरुद्ध काही नाही, त्या पलीकडे काही नाही' हा विचार तात्त्विक दृष्ट्या व्यक्तिजीवनाचे उदात्तीकरण करतो आणि व्यक्तीच्या अंगीभूत आणि खऱ्या विकासाचा मार्ग सांगतो; पण प्रत्यक्ष राजकीय व्यवहारात त्यातून सर्वंकष राज्यपद्धती आणि पोलिसी पद्धतीचे, लोकांना नाइलाजाने दिलेले किमान हक्क सांभाळणारे पण राज्याला आपली खासगी मालमत्ता समजणारे राजे व अनियंत्रित हुकूमशाह निर्माण झाले. सर्वंकषतेच्या तत्त्वज्ञानाला विरोध करणारी उदारमतवादी विचारसरणी तितकीच परिणामकारक ठरली. १९व्या शतकात ती विविध तत्त्वप्रणालींच्या रूपाने पुढे आलेली दिसते. उपयुक्ततावादी विचारसरणी राज्याच्या व्यवहाराचे मूल्यमापन त्याच्या सामाजिक उपयुक्ततेवर करू लागली. त्यातून अधिकांचे अधिक हित (Greatest good of the greatest Number) हे तत्त्व पुढे आले. त्याचबरोबर कल्याणकारी राज्याच्या कल्पनेचा (Welfare State) उदय झाला. या शतकात जनतेचे कल्याण आणि त्यात गरीब, असंघटित, वंचित अशा घटकांच्या कल्याणाला प्राथमिकता देणारी 'समाजवादी' आणि 'साम्यवादी' विचारसरणी समाजात रुजू लागली. सुखी आणि समाधानी जीवन हा राज्याचा हेतू आहे असे राज्यशास्त्राच्या उदयाच्या काळात ॲरिस्टॉटलने म्हटले होते. कौटिल्यही प्रजेच्या हितामध्ये राजाचे हित आहे. 'In the happiness of his people, lies his happiness' असे प्रतिपादन करतो. राज्याचा हा हेतू त्या त्या देशातील घटनेच्या आधारात आणि सत्तेचा वापर करणाऱ्यांच्या राजकीय तत्त्वज्ञानातून स्पष्ट होत असतो. उदा. भारतीय राज्याची भूमिका भारतीय राज्याच्या तत्त्वज्ञानातून आणि ते तत्त्वज्ञान घटनेच्या सरनाम्यातून मूलभूत हक्क आणि मार्गदर्शक तत्त्वांतून स्पष्ट होते.

## ४. उदारमतवादी विचारधारा

१९ व्या शतकात उदारमतवादी विचारांचा प्रभाव दिसून येतो. राज्याच्या दैवी सिद्धांताला विरोध आणि धार्मिक चळवळींमधून धर्मसत्तेला आव्हान देत असता, विद्येच्या पुनरुज्जीवनामधून राज्याकडे ऐहिक दृष्टीने पाहण्याचा दृष्टिकोन पुढे आला. राज्य ही कृत्रिमरीत्या सामाजिक गरजेमधून निर्माण केलेली संस्था आहे, असा विचार 'सामाजिक करार' तत्त्वात (Social contract) दिसून येतो. त्याचबरोबर राज्याने 'व्यक्ती' आणि 'समाज' यांमधील तणाव किंवा विसंवाद या प्रसंगी मध्यस्थाची भूमिका पार पाडावी असा उदारमतवाद्यांचा आग्रह होता. राज्य ही एक सजीव सचेतन कृती आहे असाही विचार राज्याला आदर्शवादी विचारांचे अधिष्ठान देताना केलेला आहे - हेगेल. मात्र असे राज्य समाजातील प्रभावी वर्गाच्या ताब्यात गेले तर व्यक्तीविकासाऐवजी ते वर्गीय जुलुमाचे साधन बनेल अशी सार्थ भीती साम्यवादी

विचारवंतांनी व्यक्त केलेली आहे - मार्क्स. राज्याच्या भूमिकेवर या सर्व विचारधारांचा परिणाम झालेला आहे.

उदारमतवादी विचारांचा मूळ गाभा राज्याची सत्ता नियंत्रित करणे हा आहे. राज्याच्या दैवी सिद्धांतानुसार राज्याला विरोध करणे म्हणजे दैवी सत्तेला विरोध करणे असे होई आणि त्याचे स्वरूप गुन्हा न राहता पाप असे होई. उदारमतवादी राज्य स्वाभाविकपणे लोकशाही राज्याकडे वाटचाल करते. व्यक्तिविकासाचा आग्रह, मतदानाच्या अधिकाराचा विस्तार, शासनात लोकांचा सहभाग आणि लोकमताचा प्रभाव यांमधून उदारमतवादी राज्याचे स्वरूप लोकशाहीचे बनते. लोकहिताला प्राथमिक राज्याच्या हक्कांना घटनात्मक मान्यता, राज्याच्या अधिकारावर घटनात्मक नियंत्रण, शासनाच्या विविध अंगांमध्ये सत्ता-विभागणी, लोकांचे राज्याविरुद्ध हक्क व त्याच्या अंमलबजावणीची यंत्रणा यामुळे उदारमतवादी राज्य मर्यादित राज्य (limited government) बनते.

हॉब्ज आणि लॉक त्यांच्या सामाजिक करारात राज्य एक यंत्रणा म्हणून पाहतात. हॉब्ज उदारमतवादी नव्हता; पण राज्य आणि समाज स्वतंत्र आणि समान अशा नागरिकांचा बनलेला आहे ही त्याची कल्पना उदारमतवादी आहे. त्याच्या मताने राज्य नैसर्गिक नसून कृत्रिम आहे आणि राज्य म्हणून त्याचा अस्तित्वाचा हक्क आहे व तो प्रजा वा राजा यापासून स्वतंत्र व स्वयंसिद्ध आहे. लॉकनेही नागरी समाज आणि राज्य यांत फरक केलेला आहे आणि त्यात समाजाला प्राथमिकता दिलेली असून, समाजाने स्वसंमतीने राज्याला मर्यादित सत्ता दिलेली आहे. लोकांचे नैसर्गिक हक्क अबाधित असून राज्याचे कार्यक्षेत्र केवळ राजकीय स्वरूपाचे आहे. उदारमतवादी विचारांनुसार राज्याने कल्याणकारी स्वरूपाच्या नावाखाली अधिक सत्ता मागण्याचे कारण नाही.

सामाजिक करारामागील नैसर्गिक हक्कांच्या सिद्धांताला विरोध करताना त्यातून पुढे बेंथॅमचा उपयुक्ततावाद पुढे आला. त्याचा पायाही लोकांच्या सुख-कल्याणापेक्षा लोकांचे स्वातंत्र्य हाच होता. ग्रीन, हेगेल, रूसो यांनी राज्याकडे एक सचेतन संस्था म्हणून पाहिलेले आहे. रूसोच्या सामाजिक ईहेच्या (General Will) संकल्पनेमधून गणराज्य प्रजासत्ताक राज्य ही लोकशाही संकल्पना पुढे आली. ग्रीनच्या उदारमतवादामध्ये राज्याने व्यक्तिविकासामधील अडथळे दूर करावेत असे प्रतिपादन केलेले आहे. राज्याचा पाया सक्ती नसून लोकेच्छा आहे. ('Will and not power is the basis of State') असे ग्रीन म्हणतो. राज्याचा अधिकार म्हणजे लोकांचे हित ओळखण्याची राज्याची क्षमता. हेगेलने राज्य म्हणजे 'परमेश्वराची इच्छा' असे म्हटले असले तरी त्याचे अधिष्ठान नैतिक असून, लोकांची खरी इच्छा आणि राज्याची इच्छा यात सुमेळ गृहीत धरलेला आहे. खऱ्या लोकहिताच्या विरोधी असलेले सर्वंकष राज्य त्याला अपेक्षित नाही.

भांडवली अर्थव्यवस्थेच्या विस्ताराने राज्यांतर्गत आणि राज्याबाहेरील वसाहत, व्यापार यामधून राज्याचे कार्यक्षेत्र वाढू लागले. उदारमतवादी चौकटीमध्ये राज्याच्या कार्याला लोककल्याणकारी स्वरूप देण्याचा प्रयत्न सुरू झाला.

## ५. कल्याणकारी विचारधारा (Welfare State)

मिल आणि ग्रीन यांच्या विचारात भांडवलशाहीने निर्माण केलेली विषमता व अन्याय दूर करण्यासाठी राज्याच्या कल्याणकारी कार्य-भूमिकेचा आग्रह धरलेला आहे. राज्याचा हस्तक्षेप आवश्यक आणि अनिवार्य असून त्यातून समाजसुखाची किमान पातळी सार्वत्रिकपणे प्रस्थापित झाली पाहिजे आणि त्याचा लाभ समाजातील गरीब व वंचित वर्गातील लोकांना झाला पाहिजे. खऱ्या भांडवलशाही व्यवस्थेचे हेच ध्येय आहे असे त्यांचे मत होते. राज्याचे राजकीय स्वरूप (Political Nature) हे अपुरे असून त्याला लोककल्याणकारी भूमिका देणे, त्यामधूनच राज्याचे स्वरूप सत्तेचा वापर करणारी यंत्रणा न राहता सर्वसमाजाला सेवासुविधा पुरवणारी यंत्रणा असे होईल व त्यातून राज्याच्या पारंपरिक हेतूला नवा संदर्भ मिळेल. सुखी, समाधानी जीवन (ॲरिस्टॉटल), मानवाचे नैतिक जीवन (ग्रीन), सर्वांचे हित (लॉक) या कल्पना राज्याच्या नवीन कार्यक्षेत्रांमधून स्पष्ट होऊ लागल्या. राज्याने समाजाच्या सामुदायिक गरजा भागविल्या पाहिजेत त्याचबरोबर राष्ट्राची प्रगती नियोजित कार्यक्रमानुसार केली पाहिजे आणि व्यक्तिविकास साधला पाहिजे असे प्रयत्न जाणीवपूर्वक केले पाहिजेत असे मत सार्वत्रिक होऊ लागले.

किन्सचे पूर्ण रोजगाराचे अर्थशास्त्र किंवा रुझवेल्टची नवी भूमिका (New Deal) यामधून समाजवादी विचारांना नवा मानवी चेहरा मिळाला. लोकांनाही खुल्या बाजारपेठेपेक्षा (Free-market) मिश्र अर्थव्यवस्था आणि सकारात्मक भूमिका घेणारे राज्य उदारमतवादाची चौकट न मोडता शक्य असणारा हा मार्ग अधिक व्यवहार्य वाटला. मार्क्सवादी विचारसरणीप्रमाणे सर्व समाजाची पुनर्रचना करण्यापेक्षा अशा कल्याणकारी मार्गांनी राज्याचे स्वरूप लोकाभिमुख ठेवता येईल असा नव-उदारमतवाद्यांचा विश्वास होता.

इंग्लंडमधील वृद्धांना निवृत्तिवेतन, कामगारांना बेकारभत्ता, सामाजिक सुरक्षा-विमा (बीव्हरीज अहवाल १९४२) इ. योजना लोककल्याणाची सुरुवात आहेत. लोकांच्या आरोग्यविषयक योजना, व्यक्तिविकासाच्या योजना, शिक्षणाचा प्रसार व मोफत शिक्षणाची सोय, आर्थिक क्षेत्रांत पायाभूत सोयी आणि शेती-उद्योग, व्यापारविषयक क्षेत्रांतील सुधारणा. इ. बाबींचा समावेश राज्याच्या घटनांमध्ये व राजकीय पक्षांच्या कार्यक्रमांत दिसू लागला. फ्रान्सच्या राज्यघटनेच्या (१९४६) सरनाम्यात सामाजिक कल्याणाचा स्पष्ट उल्लेख आहे. (The nation shall guarantee to all and to the child, the mother and the aged worker protection of health, material security, rest and leisure.)

भारतीय घटनेने कल्याणकारी राज्य ही संकल्पना स्वीकारलेली आहे. राज्यासाठी असलेल्या मार्गदर्शन तरतुदींमध्ये कल्याणकारी राज्यांची दिशा स्पष्ट होते. सामाजिक राजकीय आर्थिक न्याय, वेठबिगार, अस्पृश्यताबंदी, शिक्षणाचा हक्क इ. संकल्पना व्यक्तिविकास आणि व्यक्तिमत्त्व स्पष्ट करतात. आपल्या घटनेच्या सरनाम्याचा गाभाही कल्याणकारी राज्य स्थापना हा आहे. 'To secure to all citizens Justice : social, economic and political, liberty of thought, expression, belief and faith and worship, equality of status and of opportunity and to promote fraternity assuring the dignity of the individual and the unity of nation.'

भारताने पूर्ण समाजवादी पद्धत स्वीकारलेली नाही आणि विकासासाठी नियोजनाचा मार्ग स्वीकारलेला आहे.

आपल्याकडील नियोजन हे राज्याचे कार्यक्षेत्र वाढवीत असताना त्याला दिशा देण्याचेही कार्य करते. विविध क्षेत्रांतील योजनांची एकाग्रता, लक्ष्यगट, संसाधनांची क्षमता, राज्य-केंद्र-खासगी-सार्वजनिक आणि लोकगट यांचे परस्पर अपेक्षित सहकार्य आणि त्यानुसार कार्यक्रमांची आखणी व अंमलबजावणी त्यात अपेक्षित आहे. लोकसहभाग, राष्ट्रीय विकास परिषद यामुळे नियोजनाने राज्याचे कार्यक्षेत्र वाढूनही संपूर्ण नियोजनप्रक्रिया लोकशाहीच राहिलेली आहे.

## ६. साम्यवादी विचारधारा

राज्य एक सचेतन आणि नैतिक व्यक्तिमत्त्व आहे, या विचारातून जसा लोकराज्याचा लोकशाही विचार रूसोच्या सामाजिक ईहेच्या रूपाने आला, त्याचबरोबर हेगेलचा सर्वंकष राज्याचाही विचार आला; तथापि त्याची राज्याची कल्पना समाजाच्या संचिताचे मूर्त रूप होती. राज्याचे चेतनातत्त्व व्यक्तीमधून व्यक्त होते आणि ते राज्याच्या संस्कृतीमध्ये स्थिर होते. व्यक्तीचे खरे स्वातंत्र्य राज्याविरुद्ध असण्यात नाही, तर राज्याच्या चेतनातत्त्वाशी एकरूप होण्यात आहे. 'सामाजिक संस्था या केवळ उपयुक्ततावादावर आधारित नाहीत तर राज्याची संस्कृती व परंपरा यांचेच त्या रूप आहेत' असे त्याचे मत होते. 'The state as a divine will unfolds itself into the actual shape of an organized world' हेगेलच्याच विचारपद्धतीने जाऊन मार्क्सने मात्र एक वेगळा विचार मांडला.

राज्य हे जसे दैवी नाही तसेच ते करारातून निर्माण झालेले नाही. त्याचबरोबर राज्य हे मध्यस्थ स्वरूपाचेही नाही किंवा समाजाच्या संस्कृतीचा परिपोष करणारा परमोच्च बिंदूही नाही. राज्य हे वर्गहित सांभाळणारे आणि राज्यातील प्रमाथी वर्गाच्या

ताब्यात असलेले असे वर्गलढ्यामधील साधन असून वर्गविहीन समाजाची स्थापना होताना ते नष्ट होईल असे मार्क्स मानतो.

फ्रान्सच्या राज्यक्रांतीचा (१८४८) अनुभव आणि राज्याचे संघटित स्वरूप पाहून मार्क्सने संघर्ष, राज्यमंत्राचा ताबा आणि कामगारवर्गाची हुकूमशाही यांचा पुरस्कार केला. राज्याचे स्वरूप वर्गीय असून ते सत्ताधारी वर्गाच्या हितसंबंधांचे रक्षण करण्याचे कार्य करते. समाजाची रचना, त्यातील संस्था, अर्थव्यवहार आणि सामाजिक मूल्ये यांचा आधार वर्गीय असून सत्ताधारी आणि शोषित कामगारवर्ग यांच्यातील संघर्ष अटळ आहे. राज्याच्या आदर्श स्वरूपात तो एकरूप होणारा नसून कल्याणकारी सेवा-सुविधांनी तो थांबविता येणार नाही. सशस्त्र क्रांती-वर्गयुद्धात अंतिम विजय शोषित कामगारवर्गाचा असून संक्रमणकाळात भांडवलशाहीची संस्थारचना, मूल्यव्यवस्था पूर्णपणे निपटून काढण्यासाठी कामगारवर्गाची हुकूमशाही प्रस्थापित होईल आणि राज्यविहीन समाजाचे ध्येय पूर्ण होताना ही हुकूमशाही तिचे ऐतिहासिक कार्य संपल्यामुळे नष्ट होईल असे साम्यवादी विचारधारा प्रतिपादन करते.

मार्क्स आणि अेंजल्स् यांच्या विचारानुसार साम्यवादी समाजरचनेमध्ये व्यक्ती आणि 'समाज' यांमध्ये दुरावा निर्माण करणाऱ्या सर्व संस्था, उत्पादनपद्धती आणि वितरणव्यवस्था नाहीशा होतील. राज्य सर्वांचा विकास साधेल. ('An association in which the free development of each class is the condition for the free development of all.') अशा राज्यांत खासगी मालमत्तेचा अधिकार राहणार नाही. वाढत जाणारा आयकर वसूल केला जाईल. अर्थव्यवस्थेवर, उत्पादनव्यवस्थेवर आणि वितरण व्यवस्थेवर राज्याचे पूर्ण नियंत्रण असेल. शेती व उद्योग व्यवसायाचा समन्वय प्रस्थापित होईल शिक्षण, दळणवळण इत्यादी सुविधा केंद्रीय आणि नियंत्रित असतील. अर्थात, कामगारवर्गाचे शासन हे लोकशाही आणि बहुमतवादी असेल असे मार्क्सचे म्हणणे होते. मुळात कामगारवर्गाची हुकूमशाही (Dictatorship of the proletariate) म्हणजे कामगारवर्गाचे शासन (Rule of the proletariate) असे मार्क्सचे मत होते आणि त्यात सर्व कामगारवर्ग अभिप्रेत होता. मार्क्सवादी विचारांची क्रांती प्रत्यक्षात आणताना रशियात लेनिनने प्रबल राज्याची गरज ओळखली. 'The proletarian state continues to be the state. It promotes and furthers the interests of the proletarion majority representing the quintessence of true democracy.' लेनिनच्या विचारांनुसार 'कामगारवर्गाची हुकूमशाही' ही राजकीय संकल्पना आहे; आणि सोव्हिएतची स्थानिक पातळीपासून वर राष्ट्रीय पातळीपर्यंतची साखळी लेनिनला अपेक्षित होती. मार्क्सनेही स्थानिक पातळीवरील छोट्या प्राथमिक गटाचे (Commune/कम्यून) आणि सहभागी लोकशाहीचे महत्त्वाचा पुरस्कार केलेला आहे. मात्र, लेनिनने क्रांतीचा अग्रदूत (Vanguard Party) असलेल्या कम्युनिस्ट पक्षाशिवाय कामगारवर्गाची

हुकूमशाही अशक्य आहे असे म्हटलेले आहे. ग्रामस्कीने प्रमाथी विचारधारेची कल्पना (Theory of hegemony) मांडून कामगारवर्गाच्या प्रभावाचे तत्त्वज्ञान, समाजवादी तत्त्वे, मूल्ये आणि सिद्धांताच्या साहाय्याने निर्माण करण्याच्या आवश्यकतेवर भर दिलेला आहे. माओने चीनच्या संदर्भात समाजाच्या सांस्कृतिक क्रांतीवर भर दिलेला असून राज्याचे श्रेणीबद्ध संघटन दुय्यम मानलेले आहे.

राज्याविषयीच्या संकल्पना राज्याचे कार्यक्षेत्र आणि कार्ये निश्चित करतात आणि राज्यविषयक सिद्धांतानुसार त्यात फरक पडलेला दिसून येतो. व्यक्ती आणि राज्य यांच्या संदर्भातला पक्षीय पद्धतीच्या राजकारणाच्या दृष्टीने महत्त्व आहे. अलिप्त किंवा किमानशासनाच्या व्यवस्थेपासून नव उदारमतवादी आता राज्याच्या अधिकाधिक हस्तक्षेपाला मान्यता 'येथपर्यंत पण यापुढे नाही' अशा वृत्तीने मान्यता देत आहे. मार्क्सवादी विचारांवरही पुनर्विचार ग्रामस्की, माओ यांच्या विचारांत दिसून येतो. मानवी सभ्यता, धर्मभावना, नैतिक मूल्ये, कला, संस्कृती, परंपरा-रूढी याबाबतीत राज्याचे हस्तक्षेप करू नये. कालविसंगत गोष्टींबाबतच राज्याने जाणीवपूर्वक व लोकशिक्षणातून बदल घडवून आणावेत असा विचार सर्वमान्य होत आहे. राज्याचे सार्वभौमत्व, कायदा-सुव्यवस्था स्थापन करणे, समाजोपयोगी संस्थांचे रक्षण आणि उत्तेजन, दळणवळणव्यवस्था, बाजारपेठेवर नियंत्रण आणि परराष्ट्रव्यवहार इ. विषय राज्याच्या कार्यक्षेत्रात येतात. कल्याणकारी राज्याच्या बाबतीत राज्याकडून लोककल्याणाच्या विविध योजनांची आखणी, अंमलबजावणी अपेक्षित असते. उदारमतवादी राज्यांचे बाबतीत 'राज्य' आणि 'लोकसंघटना' यांचे या क्षेत्रातील परस्पर संबंध पूरक असतात. जागतिकीकरणाच्या प्रभावाखाली या सर्वच सिद्धांतांमध्ये अपुरेपणा जाणवत आहे. राज्यांची राज्यांतर्गत स्वायत्तता आणि जागतिक व्यवस्था आणि त्यावर प्रभाव टाकणारे राज्याबाहेरील आंतरराष्ट्रीय संस्था-गट यांच्यामधील समतोल राज्याचे कार्यक्षेत्र- कार्ये या बाबतीत राज्याच्या सिद्धांतांना नवा संदर्भ देत आहे.

प्रकरण ६

# मार्क्सवाद

## १. समाजवाद (Socialism)

औद्योगिक क्रांतीनंतरच्या समाजरचनेचा आधार बनलेल्या भांडवलशाहीने समाजव्यवस्थेचे प्रश्न सोडविताना नवे प्रश्न निर्माण केले. उत्पादनसाधनांची खासगी मालमत्ता आणि खासगी नफ्याची प्रेरणा या भांडवलशाही मूल्यांना उदार व्यक्तिवादाचा आधार होता; मात्र त्यातून आर्थिक विषमता व बाजारव्यवस्थेत दडलेली अस्थिरता यामुळे सामाजिक असंतोष, असंघटित वर्गाचे शोषण आणि चक्रीय आर्थिक संकटाची भीती निर्माण झाली. त्यावर उत्तर शोधताना समाजवादी विचारधारा पुढे आली.

समाजवादी विचारधारा वेगवेगळ्या विचारछटांची बनलेली आहे. त्यामध्ये सामाजिक दृष्ट्या व्यक्तिसमानता व सद्भावना, आर्थिकदृष्ट्या उत्पादनसाधनांवर समाजाची मालकी आणि आर्थिक विषमतेविरुद्ध लढा आणि राजकीय दृष्ट्या लोककल्याणाच्या योजनांच्या अंमलबजावणीसाठी शासनसंस्थेवर नियंत्रण व प्रभाव हे तीन विचार महत्त्वाचे आहेत. स्पर्धेपेक्षा सहकार्य, खासगी मालमत्तेला विरोध, व्यक्तिहितापेक्षा समाजहिताला अग्रता ही समाजवादाची वैशिष्ट्ये आहेत. प्राचीन धर्मग्रंथांतूनही समाजवादी विचारांचा उल्लेख आढळतो. संपत्तीचा हव्यास, सावकारी, व्यापार व त्यामधून संपत्तीचा संचय याचा धर्माने निषेध केलेला दिसून येतो.

आधुनिक काळात थॉमस मूर (Utopia 1516), सेंट सायमन, रॉबर्ट ओवेन (New Lanark Mill), चार्ल्स् फूरियर इ. विचारवंतांनी समाजवादी विचारधारा समृद्ध केलेली आढळते. मूरच्या Utopia मध्ये उत्पादनावर लोकनियुक्त व्यक्तींचे नियमन होते. सायमन कार्यशून्य मालमत्तेच्या (Functionless Property) विरुद्ध होता. रॉबर्ट ओवेनने उत्पादनसंबंधांना मानवी पातळीवर आणण्याचा प्रयत्न केला, फूरियर हा 'काम फायद्यापेक्षा आनंदाचे उगमस्थान असावे' अशा मताचा होता.

समाजवादाचे अनेक उपप्रकार आहेत. उदा. व्यावसायिक संघ समाजवाद (Guild Socialism), लोकशाहीचा समाजवाद (Democratic Socialism) त्याचप्रमाणे मार्क्सने प्रतिपादन केलेला शास्त्रीय समाजवाद (Scientific Socialism) हीच विचारधारा पुढे

साम्यवाद या नावाने पुढे आली. सर्वच साम्यवादी समाजवादी असतात; पण सर्वच समाजवादी साम्यवादी नसतात. समाजवाद ही जणू साम्यवादाची नांदीच आहे. अर्थात समाजवाद व साम्यवाद ही एकमेकांत न मिसळणारी रसायने आहेत. विचार-पद्धती आणि जीवनविषयक दृष्टिकोन यांबाबत दोन्ही विचारसरणीतील फरक मूलभूत आहे.

## २. साम्यवाद (Communism)

कार्ल मार्क्सने जागतिक समाजाच्या उद्गम, विकास आणि अंतिमस्थिती या परिवर्तनाबाबत मांडलेल्या तत्त्व-विचारांना 'साम्यवाद (Communism)' असे म्हणतात. भांडवलशाहीच्या उदयास्ताची त्याची मांडणी आणि श्रमशक्तीच्या एकजुटीचे त्याचे आवाहन केवळ इतिहासाचे विवेचन करणारे ठरले नाही, तर ते नवीन इतिहास घडविणारे ठरले. आधीच्या विचारवंतांचे मतप्रतिपादन काल्पनिक, आदर्शवादी आणि म्हणून अवास्तव होते. मार्क्सच्या विचारात तार्किक सुसंगती व म्हणून नवरचनेबाबत अटळ स्पष्टता होती. त्यामुळे मार्क्स आपल्या तत्त्वज्ञानाला शास्त्रीय समाजवाद (Scientific Socialism) असे म्हणे. (मार्क्सप्रणित विचाराच्या आधारे रशियन क्रांतीमधून निर्माण झालेल्या राष्ट्रीय संघराज्याचे नाव समाजवादी गणराज्य असेच होते.)

उदारमतवादी विचारांच्या दृष्टीने परस्परविरोधी हितसंबंधांमध्ये सहमतीपद्धतीने समन्वय घडवून आणता येईल आणि त्यासाठी लोकशाही व्यवस्था पुरेशी प्रभावी आहे. हेगेलच्या विचारातील विरोधी विचारधारांमधून समाजाची उत्क्रांती आणि विरोध-विकासातील गतिमान समतोल यातून समाजपरिवर्तन या कल्पनांना उदारमतवाद्यांची मान्यता नव्हती. मार्क्सने हेगेलच्या विचारातील परंपरांचे उदात्तीकरण करणारी 'राष्ट्र' संकल्पना विरोधविकासातून बाजूस काढली आणि विरोध-विकासाच्या परिवर्तनाच्या सूत्राला आर्थिक तत्त्वाचा पाया देऊन त्यातून एक तार्किक, आर्थिक विवेचनावर आधारित अशी मूलभूत क्रांतीची कल्पना पुढे आणली. आर्थिक घटकांवरील विधिमंडळाच्या नियंत्रणाची मर्यादा आणि वर्गसंघर्षाची अटळता पाहता ही क्रांती लोकशाही मार्गाने सर्वथा अशक्य होते.

विरोध-विकासाचे भौतिक अधिष्ठान, ऐतिहासिक उत्क्रांतीवरील आर्थिक प्रभाव, वर्गयुद्धाची अटळता, कामगारवर्गाची हुकूमशाही आणि राज्यसंस्थेचा अस्त ही मार्क्सवादी विचारसरणीची तर्कशुद्ध परिणती आहे.

समाजाची प्रगती समाजात असलेल्या अंतर्गत विरोधी शक्तीमुळे होते. दर्जात अंतर्विरोधाचे अधिष्ठान भौतिक असते. एवढेच नव्हे तर ही विरोध प्रक्रिया अटळ आणि तर्कनिष्ठ असते. विरोध-विकास सूत्रामुळे मार्क्सला त्याच्या कामगार चळवळीच्या कार्यक्रमांना सूत्र मिळाले आणि त्याचबरोबर इतिहासाच्या विवेचनाची मार्गदर्शक

दिशा पण मिळाली. विरोध-विकासाच्या सूत्राचे स्वरूप पूर्णपणे ऐहिक (Secular) असून परिवर्तनाचे विश्लेषण करताना धर्म-आज्ञा किंवा धार्मिक तत्त्वे किंवा धार्मिक प्रतीके यांचा वापर करण्याची गरज नाही. तर्कनिष्ठ पद्धतीमधील निरीक्षणे जशी व्यक्तिनिरपेक्ष असतात, तशी विरोध-विकास प्रक्रिया पूर्णपणे व्यक्तिनिरपेक्ष असते. मार्क्सच्या मताने धर्म ही परंपरावादी शक्ती असून समाजाच्या अटळ बदलाच्या आड येणारी शक्ती आहे. मार्क्सची विरोध-विकासाची कल्पना फ्रेंच विरोधविकास कल्पनेपेक्षा वेगळी आहे. फ्रेंच विचारवंतांची विरोधविकास कल्पना यांत्रिक स्वरूपाची असून भौतिक शास्त्रामधील बदलाला ती अधिक लागू पडते. मार्क्सची कल्पना सामाजिक परिवर्तनाची प्रक्रिया उलगडते. त्यात एक प्रकारचा नैसर्गिक चैतन्यवाद आहे. त्यांत अंतर्गत प्रेरणा असून ती बदलाचे कारण आणि हेतू आहे.

समाजपरिवर्तनाचे विश्लेषण करताना मार्क्सने आर्थिक घटकांच्या प्रभावाला निर्णायक महत्त्व दिलेले आहे. हेगेलने विरोध-विकास संकल्पनेच्या साहाय्याने परिवर्तनाच्या टप्प्यांचा अग्रक्रम सांगितला आहे आणि हे परिवर्तन राज्यसंस्थेत उत्क्रांत होते, असे म्हटलेले आहे. मार्क्सच्या मताने या परिवर्तनाचे कारण उत्पादन-साधने, उत्पादन-पद्धती व त्याची मालकी हे आहे. त्यानुसार समाजाची प्रगती, सांस्कृतिक मूल्ये, समाजवर्गांचा दर्जा निश्चित केला जातो. समाजातील उत्पादनपद्धती समाजजीवनाची रचना निश्चित करते आणि ही रचना किंवा समाजसंबंध निश्चित स्वरूपाचे व अनिवार्य असून ते व्यक्तीच्या इच्छेचा परिणाम नसतात तर आर्थिक उत्पादन-पद्धतीच्या विशिष्ट टप्प्याचे ते मूर्त स्वरूप असतात. समाजाची उत्पादनपद्धती, समाजाची राजकीय व्यवस्था, समाजातील कायद्याचे क्षेत्र आणि सामाजिक मूल्यांचा आशय निश्चित करीत असतात. ('The sum total of these relations of production constitutes the economic structure of society, the real foundation on which rise legal and political structure and to which correspond definite forms of social consciousness.') प्रत्येक उत्पादनपद्धती आपल्याला पूरक अशी वितरणव्यवस्था, मूल्यव्यवस्था, सामाजिक जाणीव आणि सुसंगत अशी तत्त्वप्रणाली निर्माण करीत असते.

समाजपरिवर्तनावरील आर्थिक घटकांच्या निर्विवाद प्रभावामुळे केवळ राजकीय क्रांती किंवा विधिमंडळामधून संमत केलेले लोककल्याणाचे कायदे हे परिवर्तनाला दिशा देण्यास अपुरे आहेत. सामाजिक दर्जात (Status) विभागल्या गेलेल्या समाजात खरी समता व स्वातंत्र्य या नागरी कल्पनांना काहीच अर्थ नाही. भांडवलशाही उत्पादनपद्धतीने समाजात दोन वर्ग (Class) निर्माण होतात. एक उत्पादनसाधनांची मालकी असलेला भांडवलदार वर्ग व दुसरा केवळ श्रमशक्ती असलेला मजूरवर्ग उत्पादनप्रक्रियेत या दोन्ही वर्गांचे हितसंबंध परस्पर विरोधी असतात. उत्पादकतेचा

आग्रह आणि खासगी नफ्याची प्रेरणा यामुळे उत्पादनातील या दोन्ही वर्गांत संघर्ष अटळ आहे. आजपर्यंतच्या ज्ञात इतिहासाचे विश्लेषण करताना तो इतिहास वर्गयुद्धाचा इतिहास असल्याचे दिसून येते. संघर्षातील पक्षांची नावे समाजपरिस्थितीनुसार वेगवेगळी होती; पण त्यांचा गाभा एकच होता. शोषण करणारे व शोषित श्रीमंत आणि गरीब मालक आणि मजूर. मार्क्सच्या दृष्टीने वर्ग हा समाजातील एक संघटन गट आहे. त्याचे विचार, प्रवृत्ती व कृती यांचा त्या गटांतील लोकांवर नियंत्रक प्रभाव असतो. (The individual counts mainly through his membership in the class.) वर्गांना असे व्यक्तिमत्त्व असल्याने आणि त्यांचे हितसंबंध आर्थिक प्रभावाखाली असल्याने त्यांच्यात संघर्ष अटळ आहे. केवळ राजकीय क्रांती करून तो टाळता येणार नाही. या अटळ वर्गयुद्धात विरोध-विकास नियमानुसार कामगारांचाच विजय होणार आहे. कल्याणकारी राज्याचे प्रयत्न, समाजहिताचे कायदे इ. मार्गांनी भांडवलशाही तो विजय लांबविण्याचा केवळ अयशस्वी प्रयत्न करते एवढेच.

वर्गयुद्धाच्या अखेरीला भांडवलशाही अर्थव्यवस्थेचा पाडाव झाल्यानंतर संक्रमणकाळात कामगार वर्गाची हुकूमशाही शासनव्यवस्था अमलात येईल. प्रत्येक व्यवस्था आपण उत्पादन केलेल्या सामाजिक सेवा-वस्तूंच्या वितरणाचीही संस्थामय व्यवस्था करीत असते. नवी साम्यवादी व्यवस्था निर्माण होण्याआधी भांडवलशाही व्यवस्थेतील संस्था नष्ट होणे आवश्यक असते. राज्यसत्तेचा अधिकार व सामर्थ्य वापरून ते ऐतिहासिक कार्य कामगारवर्गाच्या हुकूमशाही व्यवस्थेने करावयाचे असते. (A new method of production finds itself in a hostile ideological environment which must be dissolved before it can grow.) मौलिक प्रभाव घटकांचा समाजात विकास होत असताना त्या अनुषंगाने व त्यानुरूप नवीन तत्त्वप्रणाली समाजात निर्माण होत असते. (No Social order disappears before all the productive forces for which there is room in it, have been developed.) जुन्या व्यवस्थेच्या लयाबरोबर नवीन व्यवस्थेमध्ये जाचक ठरणारी उत्पादन-नातीही लयास जाणे आवश्यक असते. औद्योगिक क्रांतीनंतर उदयास आलेल्या कामगारवर्गाच्या सत्तेचे तत्त्वज्ञान कामगारवर्गाच्या हुकूमशाहीच्या टप्प्यात दिसून येते.

कामगारवर्गाची हुकूमशाही ही नव्या समाजरचनेच्या संक्रमणकाळातील आहे. समाजातील वर्ग नष्ट झाले की, राज्यसंस्थेचे कोणतेही कार्य शिल्लक राहणार नाही. राज्यसंस्था इतिहासकाळापासून समाजातील प्रभावी वर्गाच्या हातातील शोषणाचे साधन म्हणून राहिलेली आहे. (The executive of the modern state is but a committee for managing the common affairs of the whole bourgeoisie.) साम्यवादी समाजरचनेमध्ये शोषणाचे आणि व्यक्ती व संस्था आणि समाज यांच्यात नैसर्गिक दुरावा निर्माण करणारे सर्व संबंध आणि पद्धती बंद केल्या जातील आणि

एक वर्गविहीन व शोषणविरहित समाज निर्माण होईल. ('An association, in which the free development of each is the free development of all-' The Communist Manifesto). वर्ग नसल्यामुळे राज्यसंस्थाही अनावश्यक बनेल आणि क्षीण व प्रभावहीन होत जाऊन शेवटी नष्ट होईल. पुरातत्त्व संग्रहालयात ज्याप्रमाणे ब्राँझ धातूची कुऱ्हाड किंवा सूतकातण्याचे यंत्र एक ऐतिहासिक औत्सुक्याची वस्तू म्हणून असते तशीच राज्यसंस्था एक ऐतिहासिक औत्सुक्याची वस्तू बनेल.

मार्क्स व एंजल्स यांनी (Communist Manifesto - 1848) मध्ये मांडलेल्या आणि आपल्या विविध लेखनातून स्पष्ट केलेल्या साम्यवादाच्या तत्त्वज्ञानात लेनिन (रशिया), माओत्सेतुंग (चीन) यांनी प्रत्यक्ष राज्यक्रांती करून भर टाकलेली आहे. साम्यवादी तत्त्वज्ञानावर अर्थात टीकाही होत असते. मार्क्सची काही भाकिते व त्यांचा अपुरेपणा आणि रशिया व चीनमधील प्रत्यक्ष क्रांतीचा अनुभव हे मुख्यत्वे टीकेचे विषय आहेत. मार्क्सने हेगेलप्रमाणे समाजविकासात संघर्षावर - विरोधविकासावर भर दिलेला आहे. संघर्षाइतके समाजजीवनात समन्वयालाही महत्त्व असते. संघर्षात समाजातील अनिष्ट संस्था व पद्धतीबरोबर चांगल्या पद्धती व संस्थाही नष्ट होण्याचा धोका असतो आणि समाजाला त्याची किंमत मोजावी लागते. विरोध-विकास तत्त्वातून हेगेलने प्रभावी राष्ट्रवाद निर्माण केला; तर मार्क्सने आंतरराष्ट्रीय विचारधारेचे प्रतिपादन केले व जगातील सर्व कामगारांना एकत्र होण्याचा संदेश दिला. तथापि, व्यक्ती व समाजजीवनावरील आर्थिक घटकांचा प्रभाव मान्य करूनही 'अर्थकारण' म्हणजे सर्वसमाजकारण नाही याचा मार्क्सला विसर पडला. तसेच समाजाला संघटित करण्यात धर्माचे असलेले योगदानही मार्क्सने दुर्लक्षित केले. कामगारवर्ग राज्यसंस्था ताब्यात घेऊन तिचा वापर भांडवलशाहीची पाळेमुळे खणून काढण्यासाठी करतो. यामध्ये राज्यसंस्थेची शक्ती मान्य करण्यासारखी आहे. मार्क्सच्या मताने साम्यवादी क्रांती औद्योगिक फ्रान्समध्ये होईल आणि पॅरिस कम्यूनचा प्रयोग त्याचे उदाहरण होते. मात्र, प्रत्यक्षात क्रांती प्रथम रशियात झाली आणि कामगारवर्गाची हुकूमशाही म्हणजे साम्यवादी पक्षाची हुकूमशाही बनली. चीनमध्ये कामगारांऐवजी सामान्य शेतकरी हा क्रांतीचा दूत बनला. दोन्ही राजवटींमध्ये लोकशाहीचा अभाव दिसून येतो. तसेच सामाजिक परिवर्तनाचा नायक कामगार असल्याने मार्क्सच्या अतिरिक्त मूल्यसिद्धांतांमध्ये तोच केंद्रस्थानी आहे. उत्पादन-प्रक्रियेतील इतर घटक-जमीन, व्यवस्थापकीय संघटना, उत्पादननिर्णयातील जोखमीविरुद्ध तरतूद इत्यादींचा विचार आवश्यक आहे. यांतील काही घटक मार्क्सच्या वेळी इतके स्पष्ट झालेले नव्हते हेही खरे आहे. मार्क्सच्या काही भाकितांना पुढील काळात पुष्टी मिळाली नाही, हे खरे आहे! कारण फ्रान्समधील परिस्थिती व घटना या आधारे मार्क्सने केलेले विवेचन होत आहे. फ्रेंच मध्यमवर्ग शहरी मनोवृत्तीचा होता आणि त्याचे हितसंबंध व्यापारी

होते. औद्योगिक कामगारही आर्थिक सुरक्षिततेला अग्रता देणारा होता. राजकीय क्षेत्रातील त्यांच्या प्रभावाची दिशा वर्गयुद्धाची व्यापकता वाढवू शकली नाही आणि फ्रेंच राज्यक्रांती त्यामुळे केवळ राजकीय क्रांती बनली, सर्वस्पर्शी सामाजिक क्रांती होऊ शकली नाही. कामगारवर्गाच्या हुकूमशाहीची गरजही पॅरिस कम्यूननंतरच्या परिस्थितीतून (१८७१) त्याने प्रतिपादन केलेली आहे. साम्यवादी जाहीरनाम्यात (Communist Manifesto-1848) कामगारवर्गाचे राजकीय शासन (political rule of the proletariat) अशी शब्दयोजना आहे. शेतकरी, छोटे व्यापारी या वर्गांपेक्षा औद्योगिक कामगारांची अधिक एकजूट व समान जाणीवपातळीवर असल्याने मार्क्सने त्यावर क्रांतीचा अग्रदूत म्हणून दिलेला भर अधिक तर्कनिष्ठ आहे. साम्यवादावरील टीका ही साम्यवादी अंमलाच्या रशियन पद्धतीवरील टीका आहे. रशियातील प्रयोग म्हणजे मूळ साम्यवादी प्रयोग नाही. तीच गोष्ट चीनमधील प्रयोगाबाबत म्हणता येईल. साम्यवादी प्रयोगात परिस्थितीनुरूप झालेले ते बदल आहेत. उदा. संघटित शासनाची आवश्यकता, रशियातील सामुदायिक शेतीचा प्रयोग, एकपक्षीच हुकूमशाही.

मार्क्सवादी तत्त्वांचा गाभा कायम ठेवून कालानुरूप त्याला नवे रूप देण्याच्या प्रयत्नांमध्ये ग्रामस्की (१८९१-१९३७) या विचारवंताचे नाव प्रामुख्याने पुढे येते. त्याने परिवर्तनातील शास्त्रीय अटळता अमान्य करत, कल्पनेची प्रमाथी स्थिती (Hegemony) यावर भर दिला. तत्त्वज्ञानाचे महत्त्व लक्षात घेऊन साम्यवादी तत्त्वे व मूल्ये आणि सिद्धांतावर आधारलेले नवे कामगारवर्गाचे तत्त्वज्ञान (Proletariate Hegemony) निर्माण करण्यावर ग्रामस्कीचा भर होता. समाजातील संस्था-रचनांवर ताबा मिळवून कामगारशाहीच्या कल्पनेचा प्रसार केला पाहिजे असे तो म्हणे आणि त्यासाठी राज्यसंस्था नष्ट होण्यापेक्षा (Withering away) त्यावर कामगारवर्गाचे नियंत्रण असणे जरुरीचे आहे. हॅना आरेन्थने (Hanna Arendt) साम्यवादाच्या सर्वंकष हुकूमशाही सत्तेवर टीका केलेली आहे. राजकीय सहभागाविषयी लोकांची उदासीनता आणि शासनाची भ्रष्टाचारी प्रवृत्ती यांमधून सर्वंकष वृत्तीला खतपाणी मिळते. जुलूम व तत्त्वज्ञानाचे जोखड यामुळे व्यक्तीच्या विचारस्वातंत्र्याचा नाश साम्यवादी राजवटीत होतो. अधिकारशाहीत (authoritarianism) किमान जबाबदारीची तरी जाणीव असते. सर्वंकष सत्तेत तीही नसते. लोकसहभागाचे स्वातंत्र्य हे खरे स्वातंत्र्य आहे. त्यातूनच व्यक्तीचे सबलीकरण होईल. समाजसबलीकरण हा त्याचा मार्ग नाही असे ॲरेन्थ यांचे मत होते.

उत्क्रांतिवादी समाजवाद (Evolutionary Socialism) साम्यवादाच्या मूलभूत सूत्रांना त्यांतील काही विचारधारांशी असहमती दाखवितो. समाजातील विषमता, शोषण आणि दैन्य आणि त्याला जन्म देणारी भांडवलशाही व्यवस्था व खासगी मालमत्तेचे तत्त्व यांना उत्क्रांतिवादी समाजवाद, साम्यवादाप्रमाणे विरोध करतो; पण

उत्क्रांतिवादाचा लोकशाही मार्गावर विश्वास आहे. उदारमतवाद्यांप्रमाणे त्यांचा व्यक्तिस्वातंत्र्यावर भर आहे. लोकांच्या निर्णयक्षमतेवर श्रद्धा आहे. त्याचबरोबर मार्क्सच्या विचारात असलेले संघर्षाचे तत्त्वज्ञान त्यांना मान्य नाही. समन्वयाच्या मार्गात लोकजाणिवा जागृत करून भांडवलशाही व्यवस्थेत असलेला संघर्ष कमी करता येईल असे उत्क्रांतिवाद्यांना वाटते; म्हणून कामगारांच्या क्रांतीलाही त्याचा विरोध आहे. कारण क्रांतीमध्ये हिंसा अनिवार्य असते आणि त्यातून नवीन समस्या निर्माण होऊ शकतात. व्यक्तिहित आणि समाजहित यांचा समन्वय करण्यावर उत्क्रांतिवादी समाजवादाचा विश्वास आहे आणि राज्याची त्याबाबत महत्त्वाची साधनात्मक भूमिका असते.

मार्क्सने आपल्या साम्यवादी जाहीरनाम्यातील तत्त्वांचा पॅरिस कम्यूनच्या प्रयोगानंतर फेरविचारही केलेला आहे; पण त्याचे प्रभावी, सुसंबद्ध तत्त्वज्ञान आणि त्याची तार्किक मांडणी पाहता मार्क्सवादी तत्त्वज्ञानाचा आजही प्रभाव जाणवतो आणि भांडवलशाही व्यवस्थेला असलेला प्रभावी पर्याय म्हणून त्याचे महत्त्व आजही कायम आहे. भांडवलशाही व्यवस्थेने स्वीकारलेली कल्याणकारी भूमिका हा मार्क्सवादाचाच परिणाम आहे.

## ३. फासीवाद (Fascism)

युरोपमध्ये हेगेलचे विचार एखाद्या पाणलोट क्षेत्रासारखे होते. त्याच्या विचार-पद्धतीमधून हेगेलला एक घटनात्मक व उत्क्रांत असे प्रभावी राज्य अपेक्षित होते. त्याच्या विचाराच्या आधाराने मार्क्सने राज्यविरहित तत्त्वज्ञानाचा पुरस्कार केला तर इटलीमध्ये अधिकारशाही वृत्तीच्या सर्वंकष राज्याचा तात्त्विक आधार हेगेलचे विचार आणि पद्धतीच होता.

फासीव या शब्दाचे मूळ *'Fasces'* ह्या लॅटिन शब्दांत आहे. त्याचा अर्थ जुडगा. (काठ्या आणि त्यांत कुऱ्हाड असे चिन्ह रोमनकाळात अधिकाराचे प्रतीक-मृत्यूवरील जीवन व मृत्यूवरील सत्ता अशा अर्थी प्रचलित होते) फासीवादमध्ये अशी सर्वंकष सत्ता राज्यात एकवटलेली होती. ('Everything within the state, nothing against the state, nothing beyond the state') अशी राज्याच्या कार्यक्षेत्राची आणि कार्य-अधिकाराची संकल्पना इटलीमधील दोन महायुद्धांच्या काळात (१९१९-१९३९) उदयास आली. लोकशाहीचे अपयश, उदारमतवादाच्या मर्यादा, महायुद्धानंतर उद्ध्वस्त झालेली समाजव्यवस्था आणि दुर्बल अर्थव्यवस्था या घटनांनी एकत्र प्रक्रिया म्हणून निर्माण झालेले फासीवादाचे तत्त्वज्ञान इटलीच्या दोन-महायुद्धांच्या काळातील प्रभावाचे स्पष्टीकरण होऊ शकते. व्हर्सायच्या तहाने इटलीची झालेली वाताहत; युद्धात थकलेल्या आणि पराभूत झालेल्या तसेच सैन्यातून मुक्त झालेल्या सैनिकांचा असंतोष, वाढती बेकारी, चलनवाढ, महागाई,व्यापाऱ्यांची नफेखोरी यांतून

देशाला बाहेर काढण्यासाठी इटलीला मॅझिनी-गॅरिबाल्डीपेक्षा मॅकियाव्हेलीच्या तत्त्वज्ञानाला जवळ करणारा मुसोलिनी जवळचा आणि विश्वासार्ह वाटला. अशीच नैसर्गिक प्रतिक्रिया इटलीचा आदर्श पुढे ठेवून इतर देशांतही उठलेली दिसून येते. उदा. जर्मनीमधील नाझीवाद, स्पेनमधील फेलान्गा चळवळ, रुमानियातील आर्यन गार्ड. सर्वांचा रोख संसदीय संस्था, लोकशाही, उदारमतवाद आणि याचबरोबर सामाजिक न्यायावर समाजाची पुनर्रचना करणाऱ्या समाजवाद साम्यवाद, याविरुद्ध होता. सांस्कृतिक प्राचीन परंपरा असलेल्या इटलीला तिचे गतवैभव प्राप्त करून देणे. ही भाबडी आकर्षक घोषणा फासीवादाचा आधार होता. (तोच आधार जर्मनीमधील नाझीवादाचा होता). आंतरराष्ट्रीय क्षेत्रात इटलीच्या उदय अस्ताबरोबर फासीवादाच्या प्रभावाचा अस्त झाल्याचे दिसून येते. दुसऱ्या महायुद्धातील इटलीचा पाडाव आणि इटलीचा हुकूमशहा मुसेलिनीचा अंत (१९४३) याबरोबर फासीवादाचाही अस्त झालेला आहे.

**फासीवादाची वैशिष्ट्ये :**

फासीवाद ही अशी शासनव्यवस्था आहे, ज्यामध्ये सर्वसत्ता शासनप्रमुख म्हणजे हुकूमशहामध्ये एकवटलेली असते. सर्वतऱ्हेचा विरोध आणि टीका दडपून टाकलेली असते. व्यापार उद्योग यांवर एकसूत्री नियंत्रण असते आणि आक्रमक राष्ट्रवाद (क्वचित वंशवाद नाझीझम) हे त्याचे सूत्र असते.

○ **राज्याचे सर्वंकष स्वरूप** - राज्य हे सेवा-सुविधा पुरविण्याचे साधन नसून ते एकमेव साध्य आहे. त्याला त्याची स्वत:ची अशी इच्छाशक्ती असते आणि संस्था यांचा समूह म्हणजे राज्यसमूह म्हणजे राज्य नव्हे किंवा व्यक्तिविकासाचे साधन म्हणूनही राज्य नाही. राज्य हे स्वत:चे अस्तित्व, नैतिक अधिष्ठान असलेले आणि व्यक्तीच्या उत्क्रांत व संकलित इच्छाशक्तीचे अनुभव आणि अपेक्षा-आकांक्षाचे सातत्य असलेले स्वरूप आहे. ('The State is an organic structure of the Nation.') हेगेलचा चित्‌शक्तीचा विकास, मार्क्सचे भौतिक घटकांचे प्राबल्य आणि उदारमतवाद्यांचा व्यक्तिकेंद्री दृष्टिकोन यापेक्षा फॅसिस्ट राज्य पूर्णपणे वेगळे आहे. स्वातंत्र्य, समता, बंधुता यापेक्षा जबाबदारी, अनुशासन आणि अधिकारश्रेणी या त्रयींवर राज्य आधारलेले असते. (Maximum of liberty coincides with the maximum of state power.) हा राज्याचा पाया आहे. राजकीय सत्ता अल्पजनसत्ता आणि स्वकेंद्री अशा स्वरूपाची असते.

○ **राज्याचे व्यवसायसंघ स्वरूप** - राज्य हे व्यक्ती व व्यक्तिहित गटांचे प्रतिनिधित्व करीत नसून विविध व्यावसायिक गटांचे (Corporate Interests), हितसंबंधांचे प्रतिनिधित्व करीत असते. राज्याने (फॅसिस्ट पक्षाने) नियंत्रित केलेल्या व्यावसायिक संघटना सिंडिकेट राज्याचे अर्थकारण आपापल्या क्षेत्रात नियंत्रित करीत असतात.

व्यक्ती व भौगोलिक प्रतिनिधित्वापेक्षा असे संघात्मक (सिंडिकेट) प्रतिनिधित्व जास्त वास्तव असते. अर्थात, या संघावर धोरणात्मक व कार्यात्मक नियंत्रण राज्याचेच असेल. त्यासाठी (१९३४) साली कॉर्पोरेशन कायदा संमत करण्यात आला. त्यानुसार खालील संघांवर राज्याचे नियंत्रण प्रस्थापित झाले. कामगार वर्ग आणि मालकवर्ग यांचा प्रत्येक जिल्ह्यांत व्यवसायानुसार एकच संघ असेल व त्यात त्या व्यवसायातील किमान १०% कामगार असले पाहिजेत व मालकसंघांतही त्या व्यवसायांतील किमान १०% कामगारांना काम देणारे कारखानदार/ व्यावसायिक असले पाहिजेत. कामगार व मालकवर्ग यांचे स्वतंत्र संघ (Federation) साखळी पद्धतीने महासंघाशी (Confedcration) जोडले जातील. असे नऊ महासंघ - चार मालकवर्गाचे चार कामगारवर्गांचे (उद्योग, शेती, व्यापार-वित्त, विमाक्षेत्र) व एक व्यावसायिक, कलाकार यांच्या कायद्याने निश्चित केलेले होते. महासंघापर्यंत कामगारवर्ग व मालकवर्ग यांचे स्वतंत्र संघ असतील. त्यावर एकूण २२ व्यावसायिक निगम आणि आपापले उत्पादन व कार्यक्षेत्र यावर नियंत्रण आणि देखरेख करतील व त्याचे प्रमुख शासननियुक्त असतील. एकूण ५०० सदस्यांचे राष्ट्रीय निगम मंडळ असेल.

○ **वंशवाद (Racism) -** फॅसिझमची मनोवृत्ती वंशवादावर आधारलेली होती. प्रत्येक देशात तेथील एक जमात ऐतिहासिक काळापासून सांस्कृतिक दृष्ट्या श्रेष्ठ असते आणि अशा जमातीने त्या त्या देशाला ते नेतृत्व देणे अपेक्षित आहे. याच न्यायाने श्रेष्ठ देशाने (उदा. इटली) जगाला नेतृत्व देणे अनिवार्य आहे.

○ **आक्रमक राष्ट्रवाद (Militant Nationalism) -** वंशवादातून स्वाभाविकपणे आक्रमक राष्ट्रवादाचा जन्म होतो. फॅसिस्ट विचारांनुसार राष्ट्र हे व्यक्तींचे एकत्रित व उन्नत स्वरूप आहे राष्ट्राला समर्पित होण्यातच व्यक्तीचा खरा विकास आहे. आणि तेच व्यक्तीचे कर्तव्य आहे. यातून युद्धाची अनिवार्यता स्पष्ट होते; कारण शांततेपेक्षा युद्धातून फॅसिस्ट विचारांचा जगात प्रसार होऊ शकतो. फॅसिस्ट विचार म्हणून साम्राज्यवादी बनले, युद्धाने व्यक्तीच्या गुणांचा खरा कस लागतो. War brings up to its highest tension all human energy and puts the stamp of mobility upon the people who have the courage to meet it.

○ **एकपक्षीय हुकूमशाही -** इटलीवर शासन फक्त फॅसिस्ट पक्षाचे असेल. त्याला विरोधी पक्ष असणार नाही. भीती, जुलूम आणि सर्वंकषता या माध्यमातून सर्व तऱ्हेचा विरोध नष्ट करण्यात येईल. राज्य हे सर्वशक्तिमान आणि सर्वनियंत्रक असून त्याच्या आज्ञेला विरोध करणे पूर्णपणे असमर्थनीयच आहे.

इटलीवरील मुसोलिनीचे शासन (१९२२-४३) दीर्घकाळ टिकले याचे कारण, उदारमतवादी लोकशाहीची दुर्बलता आणि पहिल्या महायुद्धानंतर (१९१४-१९) इटलीची झालेली मानहानी आणि इटलीमधील राजकीय-सामाजिक-आर्थिक अराजक

यामध्ये आहे. फॅसिझमचा समाजवादाला विरोध होता. हुकूमशाही राजवटीमध्ये मानवी मूल्ये आणि बुद्धिनिष्ठ चर्चा व विचारस्वातंत्र्य यांना वाव असणे अशक्यच होते. मुळात रोमन चर्चला विरोध असूनही एक राजकीय तडजोड म्हणून मुसोलिनीने पोपबरोबर करार करून (१९२९) त्याची सत्ता व्हॅटिकनमध्ये मानली व त्याचा धर्मशिक्षणाचा हक्क मान्य केला. युद्ध आणि आक्रमक राष्ट्रवाद, साम्राज्यशाहीचे धोरण, व्यक्तिस्वातंत्र्याचा अभाव, हुकूमशाही यांवर आधारलेला फॅसिझम हा दुसऱ्या महायुद्धातील इटली-जर्मनी जपान या राष्ट्रांच्या पाडावाबरोबर प्रभावहीन झाला.

तीच गत जर्मनीमधील नाझीवादाची झालेली दिसून येते. नाझी तत्त्वज्ञानही जर्मनीला पूर्ववैभव मिळवून देण्याचे स्वप्न पहिल्या महायुद्धातील पराभूत जर्मनीला दाखवत पुढे आले. निवडणुकीच्या मार्गाने सत्तेवर आलेल्या हिटलरने नाझी तत्त्वज्ञानाच्या आधारे हुकूमशाही राजवट स्थापन केली. आक्रमक राष्ट्रवाद, वांशिक श्रेष्ठता, प्रभावी प्रचारयंत्रणा, एकपक्षीय हुकूमशाही यामधून जर्मन लोकांना मिळालेला मानसिक आधार अर्थातच तात्पुरता होता.

फासीवाद व त्याची विविध रूपे ही मानवी समाजाच्या सृजनशील वृत्तीच्या अपयशातून आलेल्या प्रतिक्रिया आहेत. खचलेली मने आणि समस्यांनी ग्रासलेल्या समाजाने केलेले तात्पुरते प्रयत्न आहेत आणि म्हणून या उपाययोजना त्या त्या समाजाच्या मूळ रोगापेक्षा अधिक घातक ठरल्या. नव्या-जुन्या मूल्य व पद्धती यांचे एकात्मीकरण होण्यातच समाजाची परिवर्तनप्रक्रिया अधिक व्यापक, अधिक स्थिर व म्हणून अधिक समाजोपयोगी बनते.

## ४. पर्यावरणवाद

पारंपरिक राजकीय तत्त्व-सिद्धांत मानवकेंद्री किंवा मानवसमूहकेंद्री दिशेने मानव व भोवतालचा परिसर याच्या परस्परसंबंधांचा विचार करीत आलेला आहे. औद्योगिक क्रांतीनंतर या दृष्टिकोनाचे दुष्परिणाम मानव आणि मानवसमूहाला जाणवू लागलेले आहेत. विकासाच्या आणि भौतिक सुखसुविधांच्या निर्मितीच्या प्रक्रियेत निसर्ग म्हणजे एक 'संसाधन' बनले गेले. पर्यावरणवादी मानव व परिसर यांचा परस्परसंबंध निसर्ग केंद्रस्थानी ठेवून करतात; आणि या निसर्गव्यवस्थेवर आजच्या पिढीइतका भावी पिढ्यांचाही हक्क आहे आणि त्यादृष्टीने शासनाचे कायदे हे केवळ मानवाच्या चांगल्या आयुष्यासाठी असण्यापेक्षा मानवेतर सजीवांच्या रक्षणासाठी व वृद्धीसाठी असावयास हवेत असे प्रतिपादन करतात. पर्यावरणाच्या अभ्यासात सजीव सृष्टीचे सजीवांशी आणि निर्जीवांशी असलेल्या संबंधाचा समावेश होतो. ('Investigation of total relations of the animal both to its organic and its non organic environment' - Haeckel.) पर्यावरणाचा होणारा ऱ्हास, त्याच्या विनाशाची वाढती गती आणि

त्यांचे भावी जीवनाच्या दृष्टीने असलेले संभाव्य धोके यांची जाणीव निर्माण करणाऱ्या प्रयत्नांना हिरवे राजकारण (Green Politics) असे म्हणतात. पर्यावरणवाद म्हणून एक राजकीय विचारधारा बनलेली आहे.

पर्यावरणवादी विचारांत दोन स्पष्ट प्रवाह दिसतात. एक सखोल पर्यावरणवादी (Deep Ecologist) व दुसरा समन्वय पर्यावरणवादी (Shallow Ecologist), सखोल पर्यावरणवादी विचारांनुसार निसर्गातील साखळीमध्ये मानव हा सर्वश्रेष्ठ (Homosapiens) आहे. हा विचारच मूलतः चूक आहे. सर्वच जाति-प्रजाती आणि मुख्यत्वे निसर्ग हा केंद्रीभूत मानला गेला पाहिजे; आणि त्याच्या व्यवस्थेमध्ये ढवळाढवळ करण्याचा कोणलाही अधिकार नाही. समन्वय पर्यावरणवादी मानवाने शास्त्र आणि तंत्रज्ञानाच्या प्रगतीच्या जोरावर निसर्गव्यवस्थेची केलेली मोडतोड मान्य करतात. मानवी जीवन सुकर करण्याच्या (Quality of life) दृष्टीने निसर्गापासून शिकावे आणि त्यामधून आपले जीवन सातत्याने विकसित होण्याचे प्रयत्न केले पाहिजेत असे प्रतिपादन करतात. विचार जागतिक पातळीवर करावा व त्या अनुषंगाने स्थानिक पातळीवर कार्यक्रमांची अंमलबजावणी करावी असा विचार समन्वयवादी मांडतात.

पर्यावरणवादातील समतोलाच्या कल्पनेचा वापर करून विविध सामाजिक तत्त्वज्ञानांनी आपापल्या विचारक्षेत्रांतील कल्पना स्पष्ट केलेल्या आहेत. निसर्गातील समतोलाचा समाजशास्त्रातही वापर केलेला आहे. भांडवलशाही उत्पादनपद्धती आणि निसर्गातील असमतोल यांचा परस्परसंबंध मार्क्सवाद स्पष्ट करतो. पितृसत्ताक कुटुंबपद्धती आणि स्त्री-पुरुष संबंधातील अव्यवस्था यांचे विवेचन स्त्रीवादी विचारांत दिसून येते. सर्व धर्मांत पृथ्वी ही सर्व सजीव-निर्जिवांना आधार देणारी व म्हणून प्रिय व आदरणीय असल्याचे मानलेले आहे. (Gaia-the Mother God : James Lovelock). Earth's biosphere as a complex, self-regulating and living being.

भौतिक जगाच्या प्रगतीची दिशा पाहता 'निसर्गाकडे चला' (Back to Nature) असा आग्रह केवळ तंत्रज्ञानविरोधी वा प्रगतिविरोधी म्हणून दुर्लक्ष करण्यासारखा नाही. सखोल पर्यावरणवादी विचार आदर्शवादी वाटले तरी, जीवसृष्टीचा ऱ्हास, अनेक प्रजातींचा नाश, नैसर्गिक आपत्तींची वाढती वारंवारिता व तीव्रता, जागतिक तापमानातील वाढ, लोकसंख्येचा स्फोट आणि जागतिक पातळीवरील गरीब व श्रीमंत मानवी समाजातील वाढती दरी व गरिबांच्या जीवनमानातील गुणात्मक (आरोग्य, शिक्षण, आयुर्मर्यादा) घट पाहता पर्यावरणात समतोल राखण्याचे महत्त्व विकसित व विकसनशील अशा सर्वच राष्ट्रांना कळलेले आहे. शुमाकर (Schumacher) ह्यांची पर्याप्त आणि मध्यममार्गी तंत्रशास्त्राची कल्पना (Appropriate / Intermediate Technology) व छोट्या एककामधील सौंदर्य (Small is Beautiful) किंवा बाऱ्होची (Green Movement) या समन्वयाच्या दिशा दाखवितात.

विकसनशील देशांना आपली भौतिक प्रगती थांबविणे वा तिचा वेग कमी करणे अशक्य आहे. विकसित देशांनाही आपल्या नागरी जीवनात सवयीचा भाग बनलेल्या सेवा-सुविधा कमी करणे अवघड आहे. विकासनीती म्हणून विकासातील सातत्य राखणारी असावी (Sustainable Development) ही विचारसरणी पुढे आली. विकास-स्रोताचे जागतिक पातळीवर संवर्धन आणि संरक्षण करणे महत्त्वाचे बनले आणि त्यासाठी जागतिक पातळीवर हा विचार प्रभावी बनू लागला ('Our Common Future' – Brundtland). 'आर्थिक विकास' आणि 'पर्यावरणाचे संरक्षण' या दोन्ही गोष्टी एकाच वेळी करण्यावर त्यात भर दिलेला आहे. या दोन्ही गोष्टी एकमेकांना पूरक आहेत, यावर संयुक्त राष्ट्रसंघाच्या स्टॉकहोम परिषदेत भर देण्यात आला (१९७२). उत्पादन-प्रक्रिया पर्यावरणाशी जोडण्यात आली. निर्माण होणारा अनुत्पादित कचरा पर्यावरण (जल व वायू) प्रदूषित करणार नाही याची काळजी विकसित राष्ट्रांनी घेणे आवश्यक ठरले. त्याचबरोबर ऊर्जा व कच्चा माल कमीत कमी वापरला जाईल, अशा नव्या तंत्रज्ञानाच्या विकासावर भर देण्यात आला. श्रीमंत राष्ट्रांनी विकसनशील राष्ट्रांना याबाबत मदत करणे अपेक्षित आहे. भावी पिढ्यांचाही आपल्याइतका पृथ्वीवर हक्क आहे; म्हणून भौतिक जीवनमान उंचविण्यापेक्षा जीवनाची प्रत सुधारण्यावर आपल्या विकासनीतीचा भर असला पाहिजे.

केवळ राष्ट्रीय सकल उत्पादनांत वाढ म्हणजे विकास नाही. विकासाची फळे समाजाच्या सर्व स्तरांपर्यंत पोहोचली पाहिजेत आणि गरीब व श्रीमंत वर्ग तसेच गरीब व श्रीमंत राष्ट्रे यांमधील अंतर कमी झाले पाहिजे. असे करताना पर्यावरणाचेही रक्षण होणे अपेक्षित आहे. त्यासाठी राष्ट्रीय तसेच स्थानिक शासन आणि सामान्य जनता यांच्या प्रयत्नांचा समन्वय साधला गेला पाहिजे आणि त्याची दिशा खालून वर (Bottom up) अशी असावयास हवी. केवळ आर्थिक सुबत्ता म्हणजे समृद्धी नाही आणि आर्थिक सुबत्तेमधून समृद्धी येईलच, असे नाही. आपल्या गरजा भागविण्याची क्षमता पृथ्वीमध्ये आहे; पण आपल्या हव्यासाला कोणताच ग्रह पुरेसा पडणार नाही.

औद्योगिक क्रांतीनंतरचे उत्पादन आणि औद्योगिक क्रांतीआधीची समाजमूल्ये यांच्या संयोगात उद्याच्या व्यवस्थेची दिशा असू शकेल कां? राजकीय, सामाजिक आणि आर्थिक हक्क हे त्रिकोणाचे तीन बिन्दू आहेत आणि तो त्रिकोण त्याच्या तीनही भुजा समान असण्यातच त्याच्या गुणांचे समतोलन आहे.

प्रकरण ७
# पाश्चिमात्य राजकीय विचार

## १. ग्रीक विचार

आधुनिक राजकीय विचारांचा मूळ स्रोत ग्रीक राजकीय विचारांत दिसून येतो. ग्रीक नगरराज्याची रचना आणि त्याला अनुसरून निर्माण झालेल्या स्वातंत्र्य, कायद्याचे राज्य, न्याय, लोकशाही सहभाग, राज्यघटना इ. संकल्पना आणि संस्था यांचे आधुनिक राजकीय समाजात आजही महत्त्वाचे योगदान आहे. ग्रीक नगरराज्याचे संदर्भ बदलल्याने या कल्पनांचा अर्थ बदलला असला तरी त्यांचे महत्त्व आजही कायम आहे आणि समाजाच्या राजकीय प्रगतीचे मानदंड म्हणून आजही त्याकडे पाहिले जाते.

ग्रीक नगरराज्ये लोकसंख्या आणि भूभाग या दृष्टीने आजच्या स्थानिक प्रशासनापेक्षा खूपच लहान होती. त्यांची लोकसंख्या अंदाजे ३००० पर्यंत असे. प्लेटो या विचारवंताच्या दृष्टीने आदर्श लोकसंख्या ५०४० होती. नगरराज्यांत मुख्यत्वे तीन वर्ग असत. एक गुलाम वर्ग. ही संस्था ग्रीक समाजाचे वैशिष्ट्यपूर्ण लक्षण होते. समाजाच्या आणि गुलाम व्यक्तीच्याही दृष्टीने ती स्वाभाविक उपयोगी व न्याय्य व्यवस्था आहे असे ग्रीक मानत. गुलामसंस्थेमुळे नागरिक हा राजकीय कार्यात भाग घेण्यास मुक्त राहत असे. व्यक्तीच्या दृष्टीने गुलामाची क्षमता (virtue) लक्षात घेता तो मालकाच्या आज्ञेत आणि रक्षणात राहणे गुलामाच्या हिताचेच असे आणि व्यक्तीमधील क्षमता लक्षात घेता त्या त्या क्षमतेनुसार त्यांचा सामाजिक वर्ग व दर्जा राहणे ही क्रमप्राप्त व न्यायी व्यवस्थाच होती. गुलाम कमी कौशल्याची व बुद्धीच्या कमी उपयोगाची कामे करत. ('Men of brass and iron.' - Plato) गुलामांनी त्यांचे काम मालकाच्या इच्छेनुसार व पूर्ण कुवतीनुसार केल्यास त्याला गुलाम दर्जातून मुक्त करता येत असे व तो स्वतंत्र (Free) व्यक्ती होत असे (नागरिक नव्हे.) गुलाम संस्था मान्य असली तरी तिचा विकृत उपयोग मात्र समाजमान्य नव्हता. समाजातील दुसरा वर्ग हा नगरराज्यांतील व्यापार व इतर कारणाने निवास करणाऱ्या परकीयांचा असे. त्यांना नागरिकत्वाचा हक्क नसतो; पण इतर बाबतीत ते समाजाचा पूर्ण घटक असे

आणि त्यांच्याबाबत सामाजिक भेदभाव नसे. परकीय व्यक्ती पिढ्यान् पिढ्या वास्तव्य करीत असल्या (अथेन्स नगरराज्याचा व्यापार मोठा होता) तरी ते नगरराज्याचे स्वीकृत (Naturalized) नागरिक नसत. ग्रीक नागरिकत्व जन्मानुसार (Natural) असे आणि त्याच्याकडून राजकीय कर्तव्याची अपेक्षा असे. सहभाग हे ग्रीक नागरिकत्वाचे वैशिष्ट्य होते. प्रत्येक नागरिक राज्याच्या कुठल्या ना कुठल्या कार्यपदाशी संबंधित असे. किमान तो ज्युरी तरी असेल. सार्वजनिक प्रश्नांवर चर्चा व सहभाग हा ग्रीक नागरिकाच्या जीवनाचा महत्त्वाचा घटक होता. ('A man who takes no interest in public affairs is not as harmless but to us a useless character' - Pericles.)

ग्रीक राजकीय समाज हा प्रत्यक्ष लोकशाहीच्या (Direct democracy) स्वरूपाचा होता. सर्व पुरुष नागरिकांची ग्रामसभा बनत असे, आणि वयाच्या विसाव्या वर्षी ग्रीक नागरिक ग्रामसभेचा (Town-Meeting) सभासद होत असे. अथेन्स नगर राज्य १०० प्रभागांत विभागलेले होते. त्यांत मुख्य १० समाजगट होते (Tribes). त्यातून प्रत्येक गटाचे प्रतिनिधित्व करणारा एक न्यायपालक, असे १० न्यायपालक निवडले जात. लोकसंख्येच्या प्रमाणांत नगरराज्याचा कारभार ५०० जणांचे प्रतिनिधिमंडळ पहात असे. कार्यकारी समिती ५० जणांची असून ती आळीपाळीने अथेन्समधील १० समाज -गटांकडे असे. प्रत्येक वेळी एक गट कारभार पाहत असला तरी त्यावेळी उरलेल्या ९ गटांमधून प्रत्येकी एक सभासद त्यावर निवडला जात असे. प्रतिनिधी- मंडळ अत्यंत प्रभावी असून त्याचबरोबर न्यायसहाय्यक ज्यूरी मंडळ (सदस्यसंख्या २००-५००) याची मुदत १ वर्षाची असून त्यांचा निर्णय अखेरचा असे. भौगोलिक विविधता आणि दळणवळणाच्या अडचणी यामुळे विविध नगरराज्यांची घटना वेगवेगळी असे. त्यांत लोकशाही तत्त्वांचा पाया असलेले अथेन्स व लष्करी रचनेचा प्रभाव असलेले स्पार्टा या दोन पद्धती प्रसिद्ध आहेत.

ग्रीकांचे राज्यशास्त्रातील योगदान त्यांच्या नगरराज्याच्या प्रयोगांतून व्यक्त होते. राजकीय तत्त्वज्ञान आणि तत्त्वे या दोन्ही अंगांनी आधुनिक राज्यशास्त्राचा त्यांनी पाया घातलेला दिसून येतो. लोकनियुक्त प्रतिनिधिमंडळ, स्वतंत्र आणि लोकनियुक्त न्यायसहाय्यक आणि त्यावर ग्रामसभेचे नियंत्रण हा त्यांच्या राजकीय जीवनाचा पाया आहे. नागरिकत्वाचा दर्जा हा ग्रीक व्यक्तीच्या गौरवाचा बिन्दू आहे. त्यामागे हक्कापेक्षा कर्तव्याची भावना जास्त प्रभावी आहे. राज्यघटना केवळ राजकीय स्वरूपाची नसून त्यात समाज, अर्थकारण, नीती यांचाही सामावेश असल्याने तिला व्यक्तीच्या संपूर्ण जीवनाचा संदर्भ असलेला दिसून येतो आणि त्याच्याशी सुमेळ राखण्यातच व्यक्तीचा विकास असतो, असे ग्रीक विचार सांगतो. प्रत्येक व्यक्तीला समाजजीवनात भाग घेणे अनिवार्य आहे आणि ते खास अधिकार यापेक्षा त्याच्या त्याच्या नैसर्गिक गुणांवर आधारलेले असते. (Nobody is born to an office, nor buys it.) बहुश्रुत

व्यक्तिविकासाचे ते फलस्वरूपच असते, अशी लोकशाही श्रद्धा त्यामागे दिसून येते. ग्रीक विचारानुरूप राज्य ही एक नैतिक संघटना असून जणू कुटुंबसंस्थेचे विकसित व व्याप्त स्वरूप आहे; म्हणून ते व्यक्तिविकासाचे साधन व साध्य बनलेले आहे. राज्याच्या विरोधात हक्क ही कल्पना ग्रीकांना मान्य नव्हती. राज्य हे सामाजिक-नैतिक-राजकीय असे एकत्रित असल्याने हक्क म्हणजे समाजातील आपल्या स्थानानुसार पार पाडण्याचे कर्तव्य असा यांचा दृष्टिकोन होता. कायद्याविषयी आदर आणि व्यक्तीच्या नैसर्गिक क्षमतेवर श्रद्धा हे ग्रीकांचे वैशिष्ट्य आहे. स्पार्टा या नगरराज्याची परंपरा लष्करी होती. साधे, समान जीवन, लष्करी शिक्षण, व्यक्तिगत जीवनांत शिस्त ही त्याची वैशिष्ट्ये होती. या पद्धतीचा प्रभाव प्लेटोच्या विचारांवरही पडलेला दिसून येतो.

ग्रीकांनी जगाला समतोल, बुद्धिवादी आणि धर्मनिरपेक्ष विचारांची परंपरा दिली. त्यांनी केलेल्या विविध राजकीय प्रयोगांमधून राजशास्त्राचा पाया घातला गेला. पुनरुज्जीवनाच्या काळात याच विचारांनी आणि विचारपद्धतीने पाश्चात्त्य समाजजीवनाच्या परिवर्तनाला दिशा दिली. लोकतंत्र, व्यक्तिविकास, जीवनाचा नैतिक पाया, व्यक्तिविकास आणि राज्यसंस्था यांत सुसंवादी नाते, समाजजीवनात सहभाग आणि चर्चेवर विश्वास ही नव्या विकसित जगाची धारणा ग्रीक संस्कृतीचे योगदान आहे. भारतीय विचारवंतांनी राजकीय तत्त्वज्ञानांत भर टाकल्याचे शांतिपर्व (महाभारत), मनुस्मृती, शुक्रनीतिसार या ग्रंथांवरून दिसून येते; पण त्यांचा भर पुढे राज्यनीतीपेक्षा राज्यव्यवहारावर राहिला. आणि विद्येच्या पुनरुज्जीवनाच्या युरोपमधील महत्त्वाच्या परिवर्तनाच्या काळात भारतीय विचारपरंपरा खंडित झालेली दिसते. रोमन विचारवंतही मुख्यत्वे साम्राज्य-व्यवस्थेवर भर देत आले. कायद्याची कल्पना, विश्वनागरिकत्व, सार्वभौमत्व, नियंत्रण व सत्तासमतोल, स्थानिक प्रशासन इ. क्षेत्रांत रोमन विचारवंतांचे (पॉलिबियस, सिसेरो) विवेचन महत्त्वपूर्ण आहे.

## २. प्लेटो (Plato - इ.स.पूर्व ४२८ - ३४७)

प्लेटो हा ग्रीक विचारवंत. सॉक्रेटिसचा शिष्य. ग्रीक विचारांना पद्धत आणि तार्किक दृष्टिकोनाच्या पायावर उभे करण्याचे श्रेय प्लेटोकडे जाते. अभिजन वर्गात जन्मलेल्या प्लेटोला राजकारणात भाग घ्यावयाचा होता; पण सॉक्रेटिसचा विषप्राशनाच्या शिक्षेने झालेला मृत्यू (इ.स.पू.३९९) पाहून अथेन्सच्या लोकशाहीच्या विकृत स्वरूपाविषयी त्याच्या मनात मूलभूत शंका निर्माण झाल्या. विविध देशांमधील प्रवास, आदर्श राज्यशासकाचे सिसिलीमधील प्रयत्न, ग्रीक नगरराज्यांतील स्पर्धा व त्यातून निर्माण झालेली राजकीय व सामाजिक अस्थिरता यातून त्याने अथेन्सला राज्यकर्त्यांच्या शिक्षणासाठी एक अकादमी स्थापन केली. ज्ञानाचे महत्त्व ग्रीकांना प्रथमपासूनच होते.

व्यक्तीची क्षमता ज्ञानातून निर्माण होते व ते ज्ञान योग्य पद्धतीने व्यक्तीला देता येते. (Virtue is knowledge) ही सॉक्रेटिसची शिकवण हा अकादमीचा तात्त्विक पाया होता. प्लेटोने विपुल ग्रंथरचनाही केलेली आहे. त्याच्या लिखाणाची पद्धत संवादात्म अशी होती. सॉक्रेटिसही याच पद्धतीने ज्ञानाचा प्रसार करीत असे. प्लेटोच्या ग्रंथांत रिपब्लिक, स्टेट्‌समन आणि लॉज्‌ हे तीन ग्रंथ महत्त्वाचे व राज्यशास्त्र विषयाच्या विकासाचा पाया घालणारे ठरलेले आहेत.

## २.१. प्लेटोचे न्यायविषयक विचार (Theory of Justice)

प्लेटोच्या राज्याचा मूलाधार 'न्याय' कल्पना हा आहे. न्याय कल्पनेने व्यक्ती व राज्य यांमध्ये अनुबंध तयार होतो. आपली नैसर्गिक गुणवत्ता आणि अनुरूप शिक्षण यांमधून आपल्याला समाजात जे स्थान आणि कर्तव्य प्राप्त होते ते पार पाडणे, त्याला न्याय देणे ही ग्रीकांची न्यायाची कल्पना आहे. (Justice is filling the station to which he is entitled.) एकाच वेळी व्यक्तिगत आणि सामाजिक अपेक्षांची पूर्तता करण्याची क्षमता म्हणजे 'न्याय' होय. आपल्या (Republic) ह्या ग्रंथाचे उपनाम प्लेटोने (Concerning Justice) असे दिले होते. यावरून प्लेटोला राज्यामधील 'न्याय' कल्पनेचे मध्यवर्ती सूत्र म्हणून वाटत असलेले महत्त्व स्पष्ट होते.

आपली न्यायाची संकल्पना प्लेटोने त्याच्या संवादपद्धतीमधून स्पष्ट केलेली आहे. सेफिलस (एक व्यापारी), पॉलीमार्शस (त्यांचा मुलगा), ग्लायकोन आणि अेडीमॅनस हे दोघे भाऊ आणि थॅशिमाकस यांच्या चर्चेतून 'न्याय' संकल्पना विकसित होत आहे. सेफिलसच्या मताने आयुष्यातील अनुभवाचे सार प्रामाणिकपणा आहे. जे देवाचे आहे, ते देवाला द्यावे व माणसाचे आहे ते माणसाने घ्यावे म्हणजे न्याय. पॉलीमार्शसच्या मताने आपल्या मित्रांना मदत करणे आणि आपल्या शत्रूला इजा होईल असे करणे, हे 'न्यायी' वर्तणुकीचे लक्षण आहे. थॅशिमाकस्‌ हा सोफिस्ट विचारधारा व्यक्त करतो. Justice is what is in the interest of the stronger. बलवान व्यक्तीच्या हिताचे रक्षण करणारे तत्त्व म्हणजे 'न्याय' होय. सोफिस्ट हा परंपरावादी न्यायकल्पनेचा पुरस्कार करतो. ग्लायकोन हा व्यवहारवादी वाटतो; तर थॅशिमाकस हा क्रांतिकारी न्यायविचाराचे प्रतीक आहे.

प्लेटोने या सर्व विचारसरणींमधील विसंगती स्पष्ट केलेली आहे. परंपरावादी विचारांत शत्रु-मित्र असा भेद करून एकाच तत्त्वाच्या आधारे दोघांना वेगवेगळी वागणूक दिली जाईल. न्यायतत्त्व हे समानतेचे तत्त्व आहे. खरे बोलणे, कर्ज न बुडविणे या व्यवहारांतील चांगल्या वाटणाऱ्या गोष्टी तर्काच्या आधारावर टिकत नाहीत. न्यायाने 'व्यक्तिहिता'पेक्षा 'समाजहिता'ला प्राधान्य दिले पाहिजे. न्याय हा

स्थल-काल-परिस्थितिनिरपेक्ष असतो. परंपरावादी न्यायाची कल्पना एका मर्यादेपर्यंत आणि अंशत: उपयुक्त वाटली तरी त्या संकल्पनेचे खोलात जाऊन विश्लेषण केले असता त्यात परस्परविरोधी तत्त्वे समोर उभी राहतात. सोफिस्ट विचारांनुसार शक्ती व न्याय सत्य हे जणू एकच बनतात. 'बळी तो कानपिळी' हे तत्त्व या न्यायाचा आधार होऊ शकत नाही. बलवान व्यक्ती आपल्या इच्छेनुसार नियम बनवीत असेल, तर अन्याय हा न्यायापेक्षा चांगला ठरेल (Injustice is better than Justice). शासनाची आज्ञा कायदा असू शकेल; पण न्याय असू शकेलच असे नाही. न्यायासंबंधीच्या व्यवहारवादी विचारांत न्यायाची निर्मिती भीतीपोटी झाल्यासारखे वाटते. न्याय हे एक कृत्रिम तत्त्व बनते आणि सबलांपेक्षा दुर्बलांनाच त्याची गरज भासते.

प्लेटोच्या मताने न्याय असा बाह्य गोष्टींवर अवलंबून नसतो. ती एक आंतरिक क्षमता आहे. न्यायी व्यक्ती आपल्या सर्वच संबंधांत - व्यक्तिगत व सामाजिक दोन्ही - न्यायीच असते. प्लेटोच्या मतानुसार प्रत्येक व्यक्तीमध्ये तीन स्थायीभाव असतात. वासना (appetite), शौर्य (spirit) आणि बुद्धी (reason-wisdom). शिक्षणाने या तीन नैसर्गिक गुणांचा विकास करून त्या त्या गुणानुसार समाजात मिळालेले कार्यपद व त्याची अपेक्षा पूर्ण करणे म्हणजे न्याय होय. या गुणांनुसार प्लेटोने समाजातील वर्गाची विभागणी केलेली आहे. ('Social justice may be defined as the principle of a society where people combine and concentrate on their separate functions and make it perfect because it is the product and the image of the whole of human mind' - E. Barker)

राज्य हे सत्याच्या (Truth-Good) भोवती बांधलेले आहे. श्रमविभागणी आणि शिक्षण यांद्वारे ते समजून घेतले पाहिजे. कायदा आणि सुव्यवस्था हा सामाजिक सुसंगतीचा एक छोटासा भाग आहे. व्यक्तीचे हक्क हे त्याच्या समाजाकडून अपेक्षित असलेल्या सेवेमध्येच असतात. समाजाच्या विरोधात नसतात; कारण समाज हा परस्पर गरजेमधून निर्माण होत असल्याने समाजबंधने ही अधिकारापेक्षा सेवेवर अवलंबून राहतात.

ग्रीक नगरराज्यातील अव्यवस्था, राज्यकर्त्यांचे अज्ञान आणि स्वार्थीवृत्ती आणि त्यातून निर्माण झालेली राजकीय अस्थिरता या पार्श्वभूमीवर प्लेटोने आपली न्यायकल्पना पुढे मांडली. सत्य समजणे आणि त्यानुसार वर्तनाचे नियंत्रण करणे हे केवळ बुद्धी हा स्थायीभाव विकसित करू शकणाऱ्या काही लोकांना व त्याचे पद्धतशीर शिक्षण दिल्यानंतरच शक्य आहे, असा त्याचा विश्वास होता. आधुनिक व्यक्तिवादी विचारांशी हे विसंगत असले तरी प्लेटोचे राज्यकर्त्या वर्गासाठी असलेले शिक्षण आणि त्यांच्याकडून अपेक्षित असलेली जीवनपद्धती पाहता असा राज्यकर्ता हुकूमशाही वृत्तीचा होईल ही भीती अतार्किक ठरते. व्यक्ती आणि राज्य यांचा सांधा जोडून प्लेटोने राज्याला एक नैतिक अधिष्ठान दिले हे प्लेटोचे मोठे योगदान आहे.

## २.२. प्लेटो : तत्त्वज्ञ-राज्यकर्ता (The Philosopher king)

राज्याचा विकास हा सत्याच्या प्रकाशात होत असतो आणि त्याची प्राप्ती हेच राज्याचे अंतिम ध्येय असते. डॉक्टरला जशी आपल्या रोग्याच्या प्रकृतीची माहिती असावी लागते, तशी राज्यकर्त्याला आपल्या समाजाच्या आरोग्याची माहिती असावी लागते. आपल्या गरजा भागविण्यासाठी विविध सेवाकार्यांचे आदान-प्रदान आणि परस्परसहकार्य यांची समाजजीवनाला गरज असते आणि समाजातील तीन वर्ग एकत्रितपणे ते कार्य करीत असतात.

'व्यक्ती' आणि 'समाज' यांमध्ये रचनात्मक साम्य असते. त्यांच्यात विसंगती निर्माण झाल्यासारखी वाटते. आपल्याला काय करावेसे वाटते आणि आपण काय करावयास पाहिजे, असा हा संघर्ष नसून आपल्याला काय करावेसे वाटते आणि आपल्या नैसर्गिक वृत्तीनुसार आपण काय करावयास हवे असे त्या संघर्षाचे मूळ आहे. समाजात तीन स्वरूपाची कार्ये असतात. भौतिक गरजांची पूर्तता, समाजाचे रक्षण आणि समाजाचे अनुशासन. त्यानुसार समाजात तीन वर्ग निर्माण होतात. कामगारवर्ग, सैनिक वर्ग आणि शासकवर्ग - तत्त्वज्ञ, राज्यकर्ता वर्ग या प्रत्येक वर्गाचा एक स्थायिभाव असतो आणि त्याचे समाजशरीरात एक निश्चित स्थान असते. वासना- पोषणप्रवृत्ती (appetitive nutritive) याचे स्थान शरीरात पोटातील पडद्याखाली असते. कष्टकरी-सेवाकरी वर्गाचा तो स्थायिभाव आहे. दुसरी वृत्ती शौर्य (Spirit or Executive) याचे स्थान छातीमध्ये असते. सैनिक वर्गाचा तो स्थायिभाव आहे. तिसरी वृत्ती ज्ञान (Wisdom-Reason) याचे स्थान मस्तकात असून त्याचा आविष्कार राज्यकर्त्या तत्त्वज्ञ राज्यकर्त्यावर्गात झालेला दिसून येतो. Wisdom is the excellence of the rational soul.

समाजातील हे वर्ग म्हणजे वंशपरंपरागत जाती नाहीत. समाजातील हे वर्ग व्यक्तीमधील नैसर्गिक गुण-क्षमता आणि त्यानुसार दिलेल्या शिक्षणाने निश्चित होत असतात. (गुणकर्मविभागश:) - या प्रवृत्ती त्यांच्या श्रेणीनुसार नियंत्रित होणे आवश्यक असते. नेमस्तपणाने वासनेचे नियंत्रण होते. धैर्य सैनिकवर्गाच्या वृत्तीवर नियंत्रण ठेवते. आणि या सर्वांवर बुद्धीचे नियंत्रण असून त्यामधून समाजव्यवस्थेत सुव्यवस्था निर्माण होते. 'A just man is like a well-ordered city, unjust man like anarchy' समाजातील प्रत्येक व्यक्ती तिच्या अंगीभूत गुणांनी आणि त्याच्या विकासामधून समाजाच्या अनुरूप वर्गाची सदस्य बनते आणि त्यानुरूप आपले कार्य करते. त्यासाठी आवश्यक ते ज्ञान-कौशल्य शिकविणारी व्यवस्था प्लेटोने सांगितलेली आहे. राज्यकर्त्या वर्गालाही त्याच्या अपेक्षित कार्यानुसार शिक्षण देण्याची व्यवस्था राज्याने केलेली असते. समाजातील प्रौढ व ज्ञानी व्यक्तींच्या बुद्धीचा विकास करणारे

शिक्षण त्यांना तत्त्वज्ञ राज्यकर्ता बनविते. अल्पजनसत्तेला एक बौद्धिक अधिष्ठान प्लेटोच्या तत्त्वज्ञान संकल्पनेतून दिलेले दिसून येते. ग्रीक नगरराज्यातील अस्थैर्य आणि गटबाजी थांबविण्यासाठी प्लेटोने तत्त्वज्ञ राज्यकर्त्याची संकल्पना पुढे मांडली. Unless it shall come to pass that philosophers are kings or kings be imbibed with genuine philosophy - that is to say, unless political power and philosophy be united - there is no cessation of ills for the states.

## २.३. प्लेटोची साम्यवादाची कल्पना (Plato's Communism)

राज्यकर्त्यावर्गाचे आणि समाजाचे योग्य संमीलन होण्यासाठी आणि तत्त्वज्ञ, राज्यकर्ता, समाजहित आणि समाजन्याय यांचे पालन करण्यासाठी सक्षम होण्यासाठी दोन गोष्टींची आवश्यकता आहे. एक, त्या मार्गातील अडथळे दूर केले पाहिजेत आणि दोन, आपल्या कार्याच्या दृष्टीने आवश्यक त्या गुणांचा परिपोष करणारी शिक्षण-व्यवस्था निर्माण केली पाहिजे. पहिल्या विचारांतून राज्यकर्त्या वर्गासाठी साम्यवादी जीवनशैली निर्माण झाली आणि दुसऱ्या हेतूसाठी शिक्षणव्यवस्थेत राज्यकर्त्या वर्गासाठी अधिक आणि वेगळ्या शिक्षणव्यवस्थेची सोय करण्यात आली.

व्यक्तींच्या सामाजिक कर्तव्याच्या आड त्याचा व्यक्तिगत स्वार्थ आड येतो. आणि कुटुंब आणि खासगी मालमत्ता हे त्याचे उगमस्थान आहे. राज्यकर्ता वर्ग यापासून मुक्त करण्यासाठी त्याने राज्यकर्त्या वर्गासाठी साम्यवादी व्यवस्था सुचवली त्यानुसार त्यांना कुटुंबात न राहता सैनिकांप्रमाणे एकत्रित निवासस्थानात रहावे लागे. एकत्र भोजनालयात जेवण करावे लागे. स्त्री-पुरुष हा भेद नसल्याने हा नियम स्त्रियांनाही लागू होता. स्त्री-पुरुष यांचे वैयक्तिक कौटुंबिक संबंध न राहता समाजाला योग्य राज्यकर्त्यांचा पुरवठा व्हावा म्हणून राज्याने त्यांचे एकत्र येणे नियंत्रित केले जाई. योग्य स्त्री-पुरुषांच्या एकत्र येण्यामधून निर्माण होणारी संतती अर्थात समाजाची असे. त्यात वैयक्तिक आपुलकीचे बंध नसत. व्यक्तीला स्वार्थी बनविणाऱ्या या दोन्ही संस्था नष्ट केल्याने राज्यकर्तावर्ग राज्याशी पूर्णपणे एकरूप होणे शक्य बनेल असे प्लेटोचे मत होते. प्राण्यांसाठी सुप्रजननशास्त्राचा मानव वापर करीत असे; तेच तत्त्व प्लेटोने तार्किक पद्धतीने मानवी संस्थांना लावले. अर्थात, हा साम्यवाद फक्त राज्यकर्ता वर्ग आणि सैनिक वर्ग यांच्यासाठीच होता आणि कुटुंबव्यवस्था रद्द झाल्याने स्त्रीपण मुक्त होऊन राज्यकारभारात पुरुषांच्या बरोबरीने भाग घेऊ शकते असे प्लेटोचे म्हणणे होते. प्लेटोच्या शिक्षणव्यवस्थेमध्येही स्त्री-पुरुष भेद नाही. अशा प्रकारचे विचार प्लेटोच्या आधी पायथागोरसनेही मांडलेले होते आणि स्पार्टामध्ये मुले लहान वयातच सैनिकी व्यवस्थेचा भाग बनत असत.

आर्थिक घटकांचा राजकारणांतील प्रभाव हे त्रिकालाबाधित सत्य आहे. आर्थिक विषमता श्रीमंत - गरीब वर्गातील दरी समाजाच्या स्थैर्यावर परिणाम करते; त्यामुळे

राज्यकर्त्या वर्गाला साम्यवादी व्यवस्थेत आणून त्याने राज्याच्या स्थैर्याचा विचार केला. प्लेटोचा साम्यवाद म्हणून आर्थिक असण्यापेक्षा राजकीय आहे. राज्यकर्त्या वर्गात आर्थिक विषमता आणि स्वार्थ निर्माण करणारी कुटुंबव्यवस्था त्याने नष्ट केली. विवाहसंस्था त्यातून निर्माण होणारी अपत्ये आणि त्यांना घरी मिळालेले शिक्षण यातून समाजातील पिढी राज्याशी पूर्णपणे एकनिष्ठ राहणे अवघड आहे. त्यामुळे प्लेटोने राज्याने नियंत्रित केलेल्या शिक्षणपद्धतीचा पुरस्कार केला. त्याचबरोबर विवाह-संस्थाही नियंत्रित केली. ('The improvement of race demands a far more controlled and selective type of union.') प्लेटोची विचारपद्धती तार्किक आहे. राज्याचे ऐक्य हे प्राथमिक आहे. त्याच्या आड संपत्ती व कुटुंब संस्था येत असेल तर त्या दोन्ही नष्ट होणे आवश्यक आहे. त्याला पर्याय नाही असे प्लेटोचे मत होते.

प्लेटोच्या साम्यवादात आर्थिक समानता स्थापण्याचा हेतू नाही आणि तो केवळ समाजाच्या राज्यकर्त्यावर्गालाच लागू आहे. ॲरिस्टॉलच्या मताने तो मानवी समाजाच्या मूलभूत वृत्तीशीही विसंगत आहे. कुटुंबसंस्था नष्ट केल्यास आणि विवाहसंबंध तात्पुरते ठेवल्यास समाजात अनाचार वाढण्याचीही भीती आहे. कुटुंब ही नागरी जीवनाची पहिली शाळा आहे. तिचा आधार नष्ट झाल्यास नागरिकत्वाच्या गुणांची जोपासना कशी होणार? मार्क्सचा आधुनिक साम्यवाद हा आर्थिक समततेच्या सूत्रावर आधारलेला आहे आणि त्याचा संबंध उत्पादक वर्गावरील नियंत्रणाशी आहे. राज्यकर्त्यावर्गावरील बंधनाशी नाही.

## २.४. प्लेटोची शिक्षणपद्धती (Plato's System of Education)

तत्त्वज्ञ राज्यकर्ता निर्माण करण्याच्या प्लेटोच्या प्रयत्नांत शिक्षणपद्धतीला महत्त्वाचे स्थान आहे. साम्यवाद आणि संपत्ती, कुटुंबसंस्थेबाबत फेरविचार हा अभावात्मक मार्ग असला तर शिक्षणपद्धती हा तत्त्वज्ञ राज्यकर्ता निर्माण करण्याचा सकारात्मक मार्ग आहे. त्याविषयी प्लेटोने अगदी खोलात जाऊन चर्चा केलेली आहे. 'Education is a positive means to shape human nature in the right direction' रूसो या विचारवंताच्या मताने 'रिपब्लिक' हा ग्रंथ खरं म्हणजे शिक्षणावरील प्रबंधच आहे.

ग्रीक विचारांनुसार वस्तूचे खरे रूप (Truth) हे व्यवहारात दिसणाऱ्या वास्तव रूपापेक्षा वेगळे असते. ते त्या वस्तूच्या संकल्पनेत (Abstract ideal) असते. त्याचे ज्ञान (Knowledge) आपणास होणे शक्य असते ते शिक्षणामुळे. ज्ञानाच्या साहाय्याने आपण सत्याचे स्वरूप स्पष्ट करू शकतो, समजू शकतो व त्यानुसार वर्तन करू शकतो. (Knowledge is virtue). राज्याने नियंत्रित केलेली शिक्षणपद्धती प्रत्येक व्यक्तीला त्याच्या गुणांनुसार असलेल्या सामाजिक कार्यासाठी शिक्षणाद्वारे सक्षम करू शकते; व त्यातून त्या व्यक्तीला न्यायी जीवन आचारता येते. ('If knowledge is virtue, it can be taught and the educational system to teach it is one indispensible part of it') समाजातील गुणांवर अधिष्ठित असलेल्या वर्गामध्ये त्यांच्या समाजातील भूमिकेविषयी जाणीव निर्माण करणे, ज्ञान-कौशल्य देणे आणि कार्याचे सत्य स्वरूप समजून त्यास न्याय देण्याची क्षमता त्यांच्यात निर्माण करणे हा प्लेटोच्या शिक्षणपद्धतीचा हेतू आहे. 'Education is regarded as a social process by which the units of a society become instinct with social consciousness and learn to fulfil all social demands.'

प्लेटोने आपल्या शिक्षणपद्धतीत अथेन्स आणि स्पार्टा येथील शिक्षणपद्धतींचा मेळ घालण्याचा प्रयत्न केलेला आहे. अथेन्सच्या पद्धतीमधील व्यक्तीचा बौद्धिक विकास आणि स्पार्टामधील सामाजिक भूमिका यांचे त्यात मिश्रण होते. असे शिक्षण स्पार्टाच्या पद्धतीने राज्याने नियंत्रित केलेले असते. स्त्री आणि पुरुष यांना ते सक्तीचे असते. अर्थात, हे शिक्षण सैनिक व राज्यकर्त्या वर्गापुरतेच मर्यादित आहे.

वयाच्या सहाव्या वर्षापर्यंत त्याला 'धार्मिक' व 'नैतिक' शिक्षण दिले जाते. सत्याची ओळख या वयात करून देण्यात येते. सहा ते अठरा वर्षापर्यंत विद्यार्थ्यांना बौद्धिक व शारीरिक शिक्षण दिले जाते. त्याचबरोबर संगीतकला म्हणजे सर्व ललित कलांशी त्याचा परिचय करून दिला जातो त्यात अभिजात कलाकृतींचा परिचय, गायन-वादन यांचा समावेश केलेला आहे. व्यायामामुळे, शारीरिक शिक्षणामुळे मनाचा विकास होऊन ते शुद्ध होते. It is a training of mind through training of body. मनाच्या नियंत्रणशक्तीची वाढ, शौर्यभावना, धैर्यगुणांची वाढ या शिक्षणांतून अपेक्षित होती. नागरी गुणांचा विकास करणारा हा अभ्यासक्रम मुख्यत्वे अथेन्सच्या पद्धतीचा होता आणि 'नैतिक' व 'बौद्धिक' विकास हे त्याचे ध्येय होते. त्यानंतर दोन वर्षे - अठरा ते वीस - प्रत्येकाला लष्करी शिक्षण सक्तीचे होते. शिस्त-आज्ञापालन संयम या गुणांची जोपासना ही स्पार्टाची वैशिष्ट्ये या लष्करी शिक्षणांत दिसून येतात. यानंतरचे उच्च शिक्षण निवड केलेल्या राज्यकर्त्या वर्गासाठी (Men of Gold) मर्यादित होते. त्यातील दहा वर्षांच्या पहिल्या टप्प्यात त्यांना गणित, भूमिती, विज्ञान, खगोलशास्त्र, तर्कशास्त्र यांचे शिक्षण दिले जाई. बौद्धिक विकास व विवेक वृत्ती हे राज्यकर्त्या वर्गाचे आवश्यक गुण आहेत. त्यानंतरची पाच वर्षे - तीस ते पस्तीस - त्याला सत्य कल्पनेचा अर्थ व त्यासाठी त्याच्या बुद्धीचा विकास यावर भर दिला जाई. या दोन्ही टप्प्यांवर त्याची परीक्षा घेतली जाई. नंतरची पंधरा वर्षे (पस्तीस ते पन्नास वर्षापर्यंत) त्याला राज्यव्यवहाराचे व्यावहारिक ज्ञान कार्यानुभावातून दिले जाई. अशा शिक्षणाने वयाच्या पन्नासाव्या वर्षी तो शासक बनण्यास खऱ्या अर्थाने पात्र ठरेल.

प्लेटोची विचारपद्धती तार्किक आणि विचारांचे वादळ उठविणारी आहे. शरीराच्या इच्छा, वासना, भावना यांवर जसे बुद्धीचे नियंत्रण असणे हे विवेकाचे लक्षण आहे,

तसे समाजपुरुषावर अशा शिक्षणपद्धतींमधून तयार झालेल्या तत्त्वज्ञ राज्यकर्त्यांचे नियंत्रण असावे हा त्याचा आग्रह आहे. नगरराज्याचे स्थैर्य हे ध्येय निश्चित झाले की त्याच्या मार्गाबाबतही विकल्प निर्माण होण्याची गरज नाही. समाजव्यवहारात हे वास्तवाला धरून नाही. समाज म्हणजे तज्ज्ञाच्या हाती सोपविलेला रुग्ण नाही. प्लेटोने गणित, भूमितीवर भर दिलेला आहे. तो तर्कशुद्ध विचारपद्धतीचा गणित हा आविष्कार आहे म्हणून. मात्र, भावना फुलविणारी कला त्याला मान्य नव्हती. प्लेटोचे संगीत हे आत्म्याच्या विकासासाठी होते. त्याच्या आदर्श राज्यात कवीला स्थान नव्हते उत्पादक वर्गाच्या शिक्षणाचा प्लेटोच्या पद्धतीत उल्लेख नाही; पण त्याची शिक्षणपद्धती चांगले राज्यकर्ते तयार करावे यासाठी असल्याने त्याने या वर्गाचा विचार न करणे तर्काला धरूनच होते. अभ्यासक्रमातील गणित, भूमितीवरील त्याचा भर हा तर्कशुद्ध विचार करण्याच्या सवयीचे महत्त्व अधोरेखित करतो. अथेन्सचा बहुश्रुततेचा आग्रह पण त्याच्या व्यावसायिक राज्यकर्त्यांच्या संदर्भात गौण ठरतो. त्यामुळे त्याची पद्धती काहीशी एकसुरी बनलेली वाटते. तत्त्वज्ञ राज्यकर्त्यांच्या दृष्टीने कायदा किंवा लोकशाही गौण ठरते. प्लेटोच्या दृष्टीने कायदा म्हणजे एकत्रित केलेले स्पष्टीकरण, संकेत, परंपरा. तत्त्वज्ञ राज्यकर्ता त्याच्या शिक्षणांतून सत्याचा खरा अर्थ जाणणारा बनतो. त्यामुळे कायदा हा त्याच्या दृष्टीने अनावश्यक किंवा सत्यापासून ढळलेला बनतो.

आपल्या (Statesman) या ग्रंथात प्लेटोने कायदा आणि प्रजातंत्राबाबतच्या आपल्या विचारांत समतोल आणलेला दिसून येतो. 'रिपब्लिक' मधील त्याचे विवेचन हे तार्किक, द्वंद्ववादी व शुद्ध कल्पनेवर आधारित होते. 'स्टेटसमन आणि लॉज' हा ग्रंथ त्याच्या मृत्यूनंतर प्रकाशित झाला. त्याच्या विचारांना व्यवहाराची व वास्तवतेची जोड दिलेली दिसून येते. कायदा लोकांना समाजहितविरोधी कृत्य करण्यापासून रोखतो आणि त्याला स्थायी स्वरूप देणे आवश्यक आहे, असे प्लेटोने कायद्याविषयी आपले मत दिलेले दिसून येते. संमिश्र राष्ट्रघटनेचा त्याने पुरस्कार आपल्या स्टेटसमन या ग्रंथात केला. अर्थात, आत्मसंयमनाचा त्याचा आग्रह मात्र शेवटपर्यंत कायम होता. राज्य हे एक नैतिक संघटन आहे, असा त्याचा आग्रह असून त्यापुढे व्यक्ती आणि इतर संघटना गौण ठरतात. हा प्लेटोचा विचार आजसुद्धा महत्त्वाचा ठरतो.

## ३. ॲरिस्टॉटल (Aristotle इ.स.पू. ३८४-३२२)

प्लेटो आणि त्याचा शिष्य ॲरिस्टॉटल एकमेकांना पूरक होते. प्लेटो हा कल्पना आणि एकरूपतेचा पुरस्कार करणारा होता; तर ॲरिस्टॉटल हा वास्तववादी आणि विश्लेषणाचा मार्ग चोखाळणारा होता. प्लेटोला विविध घटनांना जोडणाऱ्या एक सूत्राचा शोध घ्यावासा वाटे, तर ॲरिस्टॉटलला त्यामधील विविधतेचा अर्थ,

महत्त्वाचा वाटे. मूळ गृहीतसूत्राशी सुसंगत असे निष्कर्ष काढणे, हे तर्कवादी (Deductive - निगमनात्मक) प्लेटोचे वैशिष्ट्य होते; तर विविध घटनांच्या निरीक्षणांतून सर्वसामान्य सूत्राकडे जाणारी (Inductive) अशी पद्धत हे ॲरिस्टॉटलचे वेगळेपण होते. प्लेटोने राज्यशासन आणि नीतिशास्त्र यांचे एकरूपत्व मानले, तर ॲरिस्टॉटलने त्यांच्यामध्ये फारकत केली. एक मात्र निश्चित! दोघांनी एकत्रितपणे राज्यशासन सधन आणि समृद्ध केले. त्याला एकाच वेळी उंची आणि खोली प्राप्त करून दिली.

ॲरिस्टॉटलचा जन्म इ. स. पूर्व ३८४ मध्ये स्टॅगिरा या शहरी झाला. त्याचे वडील मॅसिडोनियाच्या राजदरबारी वैद्य असल्याने त्याचे जीवन सुखी-संपन्न असे होते. स्वत: ॲरिस्टॉटल मॅसिडोनियाचा राजपुत्र ॲलेक्झांडर याचा काही काळ शिक्षक व सल्लागार होता. इ. स. पूर्व ३६७ मध्ये तो प्लेटोच्या अकॅडमीत दाखल झाला. प्लेटोच्या मृत्यूनंतर त्याच्या अकॅडमीचे संचालकपद त्याच्याकडे येईल असे वाटत होते. मात्र, प्लेटोच्या मृत्यूनंतर त्याने अथेन्स सोडले इ. स. पूर्व ३३५ मध्ये परत अथेन्सला येऊन त्याने आपली लायसियम (Lyceum) ही संस्था स्थापन करून त्यात १२ वर्षे त्याने अध्ययन-अध्यापनाचे कार्य केले. तसेच अनेक महत्त्वाच्या ग्रंथांची रचना केली. विषयांचा विस्तार व व्याप्ती पाहता ॲरिस्टॉटलचे कार्य एखाद्या पाणलोटासारखे आहे. ज्या ज्या विषयाला त्याने स्पर्श केला, तो तो विषय त्याने समृद्धच केला. त्याच्या विविध ग्रंथसंपदेत 'पॉलिटिक्स' हा ग्रंथ महत्त्वाचा आहे. ॲरिस्टॉटलला राज्यशास्त्राचा जनकच मानले जाते. विश्लेषणात्मक आणि विविध घटनांच्या अभ्यासांतून सर्वसामान्य निष्कर्ष काढण्याची आगमनात्मक (Inductive) पद्धत त्याने स्वीकारली व त्याला तौलनिक पद्धतीची जोड दिली. राज्यशास्त्रात हा प्रयोग नवा होता. कॅलिसस येथे ॲरिस्टॉटलचा इ. स. पू. ३२२ मध्ये मृत्यू झाला.

## ३.१. ॲरिस्टॉटलचे राज्यविषयक विचार (Aristotle and Nature of State)

आपल्या 'पॉलिटिक्स' या ग्रंथांत ॲरिस्टॉटलने राज्य संकल्पनेचा ऊहापोह केलेला आहे. प्लेटोच्या The Laws मधील विचारांशी ते बरेचसे सुसंगत आहेत. राज्य ही एक मानवी संघटना असून ती संघटनांचे उत्क्रांत स्वरूप आहे. कुटुंबामधून गाव आणि गावामधून राज्यसंघटना तयार होते. (State is the union of Villages) त्यामुळे राज्याच्या स्वरूपांत व आधारतत्त्वात कुटुंबव्यवस्था व ग्रामव्यवस्था यांचे मिश्रण स्वाभाविकपणे आढळते. राज्य एक नैसर्गिक संघटना असून व्यक्तीला पूर्ण विकसित आयुष्य जगता यावे हे तिचे ध्येय आहे. मनुष्य स्वभावत:च समाजशील प्राणी (Social animal) असून आपल्या गरजा पूर्ण करून परिपूर्ण जीवनासाठी त्याला राज्याची आवश्यकता आहे. केवळ राज्यामध्येच व्यक्तीच्या गुणांचा तिच्यामधील अंगीभूत क्षमतेनुसार विकास होऊ शकतो. (State comes into existence for the sake of life but continues for its betterment.)

कुटुंबामधून राज्य निर्माण होत असले तरी त्यामध्ये फरक आहे, असे ॲरिस्टॉटल म्हणे. कुटुंबप्रमुख आणि राज्य-प्रमुख यांत गुणात्मक फरक आहे. कुटुंबप्रमुखाचे कुटुंबांतील लोकांशी वेगवेगळ्या स्वरूपाचे नाते असते. पत्नी, कुटुंबातील मुले, व्यावसायिक संबंध तसेच कुटुंबातील गुलाम, नोकर यांच्याशी त्याचे वेगवेगळे नाते असते. राज्यात मात्र सर्वांशी एकच नाते असते. ते म्हणजे नागरिकत्वाचे नाते. राज्याच्या व्यवहारांत नागरिकांचा सहभाग हे ग्रीक नगरराज्याचे वैशिष्ट्य आहे.

राज्य ही एक नैसर्गिक संघटना आहे. मानवाच्या विविध गरजा पूर्ण करण्यासाठी तो समाजाची स्थापना करतो आणि त्या संस्थांना आपापले हेतू साध्य करण्यासाठी राज्याची स्वाभाविक गरज लागते. सोफिस्ट विचारवंतांनुसार राज्य ही एक कृत्रिम संस्था असून ती करारातून निर्माण झालेली आहे. ॲरिस्टॉटलला हे मत मान्य नव्हते, 'ज्याला समाजांत राहण्याची गरज वाटत नाही तो एक ईश्वर तरी असावा किंवा पशू' असे ॲरिस्टॉटल म्हणत असे. राज्य हे नैसर्गिक आहे आणि त्याचा विकासही स्वाभाविक आहे. 'संस्थांची संस्था' असे त्याचे स्वरूप असल्याने त्याचा हेतूही व्यापक आहे आणि व्यक्ती आणि संस्था यापेक्षा त्याचा दर्जा श्रेष्ठ आहे. 'Household exists for the physical needs of life, the state for moral and intellectual needs.'

राज्याची तुलना ॲरिस्टॉटलने सजीवाच्या शरीराशी केलेली आहे. मानवी शरीरातील अवयवांना शरीरापेक्षा वेगळे आणि शरीराच्या बाहेर अस्तित्व व उपयुक्तता नसते. त्याप्रमाणे समाजातील संस्थांना समाजापेक्षा वेगळे स्थान नसते. राज्याच्या सेंद्रिय कल्पनेचा (Organic theory of State) ॲरिस्टॉटल पुरस्कर्ता होता. समाज आणि राज्य याची एकरूपता हे ग्रीक नगरराज्याचे वैशिष्ट्य होते. खासगी मालमत्ता आणि गुलामगिरीची प्रथा यांचे त्याने कुटुंबव्यवस्थेची गरज तसेच नागरिकत्वाची कामे करण्यासाठी नागरिकाला 'मुक्त' असण्याची गरज यादृष्टीने समर्थन केलेले आहे. ग्रीक नगरराज्यांत राज्यघटना म्हणजे एकाच वेळी असलेला राजकीय, सामाजिक, आर्थिक, व्यक्तिगत असा दस्तऐवज असे.

## ३.२. राज्याचे वर्गीकरण (Classification of State)

राज्याचे ऐक्य राज्यांतील घटकांच्या परस्परांशी असलेल्या योग्य संबंधांवर अवलंबून असते. प्लेटोची साम्यवादाची कल्पना, कुटुंबसंस्थेचे राज्यकर्त्या वर्गापुरते केलेले राष्ट्रीयीकरण आणि त्यातून निर्माण होणारे ऐक्य ॲरिस्टॉटलला मान्य नव्हते. विविधतेमधून येणारे समाजबंध आणि त्यांत नागरिकांचा सहभाग हे आदर्श राज्याचे वैशिष्ट्य आहे. नागरिकत्वाच्या समान सूत्रांनी व्यक्ती राज्याशी बांधली जाते. कायदा करण्याची आणि कायद्याप्रमाणे वागण्याची अशा दोन्ही क्षमता नागरिकाकडून अपेक्षित

असतात आणि त्यासाठी नागरिक दैनंदिन जीवनातील गरजा भागविण्याच्या कामातून मुक्त असणे आवश्यक असते. ही क्षमता समाजातील सर्वच वर्गांतील लोकात असत नाही. त्यामुळे ग्रीक नगरराज्यांत नागरिकत्वाचा दर्जा सार्वत्रिक नाही. गुलाम, स्त्रिया, व्यापारी वर्ग, उत्पादक वर्ग यांना ग्रीक समाजात नागरिकत्वाचा दर्जा नाही. त्याची सामाजिक आवश्यकता पण नाही.

राज्याच्या अधिकारवाटपाची व्यवस्था घटनेमधून स्पष्ट होते. राज्याची कार्ये आणि कार्यव्यवस्था राज्यघटनेमधून व्यक्त होत असल्याने राज्यघटना बदलली की, राज्यही बदलते. ग्रीक नगरराज्यांतील अस्थिरता लक्षात घेऊन अनेक राज्यघटनांचा जवळ जवळ १५६ - त्याने अभ्यास करून त्यांचे वर्गीकरण त्याने केले. त्यांची वैशिष्ट्ये स्पष्ट केली आणि त्यांचे परिवर्तनचक्र थांबण्याच्या दृष्टीने त्यातून आदर्श राज्याचा त्याने शोध घेतला. राज्य आणि समाज ग्रीक नगरराज्यांत एकरूप असल्याने घटनाबदल म्हणणे एक प्रकारे क्रांतीच होई.

समाजातील सर्व संस्थांचा स्नेहबंध (Friendship) हा आधार असतो. त्याचा प्रत्येकी वेगवेगळा असलेला हेतू राज्यसंस्थेत एकत्रित होत असतो आणि त्याचे उदात्तीकरण होते. राज्याचा हेतू म्हणून केवळ संरक्षणात्मक अस्तित्व असा नाही; तर परिपूर्ण आणि नैतिक जीवन हा आहे; आणि त्यासाठी त्याची क्षमता ज्यांच्यात आहे त्यांनी राजकीय अधिकारात अधिक वाटा उचलला पाहिजे. प्रत्यक्ष लोकशाही असल्याने खऱ्या अर्थाने सार्वभौम सत्ता जनतेच्या हाती असते आणि ती विविध अधिकाऱ्यांची निवड करून त्यांच्या कामावर निरीक्षण आणि नियंत्रण ठेवत असते. 'Who hear the music or eat the dinner are best qualified to render Judgement.'

ॲरिस्टॉटलने राज्यघटनेचे वर्गीकरण केलेले आहे. त्यावर अर्थात प्लेटोच्या वर्गीकरणाची छाप आहे. सार्वभौमत्व किती लोकांच्या अधीन आहे आणि सार्वभौमत्वाचा वापर कोणत्या हेतूने केला जातो या दोन तत्त्वांवर त्याने राज्यघटनेचे (प्रत्यक्षात शासनव्यवस्थेचे) वर्गीकरण केलेले आहे. राज्यघटनेचे शुद्ध स्वरूप सार्वभौमत्वाच्या योग्य-जनहिताच्या वापरावर अवलंबून असते. त्याचे विकृत स्वरूप सार्वभौमत्वाच्या व्यक्तिहित व वर्गहितामुळे ठरते.

| सार्वभौमत्व | | शुद्ध स्वरूप | विकृत स्वरूप |
|---|---|---|---|
| संख्या | हेतू | | |
| एक (One) | | राजेशाही (Monarchy) | हुकूमशाही (Tyranny) |
| काही (Few) | | महाजनसत्ता (Aristocracy) | उमरावशाही (Oligarchy) |
| अनेक (Many) | | लोकसत्ता (Polity) | समूहशाही (Democracy) |

राज्यसत्तेचे शुद्ध स्वरूप त्याच्या पद्धतीमधील आदर्श (Ideal) स्वरूप असते. राजेशाहीमध्ये सार्वभौम सत्ता एका व्यक्तीच्या हाती असली तरी त्याचा वापर हा सर्व समाजहित डोळ्यांसमोर ठेवून केलेला असतो. असा राजा हा परिपूर्ण असतो. महाजनसत्तेतही सत्ता काही लोकांच्या हातामध्ये असली तरी तिचा वापर केवळ सत्ताधारी वर्गासाठी न करता सर्व समाजासाठी केला जातो. प्लेटोच्या पालकवर्गाच्या जवळ (Guardian Class) हे दोन्ही राज्यप्रकार येतात. लोकसत्ता (Polity) हा शासनसत्तेचा आदर्श प्रकार असून त्यात राज्यघटनेमध्ये समाजहित आणि सर्व राज्याचे हित यांचा समतोल साधलेला असतो. हुकूमशाहीमध्ये सार्वभौम सत्ता केवळ हुकूमशहाच्या व्यक्तिगत हितासाठी वापरली जाते आणि त्याचा आधार केवळ दंडशाहीच असते. राजसत्तेचे ते विकृत स्वरूप (सार्वभौमत्वाचा वापर एकच व्यक्ती करते - संख्यातत्त्व) मानता येईल.

उमरावशाहीमध्ये सार्वभौमत्व काही लोकांच्याच ताब्यात असले (ते मुख्यत्वे श्रीमंत वर्गाचे असतात), तरी त्याचा वापर फक्त सत्ताधारी श्रीमंत वर्गाच्या हितासाठीच केला जातो. समूहशाहीमध्ये बहुसंख्य लोक (ते मुख्यत्वे गरीब असतात) केवळ आपल्या स्वार्थासाठी सत्तेचा वापर करतात. विवेकी राजा परिपूर्ण असतो. त्याला कायद्याची गरज नसते. (अर्थात, ॲरिस्टॉटलच्या मतात असा राजा असणे व्यवहारात अशक्य, अतार्किक, असंभवच असते). समूहशाहीमध्ये कायदा बाजूला सारला जातो.

सार्वभौमत्वासाठीचे संख्यातत्त्व (Number of people enjoying Sovereignty) हा केवळ वर्गीकरणाचा मुख्य आधार नाही. खरा आधार सार्वभौमत्वाचा वापर (The purpose for which it is used) हा गुणात्मक आहे. उमरावशाहीमध्ये (Oligarchy) सत्ता धनिक वर्गाच्या हितासाठी वापरली जाते. संख्येपेक्षा आर्थिक प्रभाव त्यात महत्त्वाचा आहे. अर्थसत्तेचे स्वरूप, त्याचे वितरण हे समाजाच्या दृष्टीने महत्त्वाचे ठरते. समूहशाहीमध्येही समाजाच्या आर्थिक वर्गानुसार त्याचे वर्गीय स्वरूप कृषिप्रधान तंत्रज्ञ, व्यापारी वर्ग यांचे प्रभुत्व निश्चित होते. महाजनसत्ता (Aristocracy) आणि लोकसत्ता (Polity) यांतील फरक ॲरिस्टॉटल लोकसहभागाच्या तत्त्वावर (केवळ संख्यातत्त्वावर नाही) करतो. महाजनसत्तेचा पाया संपत्ती नसून राजकीय कार्यात सहभागाची क्षमता आहे आणि जनसत्तेचा पाया सर्व नागरिकांना असलेले स्वातंत्र्य आणि त्यांच्यातील समता हा आहे. प्रत्येक समाजात स्वातंत्र्य, संपत्ती, क्षमता आणि कुलवंत जन्म यांमध्ये सहभागातील प्रभावासाठी स्पर्धा असते. जेव्हा स्वातंत्र्य आणि समानता यांचा प्रभाव जास्त पडतो तेव्हा ती शासनव्यवस्था जनशाही स्वरूपाची असते. जेव्हा संपत्तीचा प्रभाव जास्त होतो तेव्हा ती उमरावशाही बनते. जेव्हा ती गुणक्षमता यावर आधारित असते तेव्हा ती महाजनसत्ता होते. जनसत्तेमध्ये स्वातंत्र्य,

संपत्ती यांचा समतोल असतो आणि गुणक्षमता याचे त्यांत मिश्रण झाल्यास संमिश्र महाजनसत्ता निर्माण होते. अर्थात, प्रत्यक्ष व्यवहारात ऐतिहासिक, राजकीय, सामाजिक अशा विविध घटकांच्या परिणामांमधून अनेकविध स्वरूपाची राज्यव्यवस्था निर्माण होत असते.

शुद्ध स्वरूपात विशिष्ट गुणांचे महत्व असले तरी (उदा. उमरावशाहीत संपत्ती आणि महाजनसत्तेत गुणक्षमता) प्रत्यक्ष व्यवहारात आदर्श राज्यव्यवस्था म्हणून ॲरिस्टॉटलने जनसत्ता (Polity) या संमिश्र राज्यघटनेचा (Mixed Constitution) पुरस्कार केलेला आहे. मानवी समाजात विषमता हा अस्थैर्य निर्माण करणारा महत्त्वाचा घटक आहे. 'गरीब' आणि 'श्रीमंत' यांतील दरी जास्त असेल तर त्या समाजाला अस्थैर्याचा शापच मिळेल. गरीब वर्गाकडे गुलामी मनोवृत्ती व नेतृत्वहीनता यांचा प्रभाव असेल तर श्रीमंत वर्गावर अरेरावी आणि आज्ञापालनाचा अभाव यांचा पगडा बसेल. मित्रभाव (friendship) हा समाजजीवनाचा खरा पाया आहे. ('All things are in common friends' - Aristotle.) त्यात समरसत्ता असून एकरूपतेची (unity) सक्ती नसते. जनसत्तेमध्ये समन्वय-सुवर्णमध्याचा आग्रह धरला जातो. मोठ्या तलावाचे पाणी जसे लवकर खराब होत नाही त्याप्रमाणे संमिश्र राज्यघटना सहजासहजी विकृत होत नाही. मध्यमवर्गीयांचा प्रभाव, राज्याने नियंत्रित केलेली सक्तीची सार्वत्रिक शिक्षणपद्धती, नगरराज्याची वैशिष्ट्ये जपणाऱ्या मूल्यांची शिकवण आणि राज्याची प्रभावात्मक भूमिका ही ॲरिस्टॉटलच्या आदर्श राज्यांची वैशिष्ट्ये आहेत. राज्य स्वावलंबी होईल इतपत राज्याची लोकसंख्या असावी आणि प्रभावी नियंत्रण ठेवता येणार नाही इतपत जास्त असू नये असे ॲरिस्टॉटल म्हणे. समाजाच्या गरजांनुसार तो शेतकरी कलावंत, सैनिक, धार्मिक कृत्ये करणारा पुरोहित, संपत्ती निर्माण करणारे उत्पादक, व्यापारी आणि प्रशासक असे सहा वर्ग समाजात असावेत असे तो म्हणतो. व्यक्तिगत संपत्तीची (Private property) संकल्पना त्याला मान्य होती. तसेच ग्रीक समाजातील प्रचलित गुलामगिरीची संस्था पण आवश्यक वाटे. प्रत्यक्ष लोकशाही आणि मर्यादित नागरिकत्व यामुळे आधुनिक काळातील सार्वभौमत्वाची संकल्पनाही ग्रीक विचारांत दिसून येत नाही. 'Aristotle's ideal state is in fact the second best state of Plato.'

ॲरिस्टॉटलचे वर्गीकरण हे आज अपुरे वाटते; पण म्हणून ते चुकीचे ठरत नाही. प्रत्यक्ष व्यवहारात हे वर्गीकरण राज्यापेक्षा शासनसंस्थेचे आहे; पण ग्रीकांच्या नगरराज्यांत 'राज्य' व 'समाज' यांत फरक नसे. वर्णन करताना त्याने संख्यातत्त्वावर (किती लोक राजसत्ता वापरतात) यावर भर दिलेला असला तरी वर्गीकरणाच्या विवेचनात त्याने राज्यव्यवहारातील गुणतत्त्वांचाही ऊहापोह केलेला आहे. राज्यतत्त्व आणि तत्त्वज्ञान यांचा विकास लक्षात घेता त्यांनी केलेल्या वर्गीकरणात दुरुस्ती

करावी लागणे अपरिहार्य आहे. आज आपण महाजनसत्ता आणि उमरावशाही यांत फरक करीत नाही. तसेच त्याने वर्णन केलेली जनसत्ता आजच्या लोकशाहीशी जुळते. आणि त्याने वर्णन केलेली लोकशाही ही झुंडशाहीच्या (Mobocracy) स्वरूपाची आहे.

## ३.५. क्रांतिचक्र (Cycle of Change)

राज्याचे शुद्ध आणि विकृत असे एकूण सहा प्रकार करताना हे स्थिर प्रकार नसून त्यांचे परिवर्तनाचे एक चक्र चालू असते असे ॲरिस्टॉटल म्हणे. शुद्ध प्रकार चांगला असला तरी व्यवहारात तो दीर्घकाळ राहू शकत नाही हे वास्तव आहे. एखादी चांगली व्यक्ती राजसत्ता (सार्वभौमत्व) आपल्या ताब्यात घेऊन ती सर्व लोकांच्या हितासाठी वापरते (राजेशाही); पण कालांतराने स्वत: राजा किंवा त्याची पुढची पिढी त्या सत्तेचा स्वत:च्या स्वार्थासाठी वापर करते (हुकूमशाही). त्याला विरोध करण्यासाठी काही चांगले लोक एकत्रित येतात व राज्यसत्तेवर नियंत्रण ठेवतात (महाजनसत्ता). त्यातही कालांतराने वर्गीय हित सांभाळण्याची प्रवृत्ती वाढते (उमरावशाही). त्या विरुद्ध सामान्य जनतेने उठाव केला (लोकसत्ता), तरी सर्वसामान्य जनतेची, शासनाची क्षमता लक्षात घेता लोकसत्तेचे घटनात्मक अधिष्ठान कमकुवत होते आणि त्यांतून झुंडशाहीचा-समूहशाहीचा उदय होतो (लोकशाही). समूहशाहीच्या अराजकाला कंटाळून परत एखादा कर्तबगार नेता राजसत्ता स्थापन करतो. असे हे चक्र सतत चालू राहते. ग्रीक नगरराज्ये नेहमीच अस्थिर असत; म्हणून ॲरिस्टॉटलने आपल्या संमिश्र घटनेने स्थिर बनणाऱ्या आदर्श राज्याचा (लोकसत्ता - Polity) पुरस्कार केला.

## ३.६. क्रांती (Revolution)

राज्यक्रांतीचे स्वरूप लक्षात घेता आणि स्थिर राज्याचे महत्त्व पाहता ॲरिस्टॉटलने क्रांती (revolution) संकल्पनेचा ऊहापोह केलेला आहे. ग्रीकांच्या विचारांनुसार क्रांती म्हणजे राज्यघटनेत बदल. राज्यघटना ही राजकीय व सामाजिक अशी व्यवस्था असल्याने हा बदल संपूर्ण असे. आधुनिक राज्ययंत्रणा उलथून टाकणे असा केवळ बलदर्शक अर्थ त्यात अभिप्रेत नाही.

क्रांतीचे सर्वात महत्त्वाचे कारण म्हणजे नैसर्गिक विषमता बाजूला सारून समतेचा धरलेला आग्रह होय. बहुसंख्य लोकांना संपूर्ण समता हवी असते. मात्र, प्रमाणशीर समतेची सामाजिक उपयुक्तता त्यामुळे दुर्लक्षली जाते. क्रांतीचे निमित्य-कारण वेगळे असेल पण मूळ कारणे ही खरी आणि महत्त्वाची असतात. समाजातील आर्थिक विषमता आणि राज्यकर्त्या वर्गाचा स्वार्थ त्यामुळे समाजातील सत्तेपासून दूर असलेल्या वर्गात असंतोष निर्माण होतो. उमरावशाहीमध्ये सत्ताधारी वर्गातील आंतरस्पर्धा

आणि महत्त्वाकांक्षा यांमुळे राज्याचे स्थैर्य नष्ट होते. महाजनशाहीमध्ये सत्ताधारी वर्गावरील श्रीमंत वर्गाचे वर्चस्व आणि जनसत्ता (Polity) मध्ये गरीब वर्गाची सत्तासहभागाची आणि समतेची तीव्र इच्छा जनसत्तेचा पाया कमकुवत करते. 'न्याय' आणि 'मैत्री' हे राज्याचे नैतिक आधार आहेत. समाजातील विविध वर्ग आपली तुलना दुसऱ्या वर्गाशी करतात आणि त्यात फार फरक असल्याची भावना बळावली की राज्याला धोका पोहोचतो. 'ज्यावेळी समाजातील एका वर्गाची अशी भावना होते की त्यांच्या अधिकाराचा संकोच होत आहे आणि त्याच्याशी सामाजिक व्यवहार करताना त्यांना न्याय मिळत नाही. तेव्हा समाजात ऐक्य व सहकार्य राहू शकत नाही.' (सिंक्लेअर)

समाजामध्ये बदल होत असतात त्याची चाहूल घेऊन त्यानुसार योग्य बदल केल्यास पुढील मोठे बदल राज्यकर्ते टाळू शकतात. राज्यकर्त्या वर्गाने सर्वांचा योग्य सन्मान ठेवला पाहिजे. योग्य व्यक्तींचा सन्मान न करणे आणि अयोग्य व्यक्तींचा सन्मान करणे हेही समाजातील असंतोषाचे कारण होऊ शकते.

विशिष्ट प्रकारच्या शासनपद्धतीला विशिष्ट कारणे प्रभावी ठरतात. राजेशाहीत कौटुंबिक भांडणे आणि परस्पर द्वेष महत्त्वाचा ठरतो; तर आपल्या जनसत्तेत सर्वसामान्यांची उपेक्षा आणि सत्ताधारी वर्गाचा वर्गीय स्वार्थ महत्त्वाचा ठरतो. बहुजनसत्तेत प्रभावी वक्तृत्वाच्या जोरावर जनतेच्या भावनांना आवाहन करून राज्यघटना अस्थिर करू शकतात.

क्रांतीच्या विशिष्ट कारणानुसार क्रांती टाळण्याचे मार्ग अवलंबावेत असे ॲरिस्टॉटलने सुचविले आहे. संमिश्र घटनेत क्रांतीच्या कारणाचा सुरुवातीपासून वेध घेणे व त्यानुसार योग्य बदल घडविणे आवश्यक आहे. महाजन व उमरावशाहीत बहुसंख्य गरीब जनतेला सन्मानाने वागणूक दिली पाहिजे आणि राज्यकर्त्या वर्गात समानता असली पाहिजे. अधिकारपदे कमी कालावधीसाठी असणे त्यादृष्टीने योग्य. कोणाही एका व्यक्तीला अमर्याद सत्ता असू नये आणि सत्तेच्या जागीही त्याला कमी वेळात पोहोचता येता कामा नये. Men are easily spoiled and not everyone can bear prosperity. लोकप्रिय आणि शक्तिशाली व्यक्तीसाठी ग्रीक समाजात अशा व्यक्तीला काही कालासाठी समाजबहिष्कृत (Ostracism) करण्याची पद्धत होती. समाज व्यवहारापासून बहिष्कृत केल्याने त्या व्यक्तीचा प्रभाव स्वाभाविकपणे कमी होई. अधिकारपद आणि आर्थिक फायदा यांत फारकत असणे मुख्यत्वे उमरावशाहीत आवश्यक बनते. जनशाहीत अधिकारपदे कार्यक्षम, श्रीमंत वर्गातील व्यक्तीकडे द्यावीत आणि त्यापासून त्यांना आर्थिक लाभ न मिळता जनसन्मान मिळेल. राजानेही मोठमोठ्या सार्वजनिक कामात लोकांना गुंतवून ठेवावे. स्वत:च्या संपत्तीचे प्रदर्शन टाळावे आणि आपण दयाळू आहोत, अशी प्रतिमा लोकमानसात निर्माण करावी.

क्रांती वा बदल टाळण्याचा सर्वात महत्त्वाचा मार्ग म्हणजे घटनेतील तत्त्वांचा सन्मान

आणि प्रसार करणारी शिक्षणपद्धती (Education in the spirit of Constitution). घटनेतील कायद्याची बूज राखली गेली पाहिजे आणि ते मोडणाऱ्यांना कडक शासन झाले पाहिजे. मध्यम वर्गांचे राज्यातील प्राबल्य श्रीमंत आणि गरीब या दोन्ही टोकाच्या वर्गांत समतोल राखण्याचे कार्य करते.

राज्यक्रांती टाळण्याचे ॲरिस्टॉटलचे काही विचार तत्त्ववेत्त्याचे तर काही विचार व्यवहारी राज्यकर्त्यांचे असे संमिश्र आहेत.

## ३.३. गुलामगिरीची संस्था (Institution of Slavery)

ग्रीक समाजव्यवस्थेत गुलामाची संस्था (Institution of Slavery) ही नैसर्गिक आणि सर्वमान्य समाजसंस्था होती. 'मालक' आणि 'गुलाम' यांतील नाते तार्किक, सार्वत्रिक आणि दोघांच्या फायद्याचे होते; कारण ते त्यांच्या नैसर्गिक क्षमतेवर आणि समाजात त्यांच्याकडून अपेक्षित असलेल्या कार्यावर अवलंबून असते. मालकाची शक्ती त्याची बौद्धिक कुवत ही आहे आणि गुलामाची शक्ती ही त्याची शारीरिक ताकद आहे. त्यामुळे पहिला मालक बनतो व दुसरा स्वाभाविकपणे गुलाम. कुटुंबव्यवस्थेसाठी या दोघांची आणि त्यांनी एकत्रित राहाण्याची गरज आहे.

गुलाम संस्थेमुळे नागरिकांना राज्याच्या कामात सहभाग घेणे शक्य होई. प्रत्यक्ष लोकशाही आणि छोटी नगरराज्ये यामुळे हा सहभाग आजच्या नागरिकाच्या सहभागापेक्षा जास्त होता आणि त्यासाठी निसर्गतःच बुद्धिमान असलेल्या व्यक्तीला त्याच्या दैनंदिन कामातून - चरितार्थाच्या विवंचनेतून मुक्त असणे गरजेचे होते. त्यामुळे गुलामसंस्था सामाजिक दृष्ट्याही उपयुक्त ठरते.

अर्थात, गुलाम हा कुटुंबसंस्थेचाच एक घटक आहे आणि त्याला त्या नात्यानेच वागविले पाहिजे. लहान मूल जसे कुटुंबप्रमुखाच्या आज्ञेने आणि संरक्षणाने विकसित होते, तसा गुलामही बुद्धिमान लोकांच्या संरक्षणाखालीच सुरक्षित असतो. गुलामाशी चांगली वर्तणूक ठेवावी व चांगले काम करणाऱ्या गुलामांना स्वतंत्र व्यक्तीचा दर्जा (Free Man) देण्याची पद्धत ग्रीक समाजात होती. सोफिस्ट विचारवंतांनी मात्र मानवतावादी दृष्टिकोनांतून गुलामप्रथेला विरोध केलेला आहे.

गुलामसंस्थेला तात्त्विक आधार देण्याचा ॲरिस्टॉटलचा प्रयत्न असला तरी त्याचा युक्तिवाद पटण्यासारखा नाही. नैसर्गिकरीत्या काही श्रेष्ठ असतात; पण व्यक्तीच्या जडणघडणीत नैसर्गिक विषमतेपेक्षा प्राकृतिक विषमता परिणामकारक असते; आणि ती कमी करणे राज्याचे कर्तव्य मानले जाते. मुख्यत्वे युद्धकैद्यांमधून गुलामांची भरती होई. ग्रीक कधीच गुलाम असणार नाही. असे ॲरिस्टॉटल म्हणतो म्हणजे ग्रीक वंशश्रेष्ठत्वाचा आग्रह धरण्यासारखेच होते.

ग्रीक नागरिकांकडून असलेल्या अपेक्षेमुळे त्याने त्यांना आर्थिक व भौतिक

काळजीतून गुलामप्रथेचा पुरस्कार करून मुक्त केले.

('A Citizen is one who participates in the administration of Justice and Legislation as a nember of deliberative assembly either or both these beings essential functions of state - Aristotle). गुलाम, व्यापारी, स्त्रिया यांना ॲरिस्टॉटलने नागरिकत्त्व नाकारले आहे. भूमितत्त्व व जन्मसिद्ध नागरिकत्व या कल्पना आधुनिक आहेत. आधुनिक लोकशाही कल्पनेशी ॲरिस्टॉटलचे विचार अर्थात पूर्णपणे विसंगत आहेत. (पण आधुनिक राजकीय समाज नागरिकांकडून सततच्या आणि मोठ्या सहभागाची अपेक्षाही करीत नाही.) परकीयांना राज्याचे नागरिकत्त्व आजही सहजासहजी मिळू शकत नाही. ॲरिस्टॉटलच्या विचारानुसार चांगला नागरिक त्या त्या नगरराज्याच्या घटनेतील अपेक्षांनुसार ठरला जातो. प्लेटोच्या मताने चांगली व्यक्ती ही कुठल्याही राज्यघटनेत चांगला नागरिक बनू शकते.

## ३.४. ॲरिस्टॉटलच्या विचारांतील संस्कृतिसंगम
## (The Hellenic and Universal in Aristotle)

ग्रीक आणि ग्रीकेतर विचारांचा संगम ॲरिस्टॉटलच्या विचारपद्धती आणि विचारांत दिसून येतो. त्याचे स्टॅगिरा वसाहतीतील वास्तव्य. मॅसिडोनियाच्या राजघराण्याशी असलेले संबंध आणि त्यामधून बाहेरील जगाचा प्रवास व अनुभव याचाही ॲरिस्टॉटलच्या विचारांवर परिणाम झालेला दिसून येतो.

प्लेटोच्या अकादमीत राहिल्याने ग्रीक विचारांचा पगडा अर्थात ॲरिस्टॉटलच्या विवेचनावर आणि विवेचनपद्धतीवर दिसून येणे स्वाभाविक आहे. ग्रीक लोकांचे श्रेष्ठत्व (ग्रीक ग्रीकांना गुलाम करणार नाही.), गुलामगिरीचे समर्थन आणि त्याला तात्त्विक अधिष्ठान, ग्रीक नगरराज्याचे श्रेष्ठत्व, गुणी नागरिकाची कल्पना आणि त्यानुसार बौद्धिक आणि नैतिकतेचे महत्त्व आणि उत्पादक कार्याचे दुय्यम स्थान, त्याचबरोबर राज्याचे महत्त्व आणि समाजसंस्था, शिक्षणसंस्था यावरील राज्याच्या नियंत्रणाचे समर्थन, राज्याचे व्यक्तीवरील नियंत्रण व व्यक्तिहितापेक्षा राज्याच्या हिताला अग्रता हे विचार ॲरिस्टॉटलवरील ग्रीक विचारपद्धतीचा (Hellenic) प्रभाव स्पष्ट करतात.

तर्कशुद्धता आणि अनुभवसंपन्नता यांवर आधारलेले ॲरिस्टॉटलचे विचार ग्रीक पद्धती ओलांडून सार्वत्रिक होणे (Non - Hellenic) हेही तितकेच स्वाभाविक आहे. त्यामुळे त्यांनी निश्चित केलेली तत्वे आजच्या राजकीय समाजालाही तितकीच आदर्श व व्यवहाराला आधारभूत ठरलेली दिसून येतात. राज्यशास्त्राचा यक्षप्रश्न स्वातंत्र्य आणि सत्ता यांचा सुमेळ घालणे आहे. ॲरिस्टॉटल शास्ते आणि शासित असा भेद करतो. राजकीय समाजाची स्थिरता सर्व व्यक्तींनी आपल्या व्यक्तिगत स्वातंत्र्याला मुरड घालून घटनेच्या कायद्याचा सन्मान करण्यातच आहे; आणि घटनेशी बांधिलकी यातच समाजाचे कल्याण आहे. ( Life in Subjugation to Constitution is not to be regarded as slavery but as the highest welfare.)

घटनेत व्यक्त होणारे लोकमत व सर्वमान्य कायदा हेच अधिकाऱ्यांचे मार्गदर्शक असतात. त्यांच्या कामाचे मूल्यमापन प्रत्यक्ष लोकच ग्रामसभेत करतील. केवळ तज्ज्ञांचा अहवाल त्यासाठी पुरेसा नाही. अधिकाराच्या संदर्भात एखादी व्यक्ती निश्चित असणे सोयीचे असले (determinate human superior) तरी त्याचे उत्तरदायित्व आम ग्रामसभेशी असले पाहिजे; कारण अशा सभेतच 'ज्ञान' व्यक्त होऊ शकते. सार्वभौमत्वाने मुख्यत्वे प्रशासनाचे कार्य करणे त्याला अभिप्रेत आहे. ग्रामसभेतील प्रचलित कायदा अपुरा किंवा अयोग्य असेल तर सार्वभौमत्वाने त्यात आदेश काढून दुरुस्ती करावी असे ॲरिस्टॉटल म्हणे. आधुनिक सार्वभौमत्वाच्या कल्पनेची सुरुवात ॲरिस्टॉटलच्या विचारात दिसते.

शासनाच्या तीन अंगांची त्याने आखणी केलेली आहे. अर्थात, त्या काळातील प्रत्यक्ष लोकशाही पद्धतीने त्याच्या कामाची सरमिसळ झालेली आहे. त्यात विधिमंडळसंस्था अर्थात महत्त्वाची ठरते. प्रचलित कायदा, नियम यात चर्चा करून योग्य बदल करण्याचे कार्य विधिमंडळाकडून अपेक्षित आहे.

समाजव्यवहारावरील अर्थकारणाच्या प्रभावाची त्यात जाणीव होती. त्याने खासगी मालमत्तेचे समर्थन केले आहे. व्यक्तीला चांगले जीवन जगण्यासाठी संपत्तीची आवश्यकता आहे असे ॲरिस्टॉटल म्हणे. (खासगी संपत्तीमुळे सुरक्षितता, क्षमतांची वाढ, व नागरी जीवनातील सहभाग शक्य होतो. प्लेटोने मात्र आपल्या आदर्श राज्यांत सत्ताधारी वर्गाला खासगी संपत्तीचा अधिकार नाकारलेला आहे). मात्र आर्थिक विषमतेमुळे श्रीमंत आणि गरीब वर्ग यांत संघर्ष निर्माण होईल म्हणून अमर्याद संपत्तिसंचयावर त्याने नियंत्रण आणले 'Stability and prosperity are most to be found where extremes of wealth and poverty are unknown and the middle class is the strongest' - Aristotle. योग्य श्रमाने मिळविलेली संपत्ती ॲरिस्टॉटलला मान्य होती. व्याज, नफा इ. मार्गाने मिळविलेल्या संपत्तीला तो 'अनैसर्गिक संपत्ती' म्हणे; अशा संपत्तीचे त्याने समर्थन केलेले नाही.

ग्रीक नगरराज्यांत राज्यव्यवस्थेचे विविध प्रकार दिसून येतात. त्यात अथेन्सच्या नगरराज्याइतके वैश्विक विचारधारा असलेले राज्य दुसरे कोणतेही नव्हते. ॲरिस्टॉटलच्या विचारात म्हणून ग्रीक व ग्रीकेतर (Hellenic and Non-Hellenic) अशा विचारांचा संगम आढळतो आणि राजकीय समाजाचे संघटन आणि व्यवहार यांचे विवेचन करताना ॲरिस्टॉटलच्या पद्धतीचा वापर करावा लागतो; मग ती रोमची लष्करशाही असो, मध्ययुगीन धर्मसत्ताधिष्ठित राज्य असो वा आधुनिक भौतिकवादी समाज असो. बदलत्या परिस्थितीमध्ये त्याचे विवेचन कदाचित अपुरे ठरेल; पण चुकीचे मात्र कधीही ठरणार नाही.

# ४. मॅकियाव्हेली (१४६९-१५२७)

ग्रीक आणि रोमनकाळात धर्मसत्ता व राज्यसत्ता ही परस्परभिन्न क्षेत्रे होती आणि त्यामुळे राज्याचे स्वरूप धर्मनिरपेक्ष (secular) असे राहिले. त्याचा संबंध व अधिकार भौतिक क्षेत्राशी निगडित होता. रोमन सम्राट थिओडिअस याने इ. स. ३८० मध्ये ख्रिश्चन धर्माचा स्वीकार केल्याने तो राजधर्म बनला आणि राजसत्ता दुर्बल बनल्यावर धर्मसत्तेचे वर्चस्व वाढू लागले. पोप लिओने चर्चचे संघटन बळकट केले आणि चर्चचे महत्त्व मध्ययुगात वाढू लागले. राजसत्ता आणि धर्मसत्ता यांच्यामध्ये श्रेष्ठत्वासाठी स्वाभाविक संघर्ष निर्माण झाला. त्यात विचारवंतांनी दोन्ही बाजूंनी विचार मांडलेले दिसून येतात. सेंट ऑगस्टिनने ईश्वरी राज्याची कल्पना (City of God) मांडली आणि ते सर्वश्रेष्ठ असल्याचे प्रतिपादले. सेंट ॲक्विनॉसने राज्य आणि चर्च या दोन्ही संस्था परस्परावलंबी असून त्या विरोधी नाहीत असा विचार मांडला. 'विश्वास' आणि 'विवेक' यांचा समन्वय करण्याचा त्याने प्रयत्न केला. मार्सिलिओ पादुआने पोपच्या सर्वश्रेष्ठतेला आव्हान दिले आणि चर्चची सत्ता चर्चच्या साधारण सभेकडे दिली. पोप हा या सभेचा प्रमुख प्रशासकीय अधिकारी आहे असे तो म्हणे. मध्ययुगाचा शेवट धर्मसुधारणा आणि पुनरुज्जीवनाच्या चळवळींनी झाला. मॅकियाव्हेली या काळाचा प्रतिनिधी आहे. परलोकाऐवजी इहलोकाचा विचार, श्रद्धेऐवजी बुद्धीची कास, विश्वासाऐवजी तर्काचा आधार यामुळे मध्ययुगीन विचारवंतांपेक्षा मॅकियाव्हेली वेगळा ठरतो.

मॅकियाव्हेलीचा जन्म फ्लॉरेन्स (इटली) येथे झाला. आपल्या कर्तबगारीच्या जोरावर त्याने फ्लॉरेन्सच्या प्रजासत्ताक राज्यात वरिष्ठ स्थान मिळविले आणि तो 'कौन्सिल ऑफ टेन'चा सचिव बनला. फ्लॉरेन्सचे गणराज्य नष्ट होऊन तेथे मेडेसी वंशाची राजसत्ता स्थापन झाल्यावर त्याला अधिकारपदापासून दूर व्हावे लागले; पण आपल्या सचिवकाळात त्याने केलेल्या प्रवासातून आणि विविध राज्यपद्धतींच्या निरीक्षणांतून त्याने राज्यशास्त्राच्या विचारांना नवी दिशा दिली. इतिहासातील घटनांचा वापर त्याने आपल्या विचारांच्या समर्थनासाठी केला. त्यामुळे त्याची अभ्यासपद्धती ऐतिहासिक म्हणण्यापेक्षा निरीक्षणात्मक स्वरूपाची होती, असे म्हणणे योग्य ठरेल. त्याच्या ग्रंथांपैकी 'The Prince' हा ग्रंथ महत्त्वाचा आहे.

## ४.१. मॅकियाव्हेलीचा कालखंड

मध्ययुगाच्या अखेरीला राजसत्तेला नियंत्रित करणारे सल्लागार मंडळाचे प्रमुख कमी होऊ लागले होते आणि एकछत्री राजेशाहीचा उदय होत होता. धर्मसत्तेतही हे परिवर्तन स्पष्ट होत होते. राष्ट्रीयत्वाची कल्पना आणि त्या आधारे राज्याचे संघटन ही प्रक्रिया राजकारणात सुरू झाली होती. खुद्द इटली अशा पाच राज्यांत विभागली

गेलेली होती. नेपल्स, रोम (चर्च), मिलान, व्हेनिस आणि फ्लॉरेन्स. (Italy was a mere geographic expression,) इटलीचे एकीकरण करून फ्लॉन्सच्या धर्तीवर त्याचे एक प्रभावी एकछत्री राज्य निर्माण व्हावे अशी मॅकियाव्हेलीची इच्छा होती. मॅकियाव्हेली फ्लॉरेन्सचा रहिवाशी होता.

ॲव्हिग्नॉनच्या फ्रेंच बंदिवासातून सुटका होऊन रोमला परतल्यानंतर पोपने मध्य इटलीत आपला प्रभाव संघटित करण्याचा प्रयत्न केला. असे करताना चर्चही ऐहिक व्यवहाराच्या पातळीवर येत होते. संपूर्ण इटलीचे एकीकरण करण्याची त्यांच्यात क्षमता नव्हती; पण अशा प्रयत्नांत अडथळा आणण्याइतपत मात्र त्याच्यात सामर्थ्य होते. पोप ही एक राजकीय शक्ती बनू लागली होती.

शासनव्यवस्थेचा अनुभव आणि निरीक्षण यांमधून मॅकियाव्हेलीच्या विचारांनी आकार घेतला. बुद्धीच्या पुनरुज्जीवनाच्या काळाचे वैशिष्ट्य त्यात दिसून येते. मध्ययुगीन काळातील पोथीबंद विचारपद्धतीचा प्रभाव झुगारून त्याला आव्हान देणारी मुक्त विचारसरणी त्यात होती. मध्ययुगाच्याही मागे जाऊन ग्रीक काळात असलेले आचार-विचारांचे समर्थन त्याच्या प्रतिपादनात दिसून येते. फ्लॉरेन्स हे पुरुज्जीवनाच्या काळातील एक प्रभावी सांस्कृतिक केंद्र होते. प्रबोधनकाळात व्यक्तीच्या आध्यात्मिक जीवनापेक्षा भौतिक जीवनाला महत्त्व मिळू लागले आणि मानवी भावना, सुख आणि समस्या यांवरील चर्चा व उपाय यांना अग्रक्रम मिळू लागला. राजसत्तेला धर्मसत्तेच्या प्रभावातून मुक्त करून ती ऐहिक (secular) करण्याचा प्रयत्न मॅकियाव्हेलीने केला. मॅकियाव्हेलीच्या लिखाणावरील हा प्रभाव पाहता तो जणू प्रबोधनकाळाचे अपत्यच (The child of his time) ठरतो. मध्ययुगीन धर्मप्रभावाखालील युरोप आणि समाजसंस्था-राज्यसंस्था यांना ऐहिक तत्त्वज्ञानाच्या पायावर उभे करणारा आधुनिक युरोप यांचा जणू मॅकियाव्हेली सेतू बनलेला आहे.

## ४.२. मॅकियाव्हेलीचे तत्त्वज्ञान

मॅकियाव्हेलीची विचारपद्धती ॲरिस्टॉलच्या पद्धतीशी जुळणारी आहे. निरीक्षणात्मक, अनुमानात्मक, तौलनिक, ऐतिहासिक अशी आगमनात्मक (inductive) पद्धत त्याने स्वीकारलेली आहे. वर्तमानकाळातील समस्या सोडविण्यासाठी भूतकाळातील परिस्थिती, त्या समस्यांवर भूतकाळात स्वीकारलेला मार्ग यांचा अभ्यास करून त्याच्या विश्लेषणामधून आधुनिक काळातील समस्यांवर मार्ग काढता येईल असे तो म्हणे. मॅकियाव्हेलीने राजकीय विचारांची दिशाच बदलून टाकली. प्राचीन आदर्शांपेक्षा वर्तमानकाळातील मानवाचे वर्तन, त्याच्या समस्या यांचा अभ्यास त्याच्या दृष्टीने महत्त्वाचा ठरतो. वास्तववादी दृष्टी हे त्याच्या तत्त्वज्ञानाचे वैशिष्ट्य आहे. 'Of the circumstances of his time he was the most accurate observer and the most analyst.' अर्थात,

मॅकियाव्हेलीची ऐतिहासिक पद्धत शास्त्रीय अर्थाने ऐतिहासिक पद्धत नव्हती. आधीच काढलेल्या निष्कर्षांना इतिहासातून पुष्टी देणाऱ्या घटना मॅकियाव्हेली देत असे. पद्धत चुकीची पण निष्कर्ष बरोबर असे त्याच्या विवेचनाचे स्वरूप होते. (His method was historical in appearance only.)

मॅकियाव्हेलीने राज्याच्या सिद्धांतापेक्षा शासनव्यवहाराच्या अभ्यासावर भर दिलेला आहे. विषयाचे विवेचन करताना तो राज्यकर्त्यावर्गाच्या दृष्टिकोनामधून विचार करतो. त्याच्या 'The Prince' किंवा 'The Discourses' या ग्रंथांत केंद्रस्थानी सत्ता वापरणाऱ्यांच्या पद्धती असून, प्रजेशी राज्याचे असलेले परस्परसंबंध यांचा त्यात विचार नाही. ग्रीकांच्या विचारात स्थिर आणि न्यायी राज्याचे ध्येय दृष्टीसमोर असे; तर मॅकियाव्हेलीच्या लिखाणात प्रभुत्व गाजविणाऱ्या आणि त्यासाठी विस्तारित जाणाऱ्या राज्याचा विचार असे. मानवी व्यवहार गतिमान असावयास पाहिजे; नाहीतर त्याचा क्षय होईल. नुसत्या अस्तित्वाची आस धरणारे राज्य हे विलयाला जाते; म्हणून राज्याने विस्ताराचे धोरण अवलंबिले पाहिजे. रोमने साम्राज्याचा ध्यास घेतला म्हणून त्याला यश मिळाले. मॅकियाव्हेलीच्या काळात त्याने वेगवेगळे हुकूमशाह यशस्वी होताना पाहिले होते. त्यामुळे त्याच्या विचारांवर त्यांच्या वास्तवातील यशाचा प्रभाव पडलेला दिसून येतो.

## ४.३. मनुष्यस्वभावाचे वर्णन

मॅकियाव्हेलीच्या विचारांनुसार माणूस हा कृतघ्न, चंचल, फसवणूक करणारा, भित्रा आणि लोभी आहे. त्यामुळे राजाने त्यांच्याकडून प्रेमाची अपेक्षा ठेवण्यापेक्षा त्यांना धाकात ठेवणे श्रेयस्कर! माणूस स्वभावत:च दुष्ट प्रवृत्तीचा असून केवळ गरजेपोटी तो चांगला वागतो. हे लक्षात घेऊन राजाने त्याच्याशी वर्तन ठेवले पाहिजे. Man may easily forgive the murder of his father than confiscation of his patrimony. अशा भ्रष्ट समाजावर राज्य करणे हे राजासमोरील खरे आव्हान आहे. ज्या समाजात सद्‌गुणांना, समतोल न्यायी विचारांना, त्यागी भावनांना स्थान नाही. तेथे लोकप्रिय शासन अशक्य आहे; म्हणून तेथे हुकूमशाही वृत्तीचा राज्यकर्ताच योग्य ठरतो.

अशा राज्यात व्यक्तीला संरक्षणच महत्त्वाचे वाटते. त्यावर कोणाचे नियंत्रण नसेल तर अराजक निर्माण होईल. केवळ समर्थ राज्यच असे संरक्षण व्यक्तीला देईल. त्यांच्यामधील स्पर्धा व संघर्षावर नियंत्रण ठेवू शकेल. संपत्ती व जीवितरक्षण हाच माणसाचा हेतू आहे आणि राज्याने त्याची हमी दिल्यानंतर राज्याकडून त्याला काही अपेक्षा नसते. राजाने म्हणून प्रजेच्या मनात प्रेम उत्पन्न करण्यापेक्षा भीती निर्माण करणे अधिक सोयीचे. कायद्याला सत्तेची जोड देऊन त्याच्यावर त्याने वर्चस्व गाजवावे. त्यांच्यावर विश्वास टाकण्यापेक्षा आपल्या दंडशक्तीवर विश्वास ठेवावा.

मात्र, त्याने प्रजेच्या संपत्तीचे रक्षण करावे; कारण माणसाला आपली संपत्ती प्रिय असते आणि संपत्तीचे अपहरण करणाऱ्याला तो क्षमा करीत नाही. 'राजाने एकाच वेळी शूर आणि धूर्त असावे' असे मॅकियाव्हेली म्हणे (One must be a fox to recognize traps and a lion to fight on the wolves) त्याने दयाळूपणाचा, क्षमाशीलतेचा बुरखा पांघरावा; पण गरज पडली तर क्रूर कृती करण्यास मागे पाहू नये. मात्र, त्यात आपला प्रत्यक्ष सहभाग इतरांच्या ध्यानात येणार नाही, याची काळजी घ्यावी. नीतिधर्माचे पालनकर्ते असल्याची भूमिका त्याने योग्य पद्धतीने वठविली पाहिजे; कारण लोकांनाही त्याचे महत्त्व वाटत असते. आपल्या राज्याचा विस्तार आणि प्रगती हे राजाचे ध्येय आहे आणि त्यासाठी सर्व मार्गांचा त्याने अवलंब करावा. प्रगती म्हणजे केवळ आर्थिक प्रगती नाही. तर त्याला कला, संगीत, साहित्य यांतील प्रगतीही अपेक्षित होती. फ्लॉरेन्सच्या गणराज्यातील वास्तव्याचा हा परिणाम होता.

राज्य स्थिर करण्याचे मार्गही मॅकियाव्हेलीने सांगितले आहेत. त्याचा नैतिक, अनैतिक सूत्रांशी संबंध नाही. सैन्य तर आवश्यक आहेच; पण त्याचबरोबर राजाने कठोरही असले पाहिजे. लोकांनी त्याचा द्वेष करावा असे त्याने वागू नये; पण लोकांना त्याची भीती वाटणे आवश्यक आहे. आपल्या शेजारच्या राज्यातील संघर्षात त्याने सोयीची उघड बाजू घेतली पाहिजे.

मॅकियाव्हेलीचे मानवी स्वभावाचे वर्णन एकांगी, अपुरे आणि अशास्त्रीय आहे. (पुढील काळात सामाजिक करार सिद्धांताच्या संदर्भात हॉब्जने केलेले वर्णन असेच आहे; पण त्याला मानसशास्त्रीय पाया देण्याचा हॉब्जचा प्रयत्न मॅकियाव्हेलीच्या विचारात दिसत नाही). त्या काळची इटलीमधील अराजकसदृश परिस्थिती, राज्यकर्त्यांचे प्रत्यक्षातील वर्तन आणि परिस्थितीत तगून राहण्यासाठी वापरलेले मार्ग या पार्श्वभूमीवर मॅकियाव्हेलीचे मानवी स्वभावाविषयीचे मत वास्तववादी असेल; पण तरीही ते एकांगी आहे. मानवी मनाच्या सामाजिक स्वभावाचा त्याने विचार केलेला नाही. त्याचे मत केवळ तत्कालीन इटलीमधील निरीक्षणांवर अवलंबून आहे.

## ४.४. राजकारण, धर्म आणि नीतिमत्ता (Politics, Religion and Morality)

मॅकियाव्हेलीची धर्मनीतिमत्ता आणि राजकारण यांच्या संबधाविषयीची मते वैशिष्ट्यपूर्ण आहेत. त्याने अत्यंत स्पष्टपणे राज्य आणि धर्मनीती यांची फारकत केलेली आहे आणि धर्मनीतीला राज्याच्या संदर्भात, तत्त्व आणि व्यवहारात दुय्यम दर्जा दिलेला आहे. राज्यशास्त्र हे एक स्वतंत्र शास्त्र असून त्याची नीतिशास्त्राशी सरमिसळ करण्याचे कारण नाही. राज्यशास्त्र आणि नीतिशास्त्र यांची फारकत करून मॅकियाव्हेलीचा राजकीय मानव (Political man) केवळ राज्याची स्थापना, स्थैर्य

आणि विस्तार यांवरच आपले आचार-विचार केंद्रित करतो. पारंपरिक आर्थिक मानव (Economic man) ज्याप्रमाणे आर्थिक संदर्भावर आपले यश-अपयश मोजतो, त्याचप्रमाणे मॅकियाव्हेलीचा राजकीय मानव पूर्णपणे राज्यकेंद्री आहे.

धर्मसंस्थेचे राज्यसंस्थेवरील वर्चस्व हे मध्ययुगाचे वैशिष्ट्य आहे. मॅकियाव्हेलीला हे वर्चस्व मान्य नव्हते. चर्च ही धर्मसंस्था असून तिचे कार्यक्षेत्र पारलौकिक आहे. तथापि दुर्बल राजसत्तेमुळे पोप हे केवळ धर्मगुरू न राहता त्यांनी राज्यसत्तेवर आपले नियंत्रण प्रस्थापित केले. समाजजीवनावर त्यांचा आधीपासून आणि स्वाभाविकपणे प्रभाव होता. अनेक धर्मगुरू भ्रष्ट व सत्तालोलूप बनल्याने राजकीय क्षेत्रही भ्रष्ट होऊ लागले. राजसत्ता म्हणूनच धर्मसत्तेपासून अलग करण्याचा प्रयत्न मॅकियाव्हेलीने केला.

नैतिकतेचे मॅकियाव्हेलीने दोन भाग केले. एक व्यक्तिगत (Private) आणि दोन सार्वजनिक (Public) आणि यामध्ये त्याने वेगवेगळे मानदंड लावलेले आहेत. 'राजा' आणि 'राजपद' यांच्या जबाबदाऱ्या सार्वजनिक स्वरूपाच्या आहेत. राजाचे प्रमुख सार्वजनिक कर्तव्य राज्याचे रक्षण आणि विस्तार हे असल्याने त्याने राजकारणाचा धर्मकारणाशी सांधा जोडू नये. आपली शक्ती वाढविणे या एकमेव हेतूने राजाचे वर्तन असल्याने त्यासाठी वापरलेली कोणतीही साधने, मूळ हेतू साध्य होत असेल तर कोणतेही साधन हे योग्यच ठरेल. साधनशुचिता ही कल्पना मॅकियाव्हेली त्याज्य ठरवितो. When the safety of one's own country is at stake, there must be no consideration of what is just or unjust, merciful or cruel, glorious or shameful. वेळेनुसार राज्याने कोणत्याही मार्गाचा वापर करावा आणि यश संपादन करावे. The Prince can use cruelty, perfidy, murder or other means provided they are used with sufficient intelligence.

'धर्म' आणि 'नीती' यांना राज्याच्या संदर्भात महत्त्व नसले तरी समाजाच्या संदर्भात धर्म व नीतीचे महत्त्व मॅकियाव्हेली मानतो. त्यामुळे राजाने आपण धर्म व नीती मानतो असा व्यवहारात देखावा निर्माण करण्याचा प्रयत्न त्याने केला पाहिजे. लोक धार्मिक वृत्तीचे व नीतिनियम पाळणारे असणे हे राज्याच्या स्थैर्याच्या दृष्टीने महत्त्वाचे असते. कायद्याचे पालन करणे आणि राज्याला सहकार्य करणे ही नागरिकांच्या वैयक्तिक नीतिमत्तेची लक्षणे आहेत. राज्याचे कायदे हे सर्वश्रेष्ठ आहेत. नीतितत्त्वे त्याच्या आड येत असतील तर राजा त्याच्याही बाहेर असेल; कारण राजा हा राज्याचा आणि कायद्याच्या उगमस्थानी आहे. 'The ruler is the creator of the State, is not only outside the law, but if law enacts morals, he is outside morality also' - Machiavelli. राज्य हे धर्म व नीतीने बांधलेले नाही. चर्च हे राज्याच्या वर किंवा बाहेर नाही. राज्याच्या अधीन राहून त्याने राज्याच्या कायद्याबद्दल समाजाच्या मनात आज्ञापालनाची भावना निर्माण केली पाहिजे.

राज्याची आणि त्यातील प्रजेची सुरक्षितता आणि रक्षण यांना महत्त्व असल्याने आणि मॅकियाव्हेलीच्या काळातील इटलीमधील राजकीय, सामाजिक व धार्मिक अध:पतन पाहता मॅकियाव्हेलीने व्यवहारवादी दृष्टीने त्याचे विश्लेषण करून शक्तिशाली राज्याच्या आवश्यकेतवर भर दिला. इटलीमधील फ्लोरेन्सच्या गणराज्याचे राजकीय दौर्बल्य त्याने पाहिले होते. त्यामुळे त्याने धर्म-नीती व राजकारण यांची फारकत केली, एक राजकीय गरज म्हणून. He is not immoral or irreligious- at the most he is unmoral and unreligious. आपल्या 'The Discourses' ह्या ग्रंथात तो म्हणतो, 'जे राज्य किंवा गणराज्य भ्रष्टाचारापासून मुक्त राहू इच्छीत असेल, त्याने प्रथम धार्मिक संस्कारांना शुद्ध ठेवले पाहिजे. धर्माची हानी म्हणजे देशाचा विनाश.'

मॅकियाव्हेलीच्या धर्म-नीती आणि राजकारण यांमधील फारकतीला तत्कालीन इटलीमधील राजकीय व सामाजिक परिस्थितीची पार्श्वभूमी आहे. अस्थिर आणि भ्रष्ट समाजात व्यक्तींची आणि राज्याची सुरक्षितता ही प्राथमिक गरज आहे. त्यापुढे इतर गोष्टी गौण ठरतात. फ्लॉरेन्सच्या गणराज्याच्या दौर्बल्याचा त्याने अनुभव घेतलेलाच होता.

## ४.५. राज्याची कल्पना (The Concept of State)

राज्य हे स्वाभाविक आणि नैसर्गिक नसून मानवनिर्मित आहे. अर्थात, व्यक्ती आणि समाज यांच्यापेक्षा श्रेष्ठ अशी ती संस्था आहे. समाजातील सर्व संस्था राज्याला जबाबदार असतात; पण राज्य त्यांना जबाबदार नाही. त्याचप्रमाणे धर्म-नीतीच्या तत्त्वांनाही राज्य बांधलेले नाही. मनुष्य-स्वभाव लक्षात घेता राज्याची निर्मिती अनिवार्य असली तरी 'दैवी' मात्र नाही. जीवित आणि संपत्तीचे रक्षण आणि व्यक्तिविकास हा राज्याच्या निर्मितीमागील हेतू आहे. स्वतंत्र व मर्यादित क्षेत्रात कार्य करणारी ग्रीक नगरराज्ये, इटलीमधील अनियंत्रित किंवा लोकतंत्रानुसार कार्य करणारी नगरकेंद्री राज्ये आणि नगरराज्याच्या मर्यादा ओलांडून विस्तार पावणारे साम्राज्यवादी रोमचे नगरराज्य या नव्याने निर्माण होणाऱ्या राष्ट्रराज्याची विचारधारा यातून मॅकियाव्हेलीची राज्याची कल्पना विकसित झालेली आहे. 'The Prince is a study of Monarchy in relation to the extension of political dominion, the discourse is the study of popular government.'

राज्याच्या परिवर्तनाची कल्पना आणि त्याचा ऐतिहासिक क्रम, राज्याच्या उदय-अस्ताचा इतिहास हा दोन्ही प्रकारच्या राज्यांत दिसून येतो. दुर्बल आणि शक्तिशाली राज्ये त्याला अपवाद नाहीत. शक्तिशाली राज्य स्वभावत:च युद्धप्रिय असते आणि त्याचा एकमेकांशी प्रभुत्वासाठी संघर्ष चालू असतो. दुर्बल राज्यातील लोक आपल्या वैयक्तिक स्वार्थासाठी संघर्ष करतात आणि आपल्या देशाची एकात्मता धोक्यात आणतात.

ॲरिस्टॉटलप्रमाणे मॅकियाव्हेलीने राज्याचे वर्गीकरण केलेले असून त्याचे 'शुद्ध' आणि विकृत असे दोन भाग पाडलेले आहेत.

| संख्या / प्रकार | शुद्ध | विकृत |
|---|---|---|
| एक | राजेशाही (Monarchy) | हुकूमशाही (Tyranny) |
| काही | अल्पजनसत्ता (Aristocracy) | उमरावशाही (Oligarchy) |
| अनेक | प्रजातंत्र (Republic) | लोकशाही (Democracy) |

याबरोबर त्याने संमिश्र शासनाचा, (Common wealth) असा एक प्रकार मानलेला आहे. शक्तीचे समतोलन आणि नियंत्रण यांचा योग्य मिलाफ संमिश्र शासनात आढळतो. इटलीमधील अंदाधुंदी, भ्रष्टता आणि ऐक्याचा अभाव यामुळे त्याने राजेशाहीचा आणि निरंकुश राजेशाहीचा पुरस्कार केलेला दिसून येतो. राज्याच्या स्थैर्यापुढे योग्य-अयोग्य, नैतिक-अनैतिक हे द्वंद्व निरर्थक आहे असे तो म्हणे. मात्र कुठल्याही अल्पजनशाहीचा आणि धनिकशाहीचा त्याने विरोध केलेला आहे. मात्र, त्याने प्रजातंत्र - गणराज्य (Republic) याचे श्रेष्ठ राज्यपद्धती म्हणून समर्थन केलेले आहे. गणतंत्रात व्यक्तिविकासाला वाव मिळतो, शासनव्यवहारात व्यक्तीला भाग घेण्याची संधी मिळते व जनता राजकीय दृष्टीने जागरूक बनते. शिक्षणाचा प्रसार, संपत्तीच्या वाटपामधील समानता, लोकांचे सहकार्य आणि लोकमताचा प्रभाव यामुळे लोकराज्य (गणराज्य) हा शासनप्रकार अधिक चांगला ठरतो. व्यक्तीने घेतलेल्या निर्णयापेक्षा लोकमताने घेतलेले निर्णय अधिक व्यापक स्वरूपाचे असतात. मॅकियाव्हेलीने गणराज्याचे दोषही सांगितलेले आहेत.

मॅकियाव्हेलीने लोकशासनाचा पुरस्कार केलेला आहे. ज्या समाजात आर्थिक समता आहे, त्या ठिकाणी लोकशासन स्थिर राहू शकेल. बदलत्या परिस्थितीशी सक्षमपणे तोंड देण्याचे कार्य केवळ गणराज्यच चांगल्या प्रकारे करू शकेल. बहुसंख्य लोकांना शांतता आणि सुव्यवस्था हवी असते आणि त्याबदल्यात ते आज्ञापालन करण्यास तयार होतात; पण समान नागरिकांवर आधारलेले गणराज्य हे विजिगीषू आणि विकसित होत जाते; अशा गणराज्याचा पाडाव होणेही अवघड असते; कारण लोकांना स्वातंत्र्याचा अर्थ समजलेला असतो.

अर्थात, राज्याच्या स्थैर्याची आणि विकासाची कल्पना एकोणविसाव्या शतकातील राष्ट्र-राज्याची नाही, तर सोळाव्या शतकातील अनेक छोट्या राज्यांना जिंकून त्यावर एकछत्री अंमल निर्माण करण्याची आहे. त्यामुळे मॅकियाव्हेलीने सामर्थ्यावर जोर, दिलेला आहे. 'Not money but good soldier are in reality the essence of strength.' सत्ता आणि कूटनीती एकमेकांना पूरक ठरल्या तरच यश प्राप्त होईल.

यश निश्चित मिळवण्यासाठी सामर्थ्याला कूटनीतीची जोड मिळाली पाहिजे. नगरराज्यातील लोकसंख्येची वाढ, अधिक मित्र मिळविणे, जिंकलेल्या प्रदेशात वसाहती स्थापन करणे, युद्धातून शासनाचा खजिना समृद्ध करणे, जनता मात्र गरीब ठेवणे या मार्गाने रोमचे गणराज्य विकसित झाले.

राज्यशास्त्र हे नव्या व्यापक पायावर उभारण्याची सुरुवात मॅकियाव्हेलीच्या लिखाणात दिसून येते. केवळ धर्मनीतीचा मध्ययुगीन आधार त्याने बाजूला केला. एवढेच नव्हे तर घटना-कायदा, रूढी-कायदा यांच्या संबंधांचे त्याने विवेचन केलेले आहे. नागरी कायदे सर्वश्रेष्ठ असून त्यांची निर्मिती राजाने-शासनाने केलेली आहे. कायदा म्हणजे दैवी किंवा नैसर्गिक नियम नाहीत. सर्वसामान्य कायदा आणि घटनात्मक कायदा यांत त्याने केलेला भेद हा आधुनिक विचारांची दिशा दाखवितो. त्याचबरोबर कायदा आणि रूढि-परंपरा यांचा संबंधही तो स्पष्ट करतो. कायद्याने बदलत्या परिस्थितीनुसार बदलले पाहिजे; पण मूलभूत बदल करताना पारंपरिक व्यवस्थेपासून फार मोठी फारकत घेऊ नये. घटनेत योग्य बदल करून राज्यक्रांती थांबविता येते. रोमन पद्धतीने, आणीबाणीच्या काळात त्याने हुकूमशाही पद्धतीचे सत्तेचे केंद्रीकरण सुचविलेले आहे; अशा तरतुदीची आणि त्याचा कालखंड मर्यादित ठेवण्याची गरज त्याने प्रतिपादन केलेली आहे. सामान्य जनता आणि सरदारवर्ग यांमध्ये सत्तेसाठी असणारी स्पर्धा नैसर्गिक असून त्यातून समाजाला उपयुक्त असणारे जबाबदार नेतृत्व नागरिकांत निर्माण होऊ शकेल. शांततेच्या काळात गणराज्यांत अशा कार्यक्षम नागरिकांकडे दुर्लक्ष होऊन श्रीमंत वर्गाकडे नेतृत्व एकवटण्याची भीती मॅकियव्हेलीने व्यक्त केलेली आहे.

## ४.६. मॅकियाव्हेलीच्या विचारांचे योगदान

मध्ययुगांतील विचार, रूढी, परंपरा यांना छेद देत, मॅकियाव्हेलीने राज्यशास्त्राचा पाया नव्या विचारांत आणि पद्धतीत घातला आहे. मध्ययुगाचा शेवट करताना, त्याने नव्या आधुनिक राज्यशास्त्राची सुरुवात केलेली आहे. ते अधिक वास्तववादी बनविले आहे. 'He ends the medieval era as he begins the new' - Dunning.

मॅकियाव्हेलीने राज्यशासनाची धर्म आणि नीतिपासून फारकत केली. मध्ययुगीन काळात धर्मवचनांचा आणि तत्त्वांचा आधार घेऊन. लोकव्यवहाराचे नियम स्पष्ट केले जात. राज्य ही ऐहिक जीवनाचा विचार करणारी संस्था आहे. लोकांचे रक्षण, राज्याचे परराज्याकडून रक्षण हे राज्याचे मुख्य ध्येय आहे. धर्म हा पारलौकिक जीवनाच्या व्यवस्थेविषयी व व्यवहाराविषयी चर्चा करतो. मध्ययुगातील धर्म-नीतीचा पगडा लक्षात घेता, राजाने राज्याच्या हिताचाच विचार करावा. धर्म-नैतिकता यांचे बंधन राज्यावर नाही. हा विचार मध्ययुगीन काळाच्या संदर्भात महत्त्वाचा होता. ग्रीक

विचारपद्धतीमधील राज्याची ऐहिक कल्पना मॅकियाव्हेलीने पुन्हा आणून राज्याला धर्म-नीतिबंधनांतून मुक्त केले.

त्यामधून मध्ययुगातील धर्मसंस्थेच्या वर्चस्वालाही त्याने विरोध केला. मध्ययुगात पोप हा केवळ धर्मगुरू न राहता चर्चच्या वर्चस्वामुळे आणि चर्चच्या जमीन - संपत्तीच्या मालकीमुळे जणू राजाच बनला होता. रोमची राजकीय सत्ता दुर्बल झाल्याने धर्मसंस्थेचा प्रभाव वाढला आणि त्यानुसार तिचा हस्तक्षेपही. संपत्ती व अधिकार यामुळे धर्मसंस्थाही भ्रष्ट बनते आणि धर्माच्या सामाजिक जीवनावर असलेल्या प्रभावाचे दुष्परिणाम दिसू लागले. पुनरुज्जीवनाच्या चळवळीने धर्मसत्तेला आव्हान दिले. मॅकियाव्हेलीने हे कार्य राजकीय क्षेत्रांत केले. धर्मसंस्था आणि राजसंस्था यांचे कार्य वेगवेगळे आहे आणि त्यांचे कार्यक्षेत्रही वेगवेगळे आहे. राज्याच्या क्षेत्रात धर्मसंस्थेने हस्तक्षेप करू नये, हा मॅकियाव्हेलीचा विचार राज्याच्या नव्या स्वरूपाची सुरुवात आहे.

धर्मनिरपेक्ष राज्य ही संकल्पना आधुनिक आहे. धर्माचे क्षेत्र व्यक्तिगत आहे. राज्याचे स्वरूप ऐहिक असल्याने आणि त्याचा सर्व लोकांच्या सामूहिक जीवनाशी संबंध असल्याने व्यक्तिगत जीवनविषय मर्यादित असलेल्या धर्मसंस्थेच्या प्रभावापासून व नियंत्रणापासून ते मुक्त असावयास हवे. धर्माधिष्ठित राज्य (City of God) किंवा धर्मनियंत्रित राज्य याला विरोध करून मॅकियाव्हेलीने जणू धर्मनिरपेक्ष राज्याच्या (Secular) संकल्पनेला तात्त्विक अधिष्ठान दिले.

आधुनिक राज्यात राजनीतीला लोकनीतीपासून वेगळे करताना त्याने राज्याच्या नव्या संकल्पनेला जन्म दिला, धर्मसुधारणेची चळवळ आणि पुनरुज्जीवनाची चळवळ यांचा मिलाफ करीत, त्याने राज्याचे 'तत्त्व' आणि 'व्यवहार' यांना व्यवहारवादावर-वास्तववादावर प्रस्थापित केले. राज्याच्या विकासवादी धोरणाला त्याने तात्त्विक अधिष्ठान दिले. राज्याने आपल्या वंशाच्या लोकांना एकछत्री अमलाखाली आणले. नैसर्गिक आहे. राज्याच्या विस्तारवादी धोरणाचे तत्त्वज्ञान सांगताना मॅकियाव्हेलीने नकळत, राष्ट्रराज्याच्या (Nation State) कल्पनेचा पुरस्कार केलेला दिसतो. अर्थात, मॅकियाव्हेलीच्या विस्तारवादी धोरणात राष्ट्रवादाची बीजे दिसतात एवढेच! त्याची तात्त्विक बांधणी होण्यास एकोणिसावे शतक उजाडले. मॅकियाव्हेलीन विचारांनाही मान्यता धर्मसुधारणेच्या यशानंतर मिळालेली दिसून येते.

राज्याचे मानवनिर्मित स्वरूप, कायद्याचे महत्त्व, नैसर्गिक कायद्याचा त्याग, राज्याचे राजकीय समाजातील श्रेष्ठत्व आणि राज्याला शक्तीचा असलेला आधार यामधून राज्यविषयक नवे तत्त्वज्ञान निर्माण झालेले आहे आणि त्याची सुरुवात मॅकियाव्हेलीच्या विचारात दिसून येते. राजकीय समाजातील राज्याच्या श्रेष्ठत्वामधून राज्याच्या सार्वभौमत्वाची कल्पना विकसित झाली. (राजा कायद्याचे उगमस्थान असून

तो कायद्याच्या कक्षेबाहेर आहे. एवढेच नसून तो कायद्याच्या वर आहे). राजाचे मूल्यमापन त्याच्या राज्यविस्ताराच्या यशावरून केले पाहिजे. (when an act accuses him, the result should excuse him.) भ्रष्ट नागरी समाजात, नागरी मूल्यांचा आणि न्यायप्रियतेचा ऱ्हास होत असलेल्या समाजात मॅकियाव्हेलीला राज्यसंस्था स्थिर करण्याची गरज ऐतिहासिक असल्याने मॅकियाव्हेलीचे विचार हे राजकीय तत्त्वज्ञानापेक्षा राजव्यवहार संदर्भात वास्तववादी दृष्टिकोनातून लिहिलेले वाटतात. Machiavelli's concern is less political theory, but more state-craft.

त्या काळातील धर्मसुधारणेची चळवळ, प्रोटेस्टंट क्रांती आणि धर्माचे महत्त्व याकडे त्यामुळे त्याने दुर्लक्ष केले. व्यापारी आणि औद्योगिक व्यवस्था नव्याने स्थिर होत असताना जुन्या सरंजामशाही व्यवस्थेवर त्यांचा आघात होणे स्वाभाविक आहे. पण राजकीय संघटनांच्या दृष्टीने इटलीची व्यवस्था कमकुवत होती. Italy was in a state of arrested growth. इटलीचे ऐक्य करील अशी कोणतीही संस्था प्रभावी नव्हती; पण इतरांना त्यापासून अडवेल इतपत त्या प्रत्येक सत्तेचे उपद्रवमूल्य होते. मुख्यत्वे पोपच्या सत्तेबाबत हे जास्त लागू पडते. Too weak to unite Italy itself, the pope was still strong enough to prevent any other state - ruler to do so. मॅकियाव्हेलीचा धर्मसत्तेवरील राग म्हणून समर्थनीय नसला तरी समजण्यासारखा आहे. आपल्याला मॅकियाव्हेली मुख्यत्वे त्यांच्या The Prince' या ग्रंथामुळे माहीत आहे. The Discourses मधील त्याचे विवेचन अधिक समतोल आहे. दोघांचा विषय एकच आहे. राज्य आणि राज्याचा विस्तार; पण The Discourses मध्ये लोकशाही शासन, कायद्याचे राज्य यांचा मान राखलेला आहे. स्वातंत्र्य आणि लोकतंत्र यांविषयी मॅकियाव्हेलीला आदर आहे. अनियंत्रित हुकूमशाहीचा पुरस्कार केवळ राज्य-स्थापना आणि भ्रष्ट राज्याची सुधारणा या संदर्भातच त्याने केलेला आहे. सामंतशाहीमधील भाडोत्री सैन्यालाही त्यांचा विरोध होता. फ्रान्स आणि स्पेनच्या धर्तीवर इटलीचे एकीकरण व्हावे हा त्यांचा खरा ध्यास होता. आत्यंतिक व्यवहारवादी विचारांमुळे त्याला राजकीय तत्त्वज्ञानाची पायाभरणी करता आली नाही. त्यांच्या विचारांना म्हणून सोळाव्या शतकाच्या मर्यादा पडलेल्या आहेत. (A child of the sixteenth century). इटलीच्या तत्कालीन परिस्थितीचा त्यांच्यावरील पगडा पाहता त्यांच्या लिखाणाच्या मर्यादात स्पष्ट होतात. Machiavelli was both narrowly local and narrowly dated.

## ५. स्त्रीवाद (Feminism)

स्त्रीवादाची चळवळ ही मुख्यत्वे मध्यमवर्गीय क्षेत्रात सुरू झालेली असली आणि तिचा रोख स्त्रीला मतदानाचा अधिकार (१८४०-५०) मिळावा असा असला तरी मूलत: स्त्रीवाद ही एक सामाजिक चळवळ आहे. स्त्रीची सामाजिक भूमिका स्पष्ट

व्हावी आणि पुरुषांच्या बरोबरीने समाजकारणात तिचे स्थान असणे हे नैसर्गिक व न्याय्य आहे आणि त्यासाठी तिला पुरुषांच्या बरोबरीने हक्क मिळाले पाहिजेत, असा स्त्रीवादाचा अर्थ आहे. स्त्रीची भूमिका स्पष्ट व्हावी आणि यासाठी तिची क्षमता एक हक्क म्हणून वाढविण्याची सोय समाजात असली पाहिजे हा स्त्रीवादाचा आग्रह आहे. एक मानव म्हणून स्त्रीला हे हक्क मिळाले पाहिजेत असे मत मेरी वॉलस्टोनक्राफ्ट यांनी आपल्या 'A Vindication of The Rights of Women (1792)' या ग्रंथात मांडले आहेत. हा ग्रंथ स्त्रीवादाचा मूलाधार मानला जातो.

समाजातील सर्व संस्था, त्यांचे व्यवहार आणि पद्धती यावर पुरुषी मतांचा आणि संकेतांचा प्रभाव आहे. काय करावे किंवा काय करू नये याविषयीचे नियम-संकेतही पुरुषी वर्चस्वाकडे झुकलेले दिसून येतात. 'सिमॉन दी बोवा' (१९०६-८६) यांनी हे पुरुषी संकेत व त्यांचा प्रभाव आपल्या 'The Second Sex' (१९४९) मध्ये स्पष्ट केलेला आहे. स्त्रीच्या वाट्याला आलेले हे दुसरेपण (The otherness) तिच्या विकासाच्या आड येत असते. स्त्रीवर असलेली बंधने ही सामाजिक संकेतांमधून आलेली आहेत. त्याला जीवशास्त्रीय असा आधार नाही.

पितृसत्ताक पद्धती नैसर्गिकतेपेक्षा अपघाताने आलेली आहे आणि अनेक शतकांच्या अस्तित्वाने तिला एक तात्त्विक अधिष्ठान प्राप्त झालेले आहे. मातृसत्ताक पद्धतीमध्येही आईकडून आलेल्या पुरुषाला (मामा) कुटुंबव्यवस्थेत महत्त्वाचे स्थान असलेले दिसून येते. 'The partiarchy is the social constant' - Kate Millet. पुरुषसत्ताकाला असलेला हा तात्त्विक आणि संकेत-रूढीमधून आलेला सांस्कृतिक आधार कुटुंबसंस्था आणि ती स्थिर करणारी विवाहसंस्था हे खरे पितृसत्ताक व्यवस्थेचे बलस्थान आहे. ते कमकुवत झाले तरच स्त्री खऱ्या अर्थाने स्वतंत्र होईल. कुटुंबव्यवस्थेत स्त्रीने उत्पादक कार्ये करण्यापेक्षा पुनरुत्पादक कार्यातच राहावे असाच संकेत निर्माण झालेला आहे (शूलामिथ फायरस्टोन) यामधून स्त्री बाहेर पडली पाहिजे. आधुनिक तंत्रज्ञान स्त्रीला या 'ईव्हच्या शापातून मुक्त करू शकेल असे शूलामिथ फायरस्टोन यांचे म्हणणे आहे. (The Dialectics of sex - 1970.) मिलेट यांनीही पारंपरिक कुटुंबव्यवस्था बदलण्याची गरज प्रतिपादन केलेली आहे. आधुनिक तंत्रज्ञानाचा उपयोग करून (उदा. नलिका-बेबी), एकेरी पालकत्वाला मान्यता (Single parentage), स्त्रीची कुटुंबसंस्थेतील कार्ये पुरविण्याऱ्या विविध कुटुंबबाह्य संस्था उदा. पाळणाघरे इ. मार्गांनी स्त्रीला कुटुंबसंस्थेतील स्त्रीविषयक भूमिकेतून (Womanliness role) मुक्त करता येतील. डाव्या विचारसरणीनुसार विभक्त कुटुंबव्यवस्था एक अन्यायकारक आणि स्त्रीचे शोषण करणारी संस्था आहे. प्लेटोने स्त्रियांच्या साम्यवादाची कल्पना सांगून एक सामूहिक कुटुंबव्यवस्थेचा (Community of wives) विचार मांडलेला आहे.

स्त्रीवादी चळवळीचा मुख्य जोर मतदानाचा हक्क, कायद्यापुढे समानता, वारसा

हक्क आणि कुटुंबविच्छेद होताना आपल्या मुलांचा ताबा हा राहिलेला आहे; अशा हक्कांसाठी त्यांना संघर्ष करावा लागलेला आहे. उदा. मतदानाचा हक्क. उदारमतवादी समाजातही हा हक्क सहजासहजी मान्य झालेला नाही. स्त्रीशक्तीची विविध रूपे लक्षात घेता आणि समाजजीवनातील नानाविध भूमिका पाहता लोकशाही संरचनेमध्ये स्त्रीविकासाला वाव देणे सहज शक्य होईल. राजकीय क्षेत्रांत मतदानाचा हक्क - आपले प्रतिनिधी निवडण्याचा व लोकांचे प्रतिनिधित्व करण्याचा हक्क, सामाजिक क्षेत्रांत शिक्षणाचा हक्क, कौटुंबिक क्षेत्रांत अर्थार्जनाचा व वारसा हक्क आणि व्यक्तिजीवनात सन्मानाचा हक्क तिला मिळू शकेल अशी कुटुंबव्यवस्था व विवाहव्यवस्था नव्याने निर्माण करण्याची गरज आहे.

वॉल्स्टीन क्राफ्ट यांच्या मताने, शिक्षण, नागरी हक्क आणि व्यवसायाची संधी यांमधून स्त्रीला सन्मानाने जगणे शक्य होईल. 'शिक्षणाचा अभाव' हे सर्व समस्यांचे मूळ आहे त्यामुळे स्त्रीशिक्षणाचा प्रसार होणे आवश्यक आहे. शिक्षणासाठी प्रोत्साहन, आर्थिक साहाय्य आणि आधार यासंबंधी अनेक योजना कल्याणकारी राज्यात जाणीवपूर्वक राबविल्या जातात. उदा. भारतसरकारची Supports to Training and Employment Programme (STEP). अडचणीत असलेल्या स्त्रियांसाठी स्वाधार योजना, स्त्रीशक्तीचा विकास साधणारी स्वयंसिद्धा योजना, कौटुंबिक सल्लागार केंद्र, आर्थिक दृष्ट्या स्त्री सबल व्हावी म्हणून स्वयंसहाय्यता गट (Self-Help Group), केंद्र व राज्यपातळीवर स्त्री व बालकल्याण मंत्रालयांची स्थापना झालेली असून त्यामधून स्त्री व बालककेंद्री अनेक योजना राबविल्या जातात. अंदाजपत्रकांतही स्त्रीलक्षी योजना (Gender budgetting). अकराव्या पंचवार्षिक योजनेत समाविष्ट झालेल्या दिसून येतात. स्त्रीसंबंधातील विविध कायदे ब्रिटिशकाळापासून संमत केलेले आहेत. बीजिंग येथील चवथ्या स्त्री-परिषदेने (१९९५) स्त्रीविकासावर लक्ष केंद्रित करण्यासाठी १२ महत्त्वाची क्षेत्रे निवडली असून त्यानुसार विविध देशांत कायद्याने स्त्रीला संरक्षण व विकासहक्क मिळत आहेत.

कुटुंबसंस्था आणि विवाहसंस्थेच्या नवरचनेचा प्रश्न सामाजिक परिवर्तनाशी निगडित आहे आणि पुरुषप्रधान संस्कृतीची मनोवृत्ती बदलणे हे केवळ कायदा किंवा सक्ती करून होणारे नाही. त्यासाठी लोकशिक्षणाची गरज आणि ती दोघांनाही आहे. आधुनिक तंत्रज्ञानाचा वापर करून स्त्रीची कौटुंबिक कार्ये सुलभ करता येतील. निदान तिच्यासंबंधीच्या प्रश्नांबाबत तिला मत असण्याचा अधिकार असला पाहिजे. (Right to hear) उदा. गर्भपात, मुलांची संख्या व त्यांतील अंतर, कौटुंबिक रिवाज, व्यावसायिक उन्नती. स्त्रीमुक्ती म्हणजे स्त्रीची पारंपरिक रूढी-संकेतांमधून मुक्ती; असे झाले तरच स्त्रीमुक्तीची दिशा स्त्रीच्या सबलीकरणाकडे होईल आणि आधुनिक स्त्रीवादी इ.स.पू. ३७२-२८९ विचारांनुसार, स्त्रीचे स्त्रीपण एक अर्थहीन संज्ञा बनेल. ❏

प्रकरण ८

# सामाजिक कराराची संकल्पना

**सामाजिक कराराची संकल्पना (The concept of social contract)**

राज्याच्या उदयासंबंधीच्या सिद्धांतामध्ये 'सामाजिक करार' सिद्धांताचे महत्त्वाचे स्थान आहे.सतराव्या शतकातील राजकीय स्थित्यंतराचे प्रतिबिंब सामाजिक करार सिद्धांतात दिसून येते. राजा आणि प्रजा यांमधील बदलते संबंध आणि त्यातून लोकशाही व उदारमतवादी समाजरचनेकडे होणारी प्रगती या सिद्धांतामधून दिसते. राज्याच्या दैवी उगमाची कल्पना बाजूला पडून राज्य हे राजा आणि जनता यांमधील करारातून निर्माण झालेले आहे. ते मानवनिर्मित आहे आणि करारामधून निर्माण होणारी बंधने करारामधील दोन्ही पक्षांना लागू पडतात असा नवा विचार पुढे आला. हॉब्ज, लॉक आणि रूसो ही त्रिमूर्ती सामाजिक कराराची शिल्पकार आहे. त्यांनी विश्लेषण केलेल्या कराराचे स्वरूप परिस्थितीनुसार भिन्न आहे; पण त्याची तर्कसंगत मांडणी सारखी आहे आणि त्यांचे राजकीय परिणामही तितकेच महत्त्वाचे आहेत. हॉब्जने सर्वंकष राजसत्तेचा पुरस्कार केला त्याला संदर्भ तत्कालीन समाजातील अव्यवस्था व अस्थिरता हा होता. लॉकने घटनात्मक राजेशाहीचे वर्णन केले आणि इंग्लंडमधील रक्तशून्य क्रांतीला (१६८८) तात्त्विक अधिष्ठान दिले. रूसोची सामाजिक ईहा (General Will) गणराज्याची नांदीच बनली.

नैसर्गिक प्रवृत्ती आणि स्वीकारीत संकेत (conventions) असा फरक हा ग्रीक काळापासून प्रचलित होता. अथेन्सच्या नगरराज्याकडून मिळणाऱ्या सेवा-सुविधांच्या बदल्यात अथेन्सच्या कायद्याचे पालन करण्याचे बंधन आपोआप येते असे सॉक्रेटिसचे मत होते. चिनी तत्त्ववेत्ता मेंग त्स्झू (Meng Tzu) याच्या मताने विवेक आणि सद्‌गुण यांचा अभाव असलेल्या राजाविरुद्ध प्रजेला बंड करण्याचा अधिकार आहे. कॉन्फूशियस (Confucius इ.स.पू. ५५१-४७९) राज्यसत्तेला मानवी बुद्धी आणि सद्‌गुण यांचे मिश्रण मानत असे. 'If in any way, the king transgresses the contract by which he is chosen, he absolves the people from the obligation of submission.' हा विचार मध्ययुगातही प्रभावी ठरलेला आहे. नागरी समाज हा

लोकांच्या सहभागातून आणि सहकार्यातून निर्माण होतो. राज्याचा दैवी सिद्धांत हाही एक प्रकारचा देव आणि राजा यांमधील करार आहे आणि राजाची आज्ञा ही देवाची म्हणूनच जनता पाळत असते. महाभारतामध्ये शांतिपर्वात सामाजिक कराराचा उल्लेख आहे. समाजातील अस्थैर्य संपविण्यासाठी लोकांनी मनूला राजा म्हणून निवडले आणि त्याने प्रजेचे रक्षण करावे व त्याच्या बदल्यात लोकांनी त्याला आपल्या उत्पन्नातील सहावा भाग द्यावा व त्याच्या आज्ञेचे पालन करावे असे ठरले, असा उल्लेख कौटिल्याच्या अर्थशास्त्रात आहे.

आधुनिक काळात 'सामाजिक करार' संकल्पनेचा पुरस्कार अनेक विचारवंतांनी केलेला आहे. त्याचा सारांश म्हणजे शासनाच्या सत्तेला मिळणारी मान्यता ही लोकांनी स्वेच्छेने दिलेली आहे आणि त्यामागे नैसर्गिक स्वाभाविकता नाही तर व्यक्तीची सामाजिक गरज आहे. 'The contract that establishes civil society constitutes a legal community compatible with individual's natural sociability and conformed to mutual recognition and protection of his moral rights.' कराराच्या कल्पनेचा आधार व्यक्तिस्वातंत्र्य आणि व्यक्तिसमानता आहे. मूलत: राजसत्तेला विरोध करण्याच्या अधिकाराच्या अभिमान्यतेसाठी या कराराचा आधार घेतला गेला. तरी हॉब्स, लॉक आणि रूसो यांनी त्याची सैद्धांतिक बांधणी करून त्यामधून लोकशाही व्यवस्थेचा पाया रचला. समाजातील नैसर्गिक अवस्था, त्यामधून निर्माण होणारी शासनव्यवस्थेची गरज आणि तिचे स्वरूप व व्यक्तीशी संबंध यांचे सुसंगत विवेचन या त्रयीने करून राजकीय तत्त्वज्ञानात महत्त्वाची भर घातलेली आहे.

## १. थॉमस हॉब्ज (१५८८-१६७९)

सतराव्या शतकामधील इंग्लडमधील सामाजिक व राजकीय परिस्थिती यादवीची होती (१६४२-१६४९). धार्मिक स्वातंत्र्य, घटनात्मकता आणि सार्वभौमत्व याबरोबर समाजात व्यापारी वर्गाचा वाढणारा राजकीय प्रभाव याची पार्श्वभूमी हॉब्जच्या विचारांना लाभलेली आहे. चार्ल्स् पहिला याचा शिरच्छेद (१६४९) हा जणू सर्व राजांना इशारा होता. राजकीय सत्ता ही 'देव' किंवा 'स्वर्ग' यापेक्षा 'जनता' आणि 'पृथ्वी' याच्याशी जवळ आहे. असेच जणू इंग्लंडमधील यादवी युद्ध सिद्ध करीत होते. हॉब्ज खुद्द राजपुत्र चार्ल्स् दुसरा याचा शिक्षक होता. यादवी युद्धाच्या काळात हॉब्जला इंग्लंड सोडून फ्रान्समध्ये वास्तव्यास जावे लागले होते. तेथील राजतंत्राचा त्याच्यावर प्रभाव पडणे स्वाभाविक होते. समाजातील अस्थिरता नष्ट करण्यासाठी त्याने प्रभावी व निरंकुश राजसत्तेचा पुरस्कार आपल्या सामाजिक कराराच्या सिद्धांतामध्ये केला. त्याच्या 'लिव्हिएथन' (Leviathan) या ग्रंथात त्याने आपला सिद्धांत मांडलेला आहे.

राज्याची निर्मिती दैवी वा नैसर्गिक नसून ती लोकांनी केलेल्या करारातून झालेली आहे असा सिद्धांत मांडला.

त्याच्या अभ्यासाची पद्धत शास्त्रीय भौतिकवादी (Scientific materialism) स्वरूपाची होती. एक प्रकारची तार्किक आणि अनिवार्य गती समाजव्यवहाराचे नियंत्रण आणि दिशा-दिग्दर्शन करीत असते. भौतिक शास्त्राच्या व्यवहारासारखे मानवी व्यवहाराचेही नियंत्रण व नियमन करणे शक्य आहे. मानवी मन गोचर ज्ञान, भावना आणि बुद्धी यांनी गतिमान होते आणि त्यातून सामाजिक मतव्यवहार आणि शासनव्यवहार यांना आशय प्राप्त होतो. हॉब्जच्या मताने मानवी व्यवहार निसर्गनियमाने नियंत्रित होतो.

भौतिक शास्त्रात निसर्गनियम म्हणजे गतीचा नियम. यांत्रिक नियम पण सामाजिक शास्त्रात निसर्गनियम म्हणजे कृती योग्य-अयोग्य ठरविण्याचा निकष. मात्र हॉब्जच्या मताने त्यामागे नैतिक नियमन नसून समाजातील सहकाराची वर्तणूक निर्माण करण्याची शक्ती आहे. 'Law of nature was a set of rules to which an ideally reasonable being would pursue his own advantages.'

## १.१. निसर्गावस्था (State of Nature)

राज्य निर्माण होण्यापूर्वी असलेली निसर्गावस्था ही समाजपूर्व व राज्यपूर्व अशी अवस्था होती. त्यातील जीवन हे संघर्षमय आणि अशाश्वत होते. स्वत:चे अस्तित्व टिकविणे हेच केवळ या अवस्थेचे मुख्य कार्य होते. मानवी मनात मुख्यत्वे दोन भावना असतात. एक 'अभिलाषा' आणि दुसरी 'तिरस्कार'. सामाजिक जीवन आणि सामाजिक नीती यांचा अभाव असल्याने व्यक्तीचे जीवनही एकाकी होते. नीती आणि अनीतीच्या कल्पनाही अप्रस्तुत होत्या. जीवन पशुतुल्य असून स्वत:चे अस्तित्व टिकवणे एवढेच समाजजीवनाचे स्वरूप होते. 'Self preservation is the restless pursuit of the means of continued existence' निसर्गाच्या अवस्थेत व्यक्तिव्यक्तींमध्ये समानता असल्याने अस्तित्व टिकविण्यासाठी हे जीवन सतत संघर्षमयच बनलेले असते; अशा अवस्थेत शांतता, प्रगती या समाजमूल्यांना काहीच अर्थ रहात नाही. 'The life of man was poor, nasty, brutish and short.' आपल्याला हवे आहे त्यासाठी सतत संघर्ष करणे आणि जे मिळेल ते जितका काळ ताब्यात ठेवता येईल तेवढे ठेवणे असे या जीवनकलहाचे स्वरूप होते. एक प्रकारचे जंगल-राज्य असेच निसर्गअवस्थेचे वर्णन करता येईल; अशा समाजात संस्कृती आणि नागरी सेवा-समृद्धी यांचा अभावच असणार (The state of nature is a state of war of all against all. It is a state where cardinal virtues are force and fraud.)

विनाशाच्या भीतीने पण मूलत: स्वसंरक्षणासाठी व्यक्ती जाणीवपूर्वक एकत्रित

आल्या. स्वसंरक्षणासाठी एकत्रित येताना अर्थात त्याचा आधार समाजहित किंवा तत्सम विचार नसून सर्वांचे स्वहित हाच होता. सर्व व्यक्तींनी सामाजिक करार करताना हा हक्क एकत्रितपणे सोडून तो करारानुसार निर्माण झालेल्या एका व्यक्तीकडे सुपुर्द केला.

## १.२. सामाजिक करार (Social Contract)

आपले जीवन सुरक्षित रहावे आणि आपल्या संपत्तीचे रक्षण व्हावे म्हणून निसर्गअवस्थेतील प्रत्येक  व्यक्तीने दुसऱ्या प्रत्येक व्यक्तींशी करार केला आणि हे हक्क सर्वांनी, सर्वसंमतीने एका तिसऱ्या सर्वमान्य श्रेष्ठ व्यक्तीकडे देण्याचे मान्य केले आणि त्याच्या आदेशाचे पालन करण्याचे ठरविले. त्यातून समाज आणि दंडशक्ती असलेली शासनसंख्या निर्माण झाली; कारण शिक्षा करण्याची शक्ती नसेल तर करार केवळ शब्दच राहतात. Covenants withouts words are but words शिक्षेच्या भीतीमुळे माणसे समाजात एकत्र येतात आणि शिक्षेची अंमलबजावणी प्रभावी असेपर्यंत ते कराराच्या अटींचे पालन करतात. त्यामुळे या परस्पर करारातून सार्वभौम सत्तेची निर्मिती होते.

'मी माझा स्व-शासनाचा हक्क या व्यक्तीकडे किंवा या व्यक्तिसमूहाकडे देऊन त्यांना अधिकृत करतो. त्याचप्रमाणे तूही तुझा स्वशासनाचा हक्क त्या व्यक्तीकडे किंवा व्यक्तिसमूहाकडे देण्यास तयार आहेस.' असा करार निसर्गअवस्थेतील सर्व मानवांनी आपापसात केला. ('I authorize and give up my right of governing myself to this man or to this assembly of men on this condition that thou give up the right to him and authorize all his actions in the like manner.') प्रत्यक्ष व्यवहारात करारातून निर्माण झालेली सत्ता कोणातरी अधिमान्य व्यक्तीने वापरणे स्वाभाविक होते. त्यामुळे समाजाच्या वतीने सार्वभौम ती सत्ता वापरतो. समाजातील इतर-संस्थांवर राज्याचे म्हणजे सार्वभौमाचे नियंत्रण राहते. राज्य निर्माण करण्यासाठी सामाजिक करार करण्यात आलेला आहे. A commonwealth is said to be instituted when a multitude of men do agree and convenant, everyone with everyone, that to whatever man or assembly of men shall be given by the major part, the right to represent the person of them all. अशा पद्धतीने निर्माण झालेला सार्वभौम हा त्या कराराचा भाग नव्हता किंवा करारातील एक पक्ष नव्हता. The sovereign is not a party to the contract but its creation.

## १.३. सार्वभौम (Sovereign)

सार्वभौमाचे मुख्य कार्य राज्यात शांतता आणि सुव्यवस्था राखणे हे आहे. त्याच्या बदल्यात व्यक्तींनी आपले सर्व हक्क, आत्मसंरक्षणाचा हक्क वगळता,

राज्याला सुपूर्द केले. न्याय-अन्याय सार्वभौम ठरवेल आणि त्याची कृती हाच कायदा असेल. या सार्वभौमाला हॉब्ज मर्त्य ईश्वर (Mortal God) असेच संबोधितो आणि त्याच्यात भौतिक व पारलौकिक सत्ता एकत्रित करतो. अराजकता थांबविण्यासाठी निरंकुश सत्तेशिवाय मधला मार्ग नाही असे हॉब्जचे मत होते. सार्वभौमाच्या सत्तेला केवळ एकच मर्यादा होती. ती म्हणजे त्याची स्वत:ची शक्ती. त्याला विरोध करणे हे कायद्याला धरून असणार नाही (आणि विरोध यशस्वी झाला तर तो सार्वभौम राहणार नाही.)

शासनाची सत्ता राजामध्ये एकवटलेली असते आणि नागरी कायदा म्हणजे त्याची आज्ञा असते. 'निसर्गाचा कायदा' हा बुद्धिनिष्ठ नियम असतो; पण त्यामागे अंमलबजावणीची शक्ती नसते. राजावर निसर्गाच्या नियमांचे बंधन नसते. प्रजेवर कायद्याची अंमलबजावणी करण्याची त्याची मर्यादा एवढेच त्याच्यावर असलेले बंधन. नैसर्गिक कायदा हा निसर्ग-नियमांपासून आलेला असून तो निसर्गनियमांपुढे दुय्यम आहे, हा विचार हॉब्जने मान्य केलेला नाही; कारण त्यामुळे नागरी नियमांचे उगमस्थान सार्वभौम सत्ता आहे या विचारांना धक्का बसतो. नागरी कायद्याला सर्वात मोठे आव्हान धर्मसत्तेकडून आहे. त्यामुळे नागरी कायदा आणि धर्मनियम यांत विरोध निर्माण झाल्यास नागरी कायदाच श्रेष्ठ असला पाहिजे असा हॉब्जचा आग्रह होता. 'A Church for Hobbes is merely a corporation as any other corporation.'

हॉब्जच्या विचारातून निर्माण होणारी सार्वभौम सत्ता निरंकुश, राजकीय समाजात सर्वश्रेष्ठ, अधिकारांत स्वयंपूर्ण आणि रचनेत एकात्म असते तरी प्रत्यक्षात हॉब्ज राजसत्तेचा आग्रही होता. राज्याचे सर्वव्यापी, सर्वसमावेशक असे Leviathan या काल्पनिक अक्राळविक्राळ प्राण्यासारखे स्वरूप त्याला अभिप्रेत नव्हते. तो अनियंत्रित सर्वसत्तावादी नव्हता. राजाने आपले अपेक्षित कर्तव्य पार पाडले पाहिजे. दैवी सिद्धांताच्या आड राहून, आपली सुटका त्याने करून घेता कामा नये. त्याची सत्ता संपूर्ण, अदेय, एकात्म व अमर्यादित असली, त्याचे शासन करारातून निर्माण झालेले आहे आणि तो कराराचा भाग नसला तरी त्याला लोकमान्यता आहे. राज्यात शांतता व सुव्यवस्था निर्माण करणे त्याला अपेक्षित आहे. त्याच्या सार्वभौमत्वामागे गूढ असे काही नाही. तो एक निश्चित व्यक्ती किंवा मंडळ आहे. शासनाचे फायदेही निश्चित असून त्यातून मिळणारी शांतता, सुव्यवस्था, संरक्षण हे प्रत्येक व्यक्तीला जाणवणारे आहे. हॉब्जच्या या विचारांमागे एकप्रकारची व्यक्तिवादी व उपयुक्ततावादी विचारधारा दिसून येते. धर्मावरचा त्याचा रागही समजण्यासारखा आहे. (गन पावडर कट - १६०५). कॅथॉलिक चर्चला तो अंधाराचे साम्राज्य म्हणत असे. (स्वत: हॉब्ज अस्तिक नव्हताच). हॉब्जला अधिकारवादी (authoritarian) म्हणता येईल. पण, हा अधिकारवाद राजकीय समाजापुरता मर्यादित होता. तो सर्वंकष सत्तावादी (totalitarian)

मात्र नव्हता. व्यक्तिस्वातंत्र - खासगी क्षेत्रातील स्वातंत्र्य, औद्योगिक समाजातील उदारमतवाद व कायद्याचा मान या तत्त्वाला त्याची मान्यता होती. मात्र, तो लोकशाहीवादी नव्हता.

हॉब्जच्या सामाजिक करार संकल्पनेत अर्थात काही त्रुटी आहेत. मनुष्यस्वभावाचे त्याने केलेले वर्णन एकांगी व अर्धसत्य आहे. निसर्ग-अवस्था ही अगदी प्राथमिक अवस्था असल्याने त्यात 'करार' करण्याची 'जाणीव' व 'प्रगल्भता' असणे शक्य नाही; आणि मानववंशशास्त्राच्या अभ्यासातून तसे सिद्धही झालेले आहे. त्याची नैसर्गिक अवस्था ही अनैतिहासिक व काल्पनिक अवस्था असून केवळ तर्कनिष्ठ सिद्धांताला पाठबळ देण्यासाठी तिचा वापर केलेला दिसतो. (ही टीका सर्वच सामाजिक करार सिद्धांताला लागू पडते). आंतरराष्ट्रीय संबंधाचे वर्णन हॉब्जच्या निसर्ग-अवस्थेच्या जवळ येईल.

राज्याचा आधार ही लोकेच्छा आहे (ग्रीन); आणि सहकार्य हा राज्याचा पाया आहे; हा विचार हॉब्जच्या मनुष्यस्वभावाच्या वर्णनाविरुद्ध आहे. तसा विचार केला तर मनुष्यस्वभावाची दोन्ही वर्णने एकांगी व अर्धसत्य आहेत. तसेच सार्वभौमत्वाचे तार्किक दृष्टीने विवेचन करताना राजकीय आणि लोकांचे सार्वभौमत्व या कल्पनांना त्याने स्पर्शही केलेला नाही. त्याचबरोबर नागरी कायद्याचे विवेचनही असेच केवळ तर्कनिष्ठ असेच आहे.

आपले सर्व हक्क व्यक्ती सार्वभौमाला देते आणि तेही कायमचे! पुढील पिढ्यांनाही बांधून ठेवणारा करार हा केवळ काल्पनिक नाही तर अन्याय आणि लोकशाहीविरोधी आहे. समाज आणि शासनसंस्था यांत हॉब्जने फरक केलेला नाही.

हॉब्जचे राजकीय तत्त्वज्ञानातील योगदान मोठे आहे. त्याची सार्वभौमत्वाची संकल्पना बोदॉ किंवा मॅकियाव्हेलीच्या संकल्पनेपेक्षा अधिक स्पष्ट आणि आजही उपयुक्त ठरलेली आहे. राज्याचे सर्वव्यापी स्वरूप स्पष्ट करतानाही त्याने व्यक्तिवादालाही तितकेच महत्त्व दिलेले आहे. व्यक्तीचा जीविताचा हक्क (Right to Life) मान्य करणारा तो पहिला विचारवंत होता. जीवित आणि वित्त यांचे रक्षण करू न शकणाऱ्या शासनाविरुद्ध उठाव करण्याचा व्यक्तीचा हक्कही तो मान्य करतो. हॉब्जच्या सिद्धांताचा मूळ आधार व्यक्तिवादच आहे. कराराच्या संकल्पनेतच करार करणाऱ्या व्यक्तीमध्ये समानता गृहीत धरलेली आहे.

अर्थात, हॉब्जच्या सिद्धांताने कोणत्याही पक्षाचे समाधान झाले नाही. राजनिष्ठ लोकांना त्याचा राजाला विरोध करण्याचा लोकांचा हक्क मान्य नव्हता. लोकप्रतिनिधींना त्याचा राजसत्तेचा आग्रह मानवत नाही आणि राजसत्तेला दैवी अधिष्ठान नाकारले गेल्याने धर्मसत्ताही हॉब्जच्या विरोधात गेली. मात्र, पुढील काळातील विद्येच्या पुनरुज्जीवनाची चळवळ आणि धर्मसुधारणेची चळवळ या संदर्भात हॉब्जचे एकछत्री राजेशाहीचे तत्त्वज्ञान समाजबांधणीसाठी निश्चित उपयुक्त ठरले.

## २. जॉन लॉक (John Locke इ. स. १६३२-१७०४)

जॉन लॉकच्या विचारांना इंग्लंडमधील रक्तहीन क्रांतीची पार्श्वभूमी होती. (१६८८) तर हॉब्जच्या विचारपद्धतीवर इंग्लंडमधील यादवी युद्धाची छाया होती. मूलत: धार्मिक विचारांचा लॉक इंग्लंडमधील चर्चची भूमिका पाहून चर्च आणि राजसत्ता यांच्यात फारकत करण्यास तयार झाला. तथापि, त्याचा पाया परस्पर सामंजस्य आणि स्वीकृती असाच होता. उदारमतवादाचा आधार घेऊन धर्मसत्ता आणि राजसत्ता परस्पर सामंजस्याने व सहकाराने एकत्रित राहू शकतील असा त्याचा विश्वास होता. लॉकला शासनाचाही अनुभव होता. त्याचे व्हिग पक्षातील नेत्यांशीही संबंध होते. त्याचा अनुभव आणि आशा, त्याची श्रद्धा आणि तत्कालीन सामाजिक स्थित्यंतराचा प्रभाव यांचे मिश्रण लॉकच्या विचारांत दिसून येते. 'Every piece of writing is a fragment of the autobiography of its age. It becomes great when in addition to its vital connection with its period. It posseses a universal appeal because of its general human interest.' लॉकचा सामाजिक करार (Two Treatises on Government - 1690) म्हणून उदारमतवादाचा धर्मग्रंथच बनला.''

इंग्लंडमधील रक्तहीन क्रांतीने दोन गोष्टी निश्चित केल्या. मर्यादित राजेशाहीची स्थापना. विल्यम ऑफ ऑरेंज आणि मेरी यांना लोक प्रतिनिधिगृहाने दिलेले आमंत्रण आणि राजसत्ता व धर्मसत्ता यांचे परस्परसंबंध. हॉब्जच्या लिखाणात असलेली तर्कसुसंगती लॉकच्या विचारपद्धतीत दिसत नाही; पण व्यवहाराच्या प्रभावातून आलेली वास्तववादी तडजोड त्यात स्पष्ट जाणवते. सामाजिक कराराचे त्याने केलेले विवेचन म्हणून हॉब्जच्या विचारांपेक्षा वेगळे झालेले आहे. त्यात साम्यापेक्षा फरकच जास्त दिसून येतो. शासनसत्तेवर नैतिक बंधने असली पाहिजेत. शासनकर्त्यांचे जनतेबाबत उत्तरदायित्व आहे आणि कायद्याचा अंमल असावा, या तत्त्वज्ञानाचा आधार १६८८ च्या क्रांतीमागे होता. यादवी युद्धात त्यांना तडा गेला असला तरी ती निष्प्रभ झालेली नव्हती. हॉब्जच्या व्यक्तिवादातून एक सार्वभौमसत्ता पुढे आली. त्याच व्यक्तिवादाच्या पुरस्कारासाठी लॉकने घटनात्मक, मर्यादित राजेशाहीचे समर्थन केले. राजा आणि त्याचबरोबर लोकप्रतिनिधिगृह हे शेवटी लोकांना जबाबदार असले पाहिजे आणि त्याची सत्ता नीतिनियम, घटना आणि रूढिसंकेत यांनी मर्यादित केली पाहिजे शासनाची राजकीय समाजात आवश्यकता असली तरी त्याचीही सत्ता अंगीभूत नसून लोकांकडून मिळालेली आहे (Derivative) आणि त्याचा आधार संस्थामय असलेला समाज आहे आणि त्याचा हेतू या समाजाचे कल्याण हा आहे. हॉब्जच्या मताने हा करार राज्यातच कार्यरत राहतो. मात्र, राज्याला तो लागू नाही. 'The theory society in terms of indivial interest was the order of the day and along with the theory of natural right.'

## २.१. सामाजिक करार - निसर्गावस्था (State of Nature)

निसर्ग-अवस्थेचे लॉकचे वर्णन आशादायी आहे. हॉब्जने माणसाच्या मनाची काळी बाजू रंगविली आहे. (सर्वजण एकमेकांशी युद्धाच्या पवित्र्यात आहेत.). त्या अवस्थेत कोणताही नैसर्गिक कायदा नसतो, असतात ते फक्त नैसर्गिक हक्क, कायदा आणि सुव्यवस्थेशिवाय समाजजीवनाची कल्पना लॉक करू शकत नाही. त्याच्या दृष्टीने निसर्गाच्या व्यवस्थेसाठी निसर्गाचा कायदा असतो. 'The State of Nature has a law of nature to govern it.' त्यानुसार सर्वजण विचार करून एकमेकांचे जीवित, स्वास्थ्य स्वातंत्र्य व मालमत्ता यांचा मान राखतात. त्यावर आक्रमण केल्यास प्रत्येक संबंधित व्यक्ती आपल्याला पटेल अशा पद्धतीने आक्रमणाचा प्रतिकार करू शकेल; आणि अपराध्यास शासन देईल, कारण असा तंटा सोडविण्याची दुसरी यंत्रणा निसर्ग- अवस्थेत अस्तित्वात नसते.

निसर्गाच्या कायद्यात मुख्यत्वे खालील त्रुटी आढळतात. त्याचा निश्चित व सर्वमान्य अर्थ सांगता येत नाही. - असे स्पष्टीकरण देण्यासाठी संबंधित व्यक्तींपेक्षा वेगळी व म्हणून नि:पक्षपाती व्यक्ती / व्यवस्था निसर्ग - अवस्थेत नाही. - अन्याय झालेली व्यक्ती अन्याय करणाऱ्या व्यक्तीला शिक्षा करू शकेल अशा क्षमतेची असेलच असे नाही. 'Thus mankind not withstanding all the privileges of the state of nature but being in an ill condition while they remain in it, are quickly driven into society.'

निसर्ग-अवस्थेतील लॉकचा मनुष्य विवेकी, विचारशील, बुद्धिमान आणि सामाजिक प्राणी आहे. निसर्गाची अवस्थाही शांतता, सद्‌भावना, सहकार्य व सुरक्षा यावर आधारलेली आहे. ती राज्यपूर्व पण समाजपूर्व नव्हती. निसर्गनियमांच्या मर्यादेमुळे राज्यव्यवस्थेची गरज निर्माण होते.

निसर्ग-अवस्थेतील हक्कांमध्ये मालमत्तेचा हक्क हा जीवित व स्वातंत्र्याच्या हक्कापेक्षाही महत्त्वाचा मानलेला आहे; कारण लॉकच्या मताने मालमत्तेचा हक्क (Right to property) हा स्वातंत्र्य आणि जीवित या हक्कांचा मूळ आधार आहे. समाजातील नियम हे नैतिक असून औपचारिक कायद्यापेक्षा अधिक व्यापक असतात. ते कायद्याच्या आधी असतात; शासन त्यांना कायद्याचे औपचारिक स्वरूप देत असते. खासगी मालमत्तेचा हक्क हा अशा स्वरूपाचा मूलत: नैतिक हक्क आहे. आपल्या शारीरिक श्रमाने जी वस्तू मानव निर्माण करतो. त्यावर त्याचा नैसर्गिक हक्क असतो! निसर्गअवस्थेत मालमत्ता सर्व समाजाच्या मालकीची असे आणि प्रत्येक व्यक्ती निसर्गाबरोबर श्रम करून आपल्या पोषणासाठी सेवा-सुविधा निर्माण करीत असून त्याचा त्यावर नैसर्गिक हक्क असे! हा हक्क समाजाने निर्माण केलेला नाही. मात्र इतर माणसांच्या या हक्कांवर गदा येऊ नये हे कार्य शासनाकडून

अपेक्षित आहे. Life, liberty and Estate - the natural rights can only be limited and that too, make effective, the equally valid claims of another to the same rights. लॉकचा हा विचारही व्यक्तिवादी आहे, हॉब्जसारखा तो स्वसंरक्षणाचा आधार घेत नाही. मात्र त्याचा आधार व्यक्तिकेंद्री सुख, समाधान हाच आहे. (By labour, man, extends his own personality into the object produced). खासगी मालमत्तेचे संरक्षण आणि समाजहित याचे सत्तीकरण व उदारमतवादी दृष्टिकोन औद्योगिक भांडवली समाजरचनेच्या सुरुवातीच्या काळातील विचार लॉकने स्वभाविकपणे ग्राह्य धरलेले आहेत. मालमत्तेकडे लॉक केवळ आर्थिक दृष्टिकोनातून पाहात नव्हता.

## २.२. सामाजिक करार (Social Contract)

निसर्ग अवस्थेतील अव्यवस्था व अनिश्चितता दूर करण्यासाठी माणसांनी सामाजिक करार केला. लॉकच्या मताने माणसांनी दोन करार केले. एका कराराने नागरी समाज आणि राज्य (Civil Society and State) याची स्थापना केली; व दुसऱ्या कराराने शासनसंस्थेची (Government) निर्मिती करण्यात आली. शासनसंस्था हा दुसऱ्या करारातील एक पक्ष आहे.

शासनाची नागर समाजातील सत्ता म्हणजे शिक्षा करण्यासहित नियंत्रण करण्याची शक्ती आणि त्याचा हेतू लोकहित असला पाहिजे अशी शक्ती प्रत्येक व्यक्ती स्वसंमतीने समाजाला देतो आणि त्यातून समाज निर्माण होतो. शासन आणि समाज यांमध्ये लॉक फरक करतो. शासनव्यवस्था बदलल्याने समाज बदलत नाही. त्यामधून दुसरा करार ध्वनित होतो. तो 'समाज' आणि 'शासन' यांमध्ये होतो. अर्थात, या करारात समाजातील बहुसंख्य व्यक्तींचे मत गृहीत धरले जाते आणि अल्पसंख्य मताने त्याचा मान राखणे आवश्यक असते.

बहुमताच्या मान्यतेने शासनव्यवस्था निर्माण होते आणि त्याच्या कार्यकारी-विधिमंडळे या भागाची कार्ये निश्चित होतात. अर्थात, शासनाची सत्ता ही 'विश्वस्तस्वरूपाची (Fiduciary) असते आणि अखेरची सत्ता लोकांच्याच हातात असते आणि तिचा वापर जोपर्यंत प्रशासनसंस्था आपल्या मूळ कार्याशी एकनिष्ठ असते (लोकहिताची जपवणूक आणि समाजाला न दिलेल्या नैसर्गिक हक्काचे रक्षण) तोपर्यंत लोक ती सत्ता वापरीत नाहीत. रूसोने लॉकच्या प्रातिनिधिक लोकशाहीच्या पुढे जाऊन प्रत्यक्ष लोकशाहीचा आग्रह धरलेला आहे. 'Parliament is a balance between the great interests of the realm- Crown, Nobility, Church, Commonality, the English revolution did not break the tradition.' रक्तहीन राज्यक्रांतीचे समर्थन करताना लॉकवर क्रांतीपेक्षा परंपरावादाचाच पगडा अधिक होता. तो त्याच्या स्वभावाचाच भाग होता.

शासन आणि समाज वेगवेगळे असल्याने कराराचा मूळ हेतू न पाळण्याच्या शासनाला प्रतिकार करण्याचा जनतेचा हक्क लॉकला मान्य आहे. विधिमंडळाशिवाय राज्य करणारा राजा हे आणि निवडणूक न घेणारे लोकप्रतिनिधिगृह इंग्लंडमधील क्रांतीचे कारण होते. शासनाची निर्मिती करारातून न होता विश्वस्त (Trust) म्हणून होते. दैवी सिद्धांतानुसार केवळ राजालाच अधिकार असतात. लॉकच्या प्रतिपादनानुसार आम लोक आणि शासन या दोघांनाही अधिकार प्राप्त होतात. शासनाचे मुख्य कार्य कायदे करण्यापेक्षा नैसर्गिक कायदे शोधून त्यांची अंमलबजावणी करणे हे आहे. शासनाचीही काही वैशिष्ट्ये आहेत. शासकीय कायदे सर्वांना लागू पडतात आणि आपले कायदे करण्याचे काम ते दुसऱ्या कोणाला देऊ शकत नाही. राजाने अध्यादेश काढून शासन चालवणे लॉकला मान्य नव्हते. अन्यायी कायद्याविरुद्ध प्रतिकाराचा हक्क लॉकने मान्य केलेला आहे. मात्र, हा हक्क केवळ बहुमताने मान्य केलेला पाहिजे आणि केवळ अन्यायी कायद्याचा प्रतिकार करणे हे त्याचे ध्येय असले पाहिजे 'Disobedience to unjust rule is not apologetic. Obedience to law is a higher but not the highest civic virtue.' विस्तार पावणाऱ्या व्यापारी समाजरचनेमध्ये लॉकने केलेला हा समन्वय निश्चित सोयीचा होता.

लॉकच्या विचारांत इंग्लिश समाजातील सतराव्या शतकातील उद्भवलेल्या अनेक समस्यांची उत्तरे शोधण्याचा प्रयत्न दिसून येतो. राज्यक्रांती (१६८८) पूर्व आणि नंतरच्या समाजाच्या प्रश्नांची त्याला जाणीव होती. खासगी मालमत्तेचा पुरस्कार हा इंग्लिश व्यक्तिवादाचाच पुरस्कार आहे. समाजाचे स्वतंत्र अस्तित्व, शासनाचे विश्वस्त स्वरूप आणि कार्यकारी मंडळाची विधिमंडळाला असलेली जबाबदारी यांतून उदारमतवादी संसदीय पद्धतीचा पाया रचला गेला.

राजकीय समाज, विधिमंडळ आणि राजपद या संस्थांचे वेगवेगळे हितसंबंध लक्षात घेऊन त्यांचा समन्वय प्रातिनिधिक शासनव्यवस्थेत करण्याचा प्रयत्न लॉकने केला, त्यातून पुढे सत्ता-विभाजनाची संकल्पना पुढे आली. व्यक्तीच्या स्वसंरक्षणाच्या अदेय हक्कामधून आणि जीवित व वित्ताच्या नैसर्गिक हक्कामधून अलीकडे फ्रेंच आणि अमेरिकन राज्यक्रांतीला प्रेरणा मिळाली तर त्याचबरोबर उपयुक्ततावादाला (Utilitarianism) तात्त्विक पाठबळ मिळाले. Everything in Locke's system revolves around the individual, Everything is disposed so as to ensure the sovereignty of the individual.' मात्र असे करताना त्याने त्यावर बहुमताचे बंधन टाकलेले आहे. त्यातून व्यक्तिवादाचा अतिरेक टाळण्याचा त्याचा प्रयत्न स्पष्ट होतो.

लॉकच्या विचारात सहिष्णुतेचे समर्थन दिसून येते. (Letters on Toleration-1689). सतराव्या शतकात धर्मसंबंधी दोन मुख्य विचारधारा प्रभावी होत्या. निरंकुश

राज्यसत्तेचे समर्थन करणारे (हॉब्ज) धर्मसत्तेला राजसत्तेच्या नियंत्रणाखाली ठेवू इच्छीत होते; अर्थात, रोमन सत्तेचा त्याला विरोध होता. धर्म ही व्यक्तिगत विश्वासाची गोष्ट असल्याने केवळ कायदा करून त्याची अंमलबजावणी करणे अशक्यच आहे. त्याचबरोबर धर्मसत्तेने आधिभौतिक नात्याच्या दृष्टीने नैतिक आचरणाची कास धरावी आणि जमिनीची मालकी आणि त्यातून निर्माण होणारी भौतिक सत्तेची गरज हा मार्ग सोडून द्यावा. राज्याने धर्माला विरोध न करता त्यात सामंजस्य निर्माण करण्याचा प्रयत्न करावा. धर्मसंस्थेनेही राज्यविरोधी कारवायांना उत्तेजन देऊ नये. तसेच धर्माच्या नावावर अनाचाराला आश्रय देऊ नये. धर्मसत्तेने सक्तीने धर्मपरिवर्तन करू नये. तसेच राज्याने धार्मिक श्रद्धांना विरोध करू नये. धर्मनिरपेक्ष शासनाच्या विचारांची ही सुरुवात आहे. (अर्थात, कॅथॉलिक धर्मश्रद्धेच्या लोकांना नागरिकत्व देण्याला मात्र त्याचा विरोध होता!)

हॉब्ज आणि लॉक या दोघांनी 'सामाजिक करार' संकल्पनेचा पाठपुरावा केलेला असला तरी त्याची गृहीतके आणि त्यामुळे त्यातून निर्माण झालेले निष्कर्ष यांत महत्त्वाचा फरक आहे; दोघांनीही तत्कालीन समाजापुढील समस्यांचे विवेचन करून त्यावर उत्तर शोधण्याचा प्रयत्न केलेला आहे. हॉब्जने यादवीसदृश समाजाला राजकीय स्थैर्य देण्यासाठी अनियंत्रित राजेशाहीचा पुरस्कार केला; तर लॉकने घटनात्मक राजेशाहीला तात्त्विक अधिष्ठान दिले. त्यानुसार दोघांच्या निसर्ग-अवस्थेतही फरक आढळून येतो. हॉब्जने माणसांची काळी बाजू रंगविली आहे. तितकीच एकांगी पण चांगली बाजू लॉकने वर्णन केलेली आहे; हॉब्जच्या मताने निसर्ग-अवस्था समाजपूर्व व राजकीय समाजपूर्व अवस्था होती. लॉकच्या मताने ती केवळ राजकीय समाजपूर्व होती. अर्थात दोन्ही अवस्था वस्तुस्थिती नसून काल्पनिकच होत्या.

हॉब्जच्या विचारात एकच करार आहे आणि त्यातून निर्माण होणारे राजपद हे कराराचा भाग नव्हते. लॉकने मात्र दोन करारांची कल्पना पुढे आणली; आणि दुसऱ्या करारात शासनसंस्था सहभागी असल्याने कराराच्या अटींच्या पालनाचे बंधन तिच्यावर आले आणि ती नियंत्रित बनली. हक्कांच्या बाबतीत दोघेही व्यक्तिवादी होते. मात्र, हॉब्जची शासनव्यवस्था करारातील पक्ष नसल्याने एकदा करार झाला की, केवळ स्वसंरक्षणाचा हक्क सोडता व्यक्ती सर्व हक्क गमावते. लॉकने शासनव्यवस्थेवरही ती दुसऱ्या करारातील पक्ष असल्याने काही मूलभूत नैसर्गिक हक्कांच्या रक्षणाची जबाबदारी टाकली आहे. कराराच्या स्वरूपातही फरक पडलेला दिसतो. हॉब्जच्या मताने कायदा म्हणजे सार्वभौमाची आज्ञा-लॉकच्या मताने त्यात लोकमताचे प्रतिबिंब दिसले पाहिजे. समाज आणि शासनसंस्था यांत फरक न केल्याने हॉब्जची राजसत्ता सर्वंकष बनलेली आहे.

लॉकचे राजकीय तत्त्वज्ञानाला मोठे योगदान आहे. त्याच्या नैसर्गिक अधिकाराचा,

सत्ताविभाजनाचा आणि जनसार्वभौमत्वाचा स्वीकार अनेक देशांच्या राज्यघटनांनी केलेला दिसून येतो. तसेच राज्याच्या निरंकुश सत्तेला प्रतिबंध करून घटनात्मक राजेशाहीच्या रूपाने लोकशाहीच्या नव्या प्रकाराचा पुरस्कार केला आणि उदारमतवादाला नवी दिशा दिली. मालमत्तेविषयीचे त्याचे विवेचनही भांडवलशाहीच्या संदर्भात महत्त्वाचे ठरले. सामाजिक करार संकल्पनेतील दोष त्याच्या विवेचनात येतात; पण त्या दोषांपेक्षा त्याच्या तत्त्वज्ञानाचे गुण अधिक आहेत, मात्र वास्तववादी, व्यवहारी आणि समन्वयवादी वृत्तीमुळे लॉकच्या विवेचनात तर्कशुद्धतेपेक्षा तडजोडच जास्त आढळते.

## ३. जीन जॅक् रूसो (Jean Jacques Rousseau १७१२-१७७८)

लॉकच्या विचारांनी रूसो प्रभावित झालेला होता आणि त्याने लोकांच्या सार्वभौमत्वाची संकल्पना अधिक विकसित करून तिचे प्रजासत्ताकाच्या तत्त्वज्ञानात रूपांतर केले. प्लेटो आणि ॲरिस्टॉटलच्या विचारांचा, सामाजिक करार कल्पनेचा आणि तत्कालीन समाजस्थिती व व्यक्तिगत अस्थिर जीवन यांचे एक मिश्रण त्यांच्या विचारांत दिसून येते. एकप्रकारचे दुभंगलेले व्यक्तिमत्त्व असलेला रूसो त्याच्या तत्त्वज्ञानातून दिसून येतो. निर्धन व खडतर बालपण, कौटुंबिक सुखाच्या अभावातून आलेली स्वैरता आणि बंडखोरी, यातून प्रस्थापित विचार व मूल्ये यावरील त्याची टीका अधिक स्वाभाविक व तीव्र ठरली आणि त्याला सामाजिक जीवनातही मान-अवहेलना या दोन्ही टोकांशी दोलायमान होत जगावे लागले. (His character, his outlook on life, his scale of values, his instinctive reactions all differed essentially from what the enlightenment regarded as admirable.) बुद्धिनिष्ठ, तर्कप्रधान विचारसरणी बाजूला करून रूसोने माणसाच्या सामान्य भावनांना व्यवहार व कृतीमध्ये महत्त्वाचे स्थान दिले आहे. त्याच्या विवेचनात तर्कविसंगती असली तरी त्याला असलेला सर्वसामान्य गुणांचा आधार पाहता त्याच्या विचारांचा पगडा तत्कालीन फ्रेंच समाजावर पडलेला दिसून येतो. त्याच्या मृत्यूनंतर अकरा वर्षांतच फ्रान्समध्ये राज्यक्रांती झाली (१७८९) आणि ती केवळ रूसोच्या विचारांमुळेच असे नेपोलियन म्हणत असे.

रूसोचे विचार बुद्धिवादाच्या विरोधी भावनेला महत्त्व देणारे आहेत आणि विद्येच्या पुनरुज्जीवनाच्या (Age of Enlightenment) विचारधारेशी पूर्णपणे विसंगत होते. स्वाभाविक आणि वास्तविक यांत फरक करीत तो म्हणतो की, व्यक्तीची सामान्य भावना आणि प्रवृत्ती ही सर्वांना सांधणारी भावना आहे आणि ते जीवनाचे खरे मूल्य आहे. 'A thinking man is a deprived animal' - Rousseau निसर्गाच्या सान्निध असलेले साधे सहजीवन आणि कौटुंबिक आनंद हा सर्वांचा समान धागा आहे. सर्वभूती 'प्रेम' आणि 'दया' या चर्चच्या तत्त्वज्ञानावर बौद्धिक हल्ला चढवत बुद्धिवादाने समाजाचे नुकसानच जास्त केलेले आहे. Without reverence, faith and moral intuition there is neither character nor society. एकोणिसाव्या शतकाच्या बुद्धिवादाच्या मर्यादा आणि त्यातून निर्माण होणारा अविश्वास याचा तत्त्वज्ञानावर मोठा पगडा होता. रूसोचे विचार त्याचीच सुरुवात होती. बुद्धिवादाविरुद्ध बंड हे रूसोच्या विचारांचे वैशिष्ट्य होते.

रूसोने समानतेचा पुरस्कार केला पण तो नैतिकतेच्या पायावर. एक नैसर्गिक हक्क म्हणून नाही. नैतिक गुणांचा आविष्कार सामान्य माणसात दिसून येतो आणि त्यांचीच संख्या अधिक असते. माणसांमधील नैसर्गिक समानता लक्षात घेता ज्या सामाजिक स्तरांत सर्वात अधिक माणसे असतात, त्यांचाच सन्मान राखला पाहिजे. अर्थात, यामधून रूढिपरंपरांचे महत्त्व वाढते; कारण सर्वसामान्य माणसांवर त्याचा प्रभाव अधिक असतो. रूसोच्या लिखाणात एकाच वेळी आक्रमक व्यक्तिवाद आणि तितकाच आक्रमक समुदायवाद यांचे मिश्रण आढळते. समाज हाच नैतिकतेचा स्रोत असून त्याच्याशी व्यक्तीचे असलेले नाते हे खरे नैतिक नाते असते. 'The fundamental moral category is not man but citizen.' या एकात्म वृत्तीने नागरिकत्व ग्रीक नगरराज्यातील नागरिकत्वासारखे भावनिक बनते. रूसोने त्याचा सांधा राष्ट्रराज्याला जोडून दिला. समाजकल्याण ही व्यक्तिगत कल्याणाची बेरीज नसून भाषेसारखा सर्व समाजाचा ठेवा आहे. व्यक्तीच्या सुखाचा तो उगम आहे.

## ३.१. सामाजिक करार-निसर्गावस्था (Social Contract-State of Nature)

रूसो त्याच्या सामाजिक कराराची सुरुवातच 'मनुष्य हा जन्मत: स्वतंत्र असतो. पण नंतर मात्र सतत सर्वत्र बंधनांत अडकलेला असतो.' ('Man is born free but everywhere he is bound in chains') या अर्थगर्भ वाक्याने करतो. रूसोच्या मताने मनुष्य हा स्वभावत:च साधा भोळा, सरळमार्गी व शांतताप्रिय आहे. समाजात दिसून येणारे दोष - भ्रष्टपणा, जुलूम, दुष्टपणा हे सामाजिक संस्थांचे परिणाम आहेत. स्वत:विषयी प्रेम आणि आत्मसंरक्षण ही स्वाभाविक भावना आहे. त्यामुळे तो टिकून राहतो. त्याचबरोबर परस्परांविषयी सहानुभूती व साहाय्य ही भावनाही त्याच्यात स्वाभाविक असल्याने त्याचे जीवन सुखी व सुसह्य बनलेले होते. त्यात संघर्ष निर्माण झाल्यास माणसाची अंत:प्रेरणा आणि विवेक यांच्या साहाय्याने त्याच्यात जाणीव (Conscience) सदसद्विवेकबुद्धी निर्माण होते. ही त्याला योग्य-अयोग्याचा निवाडा करण्यास मदत करते आणि ही जाणीव नैतिक असते. अंत:प्रेरणेला विवेकाने सत्य-असत्याची निवड करताना मदत केली नाही तरच मनुष्य चुकीच्या मार्गाने जातो. चांगल्या मार्गाने जाण्याची प्रेरणा मात्र अंतर्विचारानेच मिळते. अंत:प्रेरणा आणि विवेक (जाणीव) स्व-प्रेम व सहकार या वृत्तीत सामंजस्य निर्माण करते.

रूसोच्या मताने निसर्गातील अवस्था आजच्या 'प्रगत' व 'सभ्य' समाजापेक्षा

अधिक सुखद होती; संघर्ष नाही. द्वेष नाही, आसक्ती नाही. चिंता नाही. उच्च-नीच भावना नाही असे समाजजीवन निसर्गअवस्थेत होते. विज्ञानाची प्रगती नव्हती. त्यामुळे भौतिक सुखे नव्हती. खासगी मालमत्तेची भावना नव्हती त्यामुळे परस्पर-अविश्वास नव्हता. रानटी पण मुक्त, अनसूयेचे जीवन तो जगत होता. (Noble savage). रूसो म्हणतो की, ते जीवन आम्हाला परत द्या. त्यानेच आम्ही सुखी होऊ. ('Give us back the ignorance, innocense and poverty which alone can make us happy.') नीति-अनीती, उच्च-नीच निरपेक्ष असे समाजजीवन निसर्ग-अवस्थेत होते. त्यात भौतिक सुधारणा-सोयी नव्हत्या. एक साधे, सरळ, अकृत्रिम असे ते आयुष्य होते. 'Natural man was an animal whose behaviour was purely instinctive.' निसर्गाच्या अवस्थेत मानव दोन गोष्टींनी प्रभावित होतो. एक, स्वत:विषयी प्रेम आणि त्यातून स्वसंरक्षण आणि दोन, इतरांविषयी आस्था त्यातून समाजात राहण्याची इच्छा अर्थात लोकसंस्थेतील वाढ आणि मानवाच्या मनात त्यामधून जागी झालेली विचारशक्ती.

या दोन्ही गोष्टींनी निसर्ग-अवस्थेतील स्पर्धाहीन जीवनाचे सुख संपले. किमान गरजा-अन्न, वस्त्र, निवारा आणि त्यांची कमतरता त्यातून श्रम करून धन उत्पन्न होते हा विचार आणि त्याच्या साठवणीतून सुरक्षितता यातून खासगी मालमत्तेची कल्पना (Concept of Private Property) निर्माण झाली. ज्या माणसाने प्रथम एखाद्या जमिनीच्या तुकड्याभोवती कुंपण घालून 'ही माझी जमीन आहे' असे म्हटले आणि इतर लोकांनी त्यावर सहज विश्वास ठेवला त्यानेच (विषम) नागरी समाजाची स्थापना केली. ('The first man, who having enclosed a piece of ground, he thought himself of saying 'This is mine' and found people simple enough to believe him was the real founder of (unequal) civil society' - Rousseau.) व्यक्तिगत नशीब आणि यश-अपयश व भोवतालची परिस्थिती यातून समाजात विषमता आणि वर्ग निर्माण झाले आणि त्यातून समाज व शासनव्यवस्थेची गरज निर्माण झाली. व्यक्ती आणि समाज यांतील असुरक्षितता. द्वेष आणि समाजजीवनातील अस्थिरता दूर करण्यासाठी सामाजिक कराराची गरज व त्यातून राजकीय समाजाची स्थापना आवश्यक बनली. 'The main concept of social contract is to find a form of association which will defend and protect the whole common, the person and goods of each associate and in which while uniting himself with all, may still obey himself alone and remain as free as before' निसर्गातील अवस्था हॉब्ज म्हणतो तशी दु:खी अंधारी नव्हती त्याचप्रमाणे लॉक म्हणतो तशी आशादायी आणि आदर्शही नव्हती. स्वहिताचे रक्षण करणे, व्यक्तीला व्यक्तिश: अशक्य बनले; करार करून त्याने आपल्या रक्षणाची निश्चिती केली.

## ३.२. सामाजिक करार (Social Contract)

समाजातील व्यक्तींनी एकत्र येऊन करार करून आपले हक्क सर्व व्यक्तींच्या एकत्रित अशा सामूहिक संघास (Corporate body) दिले. त्यातून सामाजिक ईहेची (General will) एक नवीनच संकल्पना पुढे आली. आपल्यापैकी प्रत्येक व्यक्ती स्वत:सह आपले सर्व अधिकार सामाईकपणे सामाजिक ईहेच्या सर्वश्रेष्ठ नियंत्रणाखाली सोपवीत आहे आणि त्याचबरोबर त्या सामूहिक संघाचा अविभाज्य भाग म्हणून त्याचा स्वीकार करीत आहे. 'Each of us puts his person and his power in common under the supreme direction of the General Will and inour corporate copacity we receive each member as an indivisible part as the whole.' प्रत्येक स्वतंत्र व्यक्ती (अ, ब, क, ड) आपले व्यक्तिगत हक्क, अ + ब + क + ड अशा सामूहिक स्वरूपाला (corporate) आणि त्या अर्थाने स्वत:ला देत असते; असे सामूहिक स्वरूप सर्व व्यक्तीचे एकत्रित स्वरूप असल्याने व्यक्तीला त्याच्या विरुद्ध हक्क असत नाहीत. ते अनावश्यकच आहे. व्यक्तीचे हक्क समाजामध्येच असतात. समाजाच्या विरोधात नसतात; समाजच व्यक्तीच्या कृतींबाबत न्याय-अन्याय, नैतिक - अनैतिक यांचा मानदंड निश्चित करतो. समाजाच्या संदर्भात या मूल्यांना अर्थ प्राप्त होतो. जनतेची सामूहिक इच्छा कार्यान्वित करणे हे शासनाचे कार्य असते. व्यक्ती समाजामध्ये सर्व हक्कांचा त्याग करीत नाही. आपले नैसर्गिक स्वातंत्र्य सामूहिक ईहेकडे देत असताना त्याला नागरी स्वातंत्र्य व खासगी मालमत्तेचा हक्क मिळतो. करारातून मिळालेले स्वातंत्र्य हेच खरे स्वातंत्र्य असते. (Obedience to law which we prescribe to ourselves is liberty.) रूसोच्या सामाजिक करारात सामूहिक ईहेची (General will) संकल्पना केंद्रस्थानी आहे.

## ३.३. सामूहिक ईहा (General will)

रूसोची सामूहिक ईहेची संकल्पना विसंगतीने भरलेली पण वैशिष्ट्यपूर्ण आहे. या क्रांतिकारी संकल्पनेने एकाचवेळी लोकतंत्राचा पाया घातला तर सर्वंकष सत्तेला तात्त्विक बैठक दिली. व्यक्ती आपले हक्क एका समान सामूहिक व्यक्तीला देतात आणि या सामूहिक व्यक्तीच्या रूपाने ते स्वत: स्वीकारत असतात. आपणच आपले हक्क आपल्या सामूहिक स्वरूपाला देत असल्याने आपले मूळ स्वातंत्र्य आपल्या जवळच राहते. ते दुसऱ्या कोणाला दिले जाण्याचा प्रश्नच निर्माण होत नाही.

व्यक्तीच्या मनात दोन प्रकारच्या इच्छा असतात. एक वास्तविक (Actual will) ही भावनाप्रधान असते; तर दुसरी खरी - आदर्श (Real will) इच्छा असते. ही शुद्ध विवेकी असते. समाजाच्या खऱ्या हिताची जपवणूक करणारी असते. ही इच्छा श्रेष्ठ असून खऱ्या स्वातंत्र्याची दर्शक असते. सामूहिक ईहा ही सर्व व्यक्तींच्या आदर्श

इच्छांचे परिणत स्वरूप आहे. ही प्रभुत्वसंपन्न असून ती केवळ सर्व व्यक्तींच्या वास्तव इच्छांची बेरीज नसते. ती सर्वांच्या इच्छेचे सार असते आणि खऱ्या अर्थाने सार्वभौम असते.

सामूहिक इच्छा ही त्या राजकीय समाजात सार्वभौम असते; कारण सर्व लोकांनी तिला आपले सर्व हक्क दिलेले असतात. ती स्थायी स्वरूपाची असते. प्रथम करार होत असताना जरी त्यासाठी सर्वसंमतीची आवश्यकता असली तरी तिच्या नेहमीच्या अभिव्यक्तीला बहुमताची अट पुरेशी आहे. सामूहिक इच्छा हे सर्वांचे एकत्रित-संधीय स्वरूप असल्याने ती अविभाज्य बनते आणि सर्व समाजाच्या सार्वजनिक हिताचे (Real will) प्रतिनिधित्व करते. राज्याचे कायदे या सार्वभौम ईहेचे स्वरूप असते. कायद्याची निर्मिती हे सामूहिक ईहेचे प्रमुख कार्य आहे. कायद्यामधून खरी आदर्श इच्छा व्यक्त होत असल्याने कायद्याच्या अधीन राहून व्यक्ती स्वतंत्र राहू शकते. 'The General will reprsents the collective good.'

राज्य हे नैतिक, संघीय स्वरूप असून त्याचे स्वतंत्र असे अस्तित्व असते आणि त्याचे सातत्य राखणे हे त्याचे कार्य असते. समाजहिताच्या दृष्टीने व्यक्तीवर राज्य बंधने घालू शकते, नव्हे घालते. कारण हक्क हे मुळात सामाजिक असतात. व्यक्तिगत नसतात. 'One who wills against the General will does not rightly, know his own good' कारण सामूहिक ईहा अन्यायी वा चुकीची असू शकत नाही.

हे सार्वभौमत्व सर्व व्यक्तींच्या संघीय स्वरूपाकडे असते, शासनाकडे नाही. शासन केवळ या संघीय स्वरूपाचे साधन असून त्याला मिळालेली सत्ता ही प्रदत्त स्वरूपाची आहे. रूसोच्या जनशक्तीच्या सार्वभौमत्वाचे स्वरूप प्रत्यक्ष लोकशाहीचे स्वरूप होते आणि शासनाची कार्यकारी सत्ता कमी करण्याचा त्याचा प्रयत्न होता. 'People can sit under an oak and always act wisely.'

रूसोच्या सामूहिक ईहेमधून राष्ट्रराज्याची कल्पना पुढे आली. इंग्लंड, फ्रान्समध्ये त्याचे स्वरूप समाजसंघटनेचे झाले तरी जर्मन राष्ट्रवाद आक्रमक स्वरूपाचा बनला. मुळात कुठल्याही देशाशी व्यवहार व तत्त्व म्हणून रूसोची बांधिलकी नव्हती. सामूहिक ईहेचे समाजातील रूढिपरंपरा आणि अभिमानाशी नाते जोडले ते केवळ ऐतिहासिक अपघात म्हणून.

राजकीय उत्तरदायित्वाची नाळ प्रजासत्ताकाच्या कल्पनेशी जोडून त्यामध्ये लोकसहभागाचा रूसोचा आग्रह नावीन्यपूर्ण होता. 'There can be no patriotism without liberty, no liberty without virtue, no virtue without citizenship.'

अर्थात, रूसोची सामूहिक ईहेची संकल्पना संदिग्ध आणि गुंतागुंतीची आहे. सार्वजनिक हिताची व्याख्या शासन करणार असल्याने व्यवहारात शासनावर अंकुश ठेवणे अवघडच जाईल आणि शासनावर नियंत्रण बहुमताने असेल. सर्वमताचे नसेल. सामूहिक ईहा प्रत्यक्षात समाजातील संघटित व प्रभावी अल्पगटाची इच्छा

होण्याचाही धोका आहे. 'So far it is a will, it will not be general.' व्यक्तीचे स्वातंत्र्य सुरक्षित ठेवत असता त्यावरील बहुमताचा प्रभाव कसा रोखावयाचा? छोट्या आर्थिक दृष्ट्या फार विषमता नसलेल्या देशात प्रत्यक्ष लोकशाही व्यवहार्य ठरेल. तीही एका मर्यादेपर्यंतच! पण विषमतेला आमंत्रण देणाऱ्या औद्योगिक समाजात लोकसत्तेचे सातत्याने प्रकटीकरण अशक्य आणि अव्यवहार्य आहे. एकाच वेळी व्यक्तिस्वातंत्र, सामूहिक हित आणि शासन-राज्याची निरंकुशता याचा उगम रूसोच्या लिखाणात दिसून येतो.

## ३.४. रूसोचा सामाजिक करार

रूसोचा सामाजिक करार ही राज्यशास्त्राला मिळालेली देणगीच आहे. लोकांच्या सार्वभौमत्वाचा त्याने पुरस्कार केलेला आहे आणि कायद्याचे उगमस्थान जनता आहे असे त्याने प्रतिपादन केलेले आहे. अर्थात, सामाजिक करारांवर होणारी टीका त्याच्याही सामाजिक कराराला लागू पडते. कायद्याचे औपचारिक उगमस्थान आणि कायद्याचा खरा आधार आणि त्याचा सामाजिक ईहेशी त्याने जोडलेला संबंध तितकासा बळकट वाटत नाही. 'राज्य' आणि 'समाज' यांत फरक न केल्याने लोकशाही तत्त्व आणि व्यवहारातही अनेक विसंगती निर्माण झालेल्या दिसून येतात.

हॉब्ज, लॉक आणि रूसो या तिघांनी सामाजिक कराराचा पुरस्कार केलेला आहे आणि त्याच्या पद्धतीची तुलना सामाजिक करार संकल्पना स्पष्ट करण्यास उपयुक्त ठरेल. हॉब्ज-लॉक-रूसो या तिघांनीही राज्याची उत्पत्ती करारातून झालेली आहे, असे म्हणत राज्याच्या उदयाच्या दैवी सिद्धांताला धक्का दिला. रूसोच्या लिखाणावर हॉब्ज आणि लॉक यांच्या विचारांचा प्रभाव दिसून येतो. प्रत्येक सिद्धांत आपापल्या परिस्थितीचे विश्लेषण करून त्यानुसार व्यवस्थेला आवश्यक असलेले सैद्धांतिक पाठबळ निर्माण करीत असलेला दिसून येईल. हॉब्जच्या अनियंत्रित राजेशाहीला इंग्लंडमधील यादवी आणि राजकीय अस्थिरतेची पार्श्वभूमी आहे. लॉकने इंग्लंडमधील रक्तहीन राज्यक्रांतीला (१६८८) असे तत्त्वज्ञान निर्माण केले. रूसोने त्याच्या वैयक्तिक विचारांशी-अनुभवांशी सुसंगत असलेले असे लोकांच्या सार्वभौमत्वाचे तत्त्व पुढे आणले आणि फ्रान्सच्या अनियंत्रित राजेशाहीच्या विरोधाला आणि असंतोषाला एक नवी दिशा-लोकक्रांतीची दिशा दिली.

या फरकामुळे निसर्गाची अवस्था, कराराचे स्वरूप आणि त्यातून निर्माण होणारे साध्य यांत तर्कसुसंगत विसंगती आहे. हॉब्जच्या मताने मनुष्य निसर्गअवस्थेत अत्यंत वाईट अवस्थेत होता. त्यातून बाहेर येण्यासाठी म्हणून त्याला सर्वश्रेष्ठ सार्वभौमत्वाची गरज वाटली. त्यासाठी त्यांनी केलेला करार एकच होता आणि त्याची अंमलबजावणी करणारा सार्वभौम कराराचा भागीदार नव्हता; तसे असते तर

कराराच्या अटी पाळण्याचे औपचारिक बंधन त्याच्यावर आले असते आणि त्याच्या सार्वभौमत्वावर बंधन पडले असते. लॉकच्या विचारांनुसार निसर्गअवस्थेत वातावरण चांगले होते; पण जीवित-वित्त आणि खासगी मालमत्तेचे रक्षण करण्यासाठी इतरांच्या अशाच हक्कांची मान्यता आणि त्याचे रक्षण तितकेच महत्त्वाचे ठरते. त्यासाठी लॉकने एक सामाजिक करार व दुसरा शासनव्यवस्थेचा करार असे दोन करार करून शासनव्यवस्थेवर कराराच्या अटींच्या पालनाची जबाबदारी टाकली. शासनव्यवस्था निर्माण करणाऱ्या दुसऱ्या कराराने निर्माण झालेला सार्वभौम अर्थात जबाबदार व मर्यादित (Responsible and Limited) सार्वभौम बनला. व खरी सार्वभौम सत्ता जनतेचीच राहिली. रूसोने वर्णन केलेला निसर्ग-अवस्थेमधील मानव हा अविकसित, अज्ञानी असा मुक्त मानव होता. विवेकाच्या जागृतीने आणि खासगी मालकीमधून आलेल्या विषमतेने निर्माण झालेली स्थिती संपविण्यासाठी त्याने हॉब्जसारखा एकच करार केला आणि आपली सत्ता आपल्या संघीय स्वरूपास दिली. हे संघीय स्वरूप हॉब्जसारखे अनियंत्रित झाले. पण, ती शासनसंस्था नव्हती. तर सर्व जनता होती. 'Rousseau's General will is Hobbe's Leviathan' जनतेच्या सार्वभौमत्वाचा विचार रूसोच्या लिखाणात दिसतो. रूसो हा तत्कालीन बुद्धी पुनरुज्जीवनाच्या चळवळीला असलेल्या विरोधाचे प्रतीक आहे. हॉब्जच्या विचारांतून अनियंत्रित राजेशाहीची कल्पना पुढे आली. लॉकने मर्यादित घटनात्मक राजेशाहीचा पुरस्कार केला. रूसोने जनतेच्या सार्वभौमत्वाची कल्पना विकसित करून लोकशाहीला एक नवे परिमाण दिले.

## ३.५. सामाजिक करार संकल्पना (The Concept of Social Contract)

राजकीय तत्त्वज्ञानाच्या इतिहासात प्रभावी ठरलेली सामाजिक कराराची संकल्पना तितकीच टीकेचा विषय बनलेली आहे. कराराची संकल्पनाच मुळात अनैतिहासिक आहे. निसर्ग अवस्थेमधील मानव करार करण्याइतपत प्रगल्भ असल्याचा ऐतिहासिक पुरावा नाही. वास्तव उलटच असल्याने निसर्ग-अवस्था ही पूर्णपणे काल्पनिक आणि आपल्या सिद्ध करण्याच्या प्रयोगाशी सुसंगत ठेवण्याचा एक प्रयत्न वाटतो. सत्तेला अधिमान्यता देण्यासाठी एक कायमचा पुढील पिढ्यांवर बंधनकारक असलेला करार हा अतार्किक आहे. 'The contract doctrine suffers from historic ambiguity, unfeasibility and defective logic.' करारात सहभाग नसलेले अल्पसंख्याक, विरोधक स्त्रिया व मुले - यांनाही कराराच्या अटी मान्य करण्यास लावणे ही नैतिक सक्ती आहे आणि प्रत्येक पिढीने करार करण्याची सक्ती - सहमती यांमधून समाजाला अस्थैर्यच येईल. फिल्मरच्या (Filmer) मताने व्यक्ती कुटुंबात जन्मास येते; आणि कुटुंबप्रमुखाच्या अधिकाराच्या नियंत्रणाखालीच असते. Having created Adam, God gave him authority over his family, the earth and its products. कराराची

कल्पना आणि त्यातून निर्माण होणारे उत्तरदायित्व ही एक प्रकारे अनैतिक प्राप्ती (Sinful pride) आहे. सामाजिक करार विचारवंतांचा खासगी मालमत्ता आग्रह लक्षात घेता, करार म्हणजे ('an offensive and defensive alliance at those who possess against those who scart do not possess') असाच बनलेला आहे. बर्कच्या मताने समाजनिर्मिती करणारा करार हा एखाद्या व्यापारी करारासारखा नाही; तर तो जणू नियतीशी केलेला करार असतो. (It is a partnership in all science, a partnership in all and a partnership in every virtue and in all perfection.)

ऐतिहासिक दृष्ट्या सामाजिक कराराचे समर्थन करता येणार नाही. समाजाची प्रगती सामाजिक दर्जाकडून कराराकडे झालेली आहे. (From status to contract). प्राथमिक समाजात वास्तवात समानतेपेक्षा विषमताच होती. तसेच समाज संघटित नसल्याने हक्क इ. कल्पनाही अप्रस्तुत आहेत. खासगी मालमत्तेच्या हक्काचे पावित्र्य भांडवलशाही समाजात असे. जीवित-वित्त स्वातंत्र्याचा आग्रह उदारमतवादी आणि व्यक्तिवादी विचारसरणीचा परिपाक आहे. लॉकच्या या हक्कांचा नैसर्गिक हक्क म्हणून रक्षण करण्याचा आग्रह म्हणून समजण्यासारखा आहे. हक्क हे समाजात असतात आणि ते समाजाच्या व्यक्तीवरील आक्रमणाच्या विरुद्ध संरक्षण म्हणून असतात. रूसोची नैसर्गिक हक्काची कल्पनाही म्हणून काल्पनिक वाटते. समाजाच्या प्राथमिक अवस्थेतील रूढिपरंपरांचा प्रभाव करार प्रक्रियेशी विसंगतच आहे.

हॉब्ज आणि रूसो यांच्या कराराचे स्वरूपही अतार्किक व संदिग्ध आहे. हॉब्जच्या मताने एकच करार झाला आणि त्यातून निर्माण झालेला सत्ताधीश त्या करारापासून मुक्त राहिला. असा एकेरी करार करार म्हणून राहत नाही. रूसोच्या करारातील सामूहिक ईहा अंतर्विरोध व विसंगतीचे उदाहरण आहे. जनतेचे सार्वभौमत्व हे प्रत्यक्षात व्यक्तिस्वातंत्र्याच्या आड येण्याची अधिक शक्यता आहे. करार करायच्या वेळी विरोध करणाऱ्यांनाही बंधनकारक ठरेल हे बहुमताच्या मान्यतेच्या तत्त्वानुसार मान्य करता येईल; पण येणाऱ्या पिढीवरही तो आपोआप बंधनकारक ठरतो; म्हणजे तो एक इतिहासाचे ओझेच बनतो. ॲडमला मिळालेले हक्क ॲडमबरोबरच संपतात.

राज्याची निर्मिती करारसंकल्पना सुसंगतपणे स्पष्ट करू शकत नाही. या संकल्पनेचे वर्णन सर हेन्री पोलॉक 'the most successful and fatal of political impostures' असे करतो. डार्विनच्या उत्क्रांतिवादाच्या 'Theory of Evolution' पद्धतीने राज्याच्या विकासाचा अर्थ शोधण्याचा प्रयत्न होऊ लागला. ऐतिहासिक पद्धतीचा उदय होताना कराराची कल्पनाही मागे पडू लागली.

तथापि, करार कल्पनेने राजकीय विचारांवर जवळ जवळ दोनशे वर्षे अधिराज्य केले. त्यातून नवनवीन सिद्धांत व संकल्पना पुढे आल्या. हॉब्जच्या विचारातून कायदेशीर सार्वभौमत्वाची कल्पना पुढे आली आणि त्याचा विकास ऑस्टीनच्या

सार्वभौमत्वाच्या सिद्धांतात झाला. लॉकच्या दोन कराराच्या विचारातून 'शासन' व समाज यांत फरक करण्यास सुरुवात झाली. समाज राज्यापेक्षा श्रेष्ठ व नैतिक पातळीवर असून शासन हे लोकांना जबाबदार असले पाहिजे. यातून जनतेच्या सार्वभौमत्वाचा विचार पुढे आला. सत्ता-विभाजनाची कल्पना विकसित होऊन त्याची परिणती सत्ताविभाजनाच्या सिद्धांतात झाली. ('Separation of power' - Montesquieu) माँटेस्क्यू) लॉकच्या करारातील राजकीय सार्वभौमत्वाच्या पुढे जाऊन रूसोने जनतेच्या सार्वभौमत्वाचा पुरस्कार केलेला दिसून येतो, लोकशाही व्यवस्था अधिक आशयघन बनली आणि त्याचे परिणाम फ्रेंच राज्यक्रांती किंवा अमेरिकन क्रांतीमधील विचार-प्रभावात दिसून येतात. ऐतिहासिक दृष्ट्या सामाजिक करार, कल्पना अनेक पूर्व अनुमानांवर अवलंबून असल्याने अशास्त्रीय असेल; पण राजकीय दृष्टीने मात्र ती खरी आहे. 'Historically false, the Social Contract Concept is politically true.'

## ४. जॉर्ज हेगेल (George Hegel 1770-1831)

### राज्यवाद (The Cult of State) :

राज्याच्या उगमाविषयी राजकीय विचारवंतांमध्ये कुतूहल होते. इतकेच आकर्षण राज्याचे स्वरूप काय असावे, त्याची योग्य कर्तव्ये कोणती असावीत आणि त्याचे व राज्यातील व्यक्तींचे आदर्श संबंध कसे असावेत. किंबहुना या संबंधांना शास्त्रीय व नैतिक अधिष्ठान कसे असेल या प्रश्नांबाबत होते. राज्याच्या आदर्शवादी सिद्धांताचा उगम (The idealistic theory of State) या विचारांच्या वेधात आहे.

सामाजिक करारातून निर्माण झालेली राज्यसंस्था औद्योगिक समाजापुढील प्रश्नांचे निराकरण करण्यास अपुरी पडली. रक्तहीन क्रांतीमधून आलेली सनदशीर राजेशाही उदारमतवादाकडे झुकत होती. रूसोची सामाजिक ईहा प्रत्यक्ष वास्तवात व्यक्तिस्वातंत्र्याच्या रक्षणापेक्षा सर्वव्यापक नियंत्रणाकडे वळत होती. दोन्ही पद्धतींत राज्ययंत्रणेबरोबर ताबा असलेल्या वर्गाच्या हिताच्या दृष्टीनेच राज्याचे ध्येय राज्य आणि व्यक्तीचे संबंध याचा विचार होत होता. अशा वेळी जॉर्ज हेगेल या जर्मन विचारवंताने विचार करण्याच्या पद्धतीला नवी दिशा दिली. राज्याचे ध्येय आणि व्यक्ती व राज्य यांच्या संबंधांना त्याने नैतिक पातळीवर नेले आणि शास्त्रीय विचारसरणीला तर्ककठोरतेपेक्षा (Rule of logic) एक वेगळा अटळ द्वंद्ववादी (Rule of Dialectics) पाया दिला.

आदर्शवाद तसा नवा नाही. ग्रीक विचारांतही त्याची मुळे सापडतात. राज्याचे नैतिक स्वरूप राज्य हे व्यक्तिविकासाचे साधन असण्यापेक्षा अखेरचे ध्येय असतो (The end in itself). राज्याच्या विरुद्ध व्यक्तीला हक्क असण्याची गरज नाही आणि व्यक्तीचे हक्क त्याच्या विकासासाठी राज्यातच असतात. राज्य आणि समाज यांतील

अद्वैत या कल्पना ग्रीक विचारांत दिसून येतात. राज्य ही एक नैतिक संघटना आहे (State is a moral association) आणि व्यक्ती जगत असलेले खरे न्यायी जीवन तिने समाजात नेमून दिलेले कार्य करण्यात आहे. असा विचार प्लेटोनेही सांगितला आहे. चांगला नागरिकच चांगला मनुष्य होऊ शकतो. यावर त्याचा विश्वास होता.

आधुनिक आदर्शवाद हा इंग्लंडमधील उपयुक्ततावादाच्या विरोधी प्रतिक्रिया आहे. राज्याचे कार्यक्षेत्र आणि कार्यहेतू उपयोग-अनुपयोग अशा व्यवहारी पातळीवर आणून जास्तीत जास्त लोकांच्या जास्तीत जास्त आनंद-सुखात त्याच्या यशाचे मोजमाप करणे हे विनिमयवादी-भौतिकवादी भांडवली संस्कृतीलाच शोभून दिसते. राज्य हे समाजातील संस्थांचे एकत्रित व अटळ असे उदात्तीकरण असून तेच खरे वास्तव आदर्श आहे. समाजातील प्रत्येक संस्था या अंतर्गत ओढीने अनिवार्यपणे या एकात्म, आदर्श रूपात विकसित होत असते आणि आपले खरे रूप आणि स्थान प्राप्त करून घेते. राज्य हे असे सर्व सामाजिक संस्थांचे एकत्रित -विकसित आणि उदात्त स्वरूप असून व्यक्तीला खरे स्वातंत्र्य राज्यात आणि त्याचे नियम पाळण्यातच मिळत असते. राज्याच्या आज्ञा केवळ भीतीपोटी पाळल्या जात नाहीत, तर त्यातच व्यक्तीचे हित असते, असे उदारमतवादी, आदर्शवादी टी. एच. ग्रीन म्हणतो, 'This freedom is an externalization or objectification of all that is highest in the conception of freedom in the individual's heart which but for the society would remain unrealistic.'

जर्मन विचारवंतांमध्ये आदर्शवादाची परंपरा असून हेगेल त्याचा मुकुटमणी म्हणता येईल. इमॅन्युअल कांट (Immanuel Kant 1724-1804) याने आदर्शवादाचा पाया घातला. व्यक्तिविकासाच्या अडथळ्यांना राज्य निष्प्रभ करते. (Hinder hindrance to Freedom). व्यक्तीचे खरे स्वातंत्र्य हे समाजाच्या वरच्या श्रेणीवरील अपेक्षा पूर्ण करण्यात आहे. व्यक्तीचे खरे हक्क हे नैतिक स्वातंत्र्याला बळकट करतात असे कांटचे मत होते. जीवनात नैतिकतेवर भर हे कांटच्या विचाराचे सार आहे. जर्मन तत्त्ववेत्ता (Fridrich Nietzsche 1844-1900) राज्य हे नैतिक संघटन असून राज्याचे नागरिकत्व हे नैसर्गिक नाते असून समाजाची राष्ट्रीय जाणीव राज्याला बळकटी आणते. नीत्शेच्या विचारातून आक्रमक राष्ट्रवादाचा विचार प्रभावी ठरला.

जॉर्ज हेगेल (१७७०-१८३१) याने आदर्शवादी (idealistic) विचारांच्या तत्त्वज्ञानाची बांधणी केली आणि बिस्मार्कने त्याला राष्ट्रवादी व्यावहारिक स्वरूप दिले. 'Bismark's emphasis upon the nation-state based upon force of power as the supreme goal of human activity, his belief that state is a single organic whole, his opposition to democracy and his notions of international relations were all rooted in Hegelian principles.'

फ्रेंच राज्यक्रांती, नेपोलियनचे युरोपवर आक्रमण (नेपोलियनने जेनाची लढाई (१८०६) जिंकल्यानंतर जेना विद्यापीठातील नोकरी हेगेलला सोडावी लागली). जर्मनीचा राष्ट्रवाद आणि एकीकरण याचा हेगेलच्या विचारांवर प्रभाव दिसून येतो. बर्लिन विद्यापीठात प्राध्यापक म्हणून कार्य करीत असता त्याच्या राजकीय तत्त्वज्ञानाला बहर आलेला दिसून येतो. जर्मन राष्ट्रवाद्यांवरही त्याचा प्रभाव पडलेला जाणवतो. राजकीय विश्लेषणाबाबत त्याने ऐतिहासिक पद्धतीचा स्वीकार केलेला आहे. त्याच्या लेखनाचा व्याप आणि व्याप्ती पाहून त्याला 'King of philosophers' असे म्हटले जाते. त्याने लिहिलेल्या विविध ग्रंथांमध्ये 'दी फिलॉसफी ऑफ हिस्टरी', 'दि फिलॉसफी ऑफ राइट्स', 'दी सायन्स ऑफ लॉजिक' हे ग्रंथ महत्त्वाचे आहे. प्रखर राष्ट्रवाद हे त्याच्या विचारांचे वैशिष्ट्य होते.

## ४.१. राष्ट्राची कल्पना (The State)

फ्रेंच राज्यक्रांतीनंतर निर्माण झालेली हिंसा आणि दहशत यांतून युरोपीय छोट्या राष्ट्रांवर झालेल्या आक्रमणातून राष्ट्र, राष्ट्रसंघटन आणि पारंपरिक ख्रिश्चन दयाभाग यावर पुनर्विचार सुरू झाला. राष्ट्रउभारणीसाठी समाजाच्या परंपरा आणि संस्था यांमधून राष्ट्रांचे ऐक्य बांधण्याचे प्रयत्न सुरू झाले. अर्थात, राज्याच्या परंपरांना केलेले हे आवाहन पुराणमतवादी नव्हते तर नवरचनेचे होते. मात्र, ते व्यक्तिवादावर आधारलेले नव्हते; तर ते समाजातील व्यक्तिनिरपेक्ष अशा नैसर्गिक भावनांवर आधारलेले होते आणि त्याचा अटल असा विकास राज्यात होत असतो, असा दृढ विश्वास त्यामागे होता. समाजाचे हे चेतनातत्त्व (Volksgeist) हे व्यक्तीच्या समाजवर्तनामधून व्यक्त होत असले तरी ते व्यक्तिनिरपेक्ष आणि व्यक्तीच्या जाणिवेच्या पलीकडे असते; आणि तेच खरे समाजाच्या कला-विज्ञान संस्कृतीचे उगमस्थान व शक्तिस्रोत असते. समाजाच्या प्रगतीचा इतिहास हा वेगवेगळ्या राष्ट्रांनी त्यांच्यातील ऐतिहासिक चेतनातत्त्वानुसार जगाच्या संस्कृतीला दिलेले योगदान होय. इतिहासाचे विश्लेषण म्हणजे राष्ट्राच्या इतिहासाचा त्याच्या विकासाचाच इतिहास असे हेगेलचे प्रतिपादन होते.

'The state is the director and end of development' राष्ट्राच्या संस्था आणि संघटनांचे त्या त्या समाजातील चेतनातत्त्वाच्या आविष्कारातून होणारे अटळ उदात्तीकरण राज्याच्या स्वरूपात एकत्रित होते. प्रत्येक राज्य आपल्या पारंपरिक संस्थांच्या विकासातून विश्वसमाजाच्या एकत्रित विकासात समाविष्ट होत असताना आपले ऐतिहासिक कार्य करीत असते. राज्य हे जणू या विकासाचे नैतिक स्वरूप असते, किंबहुना, ती नियंत्याच्या इच्छेचे प्रगटीकरण असते. 'The state is march of God on the Earth.' परमेश्वराने प्रत्येक राष्ट्राला जागतिक संस्कृतीत एक निश्चित असे कार्य दिलेले आहे. राष्ट्रीय मन हे जणू जागतिक मनाचे एका विशिष्ट विकासटप्प्यावरील इतिहासाचे

मूर्त स्वरूप असते. हा इतिहास जाणून घेतला की, त्या त्या राष्ट्राची मूल्यव्यवस्था आणि भावी विकासाची दिशा आपणास स्पष्ट होऊ शकते.

## ४.२. स्वातंत्र्य आणि अधिकार (Freedom and Authority)

आदर्शवादानुसार व्यक्तीचे नैसर्गिक हक्क आणि त्याचे अदेयत्व (inalienable natural rights) या कल्पना इंग्लंड-फ्रान्समधील राजकीय अनुभवांशी सुसंगत वाटल्या तरी राज्याचे नैतिक स्वरूप पाहता विसंगत ठरतात. कुटुंब आणि समाज यांच्या समन्वयातून राज्याची निर्मिती होते. व्यक्तीचा खरा विकास राज्यातच होऊ शकतो. त्यामुळे राज्यातच त्याला अधिकार असतात, राज्याच्या विरोधात नसतात. राज्य हे व्यक्तीच्या भौतिक आणि आधिभौतिक अशा दोन्ही जगाचे साध्य. राज्याच्या नियमांचे पालन करण्यातच व्यक्तीला खरे स्वातंत्र मिळत असते.

फ्रेंच राज्यक्रांतीने व्यक्तीच्या अदेय आणि नैसर्गिक हक्कांना परत निर्विवाद असे स्थान दिले. तथापि, हेगेलच्या विचारपद्धतीने त्याकडे पाहण्याचा दृष्टिकोन बदलला. मानव समाजात येतो; त्यामागे केवळ त्याची वैयक्तिक गरज वा संमती नसते. राज्याची गरज यापेक्षाही व्यक्तींच्या मूलभूत अशा स्वत:च्या खऱ्या विकासाच्या आणि त्यामधून मिळणाऱ्या आनंदाच्या पूर्ततेचा हा खरा हेतू आहे. व्यक्तीच्या या संघीय गरजांच्या पूर्ततेसाठी तो राज्याचा सदस्य होतो. फ्रेंच राज्यक्रांतीमधील व्यक्तिवाद हा केवळ तार्किक व्यक्तिवाद होता, त्यामुळे तो संकुचित आणि हिंसक बनला. व्यक्तीला त्याच्या समाजापासून वेगळा करणारा होता. समाजामध्येच व्यक्तीला एक भूमिका असते, काही विहित कार्ये त्याच्याकडून अपेक्षित असतात आणि त्यानुसार त्याला समाजात एक स्थान असते. व्यक्तीचा खरा अर्थ समजण्यासाठी त्याच्या या दोन्ही संदर्भांचा-सामाजिक आणि राजकीयविचार आवश्यक आहे.

समाजातील संस्था या मूलत: उपयुक्ततेच्या आधाराने वाढत नाहीत. त्या समाजाच्या विकासात पूर्णपणे रुजलेल्या असतात; आणि त्यामधून आलेल्या रुढि-परंपरा या व्यक्तिविकासाला अडथळा नसून उलट पोषकच असतात. व्यक्तीचे व्यक्तिमत्त्व आणि समाजाची रचना यांच्यात एकसंधता असते. 'Freedom is a social phenomenon, a property of the social system which arises through the moral development of the community. It is less an individual endowment.'

आदर्शवादी विचारात व्यक्तीचे हित आणि समाजाचे हित यांमध्ये विसंगती असणे मान्य नाही; कारण व्यक्तीचे सामाजिक जीवन केवळ समाज आणि राज्य यामुळेच शक्य होते. आधुनिक घटनात्मक शासनव्यवस्थेतच व्यक्तीला वरिष्ठ प्रतीचे व्यक्तिगत स्वातंत्र्य मिळू शकते.

हेगेलच्या मतानुसार नागरी समाज हा व्यक्तींचा बनलेला नसून विविध संघटना,

संघ आणि वर्गांचा बनलेला आहे. सर्व मानवी संघटना राज्यामध्ये समाविष्ट झालेल्या असून राज्य हे जणू ईश्वरी इच्छेचे प्रगटीकरणच असते. राज्याशिवाय समाज हा केवळ यांत्रिक नियमांनी नियंत्रित केलेले संघटन बनते आणि त्यावर समाजातील प्रभावी संघटनांचे वर्चस्व प्राप्त होते व त्याचे नैतिक अधिष्ठान कमकुवत बनते. हेगेलला अपेक्षित असलेले राज्य हे सर्वोच्च स्वरूपाचे आहे पण अनियंत्रित नाही. ते बुद्धिनिष्ठ कायद्याने नियंत्रित केलेले असते आणि अशा कायद्याची अंमलबजावणी त्याच्याकडून अपेक्षित असते. घटनात्मक शासनसंस्था हेगेलच्या विचारपद्धतीने जर्मन समाजाच्या पद आणि हुद्दा यांनी बांधलेल्या राज्यकर्त्या वर्गासारखी असते. ती व्यक्त करीत असलेली इच्छा तिची वैयक्तिक व सामाजिक वर्गाची नसते, तर ती सामाजिक ईहा असते आणि ती सर्व समाजाचे पालकत्व निभावत असते. 'The balance in the state depends not on separation of powers but on the distinction of function in the total life of the nation and the purpose of distinction is not to weaken but to strengthen the state.' इतिहासाच्या अभ्यासातून हे स्पष्ट होते की, घटनात्मक राजेशाहीमध्ये राष्ट्रीय अधिकार एकत्रित होतात. लोकप्रतिनिधींचे कार्यकारी मंडळावर वर्चस्व प्रस्थापित करणे हा त्याचा हेतू नाही. 'The constitutional monarch is the visible symbol for abstractions like national spirit, national law, national state.'

## ४.३. द्वंद्वात्मक विकास (Dialectical Development)

समाजातील विकासाची प्रक्रिया ही एका सरळ रेषेमध्ये टप्प्याने होत नसून समाजातील अंतर्विरोधातून अनिवार्यपणे होत असते. किंबहुना सर्व विश्वच गतिमान प्रक्रिया असून मानवी संस्कृतीचा विकास हा अंतर्गत विरोधातून विकास या पद्धतीने झालेला आहे. याच्या आवर्तनातून खऱ्या वास्तवाचे आकलन होते आणि त्यात खालच्या पातळीवरील स्थिती प्रगत अवस्थेत विलीन होत असते. विकास-प्रक्रियेतील विशिष्ट काळातील प्रस्थापित स्थिती म्हणजे 'वाद (Thesis)' त्यातील स्वाभाविक व अटळ अंतर्विरोधातून निर्माण होणारी स्थिती म्हणजे 'प्रतिवाद (Anti-thesis).' या दोहोंमध्ये असलेल्या विरोधामधून निर्माण होणाऱ्या संघर्षाचे फलित म्हणजे सुसंवाद (Synthesis).' ग्रीक नगरराज्ये आणि रोमन साम्राज्य यांच्यातील विश्वपातळीवरील विरोधातून राष्ट्रराज्य ही समन्वयात्मक संघटना निर्माण होते. आजचा सुसंवाद हा पुढल्या काळात प्रस्थापित 'वाद' बनतो आणि हे विकासाचे चक्र वाद-प्रतिवाद-सुसंवाद (Thesis-Antithesis-Synthesis) अव्याहत चालू राहते. विश्वाच्या प्रगतीचे तसेच मानवसमाजाच्या प्रगतीचे हे चक्र नियंत्रण करीत असते. प्रत्येक वाद शेवटी सुसंवादात विलीन होत असताना त्याच्या मूळच्या रूपापेक्षा वेगळा व प्रगत रूपात असतो. अंड्यामधील जीव अंडे फलित होत असताना बदलत असला तरी नष्ट होत

नाही तर नव्या जीवाच्या रूपाने वेगळा आणि प्रगत होतो. 'It is a process that begins with a potentiality striving to realize itself which expands itself actually to what it was potentially.'

समाजाच्या संस्कृतीमधील विविध घटक-धर्म, तत्त्वज्ञान, कला, विज्ञान, नीती एकमेकांवर परिणाम करीत असतात आणि एकमेकांना आशय देत असतात आणि त्यातून समाजाचे चित्तत्त्व व्यक्त होत असते. त्यांचे एकत्रित असणे जितके स्वाभाविक तितकाच त्याचा अंतर्विरोधही अटळ असतो आणि त्यातून निर्माण होणारी नवीन अवस्था व त्यातून त्यांचे मूळ स्थितीच्या अंतर्गत क्षमतेच्या जवळ जाण्याची प्रक्रिया ही त्या अवस्थेची एक ऐतिहासिक गरज असते. नैसर्गिक प्रगटीकरण (Natural Spontaneity), तणावाची अंतर्गती (painful inward turn) आणि अधिक विकसित स्वत्व (matured returning to oneself) हे तीन विकासाचे टप्पे 'असणे-नसणे आणि होणे (being, nothing and becoming)' याचे परिशीलन म्हणजे खरी विकासाची ऐतिहासिक मीमांसा होय. समाजातील सर्व संस्था या त्याच्या राष्ट्राच्या विशिष्ट टप्प्यावरील राष्ट्रमनाचे प्रगट स्वरूप असतात आणि राष्ट्रमनाचे घटक म्हणूनच त्यांना अर्थ आणि उपयुक्तता मिळत असते. इतिहासाच्या योग्य वापराने म्हणून त्यांचा आशय आणि विश्वसंस्कृतीतील भावी योगदान याचा अंदाज बांधता येतो. परमेश्वराने प्रत्येक राष्ट्राला जागतिक विकासात एक ऐतिहासिक कार्य सोपविलेले आहे. त्यानुसार त्या त्या राष्ट्राने आपला विकास करून पूर्ण क्षमतेपर्यंत पोहोचले पाहिजे. एकत्रीकरण झालेला आधुनिक जर्मन देश म्हणून राजेशाहीच्या नियंत्रणाखाली व मार्गदर्शनाखाली संघटित होणे हे ऐतिहासिक व अनिवार्य आहे. तरच त्याला जागतिक विकासातील आपली भूमिका पार पाडता येईल. 'The realization of the nation's spiritual potentialities is a contribution of ultimate value to the cause of advancing civilization - the progressive realization of the world spirit.' व्यक्तीचे खरे स्वातंत्र्य हे राष्ट्राच्या स्व-विकासात होत असते आणि तेच खरे स्वातंत्र्य असते. उदारमतवादी व्यक्तिस्वातंत्र्याची कल्पना व्यक्तिकेंद्री असून समाजातील व्यक्ती आणि संस्था यांचा विकास एकाच वेळी कार्यकारणात्म व नैतिक असून ती एक ऐतिहासिक अनिवार्यता व अपरिहार्यता असते हे इतिहासाच्या अभ्यासावरून स्पष्ट होते.

बाह्य जगात व्यक्त होणाऱ्या संस्था व संघटना या मूळ अमूर्त कल्पनांचे (Ideal) मूर्त स्वरूप असते आणि कल्पनेतील स्वरूप हेच खरे वास्तव स्वरूप असते. (Ideal is real). विकासप्रक्रियेत या कल्पनांमध्ये ऐतिहासिक अपरिहार्यतेने बदल घडून येतात आणि ते त्या कल्पनांचे पूर्ण विकसित रूपाच्या दिशेने होत असतात. त्यानुसार बाह्य समाज-संघटनांमधील बदल घडून ते आपल्या विकासाच्या

कोणत्याही एक टप्प्यावर दृष्टीस पडतात. मूळ अमूर्त कल्पनेच्या वास्तव रूपाकडे प्रवास म्हणजेच विकास होय.

समाज-नियमनविरहित जीवन (वाद) त्यातून नियमांची निर्मिती-त्यांचा अपुरेपणा आणि त्यातून निर्माण होणारी अव्यवस्था (प्रतिवाद) आणि नियमांचे त्यामागील मूळ सामाजिक संदर्भ असलेल्या नियमांचे पालन यांतून खरे ज्ञान (समन्वाद) असा विकासाचा क्रम मानवाच्या विकासाच्या प्रक्रियेची संगती लावता येते. 'The dialectics begins with the most abstract conception of pure logic that of mere being and terminates with the most concrete phase of thought.' अर्थात या अवस्थांची साखळी प्रत्यक्ष व्यवहारात वेगळे करून स्पष्ट करणे अवघड आहे. ते कार्य केवळ कल्पनेत विचारांच्या प्रक्रियेतच करता येईल. विकासामधील प्रक्रियेचा वेध घेताना द्वंदात्मक नात्याबरोबर बाह्य वातावरणाच्या प्रभावाचाही अभ्यास परिणत रूपाच्या दृष्टीने महत्त्वाचा असतो. हेगेलचा द्वंद्ववाद हा शास्त्रीय नियमांपेक्षा नैतिकतेच्या विचारांनी नियंत्रित केलेला आहे. व्यवस्थेमधील बदल हा वास्तवापेक्षा शुद्ध कल्पनेच्या रूपात सामावून विकसित होण्याच्या दिशेने असतो आणि त्याचे वर्णन वस्तुस्थितीचे आधुनिकतेच्या दिशेने होणाऱ्या उदात्तीकरणात स्पष्ट होते. 'What is must be, what must be, ought to be. The compounding of moral, physical and logical necessity was the very essence of dialectics.'

**ऐतिहासिक पद्धत (Historic Method) :**

हेगेलच्या मताने इतिहास हे केवळ वस्तुस्थितीचे आकलन नसून समाजाच्या प्रमाणित मूल्यांचे विवेचन आहे. कालकक्षावर एकामागून एक घडणाऱ्या घटना म्हणजे इतिहास नाही आणि हा घटनाक्रम म्हणजे योगायोग किंवा अपघात नाही आणि त्या घटना त्यांतील ऐतिहासिक व्यक्तिकेंद्री अभिव्यक्ती नाही. इतिहासातील घटनांमागे एक सूत्र असते. संवाद-विसंवाद-सुसंवाद या सूत्रत्रयींचा तो आविष्कार असतो. आपली ऐतिहासिक भूमिका पार पाडणे हेच व्यक्ती, समाज, राष्ट्र यांचे विहित कर्तव्य असते. 'History is the pilgrimage of the spirit in self-realization', जगाचा इतिहास ही जगाची सुजाण अभिव्यक्ती असते. जगाच्या इतिहासाचे हेगेलने पौर्वात्य, ग्रीक, रोमन आणि जर्मन असे चार भाग पाडले आहेत.

ऐतिहासिक पद्धत सामाजिक शास्त्रांच्या अभ्यासाबाबत एक नवी व व्यापक अशी पद्धत आहे. ती विवेचनात्मक पद्धत नसून विशिष्ट मूल्यांच्या संदर्भात समाजातील उत्क्रांतीच्या टप्प्यावर केलेले ते विश्लेषण आहे. निसर्गामध्ये विकासाचा एक मार्ग दिसून येतो आणि तो मार्ग समाजावर बाहेरून लादलेला नसतो; तर त्या बदलाच्या घटकांत गर्भितच असतो आणि योग्य दृष्टिकोनामधून त्याचे आकलन होऊ शकते. हेगेलच्या ऐतिहासिक पद्धतीचा हा हेतू होता. नैसर्गिक कायद्याच्या तत्त्वज्ञानाचा

अपुरेपणा दूर करून ऐतिहासिक पद्धत त्याजागी नैतिक आणि सामाजिक जीवनाची विकासाच्या टप्प्यानुसार नवीन मूल्य-चौकट निर्माण करते. ऐतिहासिक पद्धतीत सामान्यत: परंपरावादी विचार आढळतो. हेगेलने त्याला विकासाचे गतिमान प्रमाण दिले.

इतिहासामध्ये समाजाची मूल्यधारणा विविध सामाजिक संस्थांमधून प्रगट होत आहे. व्यक्तीचा त्यातील सहभाग हा निमित्तमात्रच असतो. 'The effective realities and causes in history are impersonal and general forces.' बुद्धिमान माणसे त्यापासून बोध घेतात तर स्वकेंद्री, अहंकारी व्यक्ती या ऐतिहासिक अटळतेचे नीट आकलन न झाल्याने त्याबरोबर फरफटतच जातात. इतिहासात त्या त्या समाजाच्या पुढे असलेल्या समस्यांना त्या त्या समाजाच्या संदर्भातच उत्तर असते. ज्ञानी व्यक्ती तो संदर्भ नीट समजून घेते. ऐतिहासिक व्यक्ती केवळ निमित्तमात्र, साधनमात्रच असतात. इतिहासातील घटनांमधून व्यक्त होणारा कार्यकारणभाव हा केवळ बौद्धिक विश्लेषणात्मक विवेचनापेक्षा वरच्या पातळीवरील असतो आणि वेगळाही. वरवर दिसणाऱ्या विसंगतीमधून विविध घटनांचा पृथक् विचार न करता त्यांना बांधणारे अंगीभूत सूत्र (organic) शोधण्यासाठी हेगेलने द्वंद्ववादाच्या तर्कपद्धतीचा अवलंब केलेला आहे. ग्रीकांच्या संगति-विसंगती (The law of opposites) च्या जवळ हेगेलची द्वंद्वात्मक पद्धती जाते; पण ग्रीकांनी या संगति-विसंगतीमधून समतोल साधण्याचा प्रयत्न केला. उदा. संमिश्र राज्यघटना आणि त्यातून समाजाला आवश्यक असलेले स्थैर्य. हेगेलचा विरोधविकास हा एक न संपणारा गतिमान समतोल आहे. विसंवादातून निर्माण होणारा विरोध हा एक प्रकारे सृजनात्मक विरोध आणि त्याची परिणती वेटोळ्यातून प्रत्येक वळणावर समाजाची वरच्या दिशेने होणाऱ्या प्रगतीत होते. प्रत्येक बदल हा एकाच वेळी आधीच्या स्थितीपासून वेगळ्या स्थितीकडे जात असताना आधीच्या स्थितीचा वारसा घेऊनच पुढे जात असतो. त्यामुळे तो असावा तितका नवाही नसतो आणि वाटतो तेवढा जुनाही नसतो. सातत्यावरील भर हा उत्क्रांतिवादी बदलाला जन्म देतो आणि वारसा जपत बदलत जातो. विसंगती बदलावर भर देण्याची प्रवृत्ती म्हणजे क्रांतीला जन्म देते.

## ४.५. आक्रमक राष्ट्रवाद (Aggressive Nationalism)

हेगेलच्या मताने राष्ट्रराज्य हे राज्याचे सर्वोच्च विकसित स्वरूप आहे. फ्रान्सच्या युरोपीय आक्रमणापुढे लहान राष्ट्रांचा टिकाव लागत नसल्याने हेगेलने प्रशियाच्या राष्ट्रवादाचे ऐतिहासिक गरजा म्हणून समर्थन केले. राष्ट्राला युद्ध हे आवश्यक असून त्याबाबतचे त्याचे स्वातंत्र्य अबाधित आहे. युद्धाचा पुरस्कार करताना नागरिकांचा खरा कस युद्धातच लागतो. त्यांचे शौर्य, धैर्य, राष्ट्रप्रेम यांची कसोटी युद्धातच प्रगट होते असे तो मानत असे.

उलट, शांततेच्या काळात सामाजिक जीवनात शैथिल्य निर्माण होते. व्यक्तिविकास खुंटतो आणि राज्याच्या प्रगतीच्या मार्गात अडथळे निर्माण होतात असे हेगेलचे मत होते. The successful wars have prevented civil broils and strengthened the internal power of the state.

प्रखर राष्ट्रवादामुळे आंतरराष्ट्रीयवादाला हेगेलचा विरोध असणे स्वाभाविक होते; कारण आंतरराष्ट्रीय वादामधून राज्याच्या बाह्य अधिकारावर मर्यादा येतात. आंतरराष्ट्रीयवाद ही एक निर्गुण, निर्विकार कल्पना आहे. आंतरराष्ट्रीय कायदा केवळ परंपरा आहे असे तो म्हणे. हेगेलच्या या विचारांनी राज्याच्या आक्रमक नीतीला एक तात्त्विक अधिष्ठान मिळाले आणि ते नाझीवाद व फासीवाद यांना पूरकच ठरले हे इतिहासाने दाखवून दिले आहे.

## ४.६. हेगेलवादाचे मूल्यमापन

हेगेलचे विचार तत्कालीन जर्मन राष्ट्राच्या ऐतिहासिक गरजेचे तत्त्वज्ञान आहे. राज्यवाद राष्ट्रवाद ही जर्मन राष्ट्राच्या एकीकरणाची गरज होती. त्याची राज्याची कल्पनाही (March of God on the Earth) उदारमतवादाच्या विरोधी आणि जर्मन परंपरेत बसणारी होती. मात्र, त्याच्या राज्यपदाचा आधार परंपरागत राजेशाही नसून राष्ट्रवाद हा होता. (It was authoritarion but not unconstitutional.)

व्यक्तिस्वातंत्र्याचे रक्षण राज्याचे कर्तव्य आहे. मात्र, त्याचा हेतू लोकमताचे राजकीय उत्तरदायित्व हा नसून राज्याचे रक्षण हा आहे. नियमभंग करणाऱ्या व्यक्तीला दंड करून अशा व्यक्तींपासून राज्य, समाजाचे रक्षण करीत असते. अर्थात, त्यात गुन्हेगारांचेही हित असते. आपण केलेल्या अपराधाची शिक्षा मिळावी अशीच गुन्हेगाराची वास्तविक आंतरिक - आदर्श इच्छा असते.

रूसोची सामजिक ईहेची संकल्पना, बर्कचा दैवी आविष्काराच्या इतिहासाविषयीचा दृष्टिकोन यांना बदलाच्या द्वंद्ववादाच्या पद्धतीत गोवून हेगेलने अपरिहार्य, नैसर्गिक कायद्याच्या कल्पनेचा प्रभावी प्रतिवाद केला. आधुनिक विचारांची ही सुरुवात होती. आणि त्याने एकोणिसावे शतक प्रभावित झालेले दिसून येते.

समाज हे व्यक्तींचे संघटन नाही आणि त्यातील संस्था व त्याची शक्ती हे त्याचे महत्त्वाचे घटक आहेत. त्याचे परस्परसंबंधाचे - संघर्षाचे गटनिरपेक्ष नियम आहेत, यातून समाजशास्त्राच्या अभ्यासाच्या ऐतिहासिक व कायदेशीर पद्धतीला उत्तेजन मिळाले. संस्था, त्यांचे सामाजिक स्थान - अधिकार यांचा उगम-विकास यांच्या अभ्यासाला एक पद्धतशीर स्वरूप प्राप्त झाले.

आदर्शवादाची बांधेसूद रचना हेगेलने केली मात्र त्याचे व्यक्त स्वरूप आक्रमक राष्ट्रवादात झाले. इंग्लंडमध्येही आदर्शवाद विकसित झाला; पण राजकीय विकासाचा

अनुभव पाहता इंग्लंडमध्ये त्याचे स्वरूप उदारमतवादी आणि व्यक्तिवादी राहिले (शीन, ब्रॅडले). हेगेलची व्यक्तिवादावरील टीका प्रभावी असूनही तिचे उदारमतवादी स्वरूपविषयीचे पूर्वग्रह इंग्लिश विचारपरंपरेत बसणारे नव्हते. इटलीच्या भूमीत मात्र काही काळासाठी का होईना फांसीवादाची सर्वंकष विचारसरणी फोफावली. मार्क्सने हेगेलच्या द्वंद्ववादी पद्धतीच्या आधारे एक भौतिकवादी विचारधारा निर्माण करून नवे आंतरराष्ट्रवादी तत्त्वज्ञान निर्माण केले. तर हेगेलच्या विचारांच्या आधारे बिस्मार्कने जर्मनीचे एकीकरण घडवून युरोपमध्ये त्याचे एक प्रभावी राष्ट्रराज्यांत रूपांतर केले.

## ५. कार्ल मार्क्स (Karl Marx १८१८-१८८३)

तत्त्वज्ञानाचा विचार आणि विचारपद्धती या दोन्ही अंगांवर प्रभाव टाकणारा आणि विसाव्या शतकातील क्रांतिकारक तत्त्वज्ञानाचा पाया कार्ल मार्क्सने घातलेला आहे. मूळ यहुदि पण नंतर धर्मांतरित ख्रिश्चन झालेल्या कुटुंबात कार्ल मार्क्सचा जन्म ट्वेस या जर्मन शहरात झाला. बॉन व बर्लिन विद्यापीठांत शिक्षण घेतल्यानंतर त्याने विद्यापीठात काही काळ अध्यापन केले. तथापि, त्याच्या क्रांतिकारक विचाराने ती नोकरी टिकू शकली नाही. तीच स्थिती त्याने वृत्तपत्रात केलेल्या नोकरीबाबत झाली. फ्रान्स व इतर युरोपीय देशांत भ्रमंती करीत तो १८४९ साली इंग्लंडमध्ये आसऱ्याला आला. हलाखीत जीवन जगतानाही त्याचे क्रांतिकारक विचार-लेखन आणि चळवळीतील सहभाग कमी झालेला नव्हता. फ्रेडरिक एंजल्स या धनवान मित्राचे त्याला साहाय्य झाले. तो मित्र आणि सहकारीही होता. दोघांनी मिळून सुप्रसिद्ध साम्यवादाचा जाहीरनामा (The Communist Manifesto - 1848) प्रसिद्ध केला. सशक्त क्रांतिवाद्यांचा तो धर्मग्रंथच ठरला. आंतरराष्ट्रीय कामगार चळवळीत मार्क्सचा मोठा सहभाग होता. त्याने लिहिलेला 'दास कॅपिटल' (१८६७) हा ग्रंथ भांडवलशाहीची उत्पादनपद्धती आणि आर्थिक घटकांच्या अनिवार्य प्रभावाचे विश्लेषण करतो. कृतिशील क्रांतिकारी अशा मार्क्सचा प्रभाव विसाव्या शतकातील राजकारणावर व साम्यवादी तत्त्वज्ञानावर एवढा होता की त्याने जणू जगाची विभागणीच 'मार्क्सवादी व गैर-मार्क्सवादी' अशी केल्यासारखी वाटते. मार्क्सच्या विचारांवर हेगेलचा द्वंद्ववाद, सेंट सायमन, रिकार्डो यांचा मूल्यसिद्धांत आणि एंजल्सची विचारपद्धती यांचा प्रभाव दिसून येतो. मार्क्सने साम्यवादाला एक तत्त्वज्ञान व दिशा दिली. एंजल्सने त्याला क्रमबद्ध केले. (Marxism as a codified body of thought was a product of the attempts by later marxists to condense marx's ideas and theories into a systematic and comprehensive world view that suited the needs of growing socialist movement.) त्यामुळे मार्क्सवादाच्या विवेचनात अनेक छटा आढळून येतात.

## ५.१. मार्क्सचा द्वंद्ववादी भौतिकवाद (Dialectical Materialism)

मार्क्सने हेगेलकडून द्वंद्ववादाची संकल्पना घेतली तरी त्याचा राष्ट्रवाद आणि बदलाला विरोध करण्याचा स्थायी भाव यांना त्याने विरोध केलेला आहे. हेगेलच्या द्वंद्ववादातील उदारमतवादी विरोधाची धारा त्याने क्रांतीच्या तत्त्वज्ञानात सामावून घेतलेली दिसून येते. समाजातील विचारपद्धती समाजातील वर्गांच्या पद्धतीशी निगडित असते; पण समाजातील आर्थिक घटकांचा प्रभाव केवळ सामाजिक प्रभावी वर्गाच्या कायद्यांनी थांबविता येत नाही.

जीवनात आर्थिक घटकांना महत्त्व असून त्यांचा प्रभाव भौतिकवादी मानतात. हेगेल अध्यात्मवादी होता. सृष्टीतील बदल हा विश्वचैतन्याचा (Geist) आविष्कार आहे असे तो मानत असे. मार्क्सचा भौतिकवाद जग हे गतिमान आहे आणि त्या गतीचे कारण द्वंद्वात्मक वाद-प्रतिवाद-सुसंवाद असले तरी त्याचे आदिकारण चैतन्य नसून आर्थिक आहे. उत्पादनपद्धतीमधील व उत्पादनसाधनांच्या मालकीमधील बदलात आहे असे मार्क्सचे प्रतिपादन होते. आपली पद्धत हेगेलच्या पद्धतीपेक्षा केवळ वेगळी नसून पूर्णपणे विरोधी आहे असे मार्क्सचे म्हणणे होते.

मार्क्सच्या भौतिकवादानुसार उत्पादनपद्धतीत बदल झाला की समाजात बदल होतो. जीवनावश्यक वस्तू आणि सेवा निर्माण करीत असताना उत्पादनपद्धतीनुसार व्यक्तिव्यक्तींचे समाजातील संबंध निश्चित होत असतात.त्यातून कायदा व राजकीय नियमांचा अर्थ व त्याचे संदर्भ स्पष्ट होत असतात. पदार्थ (Matter) हेच भौतिक जगातील शाश्वत आहे 'With me ideal is nothing else than the material world reflected by the human mind and translated into forms of thought.' द्वंद्ववादामुळे क्रांतिकारी कार्यक्रमांना उपयुक्त गृहीतक मिळावे आणि इतिहासाच्या परिशीलनाला मार्गदर्शक तत्त्व मिळावे असा मार्क्सचा प्रयत्न होता. द्वंद्ववादाच्या आधारे मार्क्सला त्रिकालबाधित सनातन तत्त्वाची कल्पना मोडीत काढायची होती आणि वास्तव व बाह्य स्थितीतील फरक जाणून बदलाच्या प्रक्रियेला भौतिक अधिष्ठान देऊन धर्म आणि धर्मसंस्थेचे गूढ दूर करावयाचे होते. धर्म ही स्वभावत:च परंपरावादी, प्रतिगामी आणि क्रांतिविरोधी भावना आहे. वास्तवापासून लोकांना दूर नेणारी गुंगी आहे. (Dialectics shows that all supposed truths and transendent religious values are in fact relative.)

फ्रेंच द्वंद्ववादाचे स्वरूप यांत्रिक होते. त्यातील बदलाच्या टप्प्यांना यांत्रिक अनिवार्यता होती. मार्क्सचा द्वंद्ववाद गतिमान असून त्यातून बदलाची ऐतिहासिक गरज स्पष्ट होते. द्वंद्ववादातून पुढे आलेले निष्कर्ष म्हणून मार्क्सच्या बाबतीत क्रांतिवादी बनले. एक सर्वसमावेशक, सर्वव्यापक आणि सर्वस्पर्शी क्रांती मार्क्सला अभिप्रेत आहे. केवळ राजकीय क्रांती-राज्यकर्त्या वर्गातील बदल म्हणजे 'क्रांती' नाही.

उत्पादनपद्धती आणि उत्पादनसाधनांची मालकी यांतील बदल क्रांतीचे खरे स्वरूप स्पष्ट करतो. वस्तूमधील परिवर्तन अटळ आणि अव्याहत असून मन त्याचे कारण नसून परिणाम आहे. 'It is not the consciousness that determines the being, but the social being that determines the consciousness.'

## ५.२. इतिहासाचा भौतिकवादी दृष्टिकोन (Materialistic Interpretation of History) :

सामाजिक परिवर्तनाचे आदिकारण भौतिक-आर्थिक आहे. राजकीय क्रांती ही मध्यमवर्गीयांची क्रांती आहे आणि ती अपुरी व दिशाभूल करणारी आहे. अर्थात, अशी क्रांती ही त्या त्या समाजाच्या विकासाचा टप्पा दर्शविते. समाजाच्या प्रगतीचा इतिहास पाहता तो सामंतशाही, भांडवलशाही, समाजवाद या टप्प्यांनी झालेला दिसून येतो. त्या विकासाचा तार्किक टप्पा साम्यवाद हा असेल. समाजातील वर्ग, त्याचे एकमेकांशी विसंगत असणारे हितसंबंध आणि आपल्या हितसंबंधांचे रक्षण करण्यासाठी शासनसंस्थेवर नियंत्रण ठेवण्याचा प्रयत्न असे समाजातील बदलाच्या प्रक्रियेचे स्वरूप आहे. हितसंबंधांचे प्रगट स्वरूप आर्थिक असते आणि त्याचा संबंध उत्पादनसाधनांची मालकी आणि उत्पादनप्रक्रियेची पद्धत यांच्याशी निगडित असते.

**मानवी समाजाच्या इतिहासाचे खालील टप्पे सांगता येतील.**

## ○ आदिम साम्यवाद (Primitive Communism)

मानवी जीवनाच्या सुरुवातीच्या काळातील अवस्था प्राथमिक साम्यवादाच्या स्वरूपाची होती. उत्पादनस्वरूप प्रक्रियास्वरूपाचे नसून सामाजिक श्रमातून उपजीविकेइतके उत्पादन होते असे. संकलन किंवा सहकार्याने शिकारीसारखी सामाजिक उत्पन्ने असे उपक्रमाचे स्वरूप असल्याने संपत्तिनिर्मितीचा अभावच होता. सर्व समाजाच्या मालकीचे या दृष्टीने हा साम्यवादाचा आविष्कार होता. अर्थात, ही समाजाची अवस्था प्राथमिक व अप्रगत स्वरूपाचीच होती.

## ○ गुलामगिरी (Slavery)

लोकसंख्या वाढत असता आणि गरजा वाढत असता उत्पादनपद्धतीतही बदल होणे अपरिहार्य होते. शेतीचा शोध, पशुपालनाची सुरुवात यांतून नदीकाठी वास्तव्य यामुळे उत्पादनातून शिल्लक पडू लागली. जमिनीचे महत्त्व लक्षात येता त्यावर मालकी हक्क प्रस्थापित करण्याचा प्रयत्न झाला, त्यातून समाजात प्रथम दोन वर्ग निर्माण झाले; असे वर्ग आदिम काळात नव्हते. जमिनीवर मालकी स्थापण्यात आणि त्याला इतरांकडून मान्यता मिळविण्यात जे यशस्वी झाले त्यांचा जमीनदार वर्ग निर्माण झाला आणि त्या जमिनीवर काम करणारा गुलामवर्ग तयार झाला.

गुलामाकडून काम करून घेताना त्यांचे शोषण होऊ लागले; कारण त्यांच्या केवळ उदरनिर्वाहाची (Subsistance) काळजी जमीनदार वर्ग घेई. त्यामुळे जमीनदार वर्गाच्या व्यक्तिगत संपत्तीमध्ये वाढ होऊ लागली. आर्थिक वर्ग-विग्रहाची बीजे समाजात रुजू लागली.

### ○ सामंतशाही (Feudalism)

जमिनीवरील मालकीच्या हक्कातून मालक वर्गात निर्माण झालेल्या संघर्षातून शक्तिशाली व्यक्तीने राजसत्ता निर्माण केली. राजसत्ता निर्माण करण्यात मदत करणाऱ्या व्यक्तींना जमिनीची मालकी मिळाली आणि राजाला त्याबद्दल धान्याच्या स्वरूपात मोबदला (Land revenue) देण्याचे त्यांनी मान्य केले. जमीनदार वर्गाने त्यांच्या शेतावर काम करणाऱ्या लोकांचे शोषण चालू ठेवले. मात्र, सामंतशाहीमधील भूदासावर जमीनदाराची मालकी नव्हती. गुलामगिरीच्या काळातील दास गुलाम यावर मालकांचा मालकी हक्क होता. गुलाम त्यांची मालमत्ता (Property) होती. अर्थात, आर्थिक शोषण व उपजीविकेसाठी जमीनदारावर अवलंबून रहावे लागे त्यामुळे भूदास आणि गुलाम यांत फरक काहीच नव्हता.

### ○ भांडवलशाही (Capitalism)

औद्योगिक क्रांती, तंत्रविज्ञानातील क्रांती, व्यापार, उद्योगात वाढ यांमुळे उत्पादनपद्धतीत आणि उत्पादनात मोठे बदल झाले. नव्या उत्पादनपद्धती आणि जुने उत्पादनसंबंध यांत स्वाभाविक संघर्ष निर्माण झाले. नवीन पद्धतीत भांडवल (Capital) ह्या घटकाला जमीन (Land) या घटकांपेक्षा महत्त्व प्राप्त झाले. उत्पादनपद्धतीत मोठ्या यंत्रांना अधिक महत्त्व आले आणि भांडवलशाही व्यवस्था उदयास आली. भांडवलावर आणि त्यातून उद्‌भवलेल्या उत्पादनसाधनांवर (यंत्रे, कारखाने, गिरण्या) यांवर भांडवलदाराची मालकी प्रस्थापित झाली आणि कामगार वर्गाला आपल्या उपजीविकेसाठी मालकावर अवलंबून राहावे लागले. त्याचे उपजीविकेचे साधन म्हणजे मानवी श्रम हे विनाशी-नष्ट होणारे असल्याने काम न मिळाल्यास ते वाया जाऊ लागले. त्यामुळे मालकाबरोबर कामासाठी वाटाघाटी करताना कामगार वर्ग दुर्बल झाला. त्यात उत्पादनसाधने अधिकाधिक प्रगत बनल्याने त्यांची मालकी असणाऱ्या मालकांची कामगारवर्गाचे शोषण करण्याची शक्तीच वाढली व वर्गविग्रह अधिक तीव्र बनला. लहान उद्योगंधदे मोठ्या उद्योगधंद्यांपुढे तग धरू शकले नाहीत. समाजातील दरी रुंदावत जाऊ लागली. मालक - गुलाम, जमीनदार - भूदास याप्रमाणे भांडवलदार- मजूर अशा दोन वर्गांत समाज दुभंगला आणि वाद, प्रतिवाद, संवाद या वर्ग संघर्षाच्या तत्त्वाने क्रांती अटळ बनली व समाजवादी व्यवस्था पुढे आली.

## ○ समाजवाद (Socialism)

समाजवादाच्या स्थापनेत मार्क्सची वर्गविग्रहाची कल्पना (Concept of class war) आणि कामगाराच्या उत्पादनसहभागाशी निगडित असलेला अतिरिक्त मूल्य सिद्धांत (Theory of Surplus Value) यांना सिद्धांतबांधणीच्या दृष्टीने महत्त्व आहे. समाजातील क्रांतीचे मूल आर्थिक असून उत्पादनपद्धती आणि उत्पादनसाधनांची मालकी यांतील बदल क्रांतीचे स्वरूप स्पष्ट करतो असे मार्क्सचे प्रतिपादन आहे. समाजवादी व्यवस्थेत उत्पादनसाधनांवर समाजाची मालकी प्रस्थापित होते. कामगारवर्गाची राज्यसंस्थेवरील हुकमत तात्पुरती असून समाजविरोधी भांडवलशाही संस्था व पद्धती नष्ट करणे एवढेच त्याचे कार्य - ऐतिहासिक कार्य असेल. समाजातील मालक-मजूर, श्रीमंत-गरीब, आहे रे - नाही रे (Haves and Have nots) वर्ग नष्ट झाल्याने खरी समाजवादी रचना प्रस्थापित होईल. उत्पादन आणि वितरण या दोन्ही प्रक्रियांवर समाजाचे नियंत्रण प्राप्त होईल आणि व्यक्तिगत वा खासगी मालकी संपुष्टात येईल. व समाजवादाचे साम्यवादी व्यवस्थेत रूपांतर होईल. मार्क्स आपल्या तत्त्वज्ञानाला शास्त्रीय समाजवाद (Scientific Socialism) असे नाव देतो आणि इतर समाजवाद्यांच्या विचारात असलेल्या आधारहीन आदर्शवाद वा कल्पनारम्य आशावाद यापेक्षा अत्यंत तार्किक व म्हणून अटळ अशा टप्प्यांमधून त्याची साम्यवादी व्यवस्था अस्तित्वात येईल असे मार्क्सचे प्रतिपादन होते. विकासाचे द्वंद्ववादी तत्त्वज्ञान, ऐतिहासिक भौतिकवाद, भांडवलशाही व्यवस्थेमधील अंतर्विरोधाचे वर्गीय स्वरूप, अतिरिक्त मूल्यकल्पनेनुसार कामगारवर्गाचे शोषण, कामगारवर्गाची क्रांती व संक्रमणकाळातील हुकूमशाही आणि राज्यसंस्थेचा प्रभाव क्रमाक्रमाने नष्ट होऊन वर्गविहीन समाजाची स्थापना हा प्रवास अटळ आणि अनिवार्य आहे आणि तो व्यक्तीच्या इच्छेवर अवलंबूनही मार्क्सवादाची मांडणी इतर तत्कालीन तत्त्वज्ञानांपेक्षा तर्कसुसंगत आणि प्रभावी वाटते.

आजपर्यंतच्या ज्ञात समाजाचा इतिहास हा वर्गयुद्धाचा इतिहास आहे. ('The history of hitherto known world is a history of class - struggle') समाजात उत्पादनपद्धतीने व उत्पादनसाधनांच्या मालकीतून निर्माण होणारे वर्ग व त्यांचे हितसंबध यांत तडजोड अशक्य असून 'संघर्ष' हाच एक मार्ग परस्परसंबंधांत शिल्लक राहतो. त्या संघर्षाचे स्वरूप समजणे म्हणजे इतिहासाचा अर्थ समजणे होय. मार्क्सच्या विचारांनुसार आर्थिक वर्ग हे समाजाचे घटक स्वरूप आहे. व्यक्ती समाजामध्ये या घटकाचा सदस्य या रूपाने येते. प्रत्येक घटकाचे विचार, श्रद्धा या घटकाच्या वैशिष्ट्यांशी जुळणाऱ्या असतात आणि त्या  त्यातील सदस्यांच्या वर्तणुकीवर-विचारांवर परिणामकारक असतात, 'Upon the social conditions of existence rises an entire superstructure of distinct and characteristically formed sentiments, illusions, modes of thoughts and views of life.'

समाजाच्या उत्पादनपद्धतींत या वर्गांचे संबंध नैसर्गिकरीत्या नेहमीच संघर्षाचे राहिलेले आहेत. भांडवलशाही समाजात कामगारवर्गाचे शोषण अतिरिक्त मूल्यांच्या सिद्धांताने अधिक तीव्र होते. मार्क्सच्या मताने वस्तूचे मूल्य हे त्यात खर्च केलेल्या श्रमाचे मूल्य असते. मात्र, भांडवलदार मजुराला केवळ उपजीविकेपुरती मजुरी देऊन त्यापेक्षा अधिक असलेल्या त्या वस्तूच्या विनिमयमूल्यातून मिळणारा नफा स्वत:कडे ठेवतो. 'Surplus value is the difference between the value of the wages which a labourer produces and which he actually receives.' वस्तूला खरी किंमत मजुराच्या श्रमामुळे मिळते. पण मजुराचे हे श्रम नाशवंत असल्याने मालकाबरोबर योग्य मजुरीसाठी वाटाघाटी करताना त्याची बाजू कमकुवत पडते. आपली श्रमशक्ती मालकाला विकण्याशिवाय मजुराला पर्यायच नसतो.

समाजातील संबंधांवर असल्या आर्थिक घटकांचा प्रभाव आणि त्यातून निर्माण होणारी अटळ विसंगती यातून क्रांती अनिवार्य बनते. समाजाच्या विकासाच्या प्रत्येक टप्प्यावर अशी विसंगती समाजबदलाला कारणीभूत ठरते. त्यानुसार भांडवलशाहीमधील अंतर्विरोधातून कामगारवर्गाची क्रांती (The Proletarian Revolution) निर्माण होते. कामगारवर्गाची सत्ता ही एक प्रकारे कामगारवर्गाची हुकूमशाहीच असते आणि यांचा राज्ययंत्रावरील ताबा वर्गीय स्वरूपाचाच असतो; पण त्याचा हेतू भांडवलशाहीचे दर्शक असलेल्या सर्व संस्था आणि मूल्ये प्रभावहीन करणे हाच असतो. त्यामुळे ही व्यवस्था तात्पुरतीच असते. समाजातील वर्ग नष्ट झाले, वर्गीय हितसंबंधांना जपणाऱ्या संस्था नष्ट झाल्या की, समाजाचे स्वरूप वर्गहीन बनते आणि राज्यसंस्थाही असा समाज निर्माण होत असताना अनावश्यक बनत नाहीशी होते. समाजवादातून अशा तऱ्हेने वर्गविहीन वर्गसंघर्ष, मुक्त असा साम्यवादी समाज निर्माण होतो. त्या ठिकाणी उत्पादनाची साधने सर्व समाजाच्या मालकीची बनतात. समाजाच्या गरजेनुसार (बाजारव्यवस्थेनुसार नव्हे) उत्पादन केले जाते आणि त्याचे वाटपही सामाजिक गरजेनुसार केले जाते, ही अवस्था अराज्यवादी समाजरचनेची असते (anarchy), हा विकास समाजाच्या ऐतिहासिक गरजेचे मूर्त रूप असतो आणि विकासक्रम व्यक्तिनिरपेक्ष असतो. समाजाच्या गर्भातच नवरचनेची बीजे अंकुरत असतात आणि कालक्रमाने परिपक्व होऊन क्रांतिरूपाने व्यक्त होत असतात. समाजातील समस्यांचे उत्तर या परिपक्वतेच्या प्रक्रियेत शोधावे लागते.

## ५.३. मार्क्सची राज्याची कल्पना (Marx's Concept of the State)

राजकीय विचारांच्या विकासात राज्यसंस्थेला महत्त्वाचे स्थान आहे. राज्य ही

नैसर्गिक संस्था असून ती कुटुंबसंस्थेचे उत्क्रांतस्वरूप आहे, असे अरिस्टॉटलचे मत होते. सुखी आणि समाधानी जीवन हे राज्याचे ध्येय आहे. व्यक्तीचा विकास राज्यातच शक्य आहे, असा परंपरावादी विचारही राज्याची आवश्यकता अधोरेखित करतो. राज्याचे नियंत्रणाचे कार्य मर्यादित करावे या हेतूने त्याच्याकडून कल्याणकारी कार्याचीही अपेक्षा केली जाते आणि राज्यविरहित समाज म्हणजे अराजकता या भीतीने त्याला न टाळता येणारी कुप्रवृत्ती (Necessary evil) म्हणूनही स्वीकारले जाते.

मार्क्स व एंजल्स् यांच्या विचारानुसार राज्य नैसर्गिक, कल्याणकारी जनहितदक्ष असे कधीच नव्हते; कारण ते सर्व समाजाचे प्रातिनिधिक स्वरूपच नव्हते. राज्यातील प्रभावी वर्गाच्या ताब्यामधील जुलूम करण्याचे साधन असेच राज्याचे वर्गीय स्वरूप राहिलेले आहे. (The state has been an organised oppression). वर्गाच्या उदयाबरोबर राज्यसंस्था निर्माण झाली. पोलिस व तुरुंग या संस्थांच्या साहाय्याने तिची जुलूम करण्याची शक्ती वाढली व समाजातील आर्थिक दृष्ट्या प्रभावी असलेल्या वर्गाचे हितसंबंध जपण्यासाठीच तिचा वापर झालेला आहे. समाजातील आर्थिक संबंध विधिमंडळाच्या सुधारणा कायद्यांनी बदलता येत नाहीत. ती केवळ वरवरची उपाययोजना ठरते.

बहुसंख्य कामगार- शोषित वर्ग क्रांतीच्या साहाय्याने भांडवलशाहीचा प्रभाव नष्ट करून राज्ययंत्रणेवर आपली हुकूमशाही प्रस्थापित करतो; पण त्याचे स्वरूप संक्रमणकालीन व्यवस्था असेच असते. समाजातील शोषणव्यवस्था नष्ट झाल्यावर राज्यसंस्थेची सामाजिक गरजच नष्ट होईल. वर्गविहीन समाज राज्यविहीन असेल. प्रत्येक जण आपल्या कुवतीनुसार सामाजिक सेवा सुविधांच्या निर्मितीमधील सहभाग देईल आणि प्रत्येकाला त्याच्या गरजेनुसार त्यात वाटा मिळेल; अशा समाजात राज्याचे स्वरूप हे एखाद्या पुराणवस्तु संग्रहालयातील वस्तूसारखे बनेल.

मार्क्सचे राज्यविषयक विचार त्याच्या वर्गसिद्धांताशी सुसंगत आहेत. अर्थात, राज्याची ऐतिहासिक काळातून झालेली उत्क्रांती आणि आजच्या औद्योगिक समाजाची गुंतागुंतीची रचना या संदर्भात मार्क्सचे राज्यविषयक विचार एकांगी वाटतात. प्रत्यक्ष व्यवहारातही राज्यसंस्था नष्ट झालेली नाही. मार्क्सप्रणीत रशियातील साम्यवादी क्रांतीनंतर (१९१७) तेथील राज्य अधिकच बळकट व हुकूमशाही प्रकारचे बनलेले आहे आणि नजीकच्या भविष्यकाळात ते नष्ट होण्याची शक्यताही दिसत नाही.

## ५.४. मार्क्सवाद एक मूल्यमापन

मार्क्सवादी विचारावर होणारी टीकाच त्याचे राजकीय विचारातील महत्त्व स्पष्ट करते. मार्क्सवादी विचार किंवा त्यांचे निष्कर्ष तुम्हाला पटो वा न पटो पण राजकीय विश्लेषण करताना त्याला डावलता येत नाही. आपल्या स्फोटक विचारांमुळे मायदेशातून

परागंदा झालेल्या मार्क्सला भांडवलशाही ब्रिटननेच राजकीय आश्रय दिला. त्याचा उदरनिर्वाह आणि विचारांचे संकलन त्याच्या एंजल्स या श्रीमंत मित्रामुळेच शक्य झाले. त्या समाजाने व वर्गाने मार्क्सच्या विचारांचे वेगळेपण आणि ऐतिहासिक महत्त्व समजवून घेतले असते तर जगाचा विकास संघर्षाऐवजी सहकार्याने झाला असता. त्याला क्रांतीची सामाजिक, राजकीय, आर्थिक किंमत द्यावी लागली नसती. कामगारवर्गाच्या क्रांतीला कृतिशील कार्यक्रम देणे यापलीकडे जाऊन त्याने त्या क्रांतीला आंतरराष्ट्रीय तत्त्वपीठ निर्माण करून दिले यातच मार्क्सवादाचे सामर्थ्य स्पष्ट होते. त्याचे मूळ विचार फ्रेंच समाजाच्या निरीक्षणावर अवलंबून होते. तथापि, फ्रान्समधील क्रांतिगटांचे स्वरूप मुक्त कामगारवर्गाचे नव्हते. ते वेगवेगळ्या आर्थिक गटांच्या हितसंबंधांशी निगडित होते. मात्र, त्यामुळे मार्क्सवादी निष्कर्ष चुकीचे ठरत नाहीत. अपुरे मात्र वाटतील. (He is more inadequate than wrong.)

मार्क्सचा द्वंद्ववाद आणि त्याच्या साहाय्याने त्याने केलेली इतिहासाची मीमांसा बरोबर नाही. समाजाचा विकास विरोधातून, अंतर्गत विसंगतीच्या संघर्षातून होतो हे स्पष्टीकरण एकांगी आहे. विरोधाइतके समन्वय, सहकार्य आणि उत्क्रांतीच्या गुणांचाही समाजाच्या विकासात परिणामकारक वाटा असतो. जुन्या स्थितीतील चांगले स्वीकारून समाज नव्याशी त्याची सांगड घालत असतो. (Conservative Innovation) यात क्रांतीमधून होणाऱ्या बदलातील ओले-सुके एकाच वेळी दग्ध होण्याचा धोका टाळता येतो आणि समाजातील संस्थांत लवचिकपणाबरोबर सातत्य राखले जाते.

भौतिक आणि द्वंद्ववाद यांची सांगड घालून इतिहासाची केलेली चर्चाही शास्त्रीय वाटत नाही. इतिहासाने समाजाच्या जडणघडणीत घेतलेला सहभाग हा केवळ आर्थिक नाही तर मानवी आहे. लोकोत्तर नेते, त्यांचे जीवनविषयक तत्त्वज्ञान यांचा वाटा समाजबदलात महत्त्वाचा असतो. इतिहासातील लढाया या केवळ राजे लोकांच्या वैयक्तिक राग महत्त्वाकांक्षा याचे प्रतीक नाही. राष्ट्र-राष्ट्र, धर्म-श्रद्धा राजकीय तत्त्वज्ञान यांमधूनही संघर्ष होत असतो.

इतिहासाची मीमांसा करताना मार्क्सने आर्थिक घटकांना प्राधान्य दिलेले आहे ते अवाजवी आहे. आर्थिक घटक प्रभावी असले तरी बदलाचे एकमेव घटक असे नसतात. राजकीय, सामाजिक, सांस्कृतिक, धार्मिक अशा समाजजीवनाच्या विविध अंगांचा बदलाच्या प्रक्रियेत महत्त्वाचा व प्रभावी वाटा असतो. वर्गसंघर्षाची अनिवार्यता सिद्ध करण्यासाठी मार्क्सने ऐतिहासिक भौतिकवादाची प्रणाली पुढे आणलेली आहे.

समाजाची वर्गीय रचना, दोन वर्गांत विभागणी त्यांचे परस्परांशी असलेले संघर्षाचे नाते यात केवळ तर्कशुद्धता आढळते. समाजपरिवर्तनाचे सम्यक तत्त्वज्ञान त्यातून निर्माण होत नाही. समाजाची विभागणी उत्पादनसाधनांचे मालक आणि

त्यांना आपले श्रम विकणारे मजूर अशी करता येत नाही. समाजातील कृषिव्यवसायाचे व त्यानुसार असलेले जमीनदार-शेतमजूर यांचे संबंध शोषणाचे असले तरी औद्योगिक समाजातील वर्गीय शोषणापेक्षा वेगळे असतात. तसेच समाजातील मध्यमवर्गाचे वैशिष्ट्यपूर्ण स्थान ॲरिस्टॉटलसारख्या विचारवंतांनी मान्य केलेले आहे.

कामगारवर्गाचे भांडवलवर्गाकडून शोषण होते. मात्र, त्याचे स्पष्टीकरण करणारा मार्क्सचा अतिरिक्त मूल्याचा सिद्धांत आर्थिक असण्यापेक्षा अधिक राजकीय आहे. वस्तूच्या विनिमयमूल्यात श्रमाइतके इतरही घटक (कच्चा माल, भांडवलावरील व्याज, व्यवस्थापकीय उपक्रमशीलता) महत्त्वाचे असतात. मार्क्सच्या अतिरिक्त मूल्याचा सिद्धांत रिकार्डोच्या सिद्धांताचेच व्यापक स्वरूप आहे. मार्क्सचा सिद्धांत म्हणजे वर्गयुद्धातील एक प्रभावी घोषणा आहे, त्यात आर्थिक तथ्य नाही.

मार्क्सचा राज्यविषयक सिद्धांतही असा वर्गकल्पनेने प्रभावित झालेला आहे. राज्य हे राज्यकर्त्यावर्गाच्या हातामधील शोषणाचे साधन आहे असे ('An executive committee of the bourgeoise') म्हणणे म्हणजे राज्याच्या सकारात्मक कार्याकडे दुर्लक्ष करण्यासारखे आहे. उदारमतवादी विचारांत राज्याच्या सकारात्मक कार्याचा विस्तार झालेला दिसून येतो. कामगारक्रांतीनंतर निर्माण झालेले राज्य हे पण वर्गाधिष्ठित राज्य आहे आणि नजीकच्या भविष्यकाळात तरी ते नष्ट होण्याची शक्यता वाटत नाही.

मार्क्सचे विचार मुख्यत्वे फ्रान्समधील कामगारवर्गाच्या निरीक्षणावर अवलंबून आहेत. तेथील कामगारवर्ग वेगवेगळ्या अर्थगटहिताशी निगडित असल्याने खरी कामगारवर्गाची एकजूट अशक्य बनली. मार्क्सच्या मताने औद्योगिक समाजात आधी क्रांती होईल असे होते; कारण हा कामगार शेतीवरील मजुरांच्या मानाने अधिक संघटित व वर्गजाणीव असलेला असतो. भांडवलशाही समाजातील मध्यमवर्गीय व कुशल कामगार समाजाच्या समृद्धीत वाटेकरी बनत आहे आणि त्या प्रमाणात त्याची क्रांतीची धार कमी होत आहे.

असा मार्क्सवादातील त्रुटीचा विचार करूनही मार्क्सच्या विचारांचे महत्त्व कमी होत नाही. अर्थकारणाचे राजकारणातील महत्त्व इतिहासकार विसरत होते ते मार्क्सने परत स्पष्ट केले. बाजारव्यवस्थेतील अपुरेपणा आणि व्यापारातील चक्रीय आपत्तीचा धोका त्याने प्रथम नजरेस आणून दिला. क्रांतीची अटळता सांगून कामगारवर्गाला त्याने एक लढाऊ तत्त्वज्ञान दिले आणि साम्यवादाच्या जाहीरनाम्यात जगातील कामगारवर्गाला एक होण्याची हाक देत त्याने साम्यवादाला आंतरराष्ट्रीय पातळीवर नेले. मार्क्सवादाला वगळून समाजपरिवर्तनाचा कोणताही विचार गेली दोन शतके करता आलेला नाही यातच मार्क्सवादी सामर्थ्य दिसून येते.

## ६. लेनिन (Lenin १८७०-१९२४)

व्लादिमीर इल्हिच युलिनोव्ह तथा लेनिन याचा जन्म १८७० मध्ये उलियानुवस्क या शहरी झाला. सेंट पीटर्सबर्ग विद्यापीठातून वकिलीची सनद घेतल्यानंतर काही काळ त्याने वकिली केली. तथापि, विद्यार्थिदशेपासून त्याने झारच्या दडपशाहीविरुद्धच्या झगड्यात भाग घेतलेला होता आणि त्यासाठी त्याला सैबेरियात हद्दपार करण्यात आलेले होते. रशियाबाहेर असतानाही तो रशियातील क्रांतिकारकांना साहाय्य करीत असे. १८१८ मध्ये त्याने समाजवादी प्रजातांत्रिक दलाची स्थापना केली. रशियातील १९१७ च्या क्रांतीनंतर रशियात हंगामी सरकार स्थापन झाल्यानंतर तो रशियात परत आला. नोव्हेंबर १९१७ मध्ये त्याच्या बोल्शेविक पक्षाने हंगामी सरकार उलथून टाकून बोल्शेविकांची सत्ता स्थापन करून त्याला अखेरपर्यंत मार्गदर्शन केले. जगातील पहिली साम्यवादी क्रांती असे रशियाच्या १९१७ राज्यक्रांतीचे वर्णन केले जाते. रशियाच्याच नव्हे तर सर्व जगाच्या इतिहासाला वळण लावणाऱ्या रशियातील क्रांतीमधून मार्क्सवाद व्यवहारात आणताना लेनिनने त्याचा विस्तारही केला त्याला 'लेनिनवाद' म्हटले जाते. विसाव्या शतकातील एक प्रभावी मार्क्सवादी तत्त्वज्ञ जगाच्या इतिहासाला वळण देणारा नेपोलियननंतरचा राजकारणी आणि राजनीतितज्ज्ञ मानला जातो. 'Imperialism - The Highest stage of capitalism' (1916), 'The State and Revolution' (1917) हे त्याचे ग्रंथ प्रसिद्ध आहेत.

### ६.१. लेनिनवाद

लेनिन पूर्णपणे मार्क्सवादी होता. १९१७ ची रशियातील मार्क्सवादी क्रांती होती असे त्याने मार्क्सवादी विचारचौकटीचा आधार घेत स्पष्ट केले. औद्योगिक राज्यात क्रांती प्रथम होईल असे मार्क्सचे मत होते. तार्किक दृष्ट्या आणि राज्यसंस्था व भांडवलशाही याची सांगड पाहता ते खरे असले तरी भांडवलशाही ही एक आंतरराज्यीय व्यवस्था असून एखाद्या विशिष्ट देशात भांडवलशाही शासन स्थिर नसेल तर साखळीतील कच्च्या दुव्यावर आघात करून साम्यवादी क्रांती भांडवलशाहीची साखळी तोडून यशस्वी होऊ शकते. रशियातील क्रांती म्हणून साम्यवादी क्रांती ठरते असे लेनिनचे मत होते आणि मार्क्सवाद हाच त्याचा पथदर्शक पाया होता. रशियातील त्यावेळच्या परिस्थितीची मार्क्सवादाशी सांगड घालत असता मूळ मार्क्सवादाशी तडतोड न करता त्यात लेनिनच्या विचार आणि कृतीने भर पडलेली आहे. 'Lenin revised Marx by giving a national interpretation to Marxism' साम्राज्यशाहीच्या काळातील भांडवलशाहीला सुसंगत असे आणि कामगारवर्गाच्या क्रांतीला उपयोगी असे डावपेच लेनिनने वापलेले आहेत.

आर्थिक घटकांचे समाजपरिवर्तनातील महत्त्व, वर्गसंघर्ष आणि कामगारवर्गाकडून

क्रांती या मार्क्सच्या तत्त्वांवर त्याचा पूर्ण विश्वास होता. घटनात्मक मार्गांनी निवडणुका, संसदीय कार्यकारी यांच्या साहाय्याने समाजात क्रांती येणे शक्य नाही. क्रांतीचा पुरस्कार करताना क्रांती अपरिहार्य नाही, शांततेच्या मार्गानेही बदल घडवून आणता येईल, असे म्हणणे म्हणजे मार्क्सवादाचा विपरीत अर्थ लावणे आहे. असे उदारमतवादी, समाजवादी, संधीसाधू समाजवादी असून ते भांडवलदारांइतकेच कामगारांचे खरे शत्रू आहेत. क्रांतीची अटळता हाच कामगार चळवळीचा खरा कणा आहे.

कामगारवर्गाची हुकूमशाही ही कामगारक्रांतीचे यश टिकवून धरण्यासाठी अत्यंत आवश्यक आहे; कारण समाजातील भांडवलशाही संस्था आणि गट यांच्याकडून प्रतिक्रांतीचा धोका कामगारवर्गाच्या क्रांतीला असतो. कामगारवर्गाच्या हिताचे रक्षण करणाऱ्या साम्यवादी (Communist) पक्षाचे वर्चस्व म्हणून राज्यसंस्थेवर असणे अत्यंत आवश्यक ठरते. समाजात कामगार वर्ग बहुसंख्य असल्याने राज्य बहुसंख्यांकांचे म्हणजे लोकशाहीच ठरते. प्रत्यक्ष कामगारवर्गाचे नियंत्रण राज्यशासनावर असण्यापेक्षा त्यांच्या हिताची सतत जाणीव, जपवणूक करणाऱ्या साम्यवादी पक्षाचेच राज्ययंत्रणेवर नियंत्रण असणे योग्य. सुसंघटित व शिस्तबद्ध साम्यवादी पक्ष कामगार क्रांतीचे नेतृत्व (Vanguard) करेल. तो कामगार-श्रमिक वर्गाचाच एक भाग असतो. अधिक प्रागतिक विचारांचा, वर्गहिताची जाणीव असलेला आणि म्हणून क्रांतिकारक विचारांवर श्रद्धा असलेला तो गट असेल.

कामगार वर्गाच्या क्रांतीसाठी सुसंघटित राजकीय पक्षांची आवश्यकता मार्क्सने सांगितलेली होती. लेनिनच्या साम्यवादी पक्षाने ती पूर्ण केली. आंदोलनाचे नेतृत्व व अनुयायांना मार्गदर्शन साम्यवादी पक्षाकडून अपेक्षित आहे. 'The communist party is created by the means of the best, most class conscious, most sacrificing and farsighted workers.' 'संघटन' आणि 'अनुशासन' ही पक्षाची वैशिष्ट्ये आहेत. लोकशाही केंद्रीकरण (Democratic centralism) हे पक्षबांधणीमधील लेनिनवादाचे वैशिष्ट्य आहे. पक्षातील लोकांची मते खालच्या संघटनापातळीवर खुल्या चर्चेमधून व्यक्त होणे आवश्यक आहे. तितकेच त्या मतांचा साधकबाधक विचार करून केंद्रीय समितीने घेतलेल्या निर्णयांची अंमलबजावणी पक्षशिस्त म्हणून कठोरपणे केली गेली पाहिजे.

क्रांतीसाठी कामगारांच्या हिताचे रक्षण करणारा आणि क्रांतीवर पूर्ण विश्वास असलेल्या साम्यवादी पक्षाचे नेतृत्व क्रांतीसाठी अनिवार्य असते. कामगारवर्गात क्रांतीची जाणीव निर्माण करणे, क्रांतीच्या अटळतेचे आणि कामगारवर्गाच्या अंतिम विजयाचे चित्र स्पष्ट करून त्यांच्यात आत्मविश्वास निर्माण करण्याचे कार्य साम्यवादी पक्ष करीत असतो क्रांतिकारी चळवळ व्यापक आणि स्थिर करण्यासाठी तिचा पाया क्रांतिकारी तत्त्वज्ञानावरच आधारलेला पाहिजे.

## ६.२. साम्राज्यवाद (Imperialism)

लेनिनच्या मताने 'साम्राज्यवाद' ही भांडवलशाहीची अखेरची अवस्था आहे. राष्ट्रीय अर्थव्यवस्थेवर नियंत्रण स्थापन केल्यानंतर भांडवली गुंतवणुकीची स्वाभाविक मर्यादा गाठल्यानंतर भांडवलदार देशाबाहेरील बाजारपेठा आणि ग्राहक यांच्यावर नियंत्रण ठेवण्यासाठी प्रयत्नशील होतो. देशांतर्गत व्यवस्थेवर त्याचे नियंत्रण असल्याने त्याला आपोआप राष्ट्रीय स्पर्धेचे स्वरूप प्राप्त होते. औद्योगिक दृष्ट्या प्रगत अशी भांडवलशाही राष्ट्रे अविकसित राष्ट्रांवर प्रथम आर्थिक आणि मग राजकीय नियंत्रण ठेवण्याचा प्रयत्न करू लागतात आणि या स्पर्धेला जागतिक साम्राज्यशाहीचे स्वरूप प्राप्त होते.

पतसंस्था आणि औद्योगिक भांडवल यांतून निर्माण झालेले आर्थिक भांडवलही अविकसित देशात आणले जाते. मूळ औद्योगिक देशातील रोजगार आणि आर्थिक सुस्थिती ही अविकसित देशांतील शोषणावर अवलंबून असते. साम्राज्यवादात अशी विषमता जागतिक व्यवस्थेचाच भाग असते; म्हणून क्रांतीचा विचार करताना साम्राज्यवादी साखळीचा विचार करणे महत्त्वाचे ठरते. औद्योगिक प्रगती नसलेला देशही या क्रांतीच्या साखळीत महत्त्वाचा बनतो. आणि त्यातील क्रांती ही साम्राज्यवादी युद्धाचे वर्गयुद्धात रूपांतर करणाऱ्या जागतिक श्रमिक क्रांतीचेच रूप असते. भांडवलशाही राष्ट्रीय भावनांना आवाहन करीत असली तरी स्पर्धा, भांडवली स्वातंत्र्य हाच तिचा आधार होता. पहिले महायुद्ध म्हणून जर्मन भांडवलदार आणि ब्रिटिश - फ्रेंच भांडवलदार यांचे अविकसित बाजारपेठेवर नियंत्रण प्रस्थापित करण्यासाठीचे युद्ध होते. कामगार आणि भांडवलदार यांच्या हितसंबंधांतच स्वाभाविक विरोध असतो. भांडवलशाही राष्ट्रांमध्येही आपापल्या देशाच्या हितामधून विरोध निर्माण होत असतो; आणि आपापल्या वसाहतींमध्ये होणाऱ्या शोषणातून तेथेही राष्ट्रीय स्वातंत्र्याची प्रवृत्ती निर्माण होते. बुद्धिवादी, साम्यवादी कामगारपक्ष कामगारांना त्यांच्या शोषणाची जाणीव करून देतात आणि असंतोषाचे वर्गीय स्वरूप स्पष्ट करून साम्राज्यवादाविरुद्धचा लढा अधिक व्यापक करतात. साम्राज्यशाहीतील अंतर्विरोध व असंतोष कामगारवर्गाच्या वर्गजाणिवा अधिक तीव्र करीत असल्याने कामगारवर्गाने जिथे शक्य असेल तेथे क्रांतीची शक्यता पडताळून पाहिली पाहिजे. त्यासाठी त्या देशाने औद्योगिक प्रगतीचा टप्पा आधी गाठण्याची तात्त्विक आवश्यकता नाही.

केवळ भावनेच्या भरात क्रांती न करता, पूर्ण तयारीने व्यूहात्मक रचना करून ध्येयनिष्ठ आणि कामगारहिताशी बांधिलकी असलेल्या साम्यवादी पक्षाच्या मार्गदर्शनाखाली क्रांती करावी. असा पक्ष समाजात अल्पसंख्य असला तरी शोषितांच्या असंतोषाशी तो पूर्णपणे एकरूप असल्याने क्रांती ही जनाधार असलेलीच पाहिजे.

लेनिनचा साम्राज्यवादाचा सिद्धांत बौद्धिक किंवा वास्तववादाच्या कसोटीला पूर्ण उतरत नाही. तथापि, भांडवलदारवर्गाचा राज्याच्या अर्थनीतीवरील प्रभाव आणि हितसंबंध जपण्यासाठी व युद्धनीती व साम्राज्यविस्तारवादी धोरणांचा राज्यांनी केलेला स्वीकार पाहता लेनिनचे विवेचन मार्क्सवादी चौकटीत सुसंगत ठरते. विसाव्या शतकातील भांडवलाची निर्यात ही भांडवलशाहीच्या विकासाचाच टप्पा दर्शविते. भांडवलशाही देश आपल्या देशातील श्रमिकवर्गातील असंतोष विविध कल्याणकारी योजनांच्या द्वारे कमी करण्याचा प्रयत्न करताना दिसतो.

रशियातील क्रांती स्थिर करण्याच्या दृष्टीने लेनिनने जर्मनीबरोबर बेस्ट लिटोव्हस्क तह (१९१८), खासगी मालमत्तेला मर्यादित उत्तेजन देणारे नवे आर्थिक धोरण (New Economic Policy) एका देशात समाजवाद (Socialism in one country) या घटना तत्त्वापेक्षा वास्तवतेचे भान ठेवून केलेल्या राजकीय तडजोडी आहेत. स्टॅलिनने एका राष्ट्रात समाजवादामध्ये जगातील साम्यवादी पक्षांची रशियाची निष्ठा असा आग्रह धरला. त्यामुळे इतर लोकशाही देशांत कम्युनिस्ट पक्षाच्या राष्ट्रनिष्ठेविषयी शंका उत्पन्न होऊन लोकशाहीतून परिवर्तनाची विचारधारा कमजोर बनली. स्टॅलिनने लेनिनच्या नव्या आर्थिक धोरणांऐवजी नियोजनबद्ध विकासाची संकल्पना (Planned Development) अंमलात आणली. सामुदायिक शेतीची अंमलबजावणी केली. भांडवलदार व कामगार वर्ग, वसाहतवादी राज्य आणि त्याच्या वसाहती, भांडवलशाही राष्ट्रांशी संबंध तसेच भांडवलशाही राष्ट्रे आणि साम्यवादी राष्ट्रे यांच्यातील संबंध अपरिहार्यपणे संघर्षाचे असतील अशी मार्क्सवादी खूणगाठ स्टॅलिनच्या विचारांचा पाया आहे. प्रचंड सामाजिक व राजकीय किंमत मोजून स्टॅलिनने रशिया एक बलाढ्य राष्ट्र बनविले. त्याच्या मृत्यूनंतर मात्र (१९५३) हळूहळू रशियाचे विघटन होऊन साम्यवादी तत्त्वांना साम्यवादाच्या विविध मार्गांचे स्वरूप आलेले आहे. (Different roads to socialism)

## ७. माओ-त्से-तुंग (Mao-Tse-Tung १८९३-१९७६)

माओवाद म्हणजे मार्क्सवाद व लेनिनवादाची चिनी आवृत्ती आहे. मूळ मार्क्सवादी चौकटीच्या सिद्धांतांना धक्का न लावता चीनमधील परिस्थितिसापेक्ष त्याचे स्पष्टीकरण आणि वास्तववादी कृतींना सैद्धांतिक आधार हे माओवाद्यांचे वैशिष्ट्य आहे.

चीनमधील मांचू राजवट १९१२ मध्ये उलथून पाडल्यावर चीन गणराज्य म्हणून घोषित झाले. तथापि, डॉ. सन्-येत-सेन व त्यानंतर चँग कै शेक यांचे नेतृत्व चीनवर प्रभावीपणे पकड बसवू शकले नाहीत. जपानचे मांचुरियातील आक्रमण चीन

थांबवू शकला नाही. दुसऱ्या महायुद्धानंतर चिनी साम्यवादी पक्षाने चँगच्या शासनाविरुद्ध उठाव करून चीन साम्यवादी बनला (१९४९). त्याचे नेतृत्व (Long March) माओने केले.

## ७.१. माओवाद (Maoism)

मार्क्सवादातील सैद्धांतिक संकल्पना, विरोधविकास, विकास अर्थकारणाचे महत्त्व, वर्गसंघर्ष लेनिनप्रमाणे माओला मान्य होत्या. मार्क्सने औद्योगिक कामगारवर्गाला महत्त्व दिले. लेनिनने श्रमिक वर्गाला प्राधान्य दिले. चीनमधील परिस्थिती पाहता माओच्या क्रांतीचा आधार शेतकरी वर्ग बनला. राजकीय शक्तीला महत्त्व देऊन त्यानुसार सामाजिक वर्तनावर नियंत्रण ठेवता येते. मात्र, संघर्ष अनिवार्य आहे ही मार्क्सची विचारधारा त्याला मान्य होती; पण समाजवादी व्यवस्थेमधील अंतर्विरोध शांतिपूर्वक पद्धतीने दूर करता येतील असे त्याचे मत होते. तटस्थ राष्ट्रे ही कल्पना माओला मान्य नाही. समाजवादी, साम्यवादी राष्ट्राराष्ट्रांत विरोध असू शकतो हे वास्तव माओने जाणले. 'एका देशांत समाजवाद' या तत्त्वाचा हा परिणाम मानता येईल.

माओवाद हा लोकतंत्रीय हुकूमशाहीचे समर्थन करतो. राज्य हे एक शासन करण्याचे वर्गीय साधन आहे. जनतेच्या हिताचे काम करीत असल्याने ते लोकतंत्र होते. लोकहिताची जाणीव व आशय साम्यवादी पक्षाला असते. त्याला विरोध करणाऱ्यांचे कार्य शासनातील हुकूमशाही तंत्र करते. हुकूमशाही तंत्राचा वापर माओने आपल्या पक्षातील विरोधकांसाठीही केला. पक्षातील विरोधी विचारांचे शुद्धीकरण (Purge) हे स्टॅलिनप्रमाणे माओचेही वैशिष्ट्य होते. हजारो फुले फुलू द्या (Let Thousand Flowers Bloom) मधून विरोधी विचारांची दिशा आणि विरोधक निश्चित होऊ शकले व त्यांना निष्प्रभ करता आले. त्यातून सांस्कृतिक स्वातंत्र्याचा जणू खरा हेतू स्पष्ट झाला!

माओवाद प्रतिगामी विचारांच्या विरोधात होता. तितकाच तो रशियाविरोधी होता. 'भांडवलशाही' आणि 'साम्राज्यवादी' राष्ट्रांच्या विरोधात चीनच्या आधिपत्याखाली जनतेने एकत्रित व्हावे असा माओचा प्रयत्न होता. त्यामुळे त्याने चीनच्या परराष्ट्र-धोरणांत आक्रमकता आणली आणि आफ्रिका आणि आशियामधील लोक 'मुक्त' (liberate) करण्याचे ध्येय चीनपुढे ठेवले. चीन जगातील वास्तवाकडे दुर्लक्ष करून 'अणुयुद्धा' सारख्या सहविनाशी मार्गाचा आग्रह धरीत आहे अशी चीनवर रशियन साम्यवादी लोक टीका करतात; तर माओ रशियाचे सहजीवनाचे तत्त्व भित्रेपणाचे व तडजोडीचे तत्त्व असल्याची टीका करतो. अणुयुद्धाने हानी झाली तरी प्रचंड लोकसंख्येच्या देशांत शिल्लक राहिलेले लोक नव्या जगाची निर्मिती करू शकतील असे माओचे

मत होते, त्यामुळे शांततेसाठी होत असलेल्या विविध प्रयत्नांना उदा. नि:शस्त्रीकरण, सहजीवन यांना चीनचा विरोध होता. रशियन राष्ट्र लेनिनवादाला विसरून भांडवलशाहीच्या वाटेने चालले आहेत असा माओचा आरोप होता. दोन्ही राष्ट्रातील क्रांतिपूर्व स्थिती व क्रांतीनंतरचे संघटन यांतील फरक यामुळे रशिया व चीन यामधील साम्यवादी व्यवस्थेत विरोध निर्माण झालेला दिसून येतो.

स्टॅलिनच्या पद्धतीची माओची व्यक्तिपूजा, अंतर्गत व परराष्ट्र संबंधित अपयश याने माओची चीन साम्यवादी पक्षावरील पकड दिली होऊ लागली. पंचवार्षिक योजनेतील अपयश (१९४९-५३), चीनची हनुमान उडी (Big Leap) फसल्याची खूण होती. तेच अपयश इंडोनेशिया व भारत यावरील आक्रमणात जाणविले. पक्षांतर्गत संघर्ष हे एकाधिकारी व हुकूमशाही पक्ष संघटनेचे वैशिष्ट्य असते. लोकशाही व्यवस्थेत असे संघर्ष असतात पण ते मर्यादित राहतात. विसाव्या शतकातील बदलती राष्ट्रीय व आंतरराष्ट्रीय परिस्थिती लक्षात घेता १९८२ च्या नव्या घटनेने माओवादाचा प्रभाव कमी करण्याचा जाणीवपूर्वक प्रयत्न केलेला दिसून येतो. अर्थात, जग लाल प्रभावाखाली यावे ही महत्त्वाकांक्षा चीनने सोडलेली नाही. प्रचंड भूप्रदेश आणि प्रचंड लोकसंख्या ही अजूनही त्यांची बलस्थाने आहेत.

## ८. उपयुक्ततावाद (Utilitarianism)

नैसर्गिक हक्काच्या तत्त्वज्ञानाला शास्त्रीय पर्याय म्हणून उपयुक्ततावादाच्या तत्त्वज्ञानाचा एकोणिसाव्या शतकात उदय झाला. औद्योगिक क्रांतीनंतर जागृत व संघटित होणाऱ्या समाजातील विविध क्षेत्रांमधील सुधारणांना त्याने तत्त्वज्ञान व व्यावहारिक समर्थन पुरविले. उदारमतवादी विचारांना आणि कार्यक्रमांना तात्त्विक आधार आणि वास्तववादी दिशा देण्याचे कार्य उपयुक्ततावादाने केले.

उपयुक्ततावादानुसार प्रत्येक कृतीची, कार्यक्रमाची किंवा संस्थेचे समर्थन ती किती 'सुख' देते यावर अवलंबून असते. प्रत्येक व्यक्ती अधिक सुख मिळविणे किंवा कमीतकमी दु:ख स्वीकारणे याचे गणित (Hedonistic Calculation) करीत असते. 'Nature has placed mankind under the governance of two sovereign masters pain and pleasure. It is for them to point out what we aught to do as well as to determine what we shall do ' - Bentham. ज्या गोष्टीपासून सुख मिळते ती गोष्ट चांगली व उपयुक्त आणि ज्यापासून त्रास होतो ती गोष्ट वाईट व अनुपयुक्त, हाच विचार व्यापक केला तर समाजासाठी जे चांगले सुखदायक व उपयुक्त ते म्हणून समर्थनीय आणि जे वाईट, दु:खदायक व अनुपयुक्त ते म्हणून असमर्थनीय असा मार्गदर्शक दंडक (measuring rod) सामाजिक संस्थांना व मुख्यत्वे राज्यसंस्थेला मिळाला. राज्याने अधिकाधिक उपयुक्तता निर्माण

होईल असेच कार्यक्रम राबविले पाहिजेत. अधिकांचे अधिक हित (greatest good of the greatest number) हाच निकष राज्यकर्त्या पक्षाने आपल्या धोरणांना व कार्यक्रमांना लावला पाहिजे. म्हणजे ते नैतिक दृष्ट्या समर्थनीय व व्यावहारिक दृष्ट्या समाजाभिमुख होतील.

सुखदु:खाची पाच कारणे असू शकतात. नैसर्गिक, राजकीय, नैतिक, धार्मिक व व्यावहारिक. त्याचप्रमाणे सुखाचे बेंथॅमने चौदा प्रकार (इंद्रियसुख, संपत्ती, सत्ता, धार्मिक सुख, स्मृती, आशा, कल्पना, साहाय्य इ.) व दु:खाचे बारा प्रकार (दारिद्र्य, मानसिक त्रास, शत्रुत्व, अपयश, दुष्ट बुद्धी, कल्पना इ.) मानलेले आहे. सुखदु:खांत गुणात्मक (qualitative) फरक नसतो. सर्व सुखे-दु:खे सारखीच असतात. त्यात गुणात्मक डावे-उजवे करण्याचे कारण नाही. मात्र, त्यात संख्यात्मक (quantitative) फरक असल्याने त्यांची बेरीज-वजाबाकी करून व्यक्तीला (तसेच शासनसंस्थेला) निर्णय घेता येतो आणि तोच औचित्यपूर्ण निर्णय असतो. सुखदु:खांच्या मोजमापाचे साधन त्याची तीव्रता, कालावधी, निश्चितता, निकटता (वा दूरता), प्रसवता (Fecundity), शुद्धता आणि व्यापकता असून, व्यापकता हे साधन समाजाच्या संदर्भात महत्त्वाचे ठरते. प्रत्येक कृती करताना या साधनांनी त्याची गुणसंख्या निश्चित करणे आवश्यक आहे; कारण त्यात व्यक्तिव्यक्तीनुसार फरक पडू शकतो. तसा समाजाच्या विकासस्थितीनुसारही फरक पडू शकतो. अभावात्मक गुण (negative points i.e. pains) अधिक झाले तर ती कृती करू नये हेच योग्य. व्यक्तिसुखापेक्षा सामाजिक सुख संख्यात्मक दृष्टीने अधिक म्हणून त्याचा पाठपुरावा करणे औचित्यपूर्ण.

राज्यसंस्थेचे समर्थनही उपयुक्ततावादी त्याच्या सामाजिक उपयोगावर करतात. राज्य काही दैवी कारणांनी निर्माण झालेले नाही. त्याचप्रमाणे ते एखाद्या सामाजिक करारांतून निर्माण झालेले नाही. तसेच ती एखादी नैतिक किंवा नैसर्गिक निर्मिती नाही. राज्य म्हणजे सुखाची निर्मिती करण्याची एक यंत्रणा आहे. राज्याच्या कायद्याचे आपण पालन करतो कारण ते आपल्या उपयोगाचे, सुखाचे असते. 'We obey the State because the probable mischiefs of obedience are less than the probable mischiefs of disobedience' - Bentham. राज्य उपयोगी असेल तर ते नाइलाजाने स्वीकारावे लागते असे उदारमतवादी तत्त्व सांगते. उपयुक्ततावाद हा व्यक्तिवादाचाच आविष्कार आहे. त्यामुळे त्यानुसार येणारे निष्कर्ष अनैतिहासिक ठरतात. (It is by no means certain that consistently self-interested behaviour is the universal feature of human society.) उपयुक्ततावादाच्या चौकटीला थोडी मुरड घालीत पुढे जॉन स्टुअर्ट मिलने उपयुक्ततावादातील गुण-संख्यात्मक विसंगती दुरुस्त केली.

उपयुक्ततावादाने सामाजिक संस्थांच्या व्यवहाराला एक वास्तववादी दिशा दिली

राज्यसंस्था ही साधन मात्र असून व्यक्तिहित हेच राज्याचे ध्येय आहे आणि सामाजिक सुधारणावाद्यांना याचा मोठा आधार मिळाला. अधिकांचे अधिक हित ही घोषणा त्यांना उत्साह निर्माण करणारी झाली. तथापि, एक तत्त्वज्ञान म्हणून उपयुक्ततावाद अपुरा वाटतो. आनंद आणि सुख (joy-happiness and pleasure) यात मूल्यात्मक फरक आहे. तसे नसते तर एखाद्या कलाकृतीमधून मिळणारा आनंद आणि एखाद्या वस्तूच्या उपयोगितेमधून मिळणारे सुख हे एकाच मापाने मोजावे लागले असते. ('Happiness of the greatest number need not be the greatest happiness.')

उपयुक्ततावादी विचारवंतांमध्ये जेरेमी बेंथॅम (१७४८-१८३२), जेम्स मिल (१७७३-१८३६) आणि त्याचा मुलगा जॉन स्टुअर्ट मिल (१८०६-७३) हे विचारवंत प्रसिद्ध आहेत.

## १. जेरेमी बेंथॅम (Jeremy Bentham १७४८-१८३२)

बेंथॅमचा जन्म प्रतिष्ठित आणि सधन वकिलाच्या घरात झाला. १७६० मध्ये तो ऑक्सफर्ड येथे उच्च शिक्षणासाठी गेला व पुढे लिंकन्स् इनमध्ये त्याने कायद्याची पदवी घेतली. अनेक भाषा त्याला अवगत होत्या आणि विविध विषयांवर त्याने विपुल लेखन केले.

लंडन रिव्ह्यू, वेस्ट मिन्स्टर रिव्ह्यू यांमध्ये लिहीत असे. कायदा, अर्थशास्त्र, धर्मशास्त्र, शिक्षणशास्त्र, भाषा, आंतराष्ट्रीय संघटना अशा चौफेर क्षेत्रांत त्याने लिखाण केलेले आहे. त्याचे काही प्रसिद्ध ग्रंथ (Fragments on Government (1776), Introduction to the principles of Morales and Legislation (1789), A treatise on Judicial Evidence, A Theory of punishments and Rewards, Manual of Political Economy, Anarchical Falacies.

तो काळ इंग्लंडमध्ये राजकीय व सामाजिक परिवर्तनाचा काळ होता. कायद्याचा अभ्यास करीत असताना त्यातील उणिवांची त्याला जाणीव झालेली होती. वकिलीच्या व्यवसायात त्याचे मन रमले नाही आणि कायद्यातील सुधारणा हेच त्याचे ध्येय बनले. विविध देशांतून त्याला विधिसुधारणांविषयक कार्यासाठी मार्गदर्शक म्हणून निमंत्रण येत असे. लंडन विद्यापीठाच्या स्थापनेत त्याचा महत्त्वाचा सहभाग होता. त्यांच्या विपुल ग्रंथांची विविध भाषात भाषांतरेही झालेली आहेत. उपयुक्ततावादाचा तो जनक नसला तरी त्याला सुधारणावादाची जोड देऊन त्याने सामाजिक, राजकीय आणि आर्थिक क्षेत्रांतील परिवर्तनास मोठा हातभार लावलेला आहे आणि त्या सुधारणा अधिक वास्तववादी बनविल्या आहेत. शिक्षणक्षेत्रात सुधारणा करण्यातही तो अग्रभागी होता. एक समृद्ध आयुष्य जगून बेंथॅम १८३२ मध्ये मरण पावला.

## ९.१. बेंथॅमचा उपयुक्ततावाद (Utilitarianism)

बेंथॅमच्या आधी डेव्हिड यूम, प्रा. हचिसन, जोसेफ प्रिस्टले यांनी उपयुक्ततावादी विचार मांडलेले आहेत. कोणत्याही संस्थेचे समर्थन व अस्तित्व ती किती उपयोगी आहे आणि तिच्यात सुख-देण्याची किती क्षमता आहे यावरच करता येईल असे यूम यांचे म्हणणे होते. हचिसन यांनी 'अधिकांचे अधिक सुख (Greatest happiness of the greatest number)' ही कल्पना पुढे आणली. बेंथमने त्याला एका प्रभावी तत्त्वज्ञानाच्या पातळीवर नेऊन त्याचा सुधारणावादाशी सांधा जोडला. 'उपयुक्तता केवळ व्यक्तिगत नाही तर राज्याच्या विविध कार्यांतही ती लागू पडते. समाजाचा अधिकाधिक फायदा होणारी सुधारणाच समर्थनीय ठरते. त्यामुळे राज्याच्या सुधारणावादी कायद्यांना व कार्यक्रमांना एक समाजाभिमुख दिशा प्राप्त झाली. उदारमतवाद, वास्तववाद आणि सुधारणावाद यांचे मिश्रण उपयुक्ततावादात दिसून येते.

मानवाची कृती सुख (Pleasure) आणि दुःख (Pain) या दोन भावनांनी नियंत्रित होते आणि त्यांना दुसरा मूल्यात्मक (Value-oriented) आधार नाही. 'Pleasure is in itself good - the only good and pain is in itself evil- the only evil.' मानवावर या दोन भावनांचे अधिराज्य असते. ज्या कार्यापासून सुख मिळते तेच कार्य उपयोगी व म्हणून समर्थनीय ठरते आणि हा नियम व्यक्तीसारखा राज्यालाही लागू पडतो.

सुख-दुःखांची तात्त्विक चर्चा करताना बेंथॅमने त्यांची उगमस्थानेही स्पष्ट केलेली आहेत आणि त्याची संख्यात्मक गणना करण्याचे सूत्रही (Hedonistic Calculas) दिलेले आहे. सुखदुःखांची पाच उगमस्थाने त्याने सांगितली आहेत- (१) भौतिक वा नैसर्गिक (२) राजकीय (३) नैतिक (४) धार्मिक व (५) लौकिक. प्रत्येक बाबतीत मिळणाऱ्या सुख-दुःखाचे स्वरूप त्या त्या क्षेत्रातील संबंधित उपयोगात असते. मुळात त्या सुख-दुःखांत चांगले-वाईट, योग्य-अयोग्य असे काही नसते. निसर्गातील बदल उपयोगी असेल तर चांगला आणि त्यापासून उत्पन्न होणारी भावना सुख (Pleasure) होय. एखाद्या धार्मिक कृत्याचा आपणास / समाजास उपयोग होत असेल. उदा. सामाजिक ऐक्यभावना तर त्या कृत्याचे समर्थन त्याच्या सामाजिक उपयुक्ततेच्या मुद्द्यावर करता येईल आणि त्या कृत्यातून निर्माण होणारी भावना सुखसुख असेल. सुखात (आणि दुःखातही) गुणात्मक फरक नसतो. केवळ संख्यात्मक फरक असतो. त्यामुळे त्यांचे गणित बेरीज वजाबाकी करता येते.

बेंथॅमने सुख-दुःखांचेही वर्गीकरण केलेले आहे आणि वेगवेगळ्या रचनांची संख्यात्मक गणना करून तो आपली कृती उपयुक्त व अनुपयुक्त ठरवीत असतो. त्याने एकूण १४ सुखाचे आणि १२ दुःखाचे प्रकार सांगितले आहेत आणि त्यांच्या

मोजणीची ७ सूत्रे दिलेली आहेत. इंद्रियसुखाबरोबर काम करण्याचे कौशल्य, दुसऱ्याला मदत करण्यातील आनंद, सुंदर आठवणीतून मिळणारे सुख, दुसऱ्याला त्रास देण्यातही मिळणारा आनंद, आशा-अपेक्षांच्या पूर्तीमधून मिळणारा आनंद अशा अनेक आनंद-छटांचा बेंथॅम उल्लेख करतो. त्याचबरोबर दारिद्र्य, दुसऱ्याशी शत्रुता, दु:खद आठवणी, प्रतिसाद नसलेला उपकार, वास्तवाचा आधार नसलेली दु:खाची कल्पना, अपयश अशी दु:खाची कारणेही बेंथॅमच्या नोंदीमध्ये येतात. सुख-दु:खांचे वर्गीकरण बेंथॅमच्या 'सुख' संकल्पनेची सघनता स्पष्ट करते.

सुख-दु:खांचे मोजमाप करणे हे कृती करण्याच्या दृष्टीने महत्त्वाचे आहे. सुखात गुणात्मक फरक नसल्याने सर्वच सुखे आणि दु:खे सारखीच असतात आणि त्यांचीही गणना त्यातून उत्पन्न होणाऱ्या भावनेची (सुख-दु:खांची) तीव्रता, दीर्घकालीनता, विविधता, नजीकता, दूरत्व इ. अधिक सुख निर्माण करण्याची क्षमता, भावनेची शुद्ध, एकजिनसीपणा होता आणि विस्तारक्षेत्र यावर सुख मोजता येईल. व्यक्ती असाच प्रयत्न त्या प्रत्येक कारणाला एक स्थिरांक वजन देऊन करत असते आणि त्यातून त्याला एकही गोष्ट करावी का करू नये आणि तसे करण्याचे कारण 'उपयुक्ततावादाच्या' आधारे करता येईल. सुख-दु:खांचे परिणामक्षेत्र व्यक्ती व व्यक्तिगटांना सामावून घेण्यामधून शासनसंस्थेला मार्गदर्शन मिळून अधिकांचे अधिकतम सुख साधणाचा निर्णय ती घेऊ शकते. तीव्रतेने वाटणारा आनंद कमी क्षेत्रांवर असला तरी त्याचा प्रभाव अधिक पडू शकतो. (उदा. प्रादेशिक अस्मिता). आनंदाची दीर्घकालीनता ही आरोग्यक्षेत्राला मार्गदर्शक ठरू शकेल. आर्थिक सुखात निश्चितता असते. सुखातून सुख निर्माण करण्याची क्षमताही एखाद्या सुखाचे वैशिष्ट्य असू शकते. सुख-दु:खांची बेरीज करून (अधिक तीव्र पण एकांतिक) सुखाची बेरीज अधिक असेल तेच कार्य व्यक्तीला उपयोगी, तसेच जो कायदा सुखाची बेरीज अधिक विस्तारावर घडवू शकतो तेच धोरण शासनाने स्वीकारले पाहिजे.

ज्या अर्थी उपयुक्ततावादावर चौफेर टीका झालेली आहे, त्या अर्थी त्याचा प्रभावही निश्चित होतो. नैसर्गिक कारणे, धर्म, चर्चच्या आज्ञेचा गूढ प्रभाव यांतून बेंथॅमने व्यक्ती आणि शासनाला मुक्त करून आपल्या कृत्याचा मार्गदर्शक म्हणून उपयोगितेचे वास्तव माणक त्याच्या हाती दिले. 'सुख' तत्त्वाचा विचार करताना त्याने माणसाची सदसद्विवेक बुद्धी अप्रस्तुत ठरविल्याने व्यक्ति-समाजाच्या दृष्टीने श्रेयस-अश्रेयस असे सनातन मूल्यच त्याने निरर्थक ठरविले. सुख-दु:खांना गुणात्मक मूल्य असते आणि ज्ञानी सॉक्रेटिसचे दु:ख हे अज्ञानी माणसाच्या सुखापेक्षा अधिक श्रेयस असते. ('Better to be Socretes dis-satisfied than a fool satisfied') असा विचार बेंथॅमचाच शिष्य जॉन स्टुअर्ट मिल याने मांडला. सुख-दु:ख या भावना इतक्या गुंतागुंतीच्या व संमिश्र असतात की त्यांचे वर्गीकरण ढोबळ ठरते आणि ते

शास्त्रीय राहात नाही. औचित्य आणि श्रेयस या गुणकल्पना एकाच मोजपट्टीवर ठेवता येणार नाहीत. 'Greatest happiness may not be of the greatest number.'

तथापि, उपयुक्ततावादाला महत्त्वही आहे. राज्याने सुधारणावादी दृष्टिकोन स्वीकारण्यासाठी त्याला उपयुक्ततावादाने एक वास्तववादी साधन मिळवून दिले. संसदीय सुधारणा (वार्षिक अधिवेशन), मतदारसंघांची रचना, वृत्तपत्रीय स्वातंत्र्याचे समर्थन बेंथॅमने केले. संसदेच्या वरिष्ठ सभागृहाच्या (House of Lords) उपयुक्ततेविषयीही त्याने शंका उपस्थित केली. स्थानिक स्वराज्यसंस्था, फौजदारी कायदा, भिक्षेकऱ्यांविरुद्ध कायदा असे कितीतरी उपक्रम बेंथॅमने हाती घेतले. 'As a reformer he looked like a new Moses.'

## ९.२. बेंथॅमचे राज्यासंबंधीचे विचार

राज्य हा सुखाच्या वाढीसाठी असलेला समूह आहे. त्याचा उपयोग आहे म्हणून त्याचे अस्तित्व आहे. नैतिक विकास असे संदिग्ध ध्येय राज्यासाठी उपयुक्त नाही कारण राज्य ही नैतिक संस्था नाही किंवा कोणत्याही करारातून निर्माण झालेली संस्था नाही. राज्याचे आपण कायदे पाळतो ते भीतीपोटी किंवा एखाद्या कराराच्या अटी म्हणून नाही. आपल्या पूर्वजांनी केलेल्या एखाद्या (काल्पनिक) कराराचाही तो परिणाम नाही. कायद्याचे पालन आपण ते उपयोगी पडतात म्हणून करतो. 'We obey the State because the probable mischiefs of obedience are less than the probable mischiefs of disobedience.' व्यक्तिसुखात भर न टाकणारा, समाजसुखात वृद्धी न करणारा कायदा व्यक्तीने पाळू नये तसेच राज्याने अंमलात आणू नये.

समाजाच्या सुखाचा विचार जर राज्य करीत नसेल तर त्याच्या आज्ञा पाळण्याचे बंधन जनतेवर नाही. व्यक्तीच्या सुखाच्या आड येणाऱ्या गोष्टी राज्याने दूर केल्या पाहिजेत. व्यक्तीचे नैतिक कल्याण हा राज्याचा हेतू नाही. तो व्यक्तीचा प्रांत आहे आणि राज्य ही नैतिक संस्थाही नाही. ब्रिटनचे शासन हे धनिक वर्गाच्या प्रभावाखाली असलेले अल्पजन राज्यतंत्र आहे. लोकहितासाठी ते प्रगतिशील व सुधारणावादी असले पाहिजे आणि ते उदारमतवादी लोकशाही व्यवस्थेत शक्य होईल असे बेंथॅम म्हणतो.

## ९.३. बेंथॅमचे कायद्यासंबंधीचे विचार

कायदा हा बेंथॅमचा वारसा आणि त्यात सुधारणा हे बेंथॅमच्या आवडीचे क्षेत्र होते. कायदा म्हणजे सार्वभौमत्वाची आज्ञा ही उपयुक्ततावादी संकल्पना पुढे ऑस्टिनच्या विचारांतही अधिक विकसित झालेली दिसते. बेंथॅमचे 'Fragments on Governments' (1776) हे पुस्तक इंग्लंडच्या कायदा आणि न्यायव्यवस्थेचे अत्यंत कठोरपणे केलेले विश्लेषण आहे. कायद्यातील सुधारणा हे बेंथॅमचे आवडते क्षेत्र होते.

कायदा ही सत्तेने व्यक्त केलेली इच्छा असून लोक तिचे सवयीने पालन करतात; असे करणे त्यांच्या सुखाची वाढ करणारे म्हणून उपयोगीच असते. आज्ञाभंगापेक्षा आज्ञापालन हे सुखवृद्धी करणारे असते. दैवी कायदे आपल्या आकलनापलीकडील असतात. मानवी कायदे मात्र निश्चित असावे लागतात आणि कायदा म्हणजे स्वातंत्र्यावरील बंधनच असल्याने त्याची सुखनिर्मितीची क्षमता ही कसोटी महत्त्वाची ठरते. त्यामुळे आज्ञापालनातील त्रास (Mischiefs of obedience) सहन करण्यास व्यक्ती मान्यता देत असते. जीवनात सुरक्षितता, जीवनावश्यक सुविधांची प्राप्ती आणि समाजात व्यक्तिव्यक्तीत समानता या दृष्टीने कायद्याने बाह्य परिस्थिती निर्माण केली पाहिजे.

कायद्याची भाषा सोपी, स्वच्छ, सरळ आणि अंमलबजावणी व्यावहारिक असावी. कायद्याचे पालन होणे महत्त्वाचे आहे; म्हणून कायदा मोडणाऱ्यास शिक्षेचीपण व्यवस्था असावयास पाहिजे; मात्र कायदा हे प्रस्थापितांच्या हातातील जुलुमाचे साधन असता कामा नये.

इंग्लंडमधील तत्कालीन न्यायव्यवस्थेवर बेंथॅमने टीका केलेली आहे. तिथे कायद्याचा अर्थ लावला जातो, न्यायाचा नाही असे त्याने म्हटले आहे. न्याय मिळण्यासाठी मोठी किंमत भरण्याची ऐपत सर्वसाधारण गरीब जनतेमध्ये नसते. In this country justice is sold and dearly sold and it is denied to him who can not disburse the price at which it is purchased. न्यायदानातील विलंब आणि लोकांच्या कार्यशक्तीनुसार त्याची विक्री हे इंग्लिश न्यायपद्धतीचे दुखणे बनलेले होते. ज्यूरी पद्धत बेंथॅमला मान्य नव्हती तसेच न्यायदान खंडपीठाने करण्यापेक्षा एकाच न्यायाधीशाने करावे त्यामुळे न्यायदानात ते अधिक जबाबदारीने वागतील असे तो म्हणे. न्यायाधीशांच्या वर्तनावर, वृत्तीवर आणि कुवतीवर त्याने टीका केलेली होती. त्याच्या टीकेमुळे इंग्लंडमधील न्यायव्यवस्था सुधारण्यास चालना मिळाली.

शिक्षेचा हेतू गुन्हेगारात सुधारणा हा असावा. त्यातून समाजाची सुधारणा झाली पाहिजे. मात्र, शिक्षा ही हवीच. गुन्हेगाराबद्दल सहानुभूती निर्माण होईल इतकी गंभीर, अमानवी अशी शिक्षा असू नये. तुरुंगसुधारणेबाबतही त्याचा दृष्टिकोन मानवतावादी होता. अपराध्यांना दिलेली वागणूक चांगली नसे. शिक्षाही मोठी असे आणि कारागृहे किमान सोयी-सुविधाही नसलेली असत. सर्वच प्रकारचे कैदी एकत्रित ठेवल्यामुळे कारागृहे म्हणजे गुन्हेगारांसाठी प्रशिक्षणशाळाच बनलेली होती. गुन्हेगारांनी जीवनोपयोगी शिक्षण घ्यावे म्हणजे शिक्षा भोगून बाहेर आल्यानंतर गुन्हेगाराला चांगला नागरिक म्हणून जगता येईल यावर त्याचा भर होता. तुरुंगाधिकारी निवास तुरुंगांच्या आवारातच असला पाहिजे असे त्याचे मत होते. बेंथॅमच्या सुधारणा त्यावेळी मान्य झाल्या नाहीत पण आजच्या मानवी हक्क कल्पनेत त्यांचा अंतर्भाव झालेला दिसून येतो.

बेंथॅमच्या सुधारणावादाचा प्रभाव १८ व्या व १९ व्या शतकातील शासनव्यवस्थेच्या कार्यक्रमांवर पडलेला दिसून येतो. त्याला अनेक उत्साही सहकारीही मिळाले. उदा. रिकार्डो (अर्थशास्त्र), जॉन ऑस्टिन (न्यायशास्त्र), अलेक्झांडर बेन (मानसशास्त्र), ग्रोट (राजकारण), मिल पिता-पुत्र (राज्यशास्त्र)

उपयुक्ततावाद हा लोकशाहीचा आधार बनलेला आहे. राज्याचा पाया त्याच्या समाजासंबंधीच्या उपयुक्ततेत आहे. उपयुक्ततावादाच्या या भूमिकेने सामाजिक कराराची कल्पना आणि त्यासाठी निर्माण केलेला काल्पनिक इतिहास निरर्थक बनला.

## १०. जॉन स्टुअर्ट मिल (१८०६-१८७३)

औद्योगिक क्रांतीचे परिणाम स्वाभाविकपणे सर्व समाजजीवनावर दिसू लागले. आर्थिक, राजकीय, सामाजिक क्षेत्रांत त्यामुळे विचारमंथन सुरू झाले. एकोणिसाव्या शतकाचे हे वैशिष्ट्य आहे. औद्योगिक विकास आणि व्यापारवृद्धी, शासनाच्या व्यवहारावर लोकप्रतिनिधींचा प्रभाव आणि व्यक्तिवाद व समाजहित यांच्यात समतोलनाचे प्रयत्न या विचारमंथनाने लोकशाही अधिक प्रगल्भ होऊ लागली. औद्योगिक क्रांतीमधून निर्माण झालेला कारखानदार वर्ग कामगारवर्गाशी फक्त आर्थिक नात्याने जोडला जात होता. सामंतशाहीपेक्षा हे वेगळे एकेरी नाते कामगार तसेच समाज या दोन्ही दृष्टींनी घातक होते. राजकीय समता आणि आर्थिक विषमता यांमुळे लोकशाहीचा पायाच कमकुवत बनत होता. मिलच्या विचारात ही जाणीव स्पष्ट दिसून येते. उपयुक्ततावादाचा पुरस्कार करताना त्याने राजकीय व सामाजिक लोकशाहीचे कल्याणकारी समाजवादात रूपांतर केले आणि उदारमतवादाला नवा अर्थ दिला. (Mill indicates evolution of nineteenth century liberalism from uncontaminated Benthaminism to qualified socialism.)

जॉन स्ट्रअर्ट मिलचे वडील जेम्स स्टुअर्ट हे बेंथॅमचे चाहते होते. त्यामुळे मिलवर बालपणापासून त्याचा प्रभाव होता. कुशाग्रबुद्धी आणि घरातील बौद्धिक वातावरण यात मिलने विविध शास्त्रांच्या अभ्यासात बालपणातच प्रावीण्य मिळविले. या सर्वांचा त्याच्या मनावर इतका ताण निर्माण झाला की काही काळ त्याला विमनस्कता प्राप्त झाली. फ्रान्समधील वास्तव्यात त्याची मन:स्थिती सुधारली 'London Review' ची स्थापना व संपादकत्व, ईस्ट इंडिया कंपन्यांमधील नोकरी, कोलरीज, वर्डस्वर्थ यांच्या काव्याचा रसास्वाद, ब्रिटिश संसदेचे सदस्यत्व अशा विविध अंगांनी मिलचे विचारविश्व प्रगल्भ झालेले दिसून येते. त्याने सातत्याने विविध विषयांवर लिखाण केलेले असून ('On Liberty (1889)', 'Essays on Religion (1874)', 'Utilitarianism (1861)', 'The system of Logic (1841)', 'The subjection of women (1869)') (पत्नीसह लेखन), 'Considerations on

Representative Government (1861)', 'The Principles of Political Economy (1843)' हे त्यांतील काही प्रसिद्ध ग्रंथ आहेत. ॲव्हिग्रॉन येथे १८७३ मध्ये त्याचा मृत्यू झाला.

## १०.१. लोकशाही आणि व्यक्तिस्वातंत्र्य

मिलच्या 'On liberty' ह्या ग्रंथामधून त्याने आपले स्वातंत्र्यविषयक विचार मांडलेले आहेत. विचारस्वातंत्र्य आणि कृतिस्वातंत्र्य या दोन्ही अंगांचा त्याने विचार केलेला आहे आणि व्यक्तिस्वातंत्र्याचा व्यक्तिविकासाशी असलेला सांधा जपत त्याने त्याची समाजहिताशी सांगड घातलेली आहे. विविध क्षेत्रांत सुधारणावादी वारे वहात असताना त्याने व्यक्तिस्वातंत्र्यावरील शासनाचे आक्रमण थोपविले पण त्याचबरोबर उपयुक्ततावादातील यांत्रिक अलिप्तता दूर केली.

प्रत्येक क्रांतीमागे आदर्शवाद असतो. जनतेच्या भावनिक आधाराचा तो पाया असतो; पण त्याची व्यवहाराशी व सकारात्मक कार्याशी सांगड घातली गेली नाही तर त्यातून क्रांतीचा मूळ हेतूच फसतो. ('The central theme of democracy is reconciling individuality and liberty with democratic equality.') लोकशाहीत समानता प्रस्थापित होत असली तरी स्वातंत्र्यावरील आक्रमणाचा धोकाही तेवढाच वाढलेला होता; कारण शासनसंस्थेच्या विविध सुधारणाकायद्यांना समाजकल्याणाचा नैतिक संदर्भ निर्माण झाल्याने त्याला विरोध करणे अधिक अवघड झाले. या आक्रमणाचे स्वरूप अधिक व्यापक बाह्यत: सौम्य त्यामुळे विरोधी संघटनास अधिक प्रतिकूल बनले. ('It would degenerate them without tormenting them.')

आपल्या 'On Liberty' या ग्रंथांत लोकशाही शासन स्वाभाविकपणे स्वातंत्र्याचा प्रश्न सोडवेल हा भ्रम दूर केलेला. हुकूमशाहीइतकी समाजाची, त्यातील बहुमतवाल्या लोकांची हुकूमशाही अधिक भयावह आणि वास्तव असते. ('The tyranny of majority intimidates without destroying till the nation is reduced to nothing better than a flock of timid and industrious animals of which the government is the shepherd.') टोकव्हीय समाजाच्या जुलमापासून सुटका अवघड असते. व्यक्ती आणि समाजमनात ती खोलवर जाते आणि माणसाची विचारशक्तीच बंदिस्त करते.

मिलच्या मताने स्वातंत्र्याचा प्रश्न हा मूलभूत हक्काचा प्रश्न आहे. प्रभाव टाळण्याचे साधन म्हणून व्यक्तीच्या हक्काकडे पाहणे त्याला मंजूर नव्हते. व्यक्तिस्वातंत्र्य हे व्यक्तिविकासाचे साधन आहे आणि व्यक्तिविकास हे व्यक्तीचे ध्येय आहे. समाजातील अनेक संस्था या आपणास त्यांची केवळ सवय झाल्यामुळे उपयुक्त वाटत असतात. आणि त्यांची सांकेतिक उपयुक्तता स्वीकारण्याचा समाजाचा आग्रह नैसर्गिक असला तरी समर्थनीय नाही. सर्व मानवजात जरी विरोधी असेल तरी व्यक्तीला आपल्या

मताचा आणि त्यानुसार वागण्याचा हक्क आहे. ('If all mankind minus one were of one opinon and only one person were of contrary opinion, mankind would be no more justified in silencing that person than he, if he had the power would be justified in silencing mankind' - Mill.) एका व्यक्तीच्या हुकूमशाहीइतकीच बहुमताची हुकूमशाही (tyrrany of the majority) ही व्यक्तिस्वातंत्र्याला घातक आहे. किंबहुना, ती अधिक धोकादायक आहे कारण त्यामागे बहुमताचे नैतिक पाठबळ आहे.

अशा तऱ्हेने व्यक्तिस्वातंत्र्याचे नियंत्रण केल्यास त्या व्यक्तीचे जेवढे नुकसान होते किंवा त्याला वैयक्तिक व सामाजिक त्रास होतो त्यापेक्षा जास्त नुकसान समाजाचे होते. कदाचित खरी ठरणारी किंवा अंशत: खरी ठरण्याची शक्यता असलेली अल्पमतातील शंका मुळातच उखडली जाते आणि त्यात समाजाचाच तोटा असतो. व्यक्तीइतका समाजही चुका करीत आलेला आहे असा इतिहास आहे. समाजाच्या संभाव्य हितासाठी काही मतांचे नियंत्रण करणे या मताला काहीच अर्थ नाही. 'एखाद्या मताची उपयुक्तता हेच मुळी एक मत आहे.' म्हणून त्याचा सिद्धांत म्हणून आधार घेता येणार नाही. कालांतराने सत्य ठरलेल्या अनेक मतांना समाजाने पाखंडी विचार म्हणून संबंधित व्यक्तींचा छळ केलेला आहे. सॉक्रेटिसला अथेन्सच्या कायद्यानुसार नव्या विचारस्वातंत्र्याचा आग्रह धरण्याबद्दल विषप्राशन करावे लागले आणि ख्रिस्ती धर्माचे संस्थापक जीझस यांना स्वत: शूल घेऊन वधस्तंभाकडे जावे लागले.

प्रस्थापित मतामधील अपुरेपणा नवीन विचारांती दूर होऊ शकेल. विरोधी मत दाबून टाकले तर कालांतराने प्रस्थापित मत एक साचेबंद सूत्र बनेल. 'For its own vitality and survival truth needs to be fully freely frequently and fearlessly discussed.' अशी चर्चा त्या विचारांवर विश्वास ठेवणाऱ्यांच्याच हिताची असते. मिलच्या मनात असलेल्या व्यक्तीच्या विचारस्वातंत्र्याच्या मागे ग्रीकांची व्यक्तिविकासाची कल्पना होती. राज्याचे मोठेपण त्यातील व्यक्तींच्या मोठेपणात असते. राज्याने त्यावर नियंत्रण आणले तर व्यक्तिमत्त्व खुजे बनेल आणि अशा माणसांकडून कोणतेही भव्य-दिव्य कार्य होऊ शकणार नाही.

मिलच्या मताने समाजवादापुढील यक्षप्रश्न हा व्यक्तिस्वातंत्र्य आणि समाजहित यांच्यात सुमेळ घालण्याचा होता. त्या दृष्टीने व्यक्तिस्वातंत्र्याचा पुरस्कार करीत असताना त्याने बेंथॅमच्या उपयुक्ततावादाला आवश्यक अशी मुरड घातलेली आहे आणि त्यातच मिलचा द्रष्टेपणा दिसून येतो. प्रत्येक व्यक्तीच्या कार्याचे दोन भाग पडतात. स्वसंबंधी (Self-regarding) आणि समाजसंबंधी (Other-regarding). आपल्या हिताचा निवाडा करण्यास व्यक्ती पूर्णपणे सक्षम आहे, असा उपयुक्ततावादी विचार त्याला मान्य हेता. तथापि, सर्वच सुखे संख्यात्मक पद्धतीने सारखी असतात.

'A pushpin is as good as Puskin' ही कल्पना त्याला मान्य नव्हती. सुखामधील गुणात्मक फरक लक्षात घेता काही प्रतीची सुखे अधिक श्रेयस्कर व समाजहिताच्या दृष्टीने स्वीकारार्ह असतात. सारखेपणापेक्षा विविधतेमध्ये सुख दडलेले असते. साध्या माणसाच्या सुखापेक्षा (Pleasure) सॉक्रेटिससारख्या ज्ञानी माणसाचे दु:ख (Pains) अधिक गुणात्मक असते.

राज्याच्या हस्तक्षेपाला व्यक्तिवादी मिलचा अर्थात विरोध होता आणि विविध सुधारणांच्या माध्यमातून शासनाचा व्यक्तीच्या कृतिस्वातंत्र्यात हस्तक्षेप होत होता. शासनाच्या बहुमताच्या आधारे होणारा हस्तक्षेप हा वैधानिक स्वरूपाचे पाठबळ मिळाल्याने अधिक परिणामकारक होता. मिल यास समाज आणि शासनाच्या हस्तक्षेपाला मर्यादा घालून घ्यावयाची होती. (The only part of the conduct of any one for which he is answerable to the society is that which concerns other (other regarding sphere). In the part which merely concerns himself, his independence, is of right absolute (Self-regarding sphere) - On Liberty)

मिलच्या व्यक्तिस्वातंत्र्यात विचारस्वातंत्र्य आणि मतस्वातंत्र्य (Feeling-Opinion) तसेच आचारस्वातंत्र्य व संस्थाबांधणीचे स्वातंत्र्य अभिप्रेत आहे. बहुमताची हुकूमशाही (Tyranny of the majority) व त्याला विरोध हे मिलच्या स्वातंत्र्याच्या कल्पनेचे वैशिष्ट्य आहे. गुणवान व्यक्तींच्या हाती सर्व अधिकार असावेत (प्लेटोचा तत्त्वज्ञ राज्यकर्ता) असा मिलचा आग्रह नव्हता. विविधता ही मानवी प्रगतीची खूण आहे आणि गुणवान व्यक्ती समाजासाठी मार्गदर्शकच असतात. बहुमत म्हणजे सामान्य कुवतीचा सामाजिक आविष्कार (Collective mediocracy) असे मिल म्हणे. बेंथॅमचा सर्वसाधारण मानव त्याला सुख-दु:खाचे गणित करण्याच्या दृष्टीने उपयुक्त होता. मिलला अशा सांकेतिक साधारण माणसाची कल्पना मान्य नव्हती. व्यक्तिव्यक्तींमधील विविधता व्यक्ती व समाज गुणात्मक सुखी करेल, असे मिलचे मत होते. मिलने उपयुक्ततावादाला गुणात्मक पातळीवर नेले आणि त्याला नैतिक अधिष्ठान दिले.

मिल व्यक्तिवादी होता. त्याचा व्यक्तिस्वातंत्र्याचा आग्रह मात्र एकांगी वाटतो; मात्र व्यक्तीचे हित-अहित कोणते, हे सांगण्याच्या निमित्ताने राज्याचे व्यक्तिव्यवहारावर हस्तक्षेप-नियंत्रण येते, ही त्याची भीती अनाठायी नव्हती. व्यक्तीच्या स्वसंबंधी स्वातंत्र्यामधून व्यक्तीची व समाजाची हानी होण्याची भीती असल्याने त्याचा व्यक्तिवाद अमूर्त स्वरूपाचा वाटतो. 'Mill was the prophet of empty liberty and abstract individualism' माणसाचे समाजातील आणि वैयक्तिक वागणे मिलला वाटते तेवढे तर्कशुद्ध नसते. बार्कर– तसेच स्वातंत्र्याबरोबर जबाबदारीची जाणीवही हवी नाहीतर स्वातंत्र्य म्हणजे स्वैराचार बनेल आणि तो व्यक्ती व समाज या दोघांनाही घातक ठरेल. अर्थात, व्यक्तीची गुणपात्रता स्वातंत्र्यासाठी आवश्यक असते. याच विचारातून

तो मागासलेल्या देशांना स्वातंत्र्य देण्याच्या विरोधात होता आणि हे विचार लोकशाहीच्या विरोधात वाटतात.

## १०.२. प्रातिनिधिक शासनव्यवस्था (Representative Government)

शासनव्यवस्थेचा विचार करताना शासकीय कार्यक्षमता आणि व्यक्तिस्वातंत्र्य यांचा समन्वय करण्याचे आव्हान मिलसमोर होते. समाजातील सर्वच संस्था या त्या- त्या समाजाच्या गुण-दोषांच्या संदर्भात विकसित होत असतात. सामाजिक मनाचे प्रतिबिंब त्यात पडत असते. ('Human institutions are not like trees which once planted grow while men are sleeping. They are made what they are at every stage of development by men who work them.')

शासनाचा मुख्य हेतू व्यक्तीचा विकास हा आहे. त्यासाठी व्यक्तिस्वातंत्र्याला पोषक असे बाह्य वातावरण निर्माण करणे आणि ते सुस्थिर ठेवणे हे राज्याचे मुख्य कार्य आहे. अर्थात, राज्याला रचनात्मक तसेच नियंत्रणात्मक अशी दोन्ही स्वरूपाची कार्ये करावी लागतात. विशिष्ट परिस्थितीत राज्य म्हणून व्यक्तीच्या जीवनात 'समाजकल्याणकारी' भूमिकेतून हस्तक्षेप करीत असते. समाजाच्या आर्थिक जीवनात त्यामुळे राज्याचा हस्तक्षेप मिल मान्य करतो. व्यक्तिगत व सामाजिक कार्यातील स्वातंत्र्यामुळे समाजातील शांतता व सुव्यवस्था (External Conditions of Peace) भंग पावत असेल तर राज्याचा हस्तक्षेप समर्थनीय ठरतो. नागरिकांचा गुणविकास, चारित्र्यनिर्मिती, राजकीय शिक्षण आणि अधिकार-कर्तव्ये यांबाबात राज्याची भूमिका प्रभावात्मक असली पाहिजे. केवळ प्रशासकीय कार्यक्षमता एवढीच शासनाकडून अपेक्षा नाही.

लोकांना शासकीय कार्यात भाग घेता आला पाहिजे. प्रत्यक्ष लोकशाही आता अवास्तव असल्याने मिलने प्रातिनिधिक लोकतंत्राचा पुरस्कार केला. संसदीय लोकशाही- मधील दोष स्पष्ट करून त्याने केवळ बहुमतवाल्यांची लोकशाही दुरुस्त करून ती अधिकाधिक प्रातिनिधिक करण्याचे मार्ग सुचविले आहेत. त्यात निर्वाचनव्यवस्थेकडून मोठ्या अपेक्षा आहेत. राज्यकर्ते केवळ बहुसंख्य अज्ञानी लोकांकडून निवडले जाऊ नयेत; यासाठी त्याने प्रमाणशीर प्रतिनिधित्वाची पद्धत सांगितली आहे आणि त्याला बहुमताची (Plural voting) जोड दिली आहे. त्यामुळे केवळ संख्याधिक्याच्या जोरावर अल्पसंख्य विचारमताला निष्प्रभ करता येणार नाही. प्रौढ मतदानाच्या अधिकाराला त्याचा विरोध होता. आज हा अधिकार लोकशाहीचा प्राण समजला जातो. लिहिता, वाचता येणे, किमान अंकगणिताचे ज्ञान आणि शासनाचा कर भरणाऱ्या व्यक्तीलाच मतदानाचा अधिकार असावा, तो सरसकट सर्वांना असण्यात लोकशाहीला धोका आहे असे त्याचे मत होते. मात्र, स्त्रियांना मताधिकार असावा

असा त्याचा आग्रह होता. औद्योगिक समाजात शासनाच्या प्रत्येक शाखेचे काम गुंतागुंतीचे बनलेले आहे आणि त्यासाठी ज्ञान व कौशल्याची गरज आहे. सर्वसामान्यांची सदिच्छा वा सद्‌हेतू त्यासाठी पुरेसा नाही आणि म्हणून केवळ लोकमताने त्या कार्याबाबत निर्णय घेण्यापेक्षा सक्षम व्यक्तींनीच त्याबाबत निर्णय घेणे योग्य ठरेल. (A numerous assembly is little fit for the direct business of legislation as far that of administration.) लोकमताचे प्रतिबिंब संसदेत असावे आणि लोकमताच्या सर्व घटकांचा त्यात सहभाग असावा. संसद ही सर्व राष्ट्राच्या प्रश्नांना वाचा फोडण्याचे व्यासपीठ असावे आणि त्यात सर्व राष्ट्राचे मत प्रगट व्हावे असे मिलला वाटे. संसदेला जबाबदार असलेली समितिपद्धत मिलला अभिप्रेत होती. एकगृही संसदेऐवजी द्विगृही संसद अधिक प्रातिनिधिक ठरेल असे त्याचे मत होते. लोकसहभाग वाढविण्यासाठी आणि तो सक्षम करण्यासाठी मिलने स्थानिक शासनाचा पुरस्कार केलेला आहे. त्यातून लोकांच्या सुप्त गुणांचा विकास होऊ शकेल तसेच तो गुप्तमतदान पद्धतीच्याही विरोधात होता.

मतदारांतील जागृती, स्त्री-पुरुषांचे समान राजकीय हक्क, विनावेतन प्रतिनिधित्व, गुणात्मक उपयोगितेचा आधार यातून एक गुणाधिष्ठित अल्पजन सत्ता (Intellectual aristocracy) असे प्रातिनिधिक लोकशाहीचे स्वरूप त्याच्या विचारातून स्पष्ट होते. कामगारांविषयी पुरोगामी विचार मांडत त्याने व्यक्तिवादी उपयुक्ततावादाचा समाजवादी विचारसरणीशी सांधा जोडला; अर्थात मुळात उपयुक्ततावादी विचारसरणी तात्त्विक पातळीवर कमी श्रेणीची होती. (It was too materialistic to be philosophic).

## ११. आयझेया बर्लिन (Issaiha Berlin १९०९-१९९७)

रिंगा (लॅटेव्हिया) येथे जन्म झालेला बर्लिन १९२१ आयझेया मध्ये इंग्लंडमध्ये आला; आणि १९३० मध्ये ऑक्सफर्ड तत्त्वज्ञानाच्या वर्तुळात स्थिरावला. हा गट वास्तववादाचा (Empiricism) पुरस्कर्ता म्हणून ओळखला जातो. बर्लिन उदारमतवादी अनेकतावादाचा (Liberal pluralism) म्हणून प्रसिद्ध आहे. बर्लिनच्या ग्रंथसंपदेमध्ये 'Four Essays on Freedom (1969)', 'Against the Current (1979)' हे प्रसिद्ध आहेत. स्वातंत्र्याची कल्पना, पुनरुज्जीवनाचा एकसुरी आग्रह आणि त्यामधून उदारमतवादी विचारवंतांची प्रभावात्म स्वातंत्र्याची (Positive liberty) संकल्पना व त्यातून निर्माण होणारी सर्वंकष रचना स्वातंत्र्याला धोक्याची आहे असा विचार मांडून बर्लिनने अभावात्मक स्वातंत्र्याची (Negative Liberty) कल्पना पुढे आणली. आपल्या ('Two Concepts of Liberty') मध्ये बर्लिन याने प्रभावात्मक व अभावात्मक स्वातंत्र्याची कल्पना काही करण्याचे स्वातंत्र्य (Freedom to do something) आणि काही न करण्याचे (Freedom from doing something) अशा स्वरूपात स्पष्ट केलेली आहे.

अभावात्मक स्वातंत्र्य म्हणजे बाह्य नियंत्रणाचा अभाव आणि बाह्य हस्तक्षेपाला विरोध आणि प्रभावात्मक स्वातंत्र्य म्हणजे स्वाधीनता. त्यामध्ये नियंत्रणे घालणाऱ्या व्यक्ती / संस्थेच्या व्यापक हेतूचा विचार महत्त्वाचा ठरतो. व्यक्ती आणि समाजजीवनातील श्रेयस मूल्याची उतरंड लावून त्यानुसार व्यक्तिस्वातंत्र्याला अग्रता देणे आवश्यक आहे, असे प्रभावात्मक स्वातंत्र्यवादी विचारवंत मानतात. प्रभावात्मक स्वातंत्र्यामधील सर्वंकषतेचा धोका ओळखून बर्लिनने अभावात्मक स्वातंत्र्याचे महत्त्व स्पष्ट केले.

अनेकवादानुसार चांगले आयुष्य, चांगला समाज याविषयी एकतत्त्वापेक्षा अनेक छटांचा दृष्टिकोन अधिक उपयुक्त ठरतो. या अनेकवादातील श्रेयसमूल्यांत विसंवादही निर्माण होऊ शकतो आणि त्यांना एका प्रमाणित मूल्याच्या आधारे गुणात्मक श्रेणी देणे अवास्तव ठरते. स्वातंत्र्य आणि समता, व्यक्तिगत आणि समाजगत कल्याण यांत परस्पर संघर्ष होऊ शकतो आणि दोन्ही मूल्यांचे अंतर्गत स्वरूपही गुंतागुंतीचे असते. त्याचबरोबर समाजाच्या संस्कृतीनुसार मूल्यकल्पना, नीतिमत्ता यांतही बदल असू शकतो आणि आपापल्या समाजात त्या श्रेयसच असतात. त्यांना एका मापदंडाने मोजणे दोघांवरही अन्याय करण्यासारखे आहे.

'Berlin is not only a value pluralist, but a cultural pluralist.'

प्रत्येक समाजाचा स्थानिक इतिहास, सामाजिक बांधणी आणि विचारप्रकृती वेगळी असते. त्यामुळे त्यांची चांगल्या जीवनाची कल्पना आणि अग्रक्रमही वेगळे असतात. जे व्यक्तीचे तेच समाजाचे. या सगळ्यांना एका तत्त्वात (Monism) गुंफण्याचा प्रयत्न म्हणून समर्थनीय नाही. एकमेकांशी स्पर्धा करणाऱ्या आणि एकमेकांत मिसळून न जाणाऱ्या अशा अनेक मूल्यव्यवस्था माणसाला उपलब्ध असतात. त्यातून निवड करण्याचे स्वातंत्र्य हे खरे स्वातंत्र्य आहे. बर्लिनच्या प्रभावात्मक आणि अभावात्मक स्वातंत्र्याचा हा खरा पाया आहे.

अभावात्मक स्वातंत्र्य हे निवडीच्या स्वातंत्र्याशी निगडित आहे आणि निवडीची क्षमता ही व्यक्तिविकासाची खूण आहे. निवड करताना (Freedom of choice) व्यक्ती स्वेच्छेने आणि बाह्य हस्तक्षेपाशिवाय विविध पर्यायांतून निवड करीत असते. 'Choice reflects person's, preferences, wants or needs.' अर्थात, विविध पर्याय हे समान व्यवस्थेमधील तौलनिक दृष्ट्या योग्य असावयास हवेत. कामाला पर्याय बेकारी असेल तर कामाच्या पर्यायाची निवड 'योग्य निवड' होऊ शकणार नाही.

बाह्य हस्तक्षेपाला असलेला विरोध पाश्चात्त्य व्यक्तिवादाच्या स्वसंबंधी खासगीपणाच्या मूल्यांशी निगडित आहे. उदारमतवादी लोकशाहीचे 'व्यक्तीचे व्यक्तीपण' (Privacy) हे व्यवच्छेदक लक्षण मानले जाते. खासगी आणि सार्वजनिक (Private and public) ही विभागणी अभावात्मक स्वातंत्र्याचा आग्रह धरते. मिलची (Self-regarding) and (Other-regarding) ही कार्यक्षेत्राची विभागणी शासनाचा Other-regarding

(समाजासंबंधी) कार्यक्षेत्रात हस्तक्षेप मान्य करते पण अभावात्मक स्वातंत्र्याच्या संकल्पनेत क्षेत्र कमीत कमी राहील असा आग्रह धरला जातो आणि लोककल्याणाच्या नावाने शासनाच्या विविध योजनांकडे साशंकतेने हस्तक्षेपाच्या भीतीने पाहिले जाते. व्यक्तीच्या निर्णयक्षमतेवर विश्वास हे अभावात्मक स्वातंत्र्याचे वैशिष्ट्य आहे. (Free from interference, coercion and even guidance individuals are able to take rational decisions.)

कशापासून किंवा कोणापासून स्वातंत्र्य हा विचारही अभावात्मक स्वातंत्र्यात महत्त्वाचा ठरतो. अभावात्मक स्वातंत्र्याच्या अनेक छटा असतात. त्यामुळे कुठली एक कल्पना इतर पर्यायी कल्पनेपेक्षा श्रेष्ठ मानण्यास बर्लिन तयार नाही. जाणीवपूर्वक हस्तक्षेप उलट अभावात्मक स्वातंत्र्याचा संकोचच ठरेल. अभावात्मक स्वातंत्र्याचा आग्रह केवळ लोकशाही व्यवस्थेपुरताच मर्यादित नाही. शासनाने कोणत्या मर्यादेपर्यंत हस्तक्षेप करावा हा प्रश्न प्रत्येक शासनव्यवस्थेच्या दृष्टीने महत्त्वाचा ठरतो.

अभावात्मक स्वातंत्र्याचा विचार करताना प्रभावात्मक स्वातंत्र्याचाही विचार करणे स्वाभाविक बनते. व्यक्ती स्वत:ची मुख्यत्यार असणे (Being ones Master) हे खरे स्वातंत्र्य असले तरी प्रभावात्मक स्वातंत्र्यात नियंत्रणाची छटा येते. आणि राजकीय संदर्भात शासनाच्या हाती हस्तक्षेपाची मोठी शक्यता निर्माण होते. स्वातंत्र्य म्हणजे सारासार बुद्धीच्या आज्ञेचे पालन (Rational will) नसून, विकल्प निवड (choice) हे खरे स्वातंत्र्य आहे असे बर्लिनचे मत होते. व्यक्तिविचारांतील विविधता आणि विसंगती यामुळे निर्माण होणारा मूल्यसंघर्ष हे व्यक्तीचे वैशिष्ट्य आहे. त्या दृष्टीने बर्लिनचा अनेकवादी उदारमतवाद (Liberal Pluralism) हा विचार व्यक्तिवादाच्या दृष्टीने महत्त्वाचा बनलेला आहे.

## १२. जॉन रॉल्स (John Rawls १९२१-२००३)

आधुनिक विचारवंतांमध्ये उदारमतवाद आणि लोकशाही समाजवाद या संकल्पनांना नव्या न्यायकल्पनेत 'नेमस्त न्याय' (Fairness as justice) गुंफण्याचे महत्त्वाचे कार्य जॉन रॉल्स यांनी केले आहे. न्यायाची कल्पना सामाजिक कराराच्या चौकटीत बसवून त्याने नीतिकल्पनांपासून फारकत घेतलेल्या उपयुक्ततावादाला एक श्रेयस पर्याय उपलब्ध करून दिला. आपला सामाजिक दर्जा आणि स्थान यांचे यथार्थ ज्ञान व्यक्तीला झाले तर नेमस्त न्याय समाजव्यवहारात निर्माण करता येईल. सामाजिक विषमतेच्या वास्तवात समाजातील सेवासुविधांमध्ये वाढ होऊ शकेल आणि याचा फायदा त्या सेवांचा लाभ समाजातील गरीब व दुर्लक्षित वर्गाला अधिक होऊ शकेल. 'Redistribution and welfare 'just' because they conform to the widely held view of what is fair' असेच समर्थन त्याने स्वातंत्र्य व संधीच्या समानतेबाबत केलेले आहे. त्याचे 'A Theory of Justice' (1971) हा ग्रंथ युद्धोत्तर काळातील उदारमतवाद्यांचा संदर्भग्रंथ मानला जातो.

## १२.१. रॉल्सची न्यायाची कल्पना (Rawl's Concept of Justice)

समाजातील विषमतेमध्येही समाजात निर्माण होणाऱ्या सेवासुविधांचे वाटप न्याय्य पद्धतीने (Distributive Justice) करता येईल आणि हे भांडवलशाही वा समाजवादी या दोन्ही व्यवस्थांत शक्य आहे. भांडवलशाहीच्या बाजारपद्धतीच्या उत्पादनपद्धतीत उत्पादक प्रोत्साहनांना धक्का न लावता हे शक्य आहे.

('Justice is the first virtrue of social institution as truth is of the system of thought' - Rawls) समाजातील विषमता सामाजिक संस्था आणि त्यांच्या व्यवहारातून निर्माण होते, हे वास्तव स्वीकारून व्यक्ती एकत्र येताना समाजातील स्वातंत्र्याचा लाभ सर्वांना कसा होईल आणि प्रत्येकाने अधिकाधिक स्वातंत्र्य उपभोगताना इतरांनाही तसेच स्वातंत्र्य कसे उपभोगता येईल हे पाहिले पाहिजे. त्यासाठी पूर्ण विकसित झालेली स्वातंत्र्यव्यवस्था निर्माण करण्यापेक्षा ज्यांना समाजातील दर्जा आणि स्थान यांमुळे स्वातंत्र्याचा लाभ घेता येत नाही त्यांनाही तो मिळेल आणि त्यातून समाजातील एकूण स्वातंत्र्यवाटप वाढेल अशी रचना निर्माण केली पाहिजे, असे रॉल्सचे मत होते. कार्यक्षमता आणि कल्याण यापेक्षा अशा न्यायव्यवस्थेला तो अग्रमूल्य मानतो. उत्पन्नमिळकत आणि संपत्तिनिर्मिती यांचे समान वाटप समाजव्यवस्थेत होणे अगत्याचे आहे. विषमतेचे समर्थन सेवासुविधांपासून वंचित असणाऱ्या समाजगटाला अंतिमत: फायद्याचे होणारे असेल तरच करता येईल कारण कर किंवा बचत यामधून उत्पादकतेवर विपरीत परिणाम होता कामा नये.

रॉल्सची न्यायाची–'नेमस्त न्यायाची' कल्पना विविध सामाजिक घटना आणि चळवळींतून विकसित झालेली आहे. उदा. व्हिएटनाम युद्धाविरोधी चळवळ, नागरी हक्क आणि कृष्णवर्णीयांची चळवळ सामाजिक न्यायकल्पनेला राजकीय संदर्भही स्वभावत:च असतो सामाजिक न्यायाची निकड, त्यासाठीची संघटना प्रत्यक्ष सेवा वस्तू यांची वाटपयंत्रणा आणि राजकीय संघटनांचा त्यातील सहभाग या सर्वांचा न्याय व नेमस्त न्याय यांच्या आशयावर आणि आवाक्यावर परिणाम होत असतो. रॉल्सची न्यायकल्पना उदारमतवादी अर्थशास्त्राशी निगडित असून, त्या व्यवस्थेमधील मानवस्वभाव व व्यवहार त्यात गृहीत धरलेला आहे आणि आदर्श मानलेला आहे. प्रत्यक्षात व्यक्तीची देवाण-घेवाण करण्याची क्षमता रॉल्स मानतो तेव्हा ती मुक्त नाही. वितरणव्यवस्था ही उत्पादनव्यवस्थेशी संबंधित असते; आणि ती उत्पादनपद्धतीशी सुसंगत असते असे साम्यवादी मानतात. मात्र, समाजवादी तत्त्वज्ञानाला रॉल्सने

उदारमतवादी नीतितत्त्वाची जोड देण्याचा प्रयत्न केलेला आहे. तो स्तुत्य आहे. (The theory of socialism without a moral philosophy is as undesirable as impossible.)

व्यक्तीची कृती ही साधनात्मक नसून ध्येयात्मक असते. नाही तर अर्थव्यवस्थेत त्यांचे नाते आपले गुणकौशल्य विकणाऱ्या मजुरासारखे होईल. संख्यात्मक विषमता समाजात अटळ असते आणि सत्ताधारी श्रीमंत वर्गाला ती टिकविण्यातच स्वास्थ असते; पण त्या चौकटीतही व्यक्तिविकासासाठी पुरेसे स्वातंत्र्य आणि हक्क याबाबत समता निर्माण करता येईल. किंबहुना, या विषमतेमधूनच कार्यक्षमतेची प्रेरणा निर्माण करता येईल आणि घटनात्मक शासनव्यवस्था विषमतेमधून निर्माण होणारे ताण नियंत्रित ठेवू शकेल. राजकीय समता आणि सामाजिक व आर्थिक विषमता यांचा सुमेळ घालता येईल हा उदारमतवादी दृष्टिकोन रॉल्सच्या नेमस्त न्यायकल्पनेचा पाया आहे.

समतेच्या तत्त्वव्यवहारापासून वेगळी कृती करत असताना त्याचे बुद्धिनिष्ठ विवेचन करणे अत्यंत आवश्यक असते. कारण त्यामधून सामाजिक न्याय प्रस्थापित होऊ शकतो; म्हणून रॉल्स वितरणव्यवस्था न्यायावर आधारण्याची गरज स्पष्ट करतो. व्यक्तीची व्यक्तिगत कौशल्यबुद्धिमत्ता आणि सामाजिक स्थानामुळे त्याला मिळणारी सुविधा व्यक्तिगत नसून त्याला सामाजिक संदर्भ आहे. ती सामाजिक मालमत्ता आहे आणि त्याचा उपयोग मुख्यत्वे समाजातील गरीब वर्गासाठी होणे आवश्यक आहे. तोच नेमस्त न्याय आहे.

प्लेटोच्या मताने न्याय म्हणजे प्रत्येकाने समाजात आपल्याला नेमून दिलेले कार्य योग्य पद्धतीने करणे आणि त्यासाठी आवश्यक असलेली क्षमता शिक्षण व कौशल्य यांनी आत्मसात करणे होय. समाजातील प्रक्रियांचे नियमन करणारी व्यवस्था अधिकाधिक वस्तुनिष्ठ व बुद्धिगम्य असणे हे सामाजिक न्याय व्यापक होण्याच्या दृष्टीने आवश्यक असते आणि त्याचा आशय समाजमान्य अशा सनातन तत्त्वांचा पुरस्कार करणारा होतो तेव्हा न्यायाला नैतिक अधिष्ठान मिळते. समाजव्यवस्थेच्या अधिमान्यतेच्या दृष्टीने याची गरज असते.

## १२.२. स्वातंत्र्य व समतेची कल्पना

स्वातंत्र्य व समतेच्या तत्त्वाचा रॉल्सने केलेला पुरस्कारही त्याच्या अनेकमुखी (Pluralistic) संकल्पनातत्त्वाशी सुसंगत आहे. व्यक्तीला आपापल्या विचारांनुसार पण समाजाने मान्य केलेल्या चौकटीत विचारवर्तनाचे स्वातंत्र्य रॉल्स मान्य करतो. स्वातंत्र्याच्या मूल्यांना तो सामाजिक व आर्थिक समतेपेक्षा वरच्या श्रेणीत ठेवतो. एक धारणातत्त्व म्हणून सर्वांना समान स्वातंत्र्य असले तरी प्रत्येक व्यक्तीच्या बाबतीत

समाजातील स्थान दर्जानुसार ते सारख्याच महत्त्वाचे ठरेल असे नाही. उलट, औपचारिक पद्धतीने निर्माण केलेल्या समतेमध्ये कमी क्षमतेच्या व्यक्तीला आपले श्रेयस प्राप्त करून घेणे अवघड होईल. 'The capacity of the less fortunate members of society to achieve their aims would be even less were they not to accept the existing inequalities.' सर्वांना किमान स्वातंत्र्याची समान हमी असावी आणि सर्वांनी सार्वजनिक पद प्राप्त करून घेण्याची व राजकीय निर्णयप्रक्रियेत सहभागी होण्याची पुरेशी संधी (Fair opportunity) असावी असे रॉल्सचे मत होते.

रॉल्सची समतेची कल्पनाही त्याच्या वस्तुनिष्ठ व बुद्धिगम्य नियम-व्यवस्थेशी निगडित आहे. समाजातील अटळ विषमता मान्य करून त्यामधून प्रगत समाज दीर्घ स्थैर्याची समानता मिळवू शकेल असे त्याचे मत होते. कृत्रिम व औपचारिकरीत्या निर्माण केलेली समानता त्याला घातकच ठरेल. समाज आर्थिक दृष्ट्या प्रगत होत असताना दुर्बल घटकांचा फायदा होईलच पण त्याचबरोबर श्रीमंत वर्गाच्या राहणीमानातही फरक पडणार नाही. भांडवलशाहीच्या स्पर्धात्मक आणि खासगी मालमत्तेच्या व्यवस्थेला रॉल्सची समतेची कल्पना सामाजिक सहकार्य आणि परस्परसहकार्य याची जोड देण्याचा प्रयत्न करते. एकोणिसाव्या शतकात भांडवलशाही व्यवस्थेचे रूपांतर व्यवस्थापकीय क्रांतीमध्ये होत असल्याचे हे लक्षण आहे. रॉल्सच्या लिखाणाचा हा संदर्भ आहे.

❏

# विभाग क

# प्रकरण ९
# भारतीय विचारवंत

## १. कौटिल्य (इ. स. पूर्व ४००-३००)

प्राचीन भारतीय राजकीय विचारांना एक सुविहित स्वरूप प्राप्त करून देणारा विचारवंत म्हणून कौटिल्याचे नाव भारतीय राजकीय विचारवंतांत प्रसिद्ध आहे. विष्णुगुप्त किंवा चाणक्य या नावानेही ते परिचित आहेत. त्यांचा अर्थशास्त्र हा ग्रंथ राजनीतिशास्त्र आणि लोकप्रशासन या राज्यशास्त्राच्या दोन्ही महत्त्वाच्या अंगांच्या त्यांच्या सखोल ज्ञानाचा अनुभव करून देतो. त्या काळात राज्यशास्त्र हे राजकीय अर्थशास्त्र (Political Economy) या अंगानेच विकसित झालेले होते. मगधाच्या नंद वंशाच्या राजवटीचा पाडाव करून चंद्रगुप्त मौर्य याच्या साहाय्याने मौर्य राजवटीची स्थापना करण्यात त्याचा मोठा सहभाग होता. चंद्रगुप्त मौर्याचा तो प्रधान अमात्य होता. पूर्वसूरींच्या विचारांचे विवेचन व प्रसंगी मतखंडन, नवीन साम्राज्याची निर्मिती व व्यवस्था या दुहेरी भूमिकेमुळे त्याचा अर्थशास्त्र हा ग्रंथ अलौकिक बनलेला आहे. विषयाचा तपशील आणि व्यावहारिक निरीक्षणे यामधून त्याची समाजशास्त्र, नीतिशास्त्र, राजनीतिशास्त्र, अध्यात्मशास्त्र या परस्परपूरक आणि पायाभूत तत्त्वज्ञानाची बैठक स्पष्ट होते. राज्याची उत्पत्ती, घटक व विकास, प्रशासकीय व्यवस्था व अधिकाऱ्यांची कर्तव्ये, कायदा व न्यायालयाची व्यवस्था, राजाची कर्तव्ये व प्रशिक्षण, राज्याचा विस्तार, परराष्ट्रसंबंध व संरक्षण असे विविध विषय अर्थशास्त्रात हाताळले गेले आहेत.

'अर्थशास्त्र' हा १५ विभागांत विस्तारलेला असा सहा हजार श्लोकांचा ग्रंथ आहे. आदर्शवाद आणि व्यवहारवाद या दोहोंचे मिश्रण 'अर्थशास्त्र' या ग्रंथात आढळून येते. त्यामुळे एकीकडे राज्यव्यवहार करताना उपयुक्त असलेल्या सूचना त्यात विस्तृतपणे आढळतात. त्याचबरोबर विविध संस्थांचा हेतू, आंतररचना व त्याचा मूल्यात्मक विकास यांचेही विवेचन त्यात आढळते. त्यामुळे राज्याच्या उदयाविषयी, विस्ताराविषयी सूचना करताना राज्याचे समर्थन, प्रजेच्या हिताच्या संदर्भात करण्यास ते विसरत नाही. कौटिल्याने अर्थशास्त्रसागरातून नीतिशास्त्रस्वरूपी अमृत बाहेर

काढलेले आहे. वैचारिक क्षेत्रात प्रथम धार्मिक साहित्य निर्माण झाले. त्या आधारे व त्याला आवश्यक म्हणून इतर शास्त्रे निर्माण झाली. त्यांतील दंडनीती (राज्यशास्त्र) ही एक प्रमुख विद्याशाखा आहे. 'दंडनीती ही दंडधर्माने विवेकपूर्ण वापरण्याची अपेक्षा आहे, तर लोकयात्रा सुनियंत्रित चालेल; अप्राप्य प्राप्त होईल व त्याचे रक्षण करून ते वर्धिष्णू करता येईल.' भारतीय राज्यशास्त्राचा हा मूलभूत सिद्धांत आहे. प्लेटो आणि ॲरिस्टॉटल या ग्रीक तत्त्ववेत्त्यांच्या समकालीन असलेला कौटिल्य हा वैशिष्ट्यपूर्ण विचारवंत होता. प्लेटो मुख्यत्वे तत्त्वचिंतक होता. प्रत्यक्ष राजनीतीशी त्याचा संबंध नव्हता. ॲरिस्टॉटल हा अलेक्झांडर या मॅसिडोनियाच्या राजपुत्राचा शिक्षक असला तरी त्याचे विवेचन ग्रीकांच्या 'नगरराज्य' कल्पनेभोवती गुंफलेले होते आणि नगरराज्याची पडझड होऊन त्याचा शिष्य अलेक्झांडर याने साम्राज्य स्थापिलेले होते. चाणक्य मौर्य राजवटीची स्थापना आणि विस्तार, राज्यव्यवहार व परराष्ट्रनीती यांना प्रत्यक्ष आकार व आशय देणारा असा चंद्रगुप्त मौर्याचा महामंत्री होता.

### १.१. राज्य (The State)

कौटिल्याच्या मते राज्य हे समाजाच्या केंद्रस्थानी असलेली आणि म्हणून महत्त्वपूर्ण अशी संस्था आहे. राज्याच्या अभावी समाजात केवळ अराजकताच असेल, समाजातील अराजक दूर करून सर्वत्र सुव्यवस्था निर्माण करणे हे दंडनीतीचे प्रमुख कार्य आहे. राजाने ते विचारपूर्वक करावे म्हणजे समाजातील लोक तिन्ही पुरुषार्थांचा (सामाजिक कार्यांचा, धर्म-अर्थ-काम) लाभ घेऊ शकतील. तर्क-विचारपद्धत शिकविणारे आन्वीक्षिकी, धर्म-नियम स्पष्ट करणारी वेद-त्रयी (वर्णधर्माचे स्पष्टीकरण) आणि समाजजीवनाचा व्यावहारिक अर्थ सांगणारी वार्ता (श्रम-उत्पादन) या तीनही विद्यांचा आधार म्हणजे राजविद्या किंवा दंडनीती होय.

राज्याच्या उगमाविषयी कौटिल्याचे विचार सामाजिक करार (Social Contract) सिद्धांताशी जुळतात. समाजात प्रारंभी असलेल्या अनावस्थेमध्ये मात्स्यन्याय (Law of Fish) लागू होता. दुर्बल घटकांना कधीच स्वातंत्र्य नव्हते. 'बळी तो कान पिळी' अशीच अवस्था होती. ती संपवून टाकण्यासाठी लोकांनी मनूला राजा म्हणून निवडले आणि त्याने आपले रक्षण करावे व त्या बदल्यात आपल्या उत्पन्नाचा सहावा भाग व व्यापारातील उत्पन्नाचा दहावा भाग घ्यावा असे ठरले. राजाने त्यासाठी कायदे करून प्रजेचे रक्षण करावे. राजाची आज्ञा पाळणे हे प्रजेचे कर्तव्य आहे आणि त्याचबरोबर प्रजेचे रक्षण करणे राजाचे कर्तव्य आहे. प्रजेचे रक्षण करू न शकणाऱ्या राजाच्या आज्ञा पाळण्याचे बंधन प्रजेवर नाही, असे कौटिल्य मानतो.

मात्र राजाने त्याला मिळणारा अधिकार प्रजेच्या हितासाठीच वापरला पाहिजे. राजाचा अधिकार संपूर्ण राज्यावर असून तो बाह्य नियंत्रणांपासून मुक्त असतो.

त्याच्या ठिकाणी 'इंद्र' आणि 'यम' या दोन्ही देवतांची कार्ये एकवटलेली असतात. त्याच्या हाती एकवटलेली सत्ता-दंडशक्ती तिचा खरा आधार लोककल्याण हाच असतो 'दंडनीती' हे अर्थशास्त्राचे दुसरे शीर्षक आहे.) 'राज्य अप्राप्य वस्तू प्राप्त करून देते आणि प्राप्त झालेल्यांचे रक्षण करते व त्यांच्या वृद्धीसाठी योजनापूर्वक प्रयत्न करते.' - कौटिल्य

राजा अनियंत्रित असला तरी राजेशाहीचे स्वरूप लोककल्याणकारी असले पाहिजे यावर कौटिल्याचा भर होता. 'प्रजेचे सुख हेच राजाचे सुख.' 'प्रजासुखे सुख' 'राज्ञ: प्रजानांच हिते हितम्।' 'In the happiness of his subjects lies his happiness, in their welfare, his welfare' राजाला व्यक्तिगत इच्छा-आकांक्षा नाहीत, राजपदाची कर्तव्ये व्यक्तिगत इच्छा आकांक्षांपेक्षा महत्त्वाची असून तो त्याने बांधला गेलेला आहे (A constitutional slave - Jaiswal). राजावरती राज्याचे यश-विकास अवलंबून असल्याने त्याची निवड व त्याचे प्रशिक्षण, त्याची दिनचर्या यांवर कौटिल्याने भर दिलेला आहे.

## १.२. राज्याचा सप्तांग सिद्धांत (The *Saptanga* Theory of State Structure)

कौटिल्याच्या मताने राज्याचे सात आवश्यक घटक असतात आणि राजा (स्वामी) हे त्याचे केंद्र असते. त्यांचे परस्पर संबंध सेंद्रिय-सजीवाप्रमाणे (Organic) असतात असे कौटिल्याच्या विवेचनावरून वाटते. (प्रत्यक्षात त्याने सेंद्रिय सिद्धांताचा पुरस्कार केलेला नाही). राजाचे स्थान शरीरामधील आत्म्यासारखे किंवा आकाशातील सूर्यासारखे असते असे कौटिल्य म्हणतो. सेंद्रिय तत्त्वातील परस्परावलंबन त्याकाळच्या वर्ण-धर्माधिष्ठित समाजात अशक्यच होते. पण स्वामी या अंगाशी एकात्मता हा सर्व अंगांचा गुणविशेष होता. 'स्वाम्यमात्य - जनपद - दुर्ग - कोष - दंड - मित्राणि - प्रकृतय:' अशा क्रमाने कौटिल्य राज्याच्या प्रकृतीचे वर्णन करतो. त्यांचे गुणविशेष व त्यांचे राज्याच्या प्रकृतीमधील महत्त्व स्पष्ट करतो. सप्तांगांचा क्रमही त्याचे महत्त्व स्पष्ट करतो. प्रकृती म्हणजेच राज्यकारभाराची सात अंगे.

○ **राजा (स्वामी) -** हा राज्यव्यवस्थेचा केंद्रबिंदू असतो आणि राज्याच्या सर्व अंगांत महत्त्वपूर्ण असतो. तो महाकुलीन असावा. शौर्य, दक्षता, निर्णयक्षमता, प्रगल्भता, स्मरणशक्ती, इंद्रियनिग्रही अशा नेतृत्वाच्या अनेक गुणांनी तो संपन्न असावा. राजाची दिनचर्या, त्याचे शिक्षण, त्याची सुरक्षा, प्रजाजनांशी संपर्क इ. बाबींचा अत्यंत सविस्तर असा उल्लेख अर्थशास्त्रात आढळतो.

○ **अमात्य -** राज्ययंत्रणेमधील उच्चपदस्थ पदाधिकारी म्हणजे 'अमात्य' होय. प्रत्यक्ष स्वत: करण्याची कार्ये सोडता राजाला बाकीची कार्ये आपल्या अमात्यांवरच सोपवावी लागतात. (अमात्य म्हणजे मंत्रिमंडळ नव्हे). अप्रत्यक्षावर आधारित (परोक्ष)

किंवा पूर्वानुमानावरून (अनुमेय) अशी दोन्ही प्रकारची कार्ये अमात्याकडून अपेक्षित असतात. अमात्य हा स्थानिक रहिवासी, उच्चकुलीन, शूर, राजनिष्ठ, चारित्र्यसंपन्न व आपल्या कामात वाक्‌बगार असावा. सत्तेचा स्वाभाविक परिणाम लक्षात घेता त्याच्या गुणांची सतत चाचणी घेणे आवश्यक ठरते. राजनिष्ठ अमात्यांना न्यायखात्यात पद द्यावे. संपत्तीचा लोभ नसणाऱ्यांना अर्थखात्यात नेमावे. चारित्र्यवान लोकांना राजप्रासादातील कार्ये द्यावीत व निर्भय व्यक्तीला आपल्या निकटची कार्ये द्यावीत. चारही कसोट्यांना उतरणाऱ्या व्यक्तीला मंत्रिपद द्यावे असे कौटिल्य म्हणतो. निवडक अमात्यच मंत्रिपरिषदेमध्ये असतात. सामान्यत: बहुमताने निर्णय घेतले जात असले तरी मंत्रिपरिषदेचे मत डावलण्याचा अधिकार राजास असतो.

○ **जनपद** - जनपद म्हणजे लोकवस्ती असलेला नागरी व ग्रामीण भूप्रदेश. जनपद हा राज्याचा खरा पाया आहे. त्याचा योगक्षेम नीट चालावा म्हणून त्यांच्या संशोधनांचे संवर्धन होणे महत्त्वाचे आहे. शेती, पशुउत्पन्न, व्यापार यांचा विकास त्यात व्हावा. नगर विभागाचे महत्त्व लक्षात घेऊन नगररचना व तेथील अधिकाऱ्यांच्या कार्याचे विस्तृत विवेचन अर्थशास्त्रात आढळते. जनपदाची सीमा नैसर्गिक असावी असे कौटिल्य म्हणतो.

○ **दुर्ग** - राज्याच्या संरक्षणाच्या दृष्टीने दुर्ग वा किल्ले यांचे सामरिक महत्त्व कौटिल्याने जाणलेले होते. आक्रमणाची तयारी आणि बचाव या दोन्ही दृष्टींनी किल्ल्यांना महत्त्व असते. हत्तींचे कळप असलेले वनोपज जंगलापेक्षा अधिक सुरक्षितता देते. राज्याच्या चारही बाजूंना किल्ले असावेत. किल्ल्यांचे पर्वत दुर्ग, औदक दुर्ग (पाण्याने वेढलेला), धावन्त दुर्ग (वाळवंटातील), वनदुर्ग असे प्रकार सांगून कौटिल्य त्यांचे संरक्षणाच्या दृष्टीने असलेले वेगळेपण स्पष्ट करतो.

○ **कोष** - कोष म्हणजे राज्याचा खजिना. त्याचे महत्त्व राज्याच्या सर्व व्यवहारांत असते (Finance is the crux). करपद्धती, लोकांची करक्षमता, संकटकालीन निधी यांचे त्याने विवेचन केलेले आहे. कोषाचे महत्त्व दुर्गाच्या खाली पण दंडसत्तेच्या वरचे मानलेले आहे. संपत्तीचा संग्रह राजाने धर्मानुसार करावा असा कौटिल्याचा आग्रह आहे.

○ **दंड** - दंड म्हणजे सामर्थ्यशक्ती म्हणजे सैन्यरचना. राजाने सैन्यात बलवान, परंपरागत, शस्त्रजीवी आणि त्याचबरोबर शूद्र यांनाही प्रवेश द्यावा. सैन्याच्या संघटनेचे विस्तृत विवेचन कौटिल्य करतो. सैन्य हे अनुशासित, प्रशिक्षित, युद्धनिपुण आणि राजनिष्ठ असावे. युद्धावर असलेल्या सैनिकांच्या कुटुंबांची राजाने काळजी घ्यावी. अश्वसेना, गजसेना, नौसेना असे सैन्याचे वेगवेगळे विभाग त्याने सांगितले आहेत.

○ **मित्र** - राज्याच्या विविध अंगांमध्ये राज्याच्या सरहद्दीबाहेरील मित्रराष्ट्रांचा समावेश कौटिल्य आंतरराज्य-संबंधांना देत असलेले महत्त्व स्पष्ट करतो. कौटिल्य

विकसित पावणाऱ्या साम्राज्याचे वर्णन करीत आहे आणि मित्रराष्ट्रांची मदत, संबंध आणि राजाला मान्यता यांवरच साम्राज्याचे स्थैर्य अवलंबून असते. त्यासंबंधीचा कौटिल्याचा राजमंडल सिद्धांत एक प्रकारे भूराज्यशास्त्राची (Geo-Politics) सुरुवातच वाटते.

आधुनिक राज्यशास्त्रात राज्य संकल्पनेची चार अंगे मानली जातात. लोकसंख्या, 'भूप्रदेश', शासन आणि सार्वभौमत्व. त्यादृष्टीने कौटिल्याने केलेले वर्णन काहीसे अतिव्याप्त वाटते. उदा. जनपदामध्ये लोकसंख्या व भूप्रदेशाचा समावेश होतो. अमात्यामध्ये मंत्रिपरिषद व प्रशासनाचा अंतर्भाव करता येईल आणि कौटिल्याचा स्वामी हे सार्वभौमत्वाचे प्रतीकच आहे.

## १.३. प्रशासनयंत्रणा

प्रशासनाविषयी कौटिल्याने सविस्तर लिहिलेले आहे. त्याचा 'अर्थशास्त्र' हा प्रशासनाचाच आद्य भारतीय ग्रंथ असावा असे म्हणावेसे वाटते. त्या वेळची साम्राज्याची प्रशासनयंत्रणा किती व्यापक व गुंतागुंतीची होती (मौर्य साम्राज्याची ती यंत्रणा होती) याची प्रचिती येते. प्रशासनामध्ये मंत्री, पुरोहित, सेनापती आणि युवराज (राज्याचा वारस, राजाचा ज्येष्ठ पुत्र) यांचा समावेश होता. एकोणीस प्रकारच्या अधिकारपदांची नोंद कौटिल्याने केलेली आहे. त्यावरून प्रशासनाची व्याप्ती लक्षात येते. मंत्री हे त्यांतील सर्वोच्चपद होते. त्यांची नियुक्ती, सेवाशर्ती आणि राजखर्चाचे अनुदान, वेतन, प्रवासभत्ता इत्यादींविषयी कौटिल्याने लिहिलेले आहे. राजनिष्ठा हा अर्थात मुख्य निकष असे. मंत्री, अमात्य आणि विभागप्रमुख महामात्र हा खात्याचा कार्यकारी कणा होता. ज्येष्ठ अधिकाऱ्यांना 'लेखक' (writer) म्हणत. अधिकाऱ्यांच्या आर्थिक सचोटीविषयी मात्र कौटिल्याला शंका होती. त्याने भ्रष्टाचाराचे चाळीस मार्ग सांगितले आहेत. 'पाण्यातील मासा जसे नकळत पाणी पितो तसा अधिकारी भ्रष्टाचार करतो' असे कौटिल्य सांगतो.

## १.४. राजा (स्वामी)

राजा हा राज्याच्या केंद्रस्थानी असून अर्थशास्त्र हा ग्रंथ त्याच्या मार्गदर्शनासाठी लिहिलेला असल्याने त्याची निवड, शिक्षण, सुरक्षा, राजपदाची कार्ये, पथे, मंत्रिपरिषदेशी, राज्याच्या मित्रांशी संबंध या सर्वांचा त्याने विस्तृतपणे ऊहापोह केला आहे.

राजाची निवड करताना तो महाकुलीन, ज्ञानाची आवड असणारा, प्रखर इच्छाशक्ती व क्षमता असलेला, माणसांची पारख असलेला असावा. मूळ गुणांचा राज्यकारभाराच्या दृष्टीने प्रशिक्षणातून विकास करता येतो. चारित्र्यसंपन्नतेने त्याच्या अधिकाराला अधिमान्यता येते. चांगला राजा हा राज्याच्या इतर अंगांतील उणिवा भरून काढू शकतो. नेतृत्वाच्या व्यापक गुणांची चर्चा करताना कौटिल्य महाकुलीनत्वाचा

आग्रह धरतो. आजच्या लोकशाही विचारांशी ते विसंगत वाटते, तरी तत्कालीन समाजपरिस्थिती पाहता उच्च कुलाबरोबर येणारी गुणात्मक परंपरा समाजाभिमुख अल्पजनसत्तेचा (Aristocracy) पुरस्कार करणारी होती. व्यक्तिनिष्ठा हे सरंजामशाही पद्धतीचे वैशिष्ट्य होते. राजघराण्याचा आग्रह धरताना कौटिल्याचा राजा अनियंत्रित नव्हता, तर राजधर्माने बांधलेला होता. धर्म-अधर्म हे वेदत्रयीच्या आधारे ठरत असे. राजा फक्त त्याची अंमलबजावणी करीत असे. प्रशासन म्हणजे धर्माची अंमलबजावणी. कौटिल्याचे अर्थशास्त्र हे विजयाची इच्छा करणाऱ्या आणि आपले साम्राज्य वाढविणाऱ्या अशा विजिगीषू राजाचे प्रशासनशास्त्र आहे; पण समाजात फुटीरवृत्ती नसेल तर राजसत्तेपेक्षा गणराज्य (संघवृत्त) अधिक प्रभावशाली होईल असे कौटिल्याचे मत होते.

राजाच्या कर्तव्यात समाजाचे परचक्रापासून रक्षण करून समाजव्यवहार सुरळीत ठेवणे, प्रजेच्या योगक्षेमाची काळजी घेणे, विविध आपत्तींपासून प्रजेचे रक्षण करणे, कायद्याची अंमलबजावणी करून न्यायदान करणे, सामाजिक व्यवस्थेचे (वर्णधर्मांचे) रक्षण करणे आणि राज्याचा आर्थिक विकास होऊन ते विस्तारित राहील अशा योजनांची अंमलबजावणी करणे अशी कार्ये येतात. वर्णसंकर व कर्तव्यसंकर झाल्यास समाजाचा ऱ्हास होईल असे तत्कालीन मत असल्याने स्वधर्माचे पालन हाच खरा समाजाचा आधार होऊ शकतो. नवीन गावांची स्थापना, पशुपालन, शेती यांत वाढ, व्यापारवृद्धी, दळवळणाच्या साधनांची देखभाल, सुरक्षिततेसाठी दुर्गबांधणी, घरबांधणी अशी विविध कार्ये करण्यासाठी राजा स्वतंत्र खाती निर्माण करतो. धर्म, व्यवहार, चारित्र्य आणि राजाज्ञा हे त्याच्या न्यायव्यवस्थेचे चार आधार होते.

न्यायव्यवस्थेचेही 'धर्मस्थीय' व 'कंटकशोधन' असे दोन भाग त्याने केलेले आहेत. न्यायदंडाचा त्याने आग्रह धरलेला आहे. कौटिल्याचे राज्य कल्याणकारी (Welfare) स्वरूपाचे असून राजा पितृवत (Paternalistic) असणे अपेक्षित आहे.

## राजाची दिनचर्या

'जसा राजा तशी प्रजा' असल्याने, राजा प्रजेचा आदर्श असल्याने राजाच्या दिवसभराच्या कामातील एक क्षणही वाया जाऊ नये याविषयी कौटिल्याचा कटाक्ष होता. त्याने दिवसाचे व रात्रीचे प्रत्येकी आठ असे भाग कल्पून त्याचा कार्यक्रम आखून दिलेला होता. त्यामधून राज्यकारभारासाठी किमान १५/१६ तास राजाने द्यावेत अशी अपेक्षा कौटिल्य राजाकडून करतो. तीन-चार तास हे निद्रेसाठी, काही काळ विश्रांती - करमणूक, निद्रेआधी गीतश्रवण यासाठी त्याने वेळ ठेवलेला आहे. प्रतिदिन राजदरबारात हजेरी, खांत्याच्या कारभाराची चौकशी, सैन्यदलाची पाहणी व अधिकाऱ्यांशी चर्चा, प्रजाजनांच्या तक्रारींची सुनावणी यालाही त्याने महत्त्व दिले

आहे. गुप्तहेरांची कामे, त्यांची भेट याने त्याच्या दिवसाची सुरुवात होणे अपेक्षित आहे आणि त्यासाठी शास्त्रचिंतन व राज्यव्यवहार, चिंतन करणे राजाला आवश्यक बनते.

आजचा राजपुत्र उद्याचा राजा असल्याने त्याच्या शिक्षणाची कौटिल्याने काळजीपूर्वक आखणी केलेली दिसते. ग्रीक तत्त्ववेत्ता प्लेटोनेही राज्यकर्त्यांसाठी असा अभ्यासक्रम आखलेला आहे. कौटिल्याचा राजपुत्र तिसऱ्या वर्षापासून अभ्यासाला सुरुवात करतो. मौंजीबंधनानंतर वेदत्रयी व तर्कविद्या (आन्वीक्षिकी) यांचे शिक्षण तज्ज्ञ पंडितांकडून व राज्यव्यवहार - दंडनीतीचे शिक्षण ज्येष्ठ अधिकाऱ्यांकडून देण्याची व्यवस्था असे. विविध युद्धप्रकारांतील नैपुण्य, शास्त्रज्ञान यांचा व्यासंग राजपुत्राने आयुष्यभर ठेवणे आवश्यक असते. नैतिक आचरणाचा शिक्षणात समावेश होता. राजाने बेशिस्त राजपुत्राला राज्याचा वारस म्हणून नेमू नये असे कौटिल्य बजावतो. बेशिस्त राजपुत्र असलेले राजघराणे कसर लागलेल्या तुळईप्रमाणे कोसळून पडते. (कौटिल्य)

## १.५. कौटिल्याची परराष्ट्रनीती

कौटिल्याचे अर्थशास्त्र हे साम्राज्याच्या चक्रवर्ती राजाच्या राज्याचे असल्याने आंतरराज्यसंबंध आणि हेरव्यवस्था ही त्याची प्रमुख अंगे आहेत. राज्याच्या सप्तांगांत 'मित्र' म्हणून सरहद्दीजवळील राज्यांचा अंतर्भाव आहेच. या विवेचनाचा रोख परराज्य-संबंधांची सूत्रे असाही म्हणता येईल.

चक्रवर्ती राजाने आपल्या राज्याचा विस्तार करून आपले श्रेष्ठत्व इतर राजांना मान्य करावयास लावले पाहिजे. युद्ध हा त्याचा एक मार्ग आहे. 'किल्ले कसे हस्तगत करावेत' असे एक प्रकरणच अर्थशास्त्रात आहे. त्यात विविध पाच मार्गांचा त्याने उल्लेख केलेला आहे (फितुरी, गुप्तकृती, हेरगिरी, वेढा किंवा प्रत्यक्ष हल्ला). कौटिल्याचा आग्रह धर्मयुद्धाचा होता. आपले श्रेष्ठत्व स्थापणे एवढाच त्याचा हेतू असावा. युद्धाशी संबंध नसणाऱ्यांवर शस्त्र चालवू नये असे तो म्हणे. जेत्याने जित राजाच्या संपत्तीचा, स्त्रियांचा वा प्रदेशाचा लोभ धरू नये. उलट प्रदेशांपेक्षा त्या लोकांची मने जिंकण्यावरच त्याचा भर असावा. युद्धही शक्यतो प्रकाशयुद्ध असावे. शत्रूला जागा व वेळ यांची पूर्वसूचना द्यावी. चक्रवर्ती राजाने राज्याच्या सुरक्षेसाठी सतत जागरूक असले पाहिजे.

त्या दृष्टीने गुप्तहेर खात्याचे महत्त्व कौटिल्याने विस्ताराने सांगितले आहे. राजाच्या दैनंदिन कार्यक्रमात गुप्तहेरांची कामे, मंत्रिपरिषदेमध्ये त्यांनी आणलेल्या बातमीवर चर्चा तसेच गुप्तहेरांची भेट ही कार्ये महत्त्वाची मानली आहेत; व ती दिवसभर (सकाळ, दुपार, रात्रौ) विभागलेली आहेत. समाजाच्या सर्व थरांतून गुप्तहेरांची निवड करावी आणि त्यांची राजनिष्ठा संशयातीत असावी. राजाच्या कर्मचाऱ्यांच्या वर्तनावर देखरेख ठेवणे हेही हेरांचे कार्य असते. कौटिल्याने नऊ प्रकारचे हेर

सांगितले आहे. हेरांकडून आलेली माहिती पडताळून पाहिल्याशिवाय राजाने त्यावर विश्वास ठेवू नये. माणसाची प्रवृत्ती लक्षात घेऊन कोणत्या प्रकारचे हेर कोणत्या प्रकाराने अधिक उपयुक्त ठरतील याचेही विवेचन कौटिल्याने केलेले आहे. लोभी लोक पैशाच्या मोहाला बळी पडतात, अहंकारी लोकांच्या मनात नेहमी असंतुष्टता असते. त्यासाठी ते आपल्या राजाचाही द्रोह करण्यास तयार होतात. चक्रवर्ती राजाने त्यांचा उपयोग करून घ्यावा पण त्यांच्यावर विश्वास ठेवू नये.

आंतरराज्य संबंधात चक्रवर्ती राजाने आपल्या भोवतालच्या राज्यांशी त्यांचे भौगोलिक स्थान लक्षात घेऊन त्यांच्याशी संबंध ठेवावेत. परराष्ट्रधोरण मुख्यत्वे सहा प्रकारचे असावे- तह, युद्ध, तटस्थता, यान, मैत्री व द्वैवीभाव. शत्रुपक्ष समबल असेल तर राजाने तटस्थता पाळावी. शत्रूचा शत्रू म्हणजे आपला मित्र व शत्रूचा मित्र म्हणजे आपला शत्रू अशी खूणगाठ राजाने मनात बांधावी परराज्यातील विद्वान व्यक्ती व कुशल कारागिरांना राजाने विविध आमिषे दाखवून आपल्या राज्यात आणावे, तह केलेल्या राजाच्या राज्यातही हेरांच्या साहाय्याने घातपाती कृत्ये घडवून त्याची शक्ती कमी करावी असे कौटिल्य सुचवतो. परराष्ट्रधोरणात नीती-अनीतीचा विचार करू नये असे कौटिल्याचे मत होते. एखादा राजा संकटात असेल आणि त्याच्याविषयी प्रजेच्या मनात असंतोष असेल तर ती वेळ त्याच्यावर आक्रमण करण्यास सर्वात चांगली. सैन्यापेक्षा बुद्धीचे महत्त्व कौटिल्य अधिक मानत असे. मंत्रशक्ती म्हणजे ज्ञान व विचार यांचा संगम. दुसऱ्या राज्याचे अधिकाधिक नुकसान होऊन आक्रमण कसे सोपे होईल याचे मार्ग कौटिल्य सुचवितो. कौटिल्याची ही परराष्ट्रनीती त्याला मॅकियाव्हेलीशी तुलना करण्यास भाग पाडते. त्याच्या विचारांवरून 'चाणक्यनीती' असा वाक्प्रचारही रूढ झालेला आहे. साधू-बैराग्यांच्या वेशातही हेर ठेवावेत असे त्याने म्हटलेले आहे. मात्र, मॅकियाव्हेलीइतकी त्याने धर्म व नीतीची फारकत केलेली नाही. उदा. प्रकाशयुद्धाचा आग्रह, शत्रुप्रदेशाची व्यवस्था, राज्याचे कल्याणकारी स्वरूप. कौटिल्य परराष्ट्रनीतीच्या बाबतीत व्यवहारवादी-वास्तववादी होता एवढेच त्याचे मॅकियाव्हेलीशी साम्य सांगता येईल.

राजमंडलाचा विचार ही कौटिल्याची देणगी आहे. भौगोलिक स्थान व संभाव्य संबंध या सूत्राच्या आधारे राजमंडलाची रचना केलेली आहे. त्यात विजिगीषू (विजयाकांक्षी) राजाचे स्थान मध्यवर्ती असून त्याभोवती शत्रुराज्य, मध्यम राज्य व उदासीन राज्य अशी एकूण बारा प्रकारची राज्ये त्याच्या राजमंडलात येतात. ज्यांच्या सीमा परस्परांशी भिडलेल्या असतात ती राज्ये सामान्यत: परस्परांचे शत्रू असतात असे त्याचे सूत्र आहे. मैत्री किंवा शत्रुत्व कधीच कायमस्वरूपी नसते असा त्याचा सिद्धांत होता. 'National interest is the only permanent charater of foreign relations.' बारा राज्ये खालीलप्रमाणे सांगता येतील - विजिगीषू राजा (मध्यवर्ती), अरि (शत्रू),

मित्र, अरिमित्र, मित्रमित्र, अरिमित्रमित्र, पार्ष्णिग्राह, आक्रंद, पार्ष्णिग्राहसार, आक्रंदसार, मध्यम व उदासीन राज्ये. राजमंडल-सिद्धांताचा हेतू राज्यविस्तार हा आहे. सत्तेचा समतोल राखणे हा नाही.

## १.६. राजमंडल

कौटिल्याने राज्यशास्त्राचा (अर्थशास्त्र) शास्त्र म्हणून धर्मापेक्षा ते वेगळे करून प्रथम अभ्यास केलेला आहे. राजकीय समस्यांची राजकीय समस्या म्हणून विचार करताना त्याने धर्मनीती याचा आधार घेतलेला नाही. ही विचारसरणी युरोपातील विद्येच्या पुनरुज्जीवनाच्या विचारधारेला जवळ आहे आणि ती युरोपात प्रभावी होण्याआधीची आहे. कौटिल्य ॲरिस्टॉटलचा समकालीन मानला जातो. कौटिल्याच्या अर्थशास्त्रातील विचारांचा प्रभाव त्यापुढील लिखाणातही पडलेला दिसून येतो. उदा. मनुस्मृती. तसेच सप्तांग सिद्धांत, राजमंडल कल्पना. चाणक्याचे राजनीतिशास्त्र मात्र धर्मनिरपेक्ष नाही. धर्माने नियंत्रित केलेल्या शासनव्यवस्थेचे ते शास्त्र आहे आणि योग्य-अयोग्याचा निर्णय राजा नव्हे तर वेदत्रयी देते. राजा त्याची अंमलबजावणी करतो असे चाणक्य म्हणतो. त्याचे कित्येक विचार आजही कालबाह्य झालेले नाहीत. (उदा. परराष्ट्रनीती). समाजकल्याण व धर्मरक्षण राज्याकडून अपेक्षित आहे. कुटिलमार्ग हा धर्म नाही आपद्धर्म आहे. चाणक्याने मौर्य साम्राज्यविस्ताराचे तत्त्वज्ञान व व्यवहार निर्माण केले; पण ते तत्त्वज्ञान साम्राज्यवादी नसून 'दिग्विजयवादी' होते. त्यात जित राज्याचे शोषण नाही, जित संस्कृतीचा अपहार नाही. कौटिल्याचे अर्थशास्त्र हा राजकीय तत्त्वज्ञानाचा ग्रंथ नाही असे श्री. र. प. कंगले यांचे मत अर्धसत्य आहे. अर्थशास्त्राच्या पहिल्या काही भागांत राज्यविषयक सिद्धांत सूत्ररूपाने आलेले आहेत.

ॲरिस्टॉटलची तर्कशुद्धता, मॅकियाव्हेलीची राजकीय वास्तवता आणि बेकनची बुद्धिनिष्ठा यांचा सुरेख संगम कौटिल्याच्या विचारांत झालेला दिसून येतो. त्याची कोणाशी तुलना होऊ शकत नाही. तसे करण्यात कौटिल्यावर अन्यायच केल्यासारखे होईल.

## २. न्यायमूर्ती महादेव गोविंद रानडे (१८४२ -१९०१)

भारतीय प्रबोधनाचे श्रेय जसे राजाराम मोहन राय (बंगाल) (१७७२ - १८३३) यांना जाते तसे राजकीय आणि सामाजिक पुनरुज्जीवनाच्या चळवळींची मुहूर्तमेढ आणि त्यासाठी संस्थात्मक प्रयत्न करण्याचे श्रेय न्या. महादेव गोविंद रानडे (महाराष्ट्र) यांचे आहे. राजाराम मोहन राय आणि न्यायमूर्ती महादेव गोविंद रानडे दोघेही धार्मिक वृत्तीचे पण पुरोगामी विचारांचे होते. समाजाच्या विविध क्षेत्रांतील सामाजिक, राजकीय, आर्थिक, शैक्षणिक क्षेत्रांतील अपुरेपणा जाणीवपूर्वक व अलगपणे विचार न करता

दूर केला पाहिजे यावर त्यांचा विश्वास होता. ब्रिटिश राजवटीकडे आणि त्यांच्या उदारमतवादी तत्त्वज्ञानाकडे म्हणून ते श्रद्धेने पहात असत.

न्या. रानडे यांचा जन्म नाशिक जिल्ह्यात निफाड येथे झाला. (१८ जानेवारी १८४२) प्राथमिक शिक्षण कोल्हापूर. नंतर पुढील शिक्षण मुंबई येथे एल्फिन्स्टन शाळेत व महाविद्यालयीन शिक्षण एल्फिन्स्टन कॉलेजमध्ये झाले. अत्यंत हुशार आणि अभ्यासू वृत्तीचा विद्यार्थी म्हणून त्यांचा लौकिक होता. त्यांच्या उत्तरपत्रिका आदर्श उत्तरे म्हणून एडिनबरो विद्यापीठाला धाडल्या होत्या. मुंबई विद्यापीठाचे ते पहिले भारतीय सन्माननीय सदस्य (फेलो) म्हणून निवडले गेले होते. न्यायखात्यात विविध पदांवर कार्य केल्यानंतर त्यांची नेमणूक १८९३ मध्ये मुंबई उच्च न्यायालयाचे न्यायाधीश म्हणून झाली. त्या जागेवर ते अखेरपर्यंत कार्यरत होते.

सरकारी पदावर असलेली बंधने आणि सामाजिक व राजकीय प्रश्नांबाबतची तळमळ यांची कसरत करत त्यांनी दोन्ही क्षेत्रांना न्याय दिलेला दिसून येतो. सार्वजनिक क्षेत्रांतील अनेक संस्थांच्या कार्यात ते सहभागी असत. काही संस्थांचे ते संस्थापक सदस्यही होते. उदा. सार्वजनिक सभा (१८७०), पुणे. भारतीय सामाजिक परिषद, प्रार्थना समाज (१८६७) मुंबई, पश्चिम हिंदुस्थान औद्योगिक मंडळ, महाराष्ट्र ग्रंथोत्तेजक सभा, मराठी साहित्य संमेलन वसंत व्याख्यानमाला, भारतीय राष्ट्रीय काँग्रेस. राष्ट्रीय काँग्रेसच्या कार्यात त्यांना सरकारी नोकरीमुळे क्रियाशील भाग घेता येत नसे. पण, काँग्रेसची घटना निर्माण करण्यात त्यांचा मोठा सहभाग होता. काँग्रेसचे संस्थापक ॲलन यूम न्या. रानडे यांना आपले राजकीय गुरू मानीत. राजकीय व सामाजिक चळवळी एकमेकांबरोबर चालल्या पाहिजेत असा त्यांचा प्रयत्न असल्याने सुरुवातीला भारतीय सामाजिक परिषदेचे अधिवेशन काँग्रेसच्याच अधिवेशनाबरोबर घेतले जाई. तथापि, राजकीय व सामाजिक प्रश्नांच्या अग्रतेबाबत मतभेद झाल्याने ती अधिवेशने स्वतंत्र होऊ लागली. सार्वजनिक सभेचे कार्य थांबल्यानंतर न्या. रानडे यांनी डेक्कन सभा स्थापन करून ते कार्य पुढे सुरू ठेवले.

न्या. रानडे यांचे चतुरस्र कार्य लक्षात घेता त्यांची मुंबई प्रांतिक विधिमंडळाचे सदस्य म्हणून १८८५ मध्ये गव्हर्नर लॉर्ड रे यांनी नेमणूक केली व त्यांच्या सदस्यत्वाची मुदत वेळोवेळी वाढविली. ही त्यांच्या योगदानाची पावतीच होती. त्यांच्या व्यासंगाची खूण व इतिहासाची आवड त्यांच्या 'मराठा सत्तेचा उदय' (The Rise of Maratha Power) ह्या विश्लेषणात्मक ग्रंथावरून दिसून येते. संतविचारांचा व कार्याचा धागा त्यांनी तत्कालीन जागृतीशी जोडला. ब्रिटिश राजवट हे ईश्वरी वरदान असे ते म्हणत असले तरी पाश्चात्त्य शिक्षणाने प्रबोधन झालेल्या शिक्षित वर्गाची समाजसुधारणा ही नैतिक जबाबदारी आहे असे त्यांचे मत होते.

## २.१. धार्मिक व सामाजिक सुधारणा

अध्यात्मवादी बैठक आणि पाश्चात्त्य उदारमतवाद यांचे मिश्रण न्या. रानडे यांच्या विचारात आढळते. पाश्चात्त्य शिक्षण, ब्रिटिश प्रशासनाचा अनुभव आणि ख्रिस्ती धर्मगुरूंच्या धर्मप्रचार यांमुळे भारतातील अनेक विचारवंत प्रभावित झाले. आपल्या धर्मातील अनिष्ट चालीरीती आणि समाजातील अपप्रवृत्ती यांची त्यांना प्रकर्षाने जाणीव होऊ लागली आणि त्याविरुद्ध लोकांना जागरूक करण्याची व त्या प्रथा बंद करण्यासाठी सातत्याने प्रयत्न व्हावेत म्हणून संस्था स्थापून कार्य करण्याची गरज निर्माण झाली. उदा. सतीबंदी, विधवाविवाहास उत्तेजन, मूर्तिपूजेविरुद्ध प्रचार, जातिव्यवस्था इत्यादी. न्या. रानड्यांचा पिंड धार्मिक असल्याने आणि त्याला पाश्चात्त्य विचारांतून आलेली बुद्धिनिष्ठा व तर्क यांची जोड मिळाल्याने बंगालमधील ब्राह्मो समाजासारखी संस्था मुंबईत निर्माण होण्यासाठी न्या. रानडे प्रयत्नशील असणे स्वाभाविकच होते. ब्राम्हो समाजाचे एक नेते श्री. केशवचंद्र सेन (१८३८-१८८४) यांच्या प्रेरणेने मुंबईत प्रार्थना समाजाची स्थापना झाली. न्या. रानडे प्रार्थना समाजाचे प्रमुख आधारस्तंभ बनले (१८६७).

हिंदू धर्मातील अनिष्ट रूढिपरंपरा नष्ट करणे हे प्रार्थना समाजाचे मुख्य उद्दिष्ट होते. त्यानुसार आंतरजातीय विवाह, मिश्रभोजने, पुनर्विवाह, विधवाविवाह, कौटुंबिक व सामाजिक प्रतिष्ठा, अयोग्य धार्मिक आचार, मूर्तिपूजा इ. बाबतीत समाजात जागृती निर्माण करण्याचे कार्य विविध उपक्रमांतून प्रार्थना समाज करीत असे. समाजसुधारक बेहरामजी मलबारी यांच्या विवाहविषयक सुधारणांनाही त्यांचा पाठिंबा होता. समाजसुधारणेचे कार्यक्षेत्र व्यापक व्हावे, विचारांची देवाण-घेवाण व्हावी आणि सुधारणेच्या समस्यांची व उपाययोजनांची विस्तृत चर्चा व्हावी म्हणून न्या. रानडे अखिल भारतीय सामाजिक सभेच्या (Indian Social Conference) वार्षिक अधिवेशनात सहभागी होत असत. समाजसुधारकांचे नीतिधैर्य त्यामुळे वाढत असे.

न्या. रानडे विचाराने आस्तिक होते व परमेश्वराचे अस्तित्व मानणारे होते. त्याच्यावरील श्रद्धेने आजचा माणूस या अवस्थेपर्यंत पोहोचला आहे आणि त्याच्यावरील प्रेमामुळे व श्रद्धेमुळे तो वाचू शकला आहे असे ते मानीत. व्यक्तीला समाधानासाठी व समाजाला सुसंघटित होण्यासाठी धर्माची आवश्यकता असते. महाराष्ट्रातील संतवाङ्मयाचा त्यांच्या विचारधारणेवर मोठा प्रभाव पडलेला होता. केवळ बुद्धीच्या-तर्काच्या साहाय्याने परमेश्वराचा शोध घेता येणार नाही. उलट, व्यावहारिक शहाणपण व नैतिक तत्त्वांच्या आधार यांच्या आधारे परमेश्वराची प्राप्ती होऊ शकते. ('नैतिक कायदे हे माणसांमध्ये असलेल्या परमेश्वरी अंशाचेच प्रकट रूप आहे'- ऑगस्त कॉम्प्त)

अर्थात, न्या. रानडे दैववादी नाहीत. तसेच परमेश्वराच्या अवतारकल्पनेवरही त्यांचा विश्वास नाही. 'मोक्ष' म्हणजे सुखासीनता व मनोविकार यांच्यावर विजय होय. धर्मग्रंथांची शिकवणूक आणि परमेश्वरावरील श्रद्धा यामुळेच धर्माला अपेक्षित असलेले नैतिक व आध्यात्मिक जीवन आपणांस जगता येईल आणि असे जीवन म्हणजे मोक्ष असे न्या. रानड्यांचे म्हणणे होते.

समाजाची सेंद्रिय कल्पना त्यांना अभिप्रेत होती. यानुसार प्रत्येक समाजघटकाचे अस्तित्व व उपयुक्तता तो जेव्हा समाजात एकत्र, परस्परांसोबत असतो तोपर्यंतच प्रभावी असते. म्हणून समाजसुधारणा ही सर्वस्पर्शी असावयास पाहिजे. तिचे सामाजिक, राजकीय, आर्थिक असे विभाग पाडणे नुसतेच अशास्त्रीय नाही तर चळवळीच्या यशाच्या दृष्टीनेही विघातक आहे असे न्या. रानडे यांचे मत होते. समाजाच्या धर्मकल्पना अप्रगत आणि खालच्या दर्जाच्या असतील तर सामाजिक, राजकीय, आर्थिक व्यवस्था संपूर्णपणे निराधार ठरतील (न्या. रानडे). धर्मसुधारणा ही सर्व सुधारणांना पायाभूत आहे. संतांच्या शिकवणीमुळे महाराष्ट्रात स्वातंत्र्याला अनुकूल अशी मनोभूमी तयार झाली आणि ती मराठ्यांच्या उदयाला उपयुक्त ठरली. तसेच भिन्न हितसंबंधांचे वर्ग, जातींचे बंध तुटू न देताही संतचळवळींप्रमाणे समाजात समग्र सुधारणा करता येईल अशी न्या. रानड्यांची श्रद्धा होती.

न्या. रानडे देव मानणारे असले तरी दैववादी नव्हते. विचाराने धार्मिक असले तरी कर्मकांडावर त्यांचा विश्वास नव्हता. सामाजिक जातिविषमता, अन्याय्य प्रथा, स्त्रीचे दुय्यमत्व, मूर्तिपूजेचे स्तोम यांना त्यांचा विरोध हा नव्या उदारमतवादाचा प्रभाव स्पष्ट करतो. समाजाची सेंद्रिय कल्पना (Organic Concept) ही पाश्चात्त्य विचारवंतांच्या तत्त्वज्ञानाशी जवळीक दाखवते. नवे विचार स्वीकारताना जुन्या विचारांतील वर्तणुकीतील अपुरेपण, विसंगती, दोष दूर करण्याचा त्यांचा प्रयत्न मूळ भारतीय बैठकीला धक्का लागू नये आणि समाजपरिवर्तनाच्या प्रक्रियेला क्षती पोहोचू नये यासाठीच होता.

## २.२. समाजसुधारणेच्या पद्धती

स्थिर आणि सर्वस्पर्शी प्रगती ही संथ असावी लागते हा निसर्गाचा नियम आहे. घाईने केलेल्या प्रगतीचे परिणाम अस्थायी स्वरूपाचे असून त्यातून निर्माण होणारे ताण हे समाजसंघटनेच्या दृष्टीने अधिक घातक असतात. परंपराप्रिय समाजात बदल घडवून आणणे तर अधिकच कठीण असते. खरी प्रगती ही नव्याचे रूढीकरण आणि रूढीचे नवीनीकरण (Traditionalizing modernity and modernizing tradition) यामधून होत असते आणि समाज एकाच वेळी नवा आणि जुना असतो. प्रागतिकांना वाटते तेवढा तो जुनाही नसतो आणि पारंपरिकांना वाटतो तेवढा नवाही नसतो.

न्या. रानडे यांच्या विचारानुसार समाजसुधारणेचे चार मार्ग असू शकतात.

पारंपरिक पद्धत, सदसद्विवेकबुद्धीला आवाहन करून, विधिनियम, क्रांतिकारक सुधारणा पद्धत.

क्रांतिकारक सुधारणेची पद्धत न्या. रानडे यांच्या स्वभावाला अर्थातच रुचणारी नव्हती आणि रूढीप्रिय पारंपरिक समाजात ती 'रोगापेक्षा औषध घातक' अशा स्वरूपाची ठरण्याची शक्यता नाकारता येत नव्हती; म्हणून पहिल्या तीन पद्धतींचाच न्या. रानडे यांनी वापर केलेला दिसून येतो.

पारंपरिक पद्धतीमध्ये जुन्या धर्मग्रंथांचा व त्यातील नियमांचा नव्या परिस्थितीला अनुरूप असा अर्थ लावणे आणि प्राचीन वचने आणि नवीन सुधारणा यांत समन्वय प्रस्थापित करणे (Modernity of Tradition). हा प्रयत्न जुन्या विचारांचा जीर्णोद्धार नसून रूढि संकेतांची कालानुरूप चढलेली पुटे दूर करून या विचारांचे शुद्धस्वरूपात असलेले पुन:प्रकटीकरणच होय. बालविवाह, स्त्रीशिक्षण, विधवाविवाह इ. बाबतीत न्या. रानडे यांनी ही पद्धत वापरलेली आहे. स्मृतींमध्येही बालविवाह मान्य नसून स्त्रीचे विवाहवय किमान १२ वर्षे असले पाहिजे असा दाखला ते देत. यामुळे नवविचारांचे त्या समाजभूमीशी असलेले नाते अधिक दृढ होते आणि ते विचार समाजजीवनात रुजण्यास मदत होते. नवविचारांचे सामाजिकीकरण हा मार्ग धर्मसुधारकांच्या मार्गाने जातो. हिंदू समाजाची पुनर्रचना न्या. रानडे यांना संत-चळवळीच्या भागवत धर्माच्या चौकटीआधारे करावयाची होती. तिला अहंकारी नास्तिकतेचा वारा नव्हता.

न्या. रानडे म्हणूनच राजाराम मोहन रॉय यांच्याप्रमाणे विचारवंतांच्या व सामान्यजनांच्या सदसद्विवेकबुद्धीलाही आवाहन करीत. बुद्धिवादाच्या आधाराने सुधारणेची चौकट अधिक भक्कम होईल आणि सुधारणेची वृत्ती अधिक तर्कशुद्ध राहील व तिचा प्रतिवाद करणे अवघड बनेल, मात्र केवळ धर्मग्रंथांचा आधारच सुधारणेसाठी हवा असा आग्रह न्या. रानडे यांचा नव्हता. त्यामुळे न्या. रानड्यांची सुधारणेची व्याप्ती राम मोहन रॉय यांच्यापेक्षा अधिक होती. सदसद्विवेकबुद्धी म्हणजे व्यक्तीच्या मनातील 'आतला आवाज' ही शक्ती प्रत्येक व्यक्तीमध्ये निसर्गत:च असते. तिला आवाहन करणे हे कार्य अवघड असले तरी अशक्य नाही. राष्ट्राची मनोवृत्ती जागृत करणे हे कार्य तर आव्हानात्मक होते. सभा, व्याख्याने, लेख, सामाजिक परिषदेमधील चर्चा यांद्वारे न्या. रानडे व्यक्ती व समाजाच्या सदसद्विवेकबुद्धीला आवाहन करीत असत. न्या. रानड्यांची लेखणी तर्कशुद्ध आणि वाणी तळमळीने भरलेली असल्याने दोन्हींचा प्रभाव समाजमनावर पडत होता.

राज्यशासनाने समाजसुधारणा कायद्याच्या आधारे करण्यात पुढाकार घ्यावा असे न्या. रानडे यांचे मत होते. राज्याच्या मागे जागृत लोकमत, कायद्याचा आधार व त्याची अंमलबजावणी करण्याची शक्ती असते व अंमलबजावणीची यंत्रणाही असते. कायद्याचे स्वरूप सार्वत्रिक असल्याने सुधारणाक्षेत्राचा व्याप्तीही सार्वत्रिक

होते. विविध धार्मिक रूढि-नियमांमध्ये अर्थाबाबतची विसंगती कायदा दूरही करू शकतो. त्यामुळे कायद्याच्या अर्थाबाबत स्पष्टता येते. कायद्यामागे सक्ती असल्याने अनिष्ट व अन्यायी परंपरा मोडण्यासाठी कायद्याचा आधार समर्थनीयच ठरतो. लोकमताचा आधार असलेला कायदा म्हणजे स्वत:हून स्वीकारलेली बंधने, तो केवळ परकीय सत्तेने केलेला म्हणून त्याज्य ठरू शकत नाही. शासनाच्या अशा पुढाकाराला शासनाचा हस्तक्षेप असे म्हणता येणार नाही. लोकांची इच्छा अंमलात आणणारे शासन हे एक अंमलबजावणीखाते आहे. लोकांच्या इच्छेला वळण लावण्याचे कार्यच कायदा करतो. केवळ लॉर्ड बेंटिंगने केला म्हणून सतीबंदीचा कायदा त्याज्य ठरत नाही, विवाहाच्या बाबतीत शासनाने कसा पुढाकार घ्यावा याविषयी न्या. रानडे यांचे मत त्यांच्या विचारांची तर्कशुद्धता दाखवते. उदा. पुरुषाचे वय ४५ वर्षांपेक्षा जास्त असल्यास त्याने कुमारिकेशी लग्न करू नये. मुलगी १४ वर्षांपर्यंत होईतो तिचा विवाह झाला असला (किमान वय १० ते १२ वर्षं) तरी तिच्याशी शारीरिक संबंध जोडणे हा बलात्काराचा गुन्हा समजावा. मुले महाविद्यालयीन शिक्षण पूर्ण करेपर्यंत विवाह करीत नसतील तर त्यांना उत्तेजन देऊन विद्यापीठाने त्यांचा गौरव करावा.

मात्र, सुधारणेसाठी क्रांतीचा मार्ग सर्वथा गैरच आहे. भूतकाळाशी नाते तोडणारी, नीतिशास्त्राशी फारकत घेणारी ही पद्धत आकर्षक वाटली तरी समाजविघटन करणारी ठरते. ब्राह्मो समाजाचे प्रयत्न म्हणून यशस्वी होऊ शकले नाहीत. केवळ धर्मतत्त्वांनी नियंत्रित करावे असे आपले समाजजीवन साधे राहिलेले नाही. धर्माची नियंत्रणाची शक्तीही त्यामुळे नव्या समाजरचनेत प्रभावी ठरत नाही. समाजातील दोष कालगतीने दूर होतील ही ऐतिहासिक श्रद्धाही संदिग्ध आहे; म्हणून कालानुरूप बदलणारा कायदा आणि त्यामागे संघटित लोकमत यांमधूनच समाजसुधारणा होणे आवश्यक बनते.

## २.३. न्या. रानड्यांचे राजकीय विचार

समाजाच्या सर्वांगीण सुधारणेसाठी आणि राजकीय सुधारणांना अनुकूल भूमी तयार करण्यासाठी सामाजिक सुधारणा आवश्यक असतात. त्यामुळे सरकारी नोकरीची बंधने पाळूनही न्या. रानडे यांनी अनेक राजकीय चळवळींना मोलाचे मार्गदर्शन केलेले आहे. 'एकोणिसाव्या शतकाच्या उत्तरार्धात भारतीयांनी ज्या राजकीय चळवळी चालविल्या होत्या त्या सर्वांमागे रानडे यांची प्रेरणा असलेली दिसून येते' - (जेम्स केलॉक.) भारतीय राष्ट्रीय काँग्रेसच्या स्थापनेत व तिची घटना करण्यात न्या. रानडे यांचे मोठे योगदान होते. काँग्रेसच्या जाहीर अधिवेशनामध्ये सहभाग घेण्यावर शासकीय बंधने असल्याने काँग्रेसच्या विषय समित्यांच्या कामकाजात ते सहभागी होत. काँग्रेसचे एक संस्थापक ॲलन यूम न्या. रानडे यांना आपले राजकीय गुरू मानीत, तर श्रेष्ठ

मवाळ नेते ना. गोपाळ कृष्ण गोखले जणू त्यांचे मानसपुत्रच होते.

नेमस्त विचारसरणी, उदारमतवादी वृत्ती, व्यक्तिस्वातंत्र्याचा पुरस्कार, घटनात्मक मार्गाचा आग्रह आणि सर्वांगीण सेंद्रिय विकास ही न्या. रानडे यांच्या राजकीय विचारांची चौकट होती. स्वातंत्र्य आंदोलनात (१८८५ ते १९०५) पर्यंतचा कालखंड हा नेमस्तवादी विचारसरणीचा मानला जातो. पाश्चात्त्य उदारमतवादाचा प्रभाव, ब्रिटिश शासनव्यवस्थेने निर्माण केलेली सुव्यवस्था व शांतता आणि पाश्चात्त्य प्रबोधनाचे जाणवणारे चांगले परिणाम यांचा प्रभाव भारतीय विचारवंतांवर व सुधारकांवर पडणे स्वाभाविक होते. भारतीय राजकीय विचार न्या. रानडे यांनी मिल, स्पेन्सर, बेंथॅम यांच्या उदारमतवादी तत्त्वज्ञानावर स्थिर केले. ब्रिटिश समाजाची प्रगती या उदारमतवादावर झालेली असल्याचे वास्तव त्यांना जाणवत असल्याने आपल्या समाजाचीही प्रगती उदारमतवादाचा आश्रय घेऊन करता येईल अशी सर्व नेमस्त राजकारण्यांची श्रद्धा होती. ब्रिटिश न्यायप्रियतेवर विश्वास आणि ब्रिटिश शासन हे जणू परमेश्वरी इच्छेचाच आविष्कार आहे अशी त्यांची धारणा असणे स्वाभाविक आहे. 'ब्रिटिश लोकांकडे असलेली क्षमता आणि भारतीय लोकांचे राजकीय शिक्षण व्हावे अशी परमेश्वराची इच्छा' यामुळे ब्रिटिश सत्ता हे जणू ईश्वरी वरदानच आहे. ब्रिटिश शासनाच्या सहकार्यातूनच इंग्लंडमधील ब्रिटिश शासनक भारतीय सुधारणेचा मार्ग प्रशस्त करू शकतील असा नेमस्तांचा विश्वास होता.

सरकारची सर्वच धोरणे नेमस्तांना मान्य नव्हती; पण संघर्षापेक्षा सहकार्याचा मार्ग तत्कालीन परिस्थितीमध्ये त्यांना प्रशस्त वाटत होता. त्यामुळे नेमस्तांवरील जहालांची टीका त्यांच्यावर अन्याय करणारी होती . तत्कालीन परिस्थितीत जहाल व क्रांतिकारी पाऊल उचलण्याइतका समाज राजकीयदृष्ट्या प्रगल्भ व सामाजिकदृष्ट्या जाणिवा असलेला झालेला नव्हता. स्वातंत्र्य अनिवार्य असले तरी त्याला योग्य वेळ आलेली नव्हती. फुटीर आणि अराजक माजलेल्या समाजात प्रथमच ब्रिटिशांनी कायद्याचे राष्ट्र निर्माण केलेले होते आणि सनदशीर मार्गाने शिक्षित समाजाला प्रशासनात सामावून घेतले जाण्याची प्रक्रिया सुरू होत होती. धार्मिक व सामाजिक सुधारणांनी आणि ब्रिटिश व्यवस्थेमध्ये ही प्रक्रिया अधिक गतिमान होईल अशी नेमस्तांची धारणा होती.

प्रत्येक आक्रमण संस्कृतिसंगमास अनुकूल वातावरण निर्माण करत असते. मुस्लिम आक्रमणातून हिंदू-मुसलमान संस्कृतीचा मिलाफ होत होता. अकबराचे दीन-इलाही तत्त्वज्ञान त्याचे प्रतीक होते; पण नागरी जीवनास आवश्यक अशा गुणांची जोपासना, शास्त्राचा आधार आणि संशोधनाची चिकित्सक वृत्ती या बाबतीत दोन्ही धर्म अपुरे पडले. ब्रिटिश काळातील शिक्षणामुळे समाजाच्या विकासाचे दरवाजे उघडले गेलेले आहेत.

उदारमतवाद हे नेमस्तविचारांचे मूलसूत्र होते. ब्रिटिश सत्तेच्या विकासाला ॲडॅम-स्मिथचे अर्थकारण आणि मिल स्पेन्सरचे व्यक्तिस्वातंत्र्य या उदारमतवादाच्या वैशिष्ट्यांचा आधार दिसून येतो. व्यक्तीच्या विकासावर भर आणि त्यासाठी व्यक्तिस्वातंत्र्याचा पुरस्कार आणि विकसित व्यक्तित्वामधून समाजाची प्रगती ही उदारमतवादाची श्रद्धा आहे. व्यक्तीच्या प्रतिष्ठेची जाणीव आणि त्याच्या साहाय्याने राजकीय विकास ही न्या. रानडे यांच्या उदारमतवादाची दिशा होती. डेक्कन सभेच्या स्थापनेच्या वेळी न्या. रानडे म्हणाले, 'वंश आणि धर्म यांच्या पूर्वग्रहापासून मुक्त होणे उदारमतवादामुळे शक्य होईल.' कायद्यापुढे समानता, राजकीय शिक्षण आणि त्यामधून व्यक्तिविकासाच्या आड येणारे कायदे आणि धोरणे यांना विरोध करणे ही न्या. रानडे यांची पद्धत होती. सार्वजनिक सभा, डेक्कन सभा या संस्थांच्या व्यासपीठावरून न्या. रानडे यांनी शासकीय धोरणांतील त्रुटींवर टीका केलेली आहे.

सृजनशील व्यक्तिवाद आणि त्याच्या उपक्रमशीलतेला प्रोत्साहन देणारी शासनव्यवस्था ही समाजाला प्रगतिपथावर नेईल. प्रशासनाचे प्रातिनिधिक व जबाबदार स्वरूप, सत्तेचे विकेंद्रीकरण करून लोकांचा सहभाग वाढविण्यासाठी स्थानिक संस्थांचा विकास यांवर न्या. रानडे यांचा भर होता. महत्त्वाच्या आणि जबाबदारीच्या शासनातील पदांवर अधिकाधिक भारतीयांची नियुक्ती करावी असे त्यांचे मत होते.

व्यक्तिवाद आणि परकीय सत्तेच्या विरोधात निर्माण होणारा स्वाभाविक प्रखर राष्ट्रवाद यांचा मेळ घालणे उदारमतवादापुढे मोठे आव्हानच होते. ब्रिटिश राजवट 'ईश्वरी वरदान' मानणारे उदारमतवादी नेते ब्रिटिश शासनसत्तेला विरोध करण्यात अपुरे पडत होते. तर ब्रिटिश साम्राज्यशाही आणि भारताचे आर्थिक शोषण यांविरुद्ध राजकीय जागृती निर्माण करताना जुन्या परंपरेचे दैवीकरण करून लोकांचा स्वाभिमान जागा करण्याचा जहाल राष्ट्रवादी प्रयत्नही समाजव्यवस्थेच्या दृष्टीने पुरेसा नव्हता. न्या. रानडे यांनी या दोहोंमध्ये समन्वय साधण्याचा प्रयत्न केला. प्रबोधनाचे श्रेय ब्रिटिश राजवटीला देत असतानाच न्या. रानडे भारतीय राष्ट्रवादाचे मूळ मराठ्यांच्या सत्तेमध्ये शोधण्याचा प्रयत्न करतात. 'मराठी सत्तेचा उदय' या आपल्या ग्रंथात न्या. रानडे म्हणतात की, 'युरोपमधील पुनरुज्जीवन आणि धर्मसुधारणेची चळवळ ज्याप्रमाणे युरोपच्या प्रबोधनाची नांदी ठरली त्याचप्रमाणे भारतात आणि मुख्यत्वे महाराष्ट्रात वारकरी संतपरंपरेने एक जागृती निर्माण केली. ती प्राथमिक स्वरूपात सामाजिक वाटली तरी त्यातून राष्ट्रवादी विचार पुढे आले आणि समाजाच्या सर्व स्तरांत त्याचा प्रभाव पडला. शिवाजीमहाराज आणि मराठी सत्ता हे या राष्ट्रवादाचेच स्वरूप आहे आणि त्याचा प्रभाव दक्षिणेत जिंजीपासून पश्चिमोत्तर भारतभर पडलेला होता.'

भारतातील राष्ट्रवाद हा सर्व धर्मांच्या ऐक्यामधून व्यापक आणि प्रभावी होऊ शकेल. हिंदू - मुसलमान या दोन्ही धर्मांच्या लोकांनी आपापली शक्तिस्थाने आणि

मर्मस्थळे ओळखून एका मध्यवर्ती नेतृत्वाखाली एक झाल्यास भारतीय एकराष्ट्रीयत्व एकजिनसी होऊ शकेल असा न्या. रानडे यांचा विश्वास होता. 'धर्म' आणि 'तत्त्वज्ञान' यांच्या चौकटीत न्या. रानडे यांचे विचार बांधलेले असल्याने औद्योगिक समाजपूर्व नीति-धर्म-मूल्ये यांचा प्रभाव त्यांच्या व्यक्तिवादावर पडलेला दिसून येतो. परंपरागत समाजाला बरोबर नेण्यासाठी तो उपयोगी ठरला तरी त्या व्यक्तिवादाची मर्यादाही त्यामुळे स्पष्ट झाली. अर्थात, उदारमतवादात गृहीत असलेली अल्प शासनसंस्थेची कल्पना आणि मुक्त अर्थव्यवहार मात्र त्यांना मान्य नव्हते. उलट, राज्याने राज्यातील बदलाचे बाबतीत सक्रिय सहभागी झाले पाहिजे असे न्या. रानडे म्हणत. शेतीसुधारणा, उद्योगधंदे यांचा विकास आपणहून करण्याइतपत भारतीय समाज सक्षम नसल्याने राज्याच्या पुढाकाराची अपेक्षा त्यांनी प्रतिपादन केली. त्यांच्या मनातील राज्य 'कल्याणकारी' (Welfare) आणि लोकशाही (Democracy) स्वरूपाचे होते.

आधी 'राजकीय सुधारणा' का आधी 'सामाजिक सुधारणा' हा वाद त्या काळी निर्माण झालेला होता. राजकारण आणि समाजकारण यांत भेद निर्माण केल्यास त्यात दोन्ही अंगांचा नाश होईल अशी समतोल विचारसरणी-मध्यममार्गी विचारधारा न्या. रानडे यांनी प्रतिपादन केलेली आहे. समाजसुधारणेचा आग्रह धरला तर समाजातील सर्वच स्तरांत वेगवेगळ्या कारणांनी असंतोष निर्माण होईल आणि परकीय सत्तेचा अशा सुधारणेतील सहभागातून अधिकच विरोध निर्माण होण्याची भीती आहे. त्यामानाने राजकीय सुधारणांना लोकांचा प्रतिसाद अधिक उत्स्फूर्त असेल. राजकीय सुधारणा आधी अशा पक्षाचे (लो. टिळक) होते. न्या. रानडे यांना हे मत मान्य नव्हते. दोन्ही क्षेत्रांतील सुधारणा सारख्याच महत्त्वाच्या असून प्राथमिकता देण्याची गरज सामाजिक क्षेत्रांतील सुधारणांना दिली पाहिजे असा त्यांचा आग्रह होता. किंबहुना राजकीय सुधारणा प्रभावी होण्यासाठी त्यांचा पाया सामाजिक सुधारणांवरच रचला पाहिजे. राजकारण म्हणजे काही बक्षिसे व इनामे मिळवण्यासाठी केलेले अर्ज व विनंतिपत्रके नव्हेत असे न्या. रानडे म्हणत. समाजसुधारकांचा मार्ग अधिक खडतर असतो, असा इतिहास संतश्री ज्ञानेश्वरांपासून महात्मा फुल्यांपर्यंत दिसून येतो; कारण राज्यापेक्षा समाजाच्या जवळ छळवणुकीची साधने अधिक, संधी अधिक असतात असे डॉ. बाबासाहेब आंबेडकर म्हणत. दुर्दैवाने न्या. रानडे यांच्या मताला त्यांच्या समाजातूनही पुरेसा पाठिंबा मिळू शकला नाही. मात्र, लो. टिळकांसारख्या विरोधकांना त्यांचे मोठेपण मनोमन पटलेले होते.

राज्याचा सक्रिय सहभाग अपेक्षित असताना आपल्या मागण्यांसाठी सनदशीर मार्गाचा आग्रह हे उदारमतवादाचे एक वैशिष्ट्य आहे. आपल्या सामाजिक व राजकीय मागण्यांसाठी घटनात्मक मार्गांचाच अवलंब केला पाहिजे. अर्ज, विनंती, मतपरिवर्तन हाच मार्ग स्थिर बदलाचा मार्ग आहे. इंग्रजांच्या न्यायबुद्धीवर आणि इंग्लंडमधील

उदारमतवादी विचारसरणीच्या लोकांवर त्यांची मनोमन श्रद्धा होती. भारतीयांना ब्रिटिश संसदेत प्रतिनिधित्व मिळावे आणि भारतीयांचे प्रश्न प्रत्यक्ष त्यांच्याशी चर्चा करून सोडवावेत अशी विनंती करणारा हजारो नागरिकांच्या सह्यांचा अर्ज त्यांनी (१८७४) साली धाडला होता. उदारमतवादी हेन्री फॉसेट यांच्या इंग्लंडमधील निवडणुकीसाठी त्यांनी भारतात एक निवडणूक-निधीही गोळा केला होता (१८७६). स्थानिक स्वराज्य संस्थांसंबंधीचा (१८८५) चा कायदा हे अशाच सनदशीर प्रयत्नांचे यश आहे असे त्यांना वाटे. ब्रिटिश मतदारांना भारतीय प्रश्नांची माहिती देण्यासाठी (१८८५) मध्ये जे शिष्टमंडळ गेले होते त्यात न्या. रानडे यांचा समावेश होता. आपली मते ते साधार आकडेवारी व वस्तुस्थितीचे आकलन या आधारे तर्कशुद्ध पद्धतीने मांडत असत. भारतामधील बुद्धिवादी वर्ग हे ब्रिटिश उदारमतवादी वर्गाचे भारतामधील प्रतिनिधित्व करतात असे ते म्हणत. राज्यावर लोकमताचा प्रभाव पडून ते विकासकार्यात सहकार्य करेल. किंबहुना, असे सहकार्य त्यांच्याकडून अपेक्षितच आहे. राज्य हे नागरिकांची सत्ता, शहाणपण, दयाबुद्धी, औदार्य यांचे समग्रपणे प्रतिनिधित्व करते (न्या. रानडे). ते समाजापासून परके राहूच शकत नाही. राज्याच्या नियंत्रणापासून मुक्तता हे खरे स्वातंत्र्य नाही.

समाजाविषयीची सेंद्रिय संकल्पना (Organic Theory) ही उदारमतवादाची आणखी एक छटा आहे. समाजाची सर्व अंगे परस्परावलंबी असून त्यांमधूनच त्यांना सामाजिक उपयुक्तता (Social Utility) प्राप्त होते. धार्मिक, सामाजिक, राजकीय अशी सर्वच क्षेत्रे एकमेकांशी निगडित असून एकमेकांना पूरक आहेत. त्यामुळे त्यांच्यातील बदल हा एकमेकांच्या बरोबरच व्हावयास पाहिजे. कोणत्या क्षेत्रात आधी सुधारणा हा वादही म्हणून निरर्थक आहे असे ते म्हणत. राष्ट्रीय काँग्रेसच्या अधिवेशनातच सामाजिक परिषदेचे अधिवेशन भरवावे असा त्यांचा आग्रह असे. आपली सेंद्रिय कल्पना स्पष्ट करताना ते म्हणतात, 'जेथे राजकीय हक्क योग्य प्रकारे प्राप्त झालेले नसतात तेथे चांगली समाज-व्यवस्था निर्माण होऊ शकत नाही. समाजव्यवस्था सदोष असेल तर आर्थिक व्यवस्था चांगली असू शकत नाही. आपल्या धार्मिक कल्पना निकृष्ट असतील तर आपण सामाजिक, आर्थिक व राजकीय क्षेत्रांत यशस्वी होऊ शकणार नाही. हे परस्परावलंबन केवळ योगायोग नाही तर तो निसर्गाचा नियम आहे.'

## २.४. आर्थिक विचार

उदारमतवादी ब्रिटिश समाजाचे राजकारण आणि साम्राज्यसत्तेचे अर्थकारण यांतील भेद नेमस्तांना, मवाळांना कळला नाही आणि त्यांचे विचार ब्रिटिश सत्तेसंदर्भात भाबडे बनले असा आरोप जहालमतवादी राजकारणी नेमस्तांवर करीत असत. मात्र, भारतीयांच्या आर्थिक शोषणाची जाणीव नेमस्तांमध्ये पूर्णपणे होती हे न्या. रानडे

यांच्या आर्थिक विचारांमधून स्पष्ट होते. ब्रिटिश भांडवलदारांना धार्जिणी असणारी वसाहतवादी शासनाची वृत्ती आणि त्यातून होणारे भारताचे आर्थिक शोषण दादाभाई नौरोजी यांच्या नि:सारण सिद्धांतामधून (Drain Theory) स्पष्ट होते. न्या. रानडे यांनी भारतीय अर्थव्यवस्थेवर १८९२ मध्ये व्याख्यान देताना पाश्चात्त्य मुक्त अर्थव्यवस्थेचे उदारमतवादी तत्त्व जसेच्या तसे भारतासारख्या राजकीय दृष्ट्या अप्रगत अर्थव्यवस्थेला लावता येणार नाही आणि आर्थिक सुधारणांबाबत तटस्थता राज्याने स्वीकारता कामा नये व शेती व औद्योगिक विकासासाठी शासनाने पुढाकार घ्यावयास पाहिजे असा विचार मांडला. उदारमतवादी व्यवस्थेतही राज्य निरपेक्ष तटस्थता पाळू शकत नाही तर भारतासारख्या परंपराप्रिय व आर्थिक मागासलेल्या देशाची काय कथा?

भारतामधील गरिबी आणि दारिद्र्य यांचे मुख्य कारण म्हणजे ब्रिटिश काळात देशातील उद्योगधंद्यांचा झालेला ऱ्हास आणि शेतीव्यवस्थेवर पडलेला ताण होय. पावसावर अवलंबून असलेली शेती आणि भांडवलाच्या अभावाने उद्योगाच्या वाढीवर पडलेली बंधने यांवर उपाय शोधले पाहिजेत. (न्या. रानडे यांना दादाभाई नौरोजींचा नि:सारण-सिद्धांत पूर्णपणे मान्य नव्हता. भारतीय दारिद्र्याची मीमांसा अधिक व्यापक केली पाहिजे असे ते म्हणत). सनातनी विचारांच्या पगड्यामुळे भारतीयांची उद्यमशीलता संपलेली आहे. त्यामुळे शासनाने उद्योगवाढीसाठी सहेतुक प्रयत्न केले पाहिजेत. पश्चिम भारत औद्योगिक संघटनेच्या स्थापनेमध्ये न्या. रानडे यांच्या पुढाकार होता.

पाश्चिमात्य भांडवलाचे स्वागत करताना देशांतर्गत पतपेढ्या, बिगर शेतमालासाठी बाजारपेठांचा विकास, सर्वांना विकासात वाटा मिळवण्यासाठी शासनाचे आर्थिक नियंत्रण, औद्योगिक शिक्षणाची सोय अशा विविध संलग्न विषयांवर न्या. रानडे यांनी विवेचन केलेले आहे. ब्रिटिश आर्थिक धोरणांमुळे भारत हा कच्चा माल पुरवणारा देश बनलेला आहे असे ते म्हणत.

पाश्चात्त्य उदारमतवादाने न्या. रानडे प्रभावित झालेले असले तरी त्यांचे विचार हे ब्रिटिशधार्जिणे नव्हते. घटनात्मक अभ्यासाने आपली मते तर्कशुद्ध आणि सप्रमाण मांडण्याची त्यांची प्रवृत्ती, नेमस्तांच्या विचाराची पद्धत स्पष्ट करते. केवळ सैद्धान्तिक स्वरूपात विचारतत्त्वे न स्वीकारता त्यांची वास्तवाशी फलस्वरूप जोड देण्याकडे त्यांचा कल होता. त्यामुळे मुक्त अर्थव्यवस्था आणि तटस्थ शासन हे अविकसित देशांना मारक ठरेल असे ते म्हणत. धार्मिकतेची चौकट त्यांच्या विचारांना एक आदर्शवादी नैतिक बैठक मिळवून देते. केवळ ब्रिटिश भारताचा विचार न करता संस्थानी प्रजाजनांविषयी त्यांना जबाबदारीचे शासन मिळावे म्हणून त्यांनी सूचना दिलेल्या आहेत. कायद्याचे श्रेष्ठत्व, संस्थानिकांसाठी वरिष्ठ सभागृहात प्रतिनिधित्व, सर्व राज्यांसाठी समान रचना, संसदीय शासनव्यवस्था हे त्यांचे विचार भारतीय शासनव्यवस्थेच्या प्रगतीची दिशाच दाखवीत होते.

लो. टिळक त्यांच्या कार्याविषयी म्हणतात, 'महाराष्ट्र देश थंड गोळ्याप्रमाणे पडला असता त्याला ऊब देऊन त्याच्यात चलनवलन करण्याची क्षमता न्या. रानडे यांनी केली. नैतिक आदर्शवाद, परिस्थितिसापेक्ष व्यवहारवाद आणि रचनात्मक परिवर्तनकार्य यांचा मिलाफ न्या. रानडे यांच्या सामाजिक-राजकीय जीवनात दिसून येतो.'

## ३. गोपाळ कृष्ण गोखले (१८६६ -१९१५)

भारतावरील इतर आक्रमणांपेक्षा इंग्रजी सत्तेचे आक्रमण वेगळ्या स्वरूपाचे होते. व्यापारी हिताने आलेले इंग्रज भारतावर राजकीय प्रभुत्व स्थापन करीत असताना आपले विचार व शासनपद्धती भारतात रुजवत होते. इंग्रज सत्तेचा परिणाम म्हणूनच प्रबोधनात झाला आणि इंग्रजी भाषाशिक्षित असा एक नवा शिकलेला वर्ग भारतात तयार झाला. त्यांनी समाजप्रबोधनाचे कार्य करीत असताना स्वाभाविकपणे राजकीय जागृतीच्या क्षेत्रातही नव विचारांचा प्रसार सुरू केला. गोपाळ कृष्ण गोखले अशा उदारमतवादी राजकीय विचारांचे प्रतीक आहेत.

गोपाळ कृष्ण गोखले यांचा जन्म रत्नागिरी जिल्ह्यातील कोतळूक गावचा. बालपण वडिलांच्या नोकरीमुळे कोल्हापूर जिल्ह्यातील कागल येथे. वडिलांचे निधन लहानपणीच झाल्याने गोखले यांना आपले शिक्षण अनेक संकटांना तोंड देत पुरे करावे लागले. पदवीचे शिक्षण कोल्हापूरचे राजाराम कॉलेज व मुंबईचे एल्फिन्स्टन कॉलेज येथे झाले. पुण्याच्या डेक्कन एज्युकेशन सोसायटीचे ते आजीव सदस्य झाले.

आगरकरांच्या 'सुधारक' या वृत्तपत्राच्या इंग्रजी आवृत्तीचे ते संपादक होते. पुण्याच्या सार्वजनिक सभेचेही ते सचिव होते. न्या. रानडे त्यांच्या हुशारीने प्रभावित झालेले होते. (१८९९) मध्ये मुंबईच्या विधिमंडळावर, (१९०२) मध्ये केंद्रीय कायदेमंडळावर त्यांची निवड करण्यात आली. राष्ट्रीय काँग्रेसचे ते अध्यक्षही होते. त्याच वर्षी त्यांनी 'भारत सेवक समाजा'ची स्थापना केली (१९०५). सनदी सेवा शाही आयोगाचे ते सदस्य होते. वैधानिक आणि सनदशीर मार्गाने देशसेवेचा त्यांनी पाठ घालून दिला. मिठावरील कर रद्द करण्याची मागणी, प्राथमिक शिक्षणाचा आग्रह ही त्याचीच उदाहरणे आहेत.

### ३.१. गोखले यांचे राजकीय विचार

भारतीय राजकारणातील उदारमतवादी विचारांचे गोखले प्रतिनिधित्व करतात. न्याय्य मागणी, सदनशीर मार्ग, राज्यकर्त्यांच्या विचारपरिवर्तनावर भर, कायदा व सुव्यवस्थेच्या चौकटीत कार्य आणि शासनव्यवस्थेवर विश्वास ही उदारमतवादाची वैशिष्ट्ये त्यांच्या राजकीय विचार आणि पद्धतीत दिसून येतात.

सर्वच नेमस्तांप्रमाणे गोखले यांना इंग्रजी सत्ता हा ईश्वरी संकेत वाटत होता.

अव्यवस्था आणि अनवस्था, परंपरा आणि रूढी यांनी जखडलेल्या समाजात ब्रिटिशांनी आपल्या शासनव्यवस्थेमधून आणि त्या काळी इंग्लंडमध्ये प्रभावी असलेली उदारमतवादी दृष्टी यामुळे एका नव्या प्रबोधनाची नांदी सुरू झालेली होती. शांतता व सुव्यवस्था आणि कायद्याचे राज्य ही ब्रिटिशांनी भारताला दिलेली देणगी होती. इंग्रजी शिक्षणाची सुरुवात आणि त्यातून पाश्चात्त्य समाज, संस्था आणि विचारवंतांचे विचार यांचा परिचय भारतीय सुशिक्षित समाजाला झाला आणि एक नवे विचार-परिवर्तन येथे सुरू झाले. दळणवळणाच्या साधनांनी समाजातील विचारांचे दळणवळणही वाढले.

भारतातील अनेक अनिष्ट चालीरीती व परंपरा यांना ब्रिटिश शासनाने कायद्याने बंदी घातली. प्रशासनात सुधारणा करून भारतीयांचा त्यात सहयोगही वाढू लागला. त्यात ब्रिटिशांच्या न्यायबुद्धीवर नेमस्तांचा विश्वास बसला होता. त्याने ब्रिटिश शासन परकीयांचे असले तरी भारतात 'परकेपणाने' न वागता भारताच्या सामाजिक, राजकीय, आर्थिक विकासासाठी प्रयत्नशील राहील म्हणून त्यास सहकार्य करणे योग्य ठरेल.

राज्यासंबंधी गोखल्यांची भूमिका विधायक स्वरूपाची राहिली. राज्य कल्याणकारी स्वरूपाचे असून त्याने लोककल्याणाची आणि विकासाची कामे अग्रक्रमाने केली पाहिजेत असे गोखले म्हणत.

सरकारच्या चुकीच्या धोरणांवर व कृतींवर म्हणून गोखले यांनी टीकाही केलेली आहे. अर्थात, हा विरोध शांततेचा भंग न करता सभा-संमेलने व विधिमंडळात संबंधित विधेयकावर विधायक टीका करूनच करावा असा त्यांचा आग्रह असे. प्रशासकीय पदावर योग्यतेनुसार भारतीयांची नेमणूक शासनाने करावी, लष्करावर खर्च कमी करून तो पैसा प्रजेच्या शिक्षण व आरोग्य यावर खर्च करावा असे त्यांचे सातत्याने सांगणे असे. स्वदेशीचा आग्रह म्हणजे राष्ट्रप्रेमाचे प्रकटीकरण असे त्यांनी बनारस येथील राष्ट्रीय सभेच्या अधिवेशनात (१९०४) सांगितले. स्वदेशीच्या चळवळीचा एक भाग म्हणून भारतीय उद्योजकतेचा त्यांनी पुरस्कार केला. वंगभंगाच्या चळवळीनंतर (१९०५) स्वदेशी हे राष्ट्रीय चळवळीचे एक आधारभूत तत्त्वच बनले.

ब्रिटिशांनी घटनात्मक प्रगतीच्या संदर्भात देऊ केलेल्या अंतर्गत शासनसंस्था-स्वातंत्र्याची कल्पना त्यांना मान्य होती. त्यातूनच भारतीय स्वराज्याचा आणि स्वातंत्र्याचा मार्ग मोकळा होईल. ब्रिटिश साम्राज्यांतर्गत वसाहतींचे स्वातंत्र्य हा पूर्ण स्वराज्याच्या अलीकडील टप्पा आहे आणि तत्कालीन परिस्थिती व प्रगतीनुसार अनुरूप असा चळवळीचा सनदशीर मार्गाचा टप्पा होता. ब्रिटिश नियंत्रणाखाली व्यक्ति-व्यक्तींमध्ये भेद न करता, जात-धर्म -लिंग अशी विभागणी न करता भारतीयांची प्रगती सर्व क्षेत्रांत होऊ शकेल.

स्वयंशासनाबरोबर सत्तेचे विकेंद्रीकरण याचाही गोखले यांनी आग्रह धरलेला

आहे. विकेंद्रीकरणाने लोकांना शासनात सहभागी होण्याची संधी मिळते आणि राजकीय हक्कांचा उपभोगही घेता येतो. स्थानिक स्वराज्याचा विकास आणि स्थानिक प्रशासनात वाढता सहभाग हे राज्यकर्त्यांच्या पुरोगामित्वाचे एक लक्षण आहे. त्यासाठी प्रांतिक कायदेमंडळांचा विस्तार, त्याच्या अधिकारांत वाढ (अंदाजपत्रकावर चर्चा), जिल्हा कायदेमंडळाची स्थापना, ग्रामपंचायतीचे सबलीकरण इ. विधायक मार्ग त्यांनी सुचविले. यामुळे विकेंद्रीकरणाबरोबर स्वयंशासनाच्या क्षेत्रातही वाढ होईल असे ते म्हणत. प्रशासकीय सुधारणांवरही त्यांनी भर दिलेला आहे. त्यात भारतीयांचे प्रतिनिधित्व वाढविण्यावर त्यांचा भर होता.

उदारमतवाद्यांचे आणखी एक वैशिष्ट्य गोखले यांच्या राजकीय विचारात दिसून येते ते म्हणजे राजनीतीचे अध्यात्मीकरण. धर्मविषयी आस्था आणि नीतिमूल्यांचा राजकारणामध्ये प्रभाव असला पाहिजे. What is morally wrong cannot be politically right. त्यामुळे साध्य करणे साधनांनाही महत्त्व प्राप्त होते आणि ती साधने सनदशीर व लोकांच्या चांगल्या भावनांची बळकटी करणारी असावीत. साधनशुचिता हे उदारमतवादाचे एक लक्षण आहे. गोखल्यांच्या या विचारांचा महात्मा गांधींवर मोठा प्रभाव पडलेला दिसून येतो.

नैतिकतेच्या आग्रहामुळे राजकीय व सामाजिक जीवनात व्यक्ती सदाचरणी असावी आणि त्यागी, समर्पित भावनेने भरलेले कार्यकर्ते चळवळीत सातत्य ठेवू शकतात; असे कार्यकर्ते निर्माण करण्याच्या हेतूने गोखले यांनी भारत सेवक समाजाची (Servants of India) १९०५ साली स्थापना केली.

## ३.२. गोखले यांचे आर्थिक विचार

आर्थिक विषयांबाबत सांगोपांग चर्चा करून सप्रमाण प्रतिपादन करणे हे उदारमतवाद्यांचे शक्तिस्थान होते. भारतासारख्या अविकसित देशाचे औद्योगिक मागासलेपण लक्षात घेता त्याची विकसित व प्रगत देशांबरोबर स्पर्धा-बरोबरी करणे हे त्याच्या अर्थव्यवस्थेला घातक ठरेल, असे त्यांचे प्रतिपादन असे. जर्मन अर्थतज्ज्ञ लीस्ट याच्या विचारानुसार, 'भारताच्या उद्योगधंद्यांना संरक्षण मिळावे' असे गोखले म्हणत. नाही तर भारताची औद्योगिक प्रगती थांबेल आणि आधीच समस्या असलेली शेतीसुद्धा संकटात येईल. त्यासाठी शासनव्यवस्थेने पुढाकार घेतला पाहिजे असा गोखले यांचा आग्रह होता. समतल स्पर्धेसाठी असे संरक्षण प्रत्येक शासन आपल्या देशातील उद्योगांना देते आणि ते त्यांचे कर्तव्यच ठरते.

त्यांच्या स्वदेशीच्या पुरस्कारास राजकीय इतके आर्थिक अंगही होते. आपल्या मातृभूमीविषयी आत्मीयता ही स्वातंत्र्यचळवळीचा भावनिक आधार आहे; पण स्वदेशीच्या वापराने देशांतर्गत उद्योगधंद्यांना स्थानिक बाजार उपलब्ध होईल. उद्योगांना आर्थिक

आधार मिळून त्यांची वाढ होईल आणि लोकांना रोजगार प्राप्त होऊन त्यांची क्रयशक्ती वाढेल असे ते म्हणत. मात्र परकीय मालावर बहिष्कार हा मार्ग त्यांच्या नेमस्त वृत्तीत बसणारा नव्हता.

भारत शेतीप्रधान देश असल्याने गोखले यांनी शेतीप्रश्नांना प्राधान्य देणे क्रमप्राप्त होते. शासनाने शेतीविकासाकडे लक्ष पुरविणे गरजेचे असून त्याबाबत त्यांनी शासनाला विविध सूचना केलेल्या आहेत. जमीनमहसुलाचा बोजा कमी करावा. शेतीवरील कर्जाच्या बाबत विचार करून शेतकी पतपेढ्या स्थापन कराव्यात तसेच शेतीच्या आधुनिकीकरणावर भर द्यावा असे त्यांनी सांगितले. शेतीसाठी निव्वळ निसर्गावर अवलंबून न राहता जलसिंचनाच्या योजनांद्वारे शेतीला पाणीपुरवठा करावा असा त्यांचा आग्रह होता. शेतकी शिक्षणाची सोय करण्याचा त्यांचा प्रयत्न हा शेतीच्या आधुनिकीकरणाच्या दृष्टीने प्रयत्न आहे.

प्रांतिक व पुढे केंद्रीय विधिमंडळाचे सदस्य झाल्याने गोखले यांच्या मनोवृत्तीला रुचेल असे क्षेत्र जणू त्यांना मिळाले. विधिमंडळातील त्यांची भाषणे अभ्यासपूर्ण तसेच आपल्या मताच्या स्पष्टीकरणासाठी पुरेसा आधार देऊन केलेली असत. प्रशासनावरील वाढता खर्च आणि त्याचा भारतासारख्या गरीब देशावर पडणारा भार, नोकरशाहीची जनतेच्या प्रश्नांविषयीची उदासीनता यावर त्यांनी वेळोवेळी टीका केलेली आहे. अंदाजपत्रकावरील त्यांची भाषणे नेहमीच गाजत. शासनही त्यांच्या सूचनांची दखल घेत असे. १९०२ चे केंद्रीय कायदेमंडळातील पहिलेच भाषण ऐतिहासिक ठरले. शिलकी अंदाजपत्रकाचे सार्वत्रिक कौतुक होत असताना त्यातील फोलपणा त्यांनी स्पष्ट केला. विविध आपत्तींनी जनता त्रस्त झाली असता त्यासाठी पैसा खर्च न टाकता अंदाजपत्रकात शिलकी दाखवणे हा जनतेवर अन्यायच करण्यासारखे आहे. असा शिलकी पैसा सैन्य व प्रशासनावर खर्च होण्याची भीती व्यक्त करून तो पैसा शिक्षण, पाटबंधारे, आरोग्य अशा जनहिताच्या कामावर खर्च केला जावा असे त्यांनी मत मांडले. गोखले उपस्थित नसले तर अर्थपत्रकावर चर्चा करण्यात अर्थमंत्र्यांनाही रस वाटत नसे. त्यांच्याविषयी मतभेद असूनही त्यांच्याविषयी लॉर्ड कर्झन यांनी आदर, प्रशंसा व्यक्त करावी, यातच गोखले यांचे महत्त्व स्पष्ट होते.

भारतीय राजकारणातील उदारमतवाद आणि नेमस्त राजकारण हा भारतीय स्वातंत्र्यलढ्यामधील अनिवार्य आणि आवश्यक टप्पा होता. भारतासारख्या खंडप्राय वसाहतीवर नियंत्रण ठेवताना ब्रिटिश शासनाला काही व्यवस्था आणि काही सुधारणा कराव्या लागल्या. शिक्षणाचा प्रसार आणि त्यातून उदयास आलेल्या सुशिक्षित वर्गाचे कारभारासाठी साहाय्य. येथील सुशिक्षित वर्ग जणू इंग्लंडमधील उदारमतवादी समाजाचा प्रतिनिधीच बनला. सनदशीर, शांततामय आणि सहकार्याचे राजकारण यामधून भारतीय स्वातंत्र्याकडे जाण्याची दिशा देण्याचा प्रयत्न करणाऱ्यांमध्ये गोपाळ कृष्ण

गोखले यांचे नाव अग्रक्रमाने घेतले जाते. समाजाचे प्रबोधन न करता स्वीकारलेला जहाल मार्ग हा हुकूमशाहीलाच आमंत्रण देतो.

सदनशीर मार्गाचे वैशिष्ट्य, म्हणजे सुस्पष्ट मते, त्यासाठी अभ्यास आणि मतांच्या पुष्टीसाठी माहिती- आकडेवारीची मांडणी हा होय. गोखले यांची विधिमंडळामधील भाषणे (अंदाजपत्रकावरील भाषणे) हा संसदीय राजकारणाचा आदर्शच होता. समस्यांची मांडणी आणि त्या सोडविण्यासाठी रचनात्मक कार्यक्रमाची आखणी ही त्यांची पद्धत उदारमतवादी विचारांतील विधायक दृष्टी स्पष्ट करते. उदा. शेतीप्रश्न, स्थानिक स्वराज्याचे सबलीकरण.

शासनाच्या चांगल्या कार्यात सहकार्य आणि कार्यक्रमांत सातत्य राखण्यासाठी संघटना असण्याची आवश्यकता त्यांना पटलेली होती. भारत सेवक समाजाची स्थापना करण्यामागे त्यांचा वास्तववादी दृष्टिकोन स्पष्ट होतो. इंग्रज सत्तेशी सहकार्य आणि त्याचे 'ईश्वरी वरदान' असे वर्णन करीत असताना आपल्या देशाच्या हिताचा विचार क्षणभरही त्यांच्या मनाआड गेला नाही. समाजातील स्पृश्य-अस्पृश्य भेद नष्ट करणे, धर्मा-धर्मांतील अंधभाव नष्ट करणे आणि लोकांमध्ये देशप्रेम निर्माण करणे हे भारत सेवक समाजाचे ध्येय होते. कोणताच धर्म अनीती, अनाचार, अनैतिकतेचे शिक्षण देत नाही. त्यात श्रेष्ठ-कनिष्ठ भाव नसतो. म्हणून हिंदु-मुसलमान यांनी राष्ट्रहिताच्या आड येणारी परस्परांतील दुही नष्ट केली पाहिजे; अशी दुही वाढविण्याची भीती असणारे धार्मिक उत्सव, सण सार्वजनिकरीत्या साजरे करण्याच्या प्रयत्नांना (उदा. शिवजयंती, सार्वजनिक गणेशोत्सव) त्यांचा विरोधच होता. राजनीतीच्या अध्यात्मीकरणाचा सर्वधर्मसमभावावर विश्वास हा एक दृश्य परिणाम आहे.

वैयक्तिक शुद्ध आचरण, सर्वांच्या चांगुलपणावर विश्वास, व्यासंग आणि नेतृत्वाची क्षमता यामुळे ज्या ज्या क्षेत्रांशी ते संबंधित झाले आणि ज्या ज्या व्यक्तींशी त्यांचा संबंध आला त्या सर्वांनी आणि विरोधकांनीही त्यांच्याविषयी गौरवोद्‌गार काढलेले आहेत. लॉर्ड कर्झनसारखा साम्राज्यवादी व्हॉईसरॉयपण त्याला अपवाद नाही. महात्मा गांधी त्यांना आपले राजकीय गुरू मानीत. राजकारणाच्या अध्यात्मीकरणाचा महात्मा गांधींच्या विचारांवर झालेला परिणाम दिसून येतो. 'नामदार गोखले हे गंगेप्रमाणे आहेत' असे गांधीजी म्हणत.

## ४. गोपाळ गणेश आगरकर (१८५६-१८९५)

राजकीय सुधारणा आणि सामाजिक सुधारणा या एकाच व्यक्तिविकास आणि व्यक्तिस्वातंत्र्याच्या परिवर्तनचळवळीची अंगे आहेत. आणि हे परिवर्तन स्थिर आणि योग्य दिशेने होण्यासाठी त्याला तत्त्वज्ञानाची बैठक असणे आवश्यक असते. सामाजिक सुधारणांना ही बैठक आगरकरांनी मिळवून दिलेली, हे त्यांच्या समाज सुधारण्याच्या

प्रयत्नांचे वैशिष्ट्य आहे. त्यांनी काढलेल्या वृत्तपत्राचे नावच 'सुधारक'असे सार्थ होते.

गोपाळ गणेश आगरकरांचा जन्म कऱ्हाड (जि. सातारा) जवळ टेंभू या गावी झाला. शिकण्याची तीव्र इच्छा आणि घरची कमालीची गरिबी यात हालअपेष्टा सहन करीत त्यांनी आपले शिक्षण वार लावून, माधुकरी मागून छोटी कामे करून पूर्ण केले व (१८७५) साली ते मॅट्रिकची परीक्षा उत्तीर्ण झाले. याच इच्छाशक्तीच्या जोरावर त्यांनी एम.ए.ची पदवी (१८८०) प्राप्त केली. लेख, निबंधस्पर्धातील बक्षिसे आणि कमालीची काटकसरी राहणी यांतून त्यांनी शिक्षणाचा खर्च कसाबसा भरून काढला. या काळातच त्यांची राष्ट्रीय विचारसणीने भारलेल्या विष्णुशास्त्री चिपळूणकर व लोकमान्य टिळक यांच्याशी मैत्री झाली. आणि या समविचारी तरुणांनी न्यू इंग्लिश स्कूलची स्थापना (१८७९) साली केली. एम. ए. होताच ध्येयवादी दृष्टीने आगरकरांनी त्यात शिकविण्यास सुरुवात केली. त्यावेळी त्यांनी आपल्या आईला लिहिलेले पत्र फार बोलके आहे. ते म्हणतात, "आपल्या मुलाच्या मोठ्या परीक्षा होत आहेत. आता त्याला मोठ्या पगाराची नोकरी लागेल व आपले पांग फिटतील असे मोठाले मनोरथ आई तू करीत असशील. पण मी आत्ताच तुला सांगून ठेवतो की, विशेष संपत्तीची, विशेष सुखाची हाव न धरता मी फक्त पोटापुरत्या मिळणाऱ्या पैशावर संतोष मानून सर्व वेळ परहितार्थ खर्च करणार आहे." लोकजागृती व लोकशिक्षण यासाठी चिपळूणकर, टिळक व आगरकर यांनी केसरी व मराठा ही वृत्तपत्रे काढली त्यांत केसरीचे आगरकर हे पहिले संपादक होते. (४ जाने. १८८१) केसरीचा पहिला अंक प्रसिद्ध झाला. डेक्कन एज्युकेशन सोसायटीची स्थापना करून (१८८४) त्यांनी फर्ग्युसन महाविद्यालयाची स्थापना केली (१८८५) त्याचे ते १८९२ मध्ये प्राचार्य झाले. डेक्कन एज्युकेशन सोसायटी, न्यू इंग्लिश स्कूल, फर्ग्युसन महाविद्यालय ही महाराष्ट्राच्या विचारमंथनाची राष्ट्रीय खूण होती. राजकीय व सामाजिक सुधारणांची अग्रता व विचार या विषयांबाबत लो. टिळक व आगरकर यांत मतभेद होऊन त्यांनी केसरी सोडून स्वत:चे सुधारक हे पत्र काढले (१८८८). त्याच्या मराठी आवृत्तीची जबाबदारी आगरकरांनी घेतली. आणि त्यातून आपल्या विचारांचा प्रसार केला. अर्थात, टिळक-आगरकर वाद हा मुख्यत्वे तात्त्विक होता. स्वभावानुसार त्यात कटुता आली तरी मृत्यूआधी टिळकांची व त्यांची झालेली भेट यामुळे आगरकर समाधानी झाले. टिळकांनाही आपला सच्चा मित्र गेल्याचे दु:ख अनावर झाले. आगरकरांवरील मृत्युलेख लिहितांना टिळकांना चार तास लागले. आगरकरांचे जीवन आणि जीवनसंघर्ष हा एकोणविसाव्या शतकाचा सामाजिक इतिहासच ठरावा. अल्पवयातच ३९ व्या वर्षी आगरकरांचे निधन झाले (१८९५) आणि सामाजिक चळवळीचा एक तत्वचिंतक परिवर्तनाच्या पटावरून दूर झाला.

## ४.१. आगरकरांचे सामाजिक विचार

आगरकर मुख्यत्वे समाजसुधारक होते. राजकीय सुधारणा यशस्वी होण्यासाठी त्याला अनुकूल अशी समाजसुधारणा होणे आवश्यक आहे असे त्यांचे आग्रही मत होते. राजकीय सुधारणांविषयी एकमत होणे सोपे असते. समाजातील भिन्न गटांमुळे सामाजिक सुधारणांविषयी एकमत होणे त्यामानाने अवघड असते; पण असा सामाजिक सुधारणांनी एकसंध झालेला समाजच राजकीय सुधारणा समर्थपणे पेलू शकतो. "लोकांनी आपल्याशी जसे वागावे असे आपणास वाटले तसेच आपण दुसऱ्याशी वागण्यास तयार व्हावे. त्यापासून हित असो वा अहित असो... त्यापासून न्याय होत आहे किंवा ते करणे आपले कर्तव्य आहे एवढ्या विचारावरच तिच्या मागे लागावयाचे (त्यातून) सर्व सुधारणा एकसमयावच्छेदेवरून होऊ लागतील." (मूळ पाया चांगला पाहिजे - सुधारक). सामाजिक परिषदेची भरभराट हेच खरे राष्ट्रीय सभेच्या भरभराटीचे चिन्ह आहे असे आगरकर म्हणत.

सुधारक काढण्याचा त्यांचा हेतू भारतीय समाजाची शिलावस्था बदलून नवीन पाश्चात्त्य शिक्षणाच्या प्रभावातून मूल भारतीय आर्यत्व न सोडता पाश्चात्त्य शिक्षणातून येणाऱ्या नव्या कल्पनांचा योग्य पद्धतीने स्वीकार केल्यास आपला नव्या जगात निभाव लागू शकेल ही भावना होती. समाजातील जाचक रूढी, भ्रामक कल्पना दूर करण्यासाठी "क्षुद्र लोकांच्या अवकृपेला रागाला किंवा उपहास्यतेला यत्किंचित न भिता आपल्या मनास योग्य वाटेल ते लिहावे, बोलावे व सांगावे हेच उचित हिताचे व सार्थकी आहे" सुधारकाचा प्रपंच त्यासाठी होता. लोकांचा विरोध असतानाही सुधारकाचे पहिल्या वर्षी सातशे वर्गणीदार झाले याचे श्रेय आगरकरांची तळमळ, भाषेचा जोश, सडेतोड आग्रही तात्त्विक विवेचन यास द्यावयास पाहिजे.

सुधारकांतून त्यांनी विविध विषयांस हात घातला. आणि तर्क व उपहास या हत्यारांनी त्यांनी विविध रूढिपरंपरा यांच्या विसंगतीवर बोट ठेवले. त्या काळातील इतर सुधारकांनीही हे कार्य केलेले आहे. उदा. महात्मा फुले, लोकहितवादी गोपाळ हरी देशमुख. पण आगरकरांच्या विवेचनांत आधुनिक विज्ञाननिष्ठा, तर्कसंवाद यावर भर दिलेला आढळून येतो. हिंदुधर्मावर आगरकरांनी केलेली टीका त्यातील विसंगत आणि अन्यायी रूढि-आचारांवर रोखलेली होती. पारलौकिक जीवनावरील रुढि-परंपरांवर दिलेला भर त्यांना मान्य नव्हता. ऐहिक जीवनावर प्रेम करण्याची लाज वाटण्याचे कारण नाही. उलट, जीवन सुंदर व्हावयाचे असेल तर त्यावर उत्कटतेने प्रेम केले पाहिजे. भौतिक ऐहिक निष्ठेचे पर्यवसान भोगवादात चंगळवादात होण्याचा धोका मात्र टाळला पाहिजे, आगरकर सुखवादी नव्हते तर पुरुषार्थवादी होते. धर्म आणि मोक्ष या पुरुषार्थांइतके अर्थ आणि काम हे पुरुषार्थही महत्त्वाचे आहेत.

स्वातंत्र्याचा आग्रह धरणारा आणि त्यानुसार वर्तन करणारा स्वहितवादी राहत नाही. उलट परोपकारी परहिताची जपवणूक करणारा होतो.

आगरकरांचा आग्रह समाजपरिवर्तनाचा होता. समाजजीवनात स्थैर्याला महत्त्व असले तरी त्यासाठी निर्माण केलेले नियम व संस्था समाजाच्या गतीच्या आड यावयास लागल्या की त्यांतील विसंगती दूर करून नवे नियम व संस्था निर्माण करणे समाजाच्या जिवंतपणाच्या दृष्टीने आवश्यक असते. समाजातील सर्वच संस्थांचे महत्त्व सापेक्ष असते व समाज गतिशील राहण्यासाठी त्यांची सामाजिक उपयुक्तता सतत तपासली जाणे अपरिहार्य असते. रानड्यांसारख्या विचारवंतांनी सुधारणा करताना धर्मग्रंथांचा आधार घेतला आणि संताच्या शिकवणुकीचे महत्त्व मराठ्यांच्या इतिहासाचे विवेचन करताना केले. टिळकांनी आपल्या विचारात शास्त्राधार घेतला नाही मात्र आपल्या राष्ट्रवादाची चौकट सांस्कृतिक ठेवली पण आगरकर यांनी सुधारणेचे समर्थन करताना ग्रंथप्रामाण्य वा शब्दप्रामाण्य बाजूस सारून बुद्धिप्रामाण्यावर भर दिला. "जुन्या वेदान्तापलीकडे वेदान्त नाही. जुन्या गणितापुढे गणित नाही. जुन्या अलंकाराहून अलंकार नाही जुन्या व्याकरणापलीकडे व्याकरण नाही. जुन्या न्यायापेक्षा दुसऱ्या न्यायात अर्थ नाही." ही डोळे बांधणारी भूमिका विचारस्वातंत्र्याच्या आड येते आगरकरांचा बुद्धिवाद डोळस होता. प्रयोगनिष्ठ होता. त्याने स्थितिप्रिय परंपरावादी समाज व पाश्चात्त्य विचारांनी भारून गेलेले नव सुधारक या दोहोंचा त्यांना विरोध झाला. प्रखर बुद्धिवाद आणि मिलच्या 'On Liberty' प्रभावांतून मनात रुजलेला उदारमतवाद यांचे मिश्रण आगरकरांच्या विचारांत व विचारपद्धतीत दिसते. ते अधिक काळ जगते तर ते जहाल विचारधारेला बळकट करणारे असेच झाले असते. कर्मठ समाजाने अशा विचारवंताला पाखंडी ठरवून त्यांची जिवंतपणी प्रेतयात्रा काढावी यात नवल नाही. (आगरकरांनी मृत्युसमयी आपल्या अंत्यविधीसाठी उशीखाली पैसे ठेवून दिले होते, ही विशेष गोष्ट होय). सुधारणा ही एक परिवर्तनवादी चळवळ असल्याने सुधारकाने समाजात राहूनच सुधारणा केली पाहिजे असा त्यांचा आग्रह होता.

सुधारकातील विषयांची विविधता त्यांची व्याप्ती, व जीवनदर्शी वृत्ती दाखविते. उदा. तरुण सुशिक्षितांस विज्ञापना, प्रियाराधन, आमचे प्रेतसंस्कार, प्राथमिक शिक्षण हे सरकारचे कर्तव्य, स्त्री-पुरुषांना एक शिक्षण व तेही एकत्र, पुरुषांचा पेहेराव, हिंदुस्थानची तिजोरी, सणांचा व खेळांचा ऱ्हास, अर्थशास्त्रदृष्ट्या बालविवाहाचा विचार, शास्त्र व बायबल, हिमालयवर्णन, सुवेजचा कॅनॉल इत्यादी. संवेदनशीलता, बुद्धिनिष्ठा आणि प्रवृत्तिवाद यांचे एक संपन्न समाजजीवन त्यांनी रेखाटले आहे असे वाटते.

### ४.२. आगरकरांचे राजकीय विचार

आगरकरांनी सामाजिक सुधारणेस प्राधान्य दिले तरी राजकीय प्रश्नांवरही

त्यांनी तितकेच सडेतोड विचार मांडलेले आहेत. ब्रिटिश राजवटीमधील सुधारणांचे महत्त्व जाणूनही त्यांनी ब्रिटिश राजवट आंधळेपणाने किंवा भावुकपणे स्वीकारली नव्हती. हिंदुस्थानचे राज्य कोणासाठी? या लेखात ब्रिटिशांचा स्वार्थ आणि आपले व्यापारी हित जपण्याचा त्यांचा प्रयत्न आगरकरांनी उघड केलेला आहे. आपल्या राष्ट्राचा त्यांचा अभिमान आणि त्यांचे विलोभनीय वर्णन त्यांनी आपल्या 'सुधारक, या लेखात केलेले आहे. सामाजिक विषमता, दारिद्र्य आणि सामाजिक अत्याचार यांची त्यांना नेहमीच चीड येत असे. 'वाचाल तर चकित व्हाल' या लेखात त्यांनी आकडेवारी देऊन आपला देश किती गरीब आहे, याचे विवेचन केलेले आहे. त्यांचे अर्थशास्त्रीय लेखनही महत्त्वाचे आहे. (आगरकरांचा एम.ए.ला) अर्थशास्त्र हा विषय होता. व्यापाराशिवाय तरणोपाय नाही या लेखात त्यांनी छोट्या उद्योगधंद्यांचे समर्थन केलेले आहे. स्वदेशीचा आग्रह हे त्यांच्या आर्थिक विचाराचे सूत्र होते.

टिळक - आगरकर वाद हा मुख्यत्वे तात्त्विक वाद होता. दोघेही आपापल्या मतांबाबत आग्रही होते. आणि म्हणून त्यांनी या वादाचा समन्वय करणारे शिक्षणासारखे क्षेत्र निवडले. कारण कोणत्याही चळवळीचा आधार लोकशिक्षण हाच असतो. न्यू इंग्लिश शाळा, फर्ग्युसन महाविद्यालय, डेक्कन एज्युकेशन संस्था हे त्याचे फलित आहे. मतभेद तीव्र होता. संस्थेच्या हितासाठी टिळकांनी डेक्कन एज्युकेशन संस्था सोडली आणि आगरकरांनी केसरी संस्थेचे त्यागपत्र दिले. 'डोंगरीच्या तुरुंगातील एकशे एक दिवस' यात किंवा डेक्कन कॉलेजच्या टेकडीवरील चर्चेत आगरकरांची आणि टिळकांची सामाजिक व राजकीय सुधारणांची तळमळ दिसून येते.

आगरकरांनी राजकीय चळवळीत दिशा-नेतृत्व केलेले नाही. राजकीय स्वातंत्र्याचा पुरस्कार त्यांनी केला पण त्याचे अधिष्ठान वैचारिक होते. स्वातंत्र्याचा हक्क मूलभूत आहे आणि तो व्यक्तीला मिळावयास हवा तसा समाजासही पण त्यासाठी इतिहासाचा आधार घेण्याची त्यांना टिळकांप्रमाणे गरज भासली नाही.

आगरकर परिवर्तनकाळाच्या पूर्वसंध्येला जन्माला आले. त्यामुळे त्यांच्या वाट्याला समाजाची अवहेलना आली; पण त्यांनीच पुढे येणाऱ्या समाजसुधारकांसाठी योग्य वातावरण निर्माण केले. स्वतःचे आयुष्य संघर्षमय, हालअपेष्टांचे व प्रकृतीची साथ नसलेले (आगरकरांना दम्याचा तीव्र विकार होता). असे असतानाही ध्येयावर अचल निष्ठा आणि त्यासाठी प्रयत्न करण्याची पारदर्शी तळमळ हे आगरकरांच्या जीवनाचे सार आहे. आगरकरांवरील आपल्या मृत्यूलेखात टिळक म्हणतात 'गरिबीस न भिता अथवा सुखाची अगर संपत्तीची आशा न धरता आगरकरांनी शिक्षणाचा प्रसार व आपल्या मताचा फैलाव केला. दुःखाची अथवा संकटाची पर्वा न करता जो आपल्या ठायी असणाऱ्या सद्गुणांचा लोकोपयोगी उपयोग करतो तोच मोठा म्हणायचा.'

लो. टिळकांसारख्या जहाल राजकारणी नेत्यांना मित्र, महर्षी कर्व्यांसारख्या

समाजसुधारकाचे स्फूर्तिस्थान. ना. गोखल्यांसारख्या नेमस्त राजकारण्याचा सहकारी असे आगरकर एक डोळस बुद्धिवादी म्हणून सुधारणावाद्यांना व परिवर्तनचळवळींना आधारवटासारखेच वाटतात.

## ५. लोकमान्य बाळ गंगाधर टिळक (१८५६ - १९२०)

बाळ गंगाधर टिळक यांचा जन्म कोकणात रत्नागिरी येथे २३ जुलै १८५६ साली झाला. प्राथमिक शिक्षण रत्नागिरी व महाविद्यालयीन शिक्षण त्यांनी पुणे येथे पूर्ण केले. महाविद्यालयीन शिक्षण घेत असतानाच समविचारी आगरकरांशी परिचय व मैत्री झाल्यावर दोघांनी राष्ट्रकार्यास वाहून घेण्याचा निश्चय केला. त्याची सुरुवात न्यू इंग्लिश स्कूलची स्थापना (१८८०), आणि (१८८१) मध्ये केसरी व मराठा वृत्तपत्रांच्या स्थापनेत झाली. ते 'मराठा'चे संपादक होते. समाज-सुधारणेच्या प्रश्नावरून आगरकर यांच्याशी मतभेद झाल्याने आगरकरांनी केसरीच्या संपादकपदाचे त्यागपत्र देऊन स्वतःचे 'सुधारक' वृत्तपत्र काढले आणि टिळक केसरीचे संपादक बनले. केसरीमधील निर्भीड विचारांमुळे त्यांना अनेकदा खटल्यांना तोंड द्यावे लागले.

भारतीय राष्ट्रीय काँग्रेसच्या जहालगटाचे ते एक मान्यवर नेते होते. जनजागृतीसाठी त्यांनी शिवजयंती उत्सव व सार्वजनिक गणेशोत्सव सुरू केले. काँग्रेसचा चारसूत्री कार्यक्रम, होमरूल लीग चळवळ यांत त्यांचा मोठा सहभाग होता. त्यांच्या लिखाणाबद्दल त्यांच्यावर राजद्रोहाचे अभियोगही (खटलेही) भरण्यात आले. प्रखर राष्ट्रवाद ही त्यांच्या राजकीय कार्याची प्रेरणा होती. ब्रिटिश शासनकर्त्यांनी दिलेली 'भारतीय असंतोषाचे जनक (Father of the Indian Unrest)' आणि त्यांच्या राष्ट्रप्रेम व स्वातंत्र्यासाठीच्या लोकचळवळी यांनी भारावून जाऊन जनतेने दिलेली 'लोकमान्य' ही पदवी यांतच त्यांच्या जीवनाचे सार एकवटलेले आहे.

गणितज्ञ, प्रकांड पंडित ही पण त्यांची ओळख तितकीच महत्त्वाची आहे. मंडालेच्या कारावासात असताना त्यांनी 'गीतारहस्य' हा ग्रंथ लिहिला. 'दी ओरायन' आणि 'वेदिक क्रोनॉलॉजी' हे त्यांचे ग्रंथही विद्वत्तामान्य आहेत. १९२० साली मुंबई येथे त्यांचा मृत्यू झाला आणि टिळकयुगाचा अंत झाला. त्याच वेळी भारतीय राजकारणात गांधीयुगाची सुरुवात झाली. लो. टिळकांच्या व्यक्तिमत्त्वाला महात्मा गांधींनी सागराचीच उपमा दिली आहे.

## ५.१. लो. टिळक आणि सामाजिक सुधारणा

मूलत: प्रखर राष्ट्रवादी असल्याने टिळकांच्या जीवनाचा रोख राजकीय विचार, संघटना, कृती या मार्गाला प्राथमिकता देणारा होता. त्यामुळे इतर क्षेत्रांतील त्यांच्या विचार आणि कृती यांमध्ये बाह्यतः विसंगती वाटण्याची भीती स्वाभाविकच आहे.

सामाजिक सुधारणांच्या क्षेत्रांतील त्यांच्या कार्याबद्दल असेच गैरसमज त्यामुळे निर्माण झालेले आहेत. राजकीय क्षेत्रात ज्याप्रमाणे 'मवाळ' आणि 'जहाल' असे दोन गट होते आणि आपापल्या मर्यादेत दोन्ही गट बरोबर होते; त्याचप्रमाणे समाजपरिवर्तन होत असताना आधी राजकीय सुधारणा (राजकीय स्वातंत्र्य) का आधी सामाजिक सुधारणा असा वाद महाराष्ट्रात निर्माण झालेला दिसतो आणि टिळक हे सामाजिक सुधारणेच्या विरुद्ध परंपरावादी हिंदूंचे पक्षपाती, प्रतिगामी असे काहीसे अभावात्मक चित्र निर्माण होते. राष्ट्रवादाला दिलेला सांस्कृतिक आधार, शिवजयंती गणेशोत्सव यांसारख्या हिंदुसणांचा आग्रह, संमतिवयासारख्या स्त्रीसबलीकरणाच्या कायद्याला केलेला विरोध आणि केवळ परकीयांपासून आले म्हणून उदारमतवादी मूल्यांचा स्वीकार करण्यास नकार अशा गोष्टींनी टिळकांवर प्रतिगामित्वाचा ठसा बसत असला तर त्यात टिळकांच्या समग्र व्यक्तिमत्त्वाच्या संदर्भात अन्याय झाल्यासारखे होईल. राजकीय ध्येयाची अग्रता निश्चित करून सर्व समाजाला आपल्याबरोबर मूळ प्रवाहात नेण्यासाठी केलेल्या प्रयत्नांमधून अशी विसंगती निर्माण होते. वसाहती-अंतर्गत स्वातंत्र्याच्या चळवळीला त्यांनी दिलेले उत्तर आयुष्यातील पाठिंबा म्हणून मूळ संपूर्ण स्वराज्याच्या मागणीपासून पिछेहाट मानता येणार नाही.

सामाजिक सुधारणांना टिळकांचा विरोध नव्हता, तर परकीय राज्यकर्त्यांच्या पुढाकाराने आणि त्यांनी केलेल्या कायद्यामधून येणाऱ्या सुधारणांस त्यांचा विरोध होता. आगरकरांसारख्या सुधारकांच्या प्रयत्नात पाश्चिमात्य समाजाचे अंधानुकरण आणि आपल्या विचारमंथनक्रियेला सतत गौणत्व प्राप्त होते असे त्यांचे मत होते.

सुधारकांच्या मताने सामाजिक सुधारणांना अग्रक्रम द्यावा किंवा दोन्ही क्षेत्रांतील सुधारणा एकाच वेळी होणे एकमेकांना पूरकच ठरेल. पाश्चात्त्य विचारांनी आणि शिक्षणाने सुरू झालेले प्रबोधनाचे युग अशा सुधारणांना अनुकूल अशी मनोभूमी तयार  करत आहे, या वातावरणात सुधारणेचे कायदे अधिक प्रभावी ठरतील. रूढी ग्रस्त समाजावर राजकीय सुधारणा लादल्या गेल्या तर त्यांचे तात्कालिक फायद्यापेक्षा दूरगामी तोटेच अधिक होतील. तसेच कायदा चांगला असेल तर तो केवळ परकीयांनी त्यात पुढाकार घेतला म्हणून तो त्याज्य ठरत नाही.

सुधारकांचा विचार तार्किकदृष्ट्या योग्य असला तरी राजकीय व सामाजिक वास्तव पाहता तो मार्ग वाटतो तितका सरळ नाही. अनेक सामाजिक सुधारणांचा संबंध रूढी, परंपरा, धार्मिक आचरण यांच्याशी येत असल्याने शिक्षित बुद्धिमंतांचा अल्पवर्ग सोडला तर परंपराप्रिय, सनातनी बहुजन समाजात त्यामुळे असंतोषच निर्माण होईल. राष्ट्रीय चळवळीमागे एकसंध समाज उभा हवा आणि राजकीय स्वातंत्र्य मिळता आपल्याच लोकांनी सुधारणा करण्यात पुढाकार घेतला तर लोकांचा सुधारणेला अधिक चांगला प्रतिसाद मिळेल; या विचारातही तथ्य आहे.

परकीय राज्यकर्ते, आपण सामाजिक दृष्ट्या मागासलेले आहोत म्हणून राजकीय सुधारणाही नाकारतील. दोन्ही सुधारणा एकाच वेळी सुरू करणेही आपल्या शक्तीच्या विघटनास कारण ठरेल. समाज हा एकसंध राहण्यासाठी त्याचा स्वाभिमान जागृत पाहिजे, धर्माच्या आधारे तो जागृत ठेवता येईल. आपल्या परंपरा, इतिहास, वाङ्मय यां आधारे ते शक्य आहे (सांस्कृतिक राष्ट्रवाद). राष्ट्रवादाने सामाजिक त्रुटींवर मातही करता येणे शक्य आहे. आमूलाग्र आणि वेगाने बदल करण्याऐवजी समाजास उत्क्रांतिपद्धतीने केलेले बदल रुचतात. त्याने समाजव्यवस्था न विस्कटता बदलत जाते (Conservative innovation). 'काळ व परिस्थितीचे भान ठेवून त्याच्याशी सुसंगत होतील अशाच प्रकारे सुधारणा आणता येतील' राजकीय ऐक्याला तडा जाणार नाही अशा पद्धतीने कार्य करणे हेच टिळकांना श्रेयस्कर वाटले. वादविवादाच्या मार्गाने समाजसुधारणा होणे अवघडच आहे.

अर्थात, प्रत्यक्ष कृती पाहता टिळकांनी उच्च मध्यम वर्गाच्या मताला दुखविण्याचे टाळलेले आहे. जे केवळ पाश्चात्त्य विचारांनी भारून जाऊन बुद्धी व तर्क यांच्या आधारे सुधारणा सुचवितात, ज्यांना आध्यात्मिक बैठक मान्य नाही, जे ईश्वराला मानत नाहीत अशांचा समाजावर प्रभाव कसा पडेल, 'नवशिक्षितांना आणि सुधारकांना हिंदुधर्माच्या परंपरा आणि वारसा याचे ज्ञान देणे आवश्यक आहे.' राजकीय नेते म्हणून समाजाच्या सर्व घटकांना बरोबर घेऊन जाण्याची जबाबदारी टिळकांवर अधिक होती. गणेशोत्सव आणि शिवजयंती या उत्सवांमागे सामाजिक संमेलन, राष्ट्रीय अस्मितेची जाणीवपूर्वक वाढ आणि ब्रिटिशांच्या मुस्लिमधार्जिण्याच्या धोरणाविरुद्ध हिंदुसमाजात ऐक्य आणि अभिमान निर्माण करणे हे त्यांचे हेतू होते. शिवाजीमहाराज केवळ मराठ्यांचे राजे व महाराष्ट्राचे राजे नव्हते तर आदर्श व लोककल्याणकारी राजे होते; म्हणून त्यांचा उत्सव हा तळागाळातील लोकांमध्ये अस्मिता निर्माण करण्यास उपयोगी पडेल असे त्यांचे मत होते. सार्वजनिक गणेशोत्सव व शिवजयंती ही त्यांच्या दृष्टीने सामाजिक शिक्षणाची साधने होती.

१९८० साली समाजसुधारकांनी सुधारणेचा जो प्रस्ताव मांडला होता तो टिळकांना मान्य होता आणि त्यावर त्यांनी स्वाक्षरीही केली होती. बालविवाहाला विरोध, द्विभार्याप्रतिबंध कायद्याला पाठिंबा, विधवाविवाह, स्त्रीशिक्षण, हुंडाबंदी इ. सुधारणा त्यांना मान्यच होत्या एवढेच नव्हे तर आपल्या घरात त्यांनी या सुधारणा राबविल्या होत्या. आपल्या मुलींना त्यांनी इंग्रजी शिक्षण दिले होते आणि त्यांचे विवाह सोळा वर्षं पूर्ण झाल्यावरच केले. (अनेक तथाकथित सुधारकांचे वर्तन त्यांच्या सुधारकी मतांशी विसंगत होते). राजकीय ध्येयप्राप्तीसाठी लोकांचा कमीत कमी विरोध असे त्यांचे धोरण असे. त्यामुळे पंचहौद मिशन प्रकरणी शंकराचार्यांनी दिलेली शिक्षा मान्य करून त्यांनी प्रायश्चित्त घेतले.

## ५.२. लोकमान्य टिळकांचे राजकीय विचार

लो. टिळक हे मुख्यत्वे राजकारणी होते. प्रखर राष्ट्रवाद, काँग्रेसमधील जहाल गटाचे नेतृत्व आणि काँग्रेसच्या चारसूत्री कार्यक्रमाची अंमलबजावणी यांमधून त्यांची राजकीय भूमिका स्पष्ट होते.

**५.२.१. राष्ट्रवाद** - राष्ट्रीयत्वाची भावना प्रकट व्हावी आणि प्रखर रहावी यासाठी त्यांनी सातत्याने प्रयत्न केले. आपल्या संस्कृतीशी जोडलेला राष्ट्रवाद हा अधिक परिणामकारक ठरेल ही त्यांची भावना होती. आपला धर्म व संस्कृती आणि इतिहास यांनी आपल्या देशात एक समान बंध निर्माण केला आहे. राष्ट्र ही एक भावना आहे, वृत्ती आहे, प्रवृत्ती आहे. त्या भावनेला भौतिक आधार देऊन तिचा राजकीय स्वातंत्र्य मिळवण्यासाठी उपयोग करणे ही टिळकांच्या राजकारणाची दिशा होती.

सार्वजनिक गणेशोत्सव किंवा शिवजयंतीचा राष्ट्रीय पातळीवर उत्सव यामागे बहुसंख्यांक हिंदूंच्या राष्ट्रभावना जागृत करून त्यांचे सामाजिक अभिसरण वाढावे हा त्यांचा हेतू होता. ही दोन्ही हिंदूंची दैवते आहेत- महाराष्ट्रातील दैवते आहेत; पण त्या काळचा समाज, त्याची सनातनवृत्ती, परंपराप्रियता आणि काँग्रेसमधील त्याचा प्रभाव पाहता या उत्सवांतून आपल्या संस्कृतीविषयी आणि ऐतिहासिक युगपुरुषाविषयी आदर वाढेल असा टिळकांचा विश्वास होता. व्यक्तिश: शिक्षण आणि घरातील वातावरण यामुळे टिळक सनातन धर्म आणि संस्कृतीचे अभिमानी होते. गीतारहस्या-सारखा ग्रंथ किंवा आर्यांच्या मूलस्थितीविषयीचे संशोधन त्याचेच द्योतक आहे. मात्र, ही पुनरुज्जीवनाची चळवळ प्रतिगामी नव्हती. त्यांच्या राष्ट्रवादाला व्यापक आधार होता. टिळकांचा राग अन्य धर्मीयांवर नव्हता आणि मुसलमानाविरुद्धही नव्हता. त्यांचा राग परकीय सत्तेवर होता आणि त्यासाठी सर्वांनी एकत्र येऊन त्याविरुद्ध लढले पाहिजे असे त्यांचे मत होते. गणेशोत्सव वा शिवजयंती उत्सव यांचा मुसलमानांवर, समाजावर प्रतिकूल परिणाम होण्याची शक्यता असूनही, शिक्षणाचा प्रसार अधिक झाला तर दोन्ही धर्मातील अंतर कमी होईल असे त्यांना वाटे. शिक्षणाचे कार्य शासनाने हाती घ्यावे आणि खऱ्या धर्माच्या ओळखीचे कार्य धर्मगुरूंनी मुख्यत्वे मौलवींनी हाती घ्यावे. मधल्या काळात एखाद्या समाजाला तो अल्पसंख्य आहे म्हणून अवाजवी सवलती देऊ नयेत. त्याने दोन्ही धर्मांच्या लोकांत अंतरच पडत जाईल.

राष्ट्रीय स्वातंत्र्याची चळवळ ही राजकीय चळवळ आहे. धार्मिक नाही तसेच काँग्रेस ही केवळ हिंदूंची प्रातिनिधिक संस्था नाही. स्वातंत्र्याचे फायदे हे नागरी फायदे असल्याने ते सर्व धर्मीयांना सारखेच मिळणार आहेत. शासनकर्त्यांचे धोरण या दोन

समाजांत फूट पाडण्याचे आहे आणि त्यांचा हेतू वेगळा आहे तो ओळखून हिंदू-मुसलमान समाजांनी आपले समान राजकीय हित जपले पाहिजे, आपले धार्मिक व्यवहार त्याच्या आड येऊ देता कामा नयेत. हिंदू - मुस्लिम ऐक्यासाठी त्यांनी मुस्लिम पुढारी बॅ. जीना यांच्याशी लखनौ-करार करण्यात पुढाकार घेतला. (१९१६).

टिळकांचा राष्ट्रवादाचा आधार 'धार्मिक' असल्याने आणि त्यांनी दिलेले संदर्भ व उत्सव हे हिंदू धर्माचे असल्याने त्यांची प्रतिमा काहीशी हिंदू राष्ट्रवादाचा पुरस्कार करणारी झाली आणि त्या राष्ट्रवादाला मर्यादा पडली. त्याऐवजी सर्वांना एका सूत्रात गोवणारा आर्थिक पाया त्यांना राष्ट्रवादाला देता आला असता तर तो अधिक व्यापक झाला असता. अर्थात, आर्थिक राष्ट्रवादाकडे त्यांचे दुर्लक्ष नव्हते. काँग्रेसच्या 'चार-सूत्री' कार्यक्रमात 'स्वदेशी'चा आग्रह होताच. तथापि, पारंपरिक आणि सरंजामी वृत्तीच्या समाजाला भौतिक अर्थवादापेक्षा सांस्कृतिक आणि धर्म-भावनेने एकत्रित करणे त्यांना सहज शक्य वाटले. हिंदू-मुसलमानांमध्ये फूट पाडण्याच्या ब्रिटिश धोरणाला त्यामुळे नकळत खतपाणी मिळाले. धर्म गरिबीतही समाधान देणारे तत्त्व शिकवतो; पण ती दूर करण्याचे मार्ग सांगत नाही.

अर्थात, टिळकांचा राष्ट्रवाद व्यापक होता. धार्मिक प्रतीके वापरूनही तो अधिक आध्यात्मिक होता. गांधीजींच्या काळात राष्ट्रीय चळवळ देशव्यापी बनली होती. त्यातील कार्यक्रम आणि सहभाग या दृष्टीने त्याची सुरुवात टिळकांच्या काळात होत होती. वंग-भंग चळवळ, वसाहतींचे स्वातंत्र्य, क्रांतिकारकांचे विविध ठिकाणी होत असलेले उठाव ही स्वातंत्र्याची चळवळ देशव्यापी होत असल्याची लक्षणे होत. ठिकठिकाणच्या क्रांतिकारकांशी त्यांचा संपर्क होता, त्यांना मार्गदर्शन होते. केसरी-मराठा मधून ब्रिटिश शासनाच्या अन्यायावर टीकास्त्र सुटत होते आणि राष्ट्रवादाला पूरक असा परकीय सत्तेविरुद्धचा असंतोष सतत धगधगत ठेवला जात होता. टिळकांवर भरलेले राजद्रोहाचे खटले हे त्याचे प्रमाण आहे.

**५.२.२. काँग्रेसचे जहाल राजकारण -** भारतीय राष्ट्रीय सभेची १८८५ मध्ये स्थापना झाल्यानंतर तिच्या नेतृत्वाने शासनाच्या सहकार्याची भूमिका घेतली. इंग्रज सत्ताधीश आणि इंग्रज समाज यांत त्यांनी केलेला फरक, ब्रिटिश उदारमतवादाचा प्रभाव, राज्यकर्त्यांच्या न्यायी वृत्तीवर विश्वास, शासनाच्याकडून होत असलेला विविध सुधारणांचा परिणाम यामुळे काँग्रेसचे सुशिक्षित आणि नागरी नेतृत्व प्रभावित होणे स्वाभाविक होते. संघटनेचा पायाही शहरी होता. त्यामुळे अर्ज-विनंत्या, लेख, शिष्टमंडळे या पद्धतीने टप्प्या-टप्प्यांनी होणाऱ्या सुधारणा स्वीकारण्याकडे त्यांचा कल होता. समस्येचे विश्लेषण आणि त्यासाठी उपाययोजनेची मांडणी शासनात राहून न्या. रानडे, ना. गोखले यांनी केली तरी राष्ट्रीय सभेकडून असंतोषावर आधारित आक्रमक कार्यक्रम हाती घेतला जात नव्हता.

काँग्रेसच्या मवाळ नेतृत्वाविरुद्ध लो. टिळकांनी जहाल गट स्थापन केला. प्रखर राष्ट्रभिमान, आपल्या देशा-धर्माविषयी आत्मीयता, परकीय गुलामगिरीविषयी चीड, इंग्रजी सत्तेविषयी प्रतिकूल मताचा प्रचार आणि त्याच्याशी असहकार ही जहाल गटाची वैशिष्ट्ये होती. ब्रिटिश सत्ता ही ईश्वरी वरदान नसून त्यामुळे भारतीय संस्कृती झाकोळली गेलेली आहे. तिच्यापासून झालेले फायदे मुख्यत्वे शासनसंस्थेच्या हिताचे असून त्यापासून निर्माण झालेले तोटे भारतीय अस्मितेच्या दृष्टीने अहितकारक आहेत. भारताचे आर्थिक शोषण आणि नैतिक अध:पतन यांस ब्रिटिश सत्ता कारणीभूत असून नैतिक पुनरुत्थानासाठी सांस्कृतिक राष्ट्रवादाचा पुरस्कार हाच एक मार्ग आहे.

१८९६-९७ च्या दुष्काळाबाबत अत्यंत कठोर अग्रलेख त्यांनी केसरी-मराठा यांमधून लिहून लोकजागृती केली. प्लेगच्या साथीमध्ये रॅण्डच्या कार्यपद्धतीने लोकांत असंतोष निर्माण होऊन त्यात त्याचा वध करण्यात आला. टिळकांचा यात प्रत्यक्ष संबंध नव्हताच. पण 'सरकारचे डोके ठिकाणावर आहे काय' अशा त्यांच्या लिखाणातून ब्रिटिश शासनाविरुद्ध प्रेरणा मिळत असल्याचा संशय ठेवून ब्रिटिशांनी त्यांच्यावर राजद्रोहाचा अभियोग (खटला) भरून त्यांना शिक्षा देण्यात आली.

खुदिराम बोस बॉम्ब अभियोगातही (खटल्यातही) (१९०८) टिळकांवर 'देशाचे दुर्दैव' या केसरीमधील अग्रलेखावरून राजद्रोहाचा अभियोग (खटला) भरला गेला, आणि त्यांना सहा वर्षांची शिक्षा, ते 'ब्रिटिश शासन उलथून टाकण्याच्या राष्ट्रव्यापी कटाचे सूत्रधार' असल्याचे जाहीर करून मंडालेच्या कारावासात त्यांची रवानगी केली. (इथेच त्यांनी आपला जगप्रसिद्ध 'गीतारहस्य' हा ग्रंथ लिहिला). मात्र, क्रांतिकारक मार्गाचे त्यांनी समर्थन केलेले नाही.

१९०५ च्या वंगभंगाच्या चळवळीतून चारसूत्री कार्यक्रमांनी जहाल आक्रमक राष्ट्रवादाचा उदय झाला आणि वंगभंगाची चळवळ राष्ट्रीय चळवळ बनली. लाला लजपतराय, बिपीनचंद्र पाल, बाळ गंगाधर टिळक असे 'लाल-बाल-पाल' नेतृत्व राष्ट्रीय जहाल गटाचे नेतृत्व बनले. प्रिन्स ऑफ वेल्सच्या आगमनाच्या वेळी त्याचे अभिनंदन करण्याच्या काँग्रेसच्या मवाळ गटाच्या ठरावाला त्यांनी ब्रिटिशांचा येथील कारभार (१८५७) सालच्या राणीच्या जाहीरनाम्यानुसार चालत नसल्याची पुष्टी जोडली. बनारसच्या अधिवेशनात चारसूत्री कार्यक्रम टिळकांनी मान्य करून घेतला. (१९०५) च्या कोलकाता येथील अधिवेशनात लो. टिळकांऐवजी दादाभाई नौरोजी अध्यक्ष झाले; तरी काँग्रेसवर जहाल गटाचे वर्चस्व प्रस्थापित झाले होते आणि दादाभाई नौरोजींनीच स्वराज्यप्राप्ती हे काँग्रेसचे अंतिम ध्येय असल्याचे जाहीर केले. सुरतेच्या (१९०७) अधिवेशनात मवाळ-जहाल ही फूट स्पष्ट झालेली दिसून येते. तथापि, काँग्रेससारख्या राष्ट्रीय पक्षात फूट पाडणे हे राष्ट्रीय स्वातंत्र्यलढ्याला धोकादायक होते हे पाहून काँग्रेसच्या एकीकरणाचे प्रयत्न मंडालेच्या तुरुंगातून सुटका झाल्यानंतर

त्यांनी केले. (१९१६) च्या लखनौ अधिवेशनात त्यांना असे ऐक्य घडवून आणता आले. पहिल्या महायुद्धाच्या वेळी सैन्यभरतीस टिळकांनी दिलेले उत्तेजन, वसाहतीच्या स्वातंत्र्याच्या कल्पनेला दिलेला पाठिंबा आणि माँटेग्यू चेम्सफर्ड (१९१९) योजनेचे त्यांनी केलेले स्वागत हे त्यांच्या राष्ट्रवादी कल्पनेशी विसंगत नव्हते तर त्यांच्या लवचिक राजकारणाचे दृश्य स्वरूप होते.

**५.२.३. काँग्रेसचा चारसूत्री कार्यक्रम (Four Point Programme) -** राष्ट्रवाद ही एक वृत्ती आहे. ती मनात रुजत असताना व्यक्तीच्या व समाजाच्या कृतीमधून व्यक्त होणे हेही तितकेच आवश्यक असते. त्यातून राष्ट्रवादाचे व्यापक आणि समाजस्पर्शी स्वरूप प्रगट होत असते. राष्ट्रीय महासभेने बनारस-कोलकाता येथील अधिवेशनांमध्ये स्वीकारलेला चारसूत्री कार्यक्रम म्हणूनच राष्ट्रवादाचा कृतीआराखडाच बनला. केवळ घटनात्मक मार्गाने भारतीयांना अभिप्रेत असलेले स्वराज्य प्राप्त होणार नाही म्हणून काँग्रेसमधील जहाल गटाने अधिकाधिक लोकांपर्यंत पोहोचणारा, अधिकाधिक लोकांना सामावून घेणारा आणि अधिकाधिक मार्गांचा कार्यक्रम लोकांसमोर ठेवला. बहिष्कार, स्वदेशी, राष्ट्रीय शिक्षण आणि स्वराज्य ही ती चतु:सूत्री होय.

○ **बहिष्कार** - हे राष्ट्रवादाचे आर्थिक सूत्र आहे. ब्रिटिश शासनाच्या धोरणांनी भारताचे आर्थिक शोषण होत असून येथील उद्योगधंदे आणि स्थानिक अर्थव्यवस्था मोडकळीला येत आहे. परदेशी मालावर बहिष्कार केवळ आर्थिक शस्त्र नसून ते एक राजकीय शस्त्रही होते. परकीय मालावर बहिष्कार टाकणे याची दुसरी बाजू स्वदेशीला उत्तेजन देणे होय. एकीकडे परदेशी जाणारा पैसा वाचत असताना दुसरीकडे स्वदेशीला उत्तेजन मिळून देशी मालाला बाजारपेठ उपलब्ध होत होती. आमच्याजवळ शस्त्र नाही, पण त्याची आवश्यकताही नाही कारण बहिष्काराचे प्रभावी अस्त्र आपणाजवळ आहे. 'If you have not the power of active resistence have you not the power of self denial and self abstinence in such a way as not to assist this foreign government to rule over you?' केवळ परकीय वस्तू न वापरणे म्हणजे बहिष्कार नव्हे, परदेशी मालाची होळी ही प्रतीकात्मक होती. ब्रिटिश साम्राज्याच्या आर्थिक शोषणाची चर्चा न्या. रानडे, ना. गोखले, दादाभाई नौरोजी यांनीही केली होती. त्या शस्त्राची राजकीय क्षमता लो. टिळकांनी जाणली. महात्मा गांधींची असहकाराची चळवळ हे त्याचेच प्रगत रूप आहे.

बहिष्कार हा राजद्रोह ठरू शकत नाही. अर्ज-विनंत्यांमधून जे मागायचे आहे त्याला बहिष्काराने पुष्टी येते. निदान सामान्य जनतेचा शासनकर्त्यांवरील राग तरी त्यामधून व्यक्त होतो आणि हा राजकीय परिणाम त्याच्या आर्थिक परिणामांपेक्षा अधिक महत्त्वाचा आणि अधिक अपेक्षित आहे. त्यासाठी सर्वसामान्य लोकांचा

बहिष्काराच्या चळवळीत सहभाग व श्रद्धा हवी, कारण शिक्षित, सधन, उच्च मध्यम वर्गीय त्यात बौद्धिक चर्चेने फाटे फोडण्याचीच भीती अधिक. राज्यकर्त्यांच्या आर्थिक स्वार्थाला धक्का पोहोचला की ते भानावर येतील असे टिळक म्हणत.

○ **स्वदेशी** - बहिष्काराच्या चळवळीला पूरक अशी स्वदेशी चळवळ होती, त्यामधून राष्ट्रीयत्वाची व स्वदेशप्रेमाची भावना अधिक प्रभावीपणे जनमानसात रुजणे शक्य होते. आपले विचारही स्वदेशप्रेमाचे असले पाहिजेत. टिळकांच्या सांस्कृतिक राष्ट्रवादाशी स्वदेशीची चळवळ सुसंगतच होती. 'Be Indian, Buy Indian.' बंगालच्या फाळणीच्या संदर्भात निर्माण झालेली ही चारही तत्त्वे प्रभावात्मकच होती. ग्रामीण भागातील आणि शेतकऱ्यांवरील अन्यायाला वाचा फोडताना जमीनधारा, परकीय चलनदर, भारतातील दुष्काळ, ब्रिटिश धंद्यांना मिळणारे संरक्षण याविरुद्धही त्यांनी लोकमत तयार केले. स्वदेशीच्या चळवळीतून आपल्या उद्योगधंद्यांना चालना मिळेल (पैसा फंड); शेतीवरील भार कमी होईल आणि स्वावलंबनासही जोर चढेल. स्वदेशी मालावरील विक्रीमधून येणारा पैसा भारतातच राहील आणि भारतात त्याची गुंतवणूक झाल्याने शेवटी भारतीय माल स्वस्तच होईल. स्वातंत्र्यचळवळीचे साधन म्हणून नव्हे तर स्वातंत्र्यानंतरही स्वदेशीचे महत्त्व विकसनशील देशांच्या दृष्टीने कायम राहिलेले आहे. जागतिकीकरणात बहिष्काराची धार बोथट होईल, पण स्वदेशीचे महत्त्व कमी होणार नाही आणि त्यासाठी शिक्षित, उच्च मध्यमवर्गीय जागृत होणे महत्त्वाचे आहे. आर्थिक, राजकीय आणि नैतिक अशा सर्वांगांनी स्वदेशी ही चळवळ न राहता व्रत बनणे परतंत्रराज्याच्या दृष्टीने जरुरीचे आहे अशी टिळकांची धारणा होती.

○ **राष्ट्रीय शिक्षण** - चारसूत्री कार्यक्रमातील राष्ट्रीय शिक्षण हे प्रत्येक देशाच्या दृष्टीने आवश्यक असलेले असे त्रिकालाबाधित सूत्र आहे. विकसनशील देशांमध्ये तर ते कधीच संदर्भहीन होऊ शकत नाही. मुळात शिक्षण हे क्षमताबांधणीचे साधन असून त्यामधून मनाला विचार करण्याची सवय निर्माण करते. राष्ट्रीय शिक्षणात समाजबांधणीसाठी आवश्यक असलेली सनातन मूल्ये, त्यांची जाणीव आशय आणि कृतिसंबंध शिक्षणाद्वारे समाजात रुजविता येतात. शिक्षणपद्धती म्हणूनच घटनेतील मूलभूत तत्त्वांचा प्रसार करणारी असावी.

ब्रिटिशांनी सुरू केलेली शिक्षणपद्धती ही त्यांचे भारतामधील राज्य चालविण्याच्या दृष्टीने उपयुक्त आणि शासनधार्जिणा शिक्षित वर्ग तयार करणारी होती. भारतीय जीवन आणि संस्कृतीशी तिचा सांधा नव्हता. देशप्रेम, देशसंस्कृती यांची ओळख करून देणारे, राष्ट्रीयवृत्ती वाढविणारे शिक्षण लो. टिळकांना राष्ट्रीय शिक्षणात अपेक्षित होते. फ्रान्समधील क्रांतीची जाणीव व्हॉल्टेअर, रूसो याच्या लिखाणातून टिकून राहिलेली होती; अशी जागृती शिक्षणसंस्थांनी केली पाहिजे असे लो. टिळकांचे

मत होते. पुण्यातील डेक्कन एज्युकेशन सोसायटी, न्यू इंग्लिश स्कूल या संस्था स्थापण्यात लो. टिळकांचा मोठा सहभाग. विद्यार्थ्यांना आणि शिक्षकांनाही नवी ध्येयवादी दृष्टी मिळावी आणि 'केवळ पैशांसाठी शिक्षकांनी काम करू नये' असा टिळकांचा आग्रह होता. विष्णुशास्त्री चिपळूणकर, स्वत: टिळक व त्यांचे स्नेही आगरकर यांनी नि:स्वार्थी सेवेचा धडा घालून दिलेला होता. (मात्र सहकाऱ्यांशी मतभेद झाल्यामुळे त्याचा परिणाम संस्थेच्या कार्यावर होऊ नये म्हणून टिळक या संस्थांमधून बाहेर पडले. इतिहास पाहता समाजसेवेची सुरुवात टिळकांनी शिक्षणसंस्थांच्या कार्यातूनच केलेली होती). पाश्चात्त्य शिक्षणाचे व इंग्रजी भाषेचे महत्त्व टिळकांना मान्य होते त्यामुळे त्यांच्या शिक्षणक्रमात पाश्चिमात्य आणि पौर्वात्य ज्ञानपद्धतींचा संगम दिसून येतो. एखाद्या मिशनऱ्याप्रमाणे तळमळीने आणि तादात्म्य पावून शिक्षणाचे कार्य केले पाहिजे असा त्यांचा आग्रह होता. विद्यार्थ्यांचे चारित्र्य घडविणे हे शिक्षणाचे ध्येय. धार्मिक शिक्षणाबरोबर औद्योगिक व तांत्रिक शिक्षणाचाही त्यांनी आग्रह धरला. इंग्रजीला विरोध नसला तरी शिक्षण मातृभाषेतून घ्यावे असे त्यांचे मत होते. अभ्यास सांभाळून पण राष्ट्रीय जीवनात होत असणाऱ्या घडामोडींचेही विद्यार्थ्यांना ज्ञान असले पाहिजे असा त्यांचा आग्रह होता. बनारस हिंदू विद्यापीठ, फर्ग्युसन महाविद्यालय हे राष्ट्रीय शिक्षणाचेच प्रयोग होते.

○ **स्वराज्य** - लो. टिळकांच्या राष्ट्रीय आंदोलनाचे ध्येय स्वराज्य हेच होते. त्याचा अर्थ केवळ परकीय सत्तेच्या नियंत्रणातून मुक्तता असा नव्हता, तर ती एक प्राचीन प्रणाली असल्याचे त्यांचे मत होते. स्वधर्माचे आचरण करता येईल अशी बाह्य परिस्थिती निर्माण करणे म्हणजे स्वराज्य होय. व्यक्ती आणि समाज यांना आपला धर्म- जीवनप्रणाली पाळता येण्यासाठी स्वराज्य, राजकीय स्वातंत्र्य आवश्यक आहे. 'Our life and our dharma - are in vain in the absence of Swaraja.'

इंग्रज भारतात आले ते भारतीयांचे कल्याण करण्यासाठी नाही तर त्यांचा स्वत:चा आर्थिक स्वार्थ साधण्यासाठी. त्यामुळे त्यांचे शासन भारतीयांचे प्रातिनिधिक शासन म्हणता येणार नाही. स्वराज्यातील शासन भारतीय जनतेला जबाबदार असेल. त्यांचे उत्तरदायित्व भारतीय हिताशी निगडित असेल. इंग्रजांना इंग्लंडमध्ये जे स्थान आहे ते भारतीयांना भारतात मिळाले पाहिजे. आमच्या जीवनातील बदल सुखकर होण्यासाठी आणि रुळण्यासाठी ते आमच्या संस्कृतीशी, परंपरेशी मिळतेजुळते पाहिजेत आणि ते स्वराज्यातच शक्य होतील. बाहेरून आलेल्या शक्तीने उलट आमची मानसिक गुलामगिरीच वाढेल. समाजाच्या विविध अंगांचा - औद्योगिक, सामाजिक, वैयक्तिक विकास घडवून ते पूर्णत्वाला नेणे केवळ स्वराज्यातच शक्य आहे. लखनौच्या अधिवेशनात (१९१६) त्यांनी 'स्वराज्य हा माझा जन्मसिद्ध हक्क आहे आणि तो मी मिळवणारच' ही सुप्रसिद्ध घोषणा केली.

स्वराज्य केवळ चांगले राज्य असून भागत नाही, ते केवळ सुव्यवस्थित शासन असून भागत नाही तर शासनकर्ते निवडण्याचे स्वातंत्र्य असलेले राज्य ते स्वराज्य होय. देशाची प्रगती त्या दिशेने होणे आवश्यक आहे, केवळ इंग्रजांना घालवून खरे स्वराज्य स्थापन होणार नाही, म्हणून स्वातंत्र्याचा लढा केवळ राजकीय स्वातंत्र्य मिळवून थांबणार नाही असे टिळक म्हणत.

त्या मार्गावरील एक पाऊल म्हणून टिळकांनी होमरूल चळवळीस (१९१६) पाठिंबा दिला. वसाहतीअंतर्गत स्वातंत्र्य हे अखेरचे स्वातंत्र्य नाही, या त्यांच्या मतात त्यामुळे फरक पडला नाही. लखनौ अधिवेशनात काँग्रेस व मुस्लिम लीग यांमधील समझोत्याचे ते शिल्पकार होते. टिळकांचे धोरण मुस्लिमविरोधी नव्हते. त्यांच्या परंपरावादी वृत्तीने आणि हिंदू धर्माच्या प्रतीकांचा वापर त्यांनी केल्याने निर्माण झालेला तो एक दुर्दैवी गैरसमज होता. अली बंधूंच्या सुटकेचा ठराव काँग्रेस अधिवेशनात लो. टिळक यांनीच मांडला होता. त्यांची राष्ट्रीय स्वातंत्र्याची संकल्पना सर्वसमावेशक व व्यापक होती. (१९१९) च्या सुधारणा कायद्याला (माँटेग्यू-चेम्सफर्ड सुधारणा) त्यांनी दिलेला प्रतिसाद म्हणजे प्रतियोगी सहकारिता (Responsive co-operation). हे सहकार्य ही दुहेरी प्रतिक्रिया आहे, या त्यांच्या व्यवहारी राजकारणाला अनुसरूनच होता. स्वराज्याच्या मार्गावरीलच ते एक पाऊल होते. मात्र या कल्पनेचा सुसंगत विस्तार व संघटनाबांधणी (काँग्रेस डेमॉक्रॅटिक फ्रंट) करण्याआधीच त्यांचे (१९२०) मध्ये निधन झाले.

## ५.३. टिळकांचे राजकीय नेतृत्व

टिळक हे व्यवहारी, राजकारणी होते. राजकीय स्वातंत्र्याची स्पष्ट कल्पना मनात असून ती लोकमानसात रुजविण्याची सुरुवात त्यांनी केली. त्याची शक्ती आणि मर्यादा यांची म्हणून त्यांना जाणीव होती. सुधारणावादी पाश्चात्त्यप्रभावित नेतृत्व या कामी पूर्णत: अपुरे पडेल या विचारांनी त्यांनी जहाल राजकारणाचा पुरस्कार केला आणि त्याला काँग्रेसचे व्यासपीठ मिळवून दिले. खुद्द दादाभाई नौरोजींनी कोलकाता त्याच्या अधिवेशनात (१९०६) त्याचा पुरस्कार केला. काँग्रेसचा चारसूत्री कार्यक्रम हा एकाच वेळी सामाजिक, राजकीय व आर्थिक कार्यक्रम होता.

तथापि, सशस्त्र क्रांतीचा पुरस्कार करणारे टिळक नव्हते. ते जहाल विचारांचे होते. पण क्रांतिकारक नव्हते. त्यांना क्रांतिकारकांविषयी सहानुभूती मात्र होती. किंबहुना, या सहानुभूतीपोटीच त्यांच्यावर दोनदा राजद्रोहाचा अभियोग (खटला) भरला गेला. कालानुरूप आपली शैली असावी, त्यानुसार आपल्या सहकाऱ्यांना मात्र त्यांनी हिंसक मार्गापासून रोखून धरलेले नाही. उदा. नेपाळमध्ये शस्त्रकारखाना काढण्याचा खाडिलकरांचा प्रयत्न (१९०३), खुदिराम बोस किंवा चापेकरबंधूंच्या

देशप्रेमाची प्रशंसा करत त्यांच्या मार्गाचे त्यांनी समर्थन केलेले नाही. साधनांची योग्य-अयोग्यता हा तात्त्विक प्रश्न नसून समयोचित उपयुक्ततेचा आहे असे व्यवहारवादी मत टिळकांचे होते. केसरी-मराठामधील त्यांचे लेख मात्र दाहक असत. उदा. 'हे आमचे गुरू नाहीत' (परकीय मालावर बहिष्कार) किंवा 'सरकारचे डोके ठिकाणावर आहे काय?' (पुण्यातील प्लेगची साथ). 'भारतीय असंतोषाचे जनक' हे चिरोलने केलेले टिळकांचे वर्णन तसे अपुरे आहे. त्याला त्यांच्या विधायक कार्यांची जोड देणे आवश्यक आहे.

१९१९च्या सुधारणांचा व्यवहार म्हणून स्वीकार करताना त्यांनी काँग्रेस डेमॉक्रॅटिक फ्रंटचा जाहीरनामा तयार केला. त्यात त्यांच्या राजकीय कार्यक्रमाचा व्यापक पाया स्पष्ट होतो. त्यांच्या अकाली निधनामुळे जणू काही ते त्यांचे 'राजकीय इच्छापत्र'च बनले. हे विचार इतके दूरगामी होते की, त्याचे प्रतिबिंब आपल्या भारतीय संविधानातही पडलेले दिसून येते. त्यामध्ये व्यक्त झालेला टिळकांचा राष्ट्रवाद आर्थिक व सामाजिक लोकशाही निर्माण करण्यावर भर देतो आणि जागतिक संघटनेवरही भर देतो. भाषिक राज्यरचना, एक देशभाषा, ग्रामपंचायतीचे सक्षमीकरण, आर्थिक पाठबळ, मतदानाचा सार्वत्रिक अधिकार, सक्तीचे मोफत प्राथमिक शिक्षण, दारूबंदी, किमान वेतन, रेल्वेचे राष्ट्रीयीकरण, स्वदेशी अशा अनेक गोष्टींचा त्यात उल्लेख आहे. पॅरिसच्या शांतता तहाने जगात 'स्वातंत्र्य' व 'बंधुता' यांचे युग सुरू होईल अशी आशाही त्यांनी व्यक्त केली, त्याला जगात प्रसिद्धीही मिळाली. प्रे. विल्सन यांनीही भारताचा स्वयंनिर्णयाचा अधिकार मान्य केला. अमेरिकेने राष्ट्रसंघाच्या कार्यात भाग घेतला असता तर जागतिक परिस्थिती कदाचित वेगळी बनली असती.

त्यांच्या राष्ट्रवादाची बैठक आध्यात्मिक होती. त्यांनी हिंदू प्रतीके वापरली ती त्यांचा अभ्यास व लोकांना समजण्यास सोपी व सामाजिकीकरणास प्रभावी करण्यासाठी. ते हिंदू धर्माचे पुनरुज्जीवन नव्हते. भारतीय संस्कृतीचे व संस्थांचे इंग्रजीकरण होऊ नये आणि आपल्या राष्ट्रवादाचा पाया आपल्या संस्कृतीवर आधारलेला असावा असा त्यांचा रास्त आग्रह होता. बहुसंख्य हिंदूंवर ब्रिटिश धोरणांमुळे अन्याय होत असल्याचे त्यांचे मत असल्याने त्यांनी सुरू केलेल्या गणेशोत्सव-शिवजयंती या उत्सवाविषयी गैरसमज निर्माण झाले. मात्र, हे राष्ट्रीय उत्सव संघभावना निर्माण करण्यास उपयोगी ठरतील असा त्यांचा विश्वास होता. (१९१६) चा लखनौ करार, आणि त्यातून हिंदू-मुसलमान एकीचा प्रयत्न त्यांच्या तडजोडवादी वृत्तीचे प्रतीकच आहे.

टिळकांनी सुरू केलेल्या कार्यक्रमांचे पुढे महात्मा गांधींच्या काळात अधिक सुसंगत आणि व्यापक कार्यक्रमात रूपांतर झाले. परदेशी मालावरील बहिष्कार म.गांधींच्या असहकार चळवळीत व्यापक झाला. अर्ज-विनंत्यांच्या पुढे जाऊन सभा, हरताळ या मार्गांनी राष्ट्रीय चळवळीत लोकसहभाग वाढला. सुशिक्षित, उच्च विद्याविभूषित

काँग्रेसचे स्वरूप बदलण्यास टिळकांचे श्रम कारणीभूत झालेले आहेत. त्यांना 'तेल्या-तांबोळ्यांचे पुढारी' म्हणत. हे वर्णन 'भारतीय असंतोषाचे जनक' या पदाइतकेच म्हणून महत्त्वाचे ठरते. त्यांचा सांस्कृतिक राष्ट्रवाद 'विकसनशील देशातील धर्मभावनेची सामाजिक अभिसरणाची शक्ती' म्हणून व्यवहार्य ठरतो. त्यांच्या अनुयायांनी तो संकुचित केला. प्रत्यक्ष त्यांच्या कोणत्याही सामाजिक व राजकीय कार्यक्रमाचे समर्थन त्यांनी धर्माच्या आधारे केलेले नाही किंवा व्यक्तिगत जीवनातही परंपरा व कर्मठपणाच्या वर्तनाचा आग्रह त्यांनी धरलेला नाही. पाश्चात्त्य विचार पचवून ते सर्वार्थाने भारतीयच राहिले.

## ६. राजर्षी शाहूमहाराज (१८७४-१९२२)

मराठ्यांच्या इतिहासात सातारा आणि कोल्हापूर या दोन्ही गाद्यांना महत्त्व आहे. साताऱ्याची गादी छत्रपती शिवाजीमहाराजांच्या संभाजीराजे (थोरल्या पुत्राची) तर कोल्हापूरची गादी महाराजांचे धाकटे पुत्र राजाराम महाराज यांची आणि मोगल सम्राट औरंगजेबाबरोबर संघर्ष करून शर्थीने राज्य राखलेल्या त्यांच्या पत्नी ताराबाई यांची. आपल्या व्यक्तिगत मोठेपणाने गादीला मोठेपण देणारे म्हणून राजर्षी शाहूमहाराज यांचे नाव कोल्हापूरच्या इतिहासाशी कायमचे जोडलेले आहे.

राजर्षी शाहू महाराज यांचे मूळ नाव यशवंतराव. कोल्हापूरच्या जवळील कागल येथील घाटगे सरदार घराण्यातील जयसिंगराव घाटगे यांचे ते थोरले पुत्र. कोल्हापूरचे छत्रपती शिवाजी महाराजा (चवथे) यांच्या निधनानंतर राणीसाहेब आंनदीबाई यांनी दत्तक घेतल्यानंतर कोल्हापूरच्या गादीवर शाहूमहाराज म्हणून ते ओळखले जाऊ लागले (१८८४). त्यांचे शिक्षण ब्रिटिश अधिकारी फ्रेजर यांच्या हाताखाली झाले. पुढील शिक्षण राजकोटच्या राजकुमार कॉलेजात व धारवाड येथे झाले. अभ्यास व शैक्षणिक सहलीद्वारे मिळालेले व्यवहारज्ञान यामुळे शाहूराजे यांचे व्यक्तिमत्त्व विकसित झाले होते. (१८९६) चा दुष्काळ व नंतर आलेली प्लेगची साथ या काळात त्यांची कसोटी लागली आणि त्याला ते पूर्णपणे उतरले. दुष्काळी कामे, तगाईवाटप, स्वस्त धान्यदुकाने, निराधार आश्रमाची स्थापना हे कार्य पाहता 'ऐसा राजे होणे नहीं' असेच प्रजेला वाटते. जातीय व संस्थानी राजकारणांतूनही ते ताठ मानेने जगले. मिरज, कोल्हापूर रेल्वे मार्गाची सुरुवात डेक्कन एज्युकेशन सोसायटीचे अध्यक्षपद, शिक्षणाचा प्रसार आणि विद्यार्थी वसतिगृहांची सोय, सहकारी तत्त्वावरील शाहू मिलची स्थापना, सत्यशोधक समाजाला प्रोत्साहन इ. विविध क्षेत्रांतील महत्त्वाची पायाभूत कार्ये त्यांच्या चौफेर व्यक्तिमत्त्वाची साक्ष देतात. कोल्हापूर संस्थानाचे पहिले कायदे पुस्तक त्यांच्या कारकिर्दीत छापले गेले. गोवधबंदीचा कायदा, पुनर्विवाहाचा कायदा, वतनेबंदीचा कायदा; गुन्हेगार जमाती हजेरी कायदा बंद करणे इ. वैशिष्ट्यपूर्ण

व आधुनिक लोकशाहीकडे नेणारे कायदे त्यांच्या काळात संमत करण्यात आले. शिकारीची आणि विविध कला जोपासण्याची त्यांची आवड हे आजही कोल्हापूरचे वैशिष्ट्य मानले जाते. (उदा. खासबाग मैदान, दाजीपूर अभयारण्य इ.). ब्रिटिश महाराणी व्हिक्टोरिया यांनी त्यांना जी सी. एम. आय. या किताबाने गौरविले (१८९५). तसेच एम. ई. ओ. सी. पदवीचेही ते मानकरी होते. कानपूर येथील कुरमी क्षत्रियांच्या परिषदेत त्यांना राजर्षी हा किताब मिळाला (१९१९). मराठा परिषद, आर्यधर्म परिषद, बहिष्कृत समाज परिषद, अखिल भारतीय अस्पृश्य परिषद इ. चे त्यांनी अध्यक्षस्थानही भूषविले होते. प्रशासकीय आर्थिक, सामाजिक आणि औद्योगिक क्षेत्रात त्यांनी सुधारणा घडवून आणल्या. त्यांचे स्वदेशीप्रेम व स्वातंत्र्याबद्दल आस्था (अरविंद घोष यांच्यावरील खटल्याबाबत अर्थसाहाय्य) हेही त्यांचे वैशिष्ट्य होते. राजर्षी शाहू सर्व अर्थाने लोकराजा होते असेच म्हणावे लागेल. मुंबई येथे (१९२२) मध्ये त्यांचा हृदयविकाराने अंत झाला.

### ६.१. शाहूमहाराजांचे सामाजिक कार्य

महाराजांची वैचारिक जडणघडण त्यांचे शिक्षक फ्रेझर व सबनीस यांच्यामुळे झाली. फ्रेझर यांच्या शिकवणीमुळे त्यांनी जातीभेदाची बंधने झुगारून दिली आणि दलितांनाही आपल्या पंक्तीत बसवून भोजन केले. तिसऱ्या शिवाजीमहारांजाच्या पत्नी अहिल्याबाईंमुळे ते धार्मिक वृत्तीचे बनले. सबनीस गुरूंकडून त्यांनी राज्यव्यवहाराचे धडे घेतले. त्यांनीच शाहूराजांना 'जाणता राजा बनविले' सबनिसांचा गौरव करताना महाराज म्हणाले, 'आम्ही राज्यकारभार पाहताना जो काही चांगुलपणा मिळविला आहे त्याचे सर्वश्रेय गुरुवर्य सबनिसांना आहे. माझ्या कारकिर्दीत जे काही चांगले घडलेले आहे त्याचेही श्रेय गुरुवर्य सबनिसांनाच आहे.' शिकत असताना फ्रेझर यांनी आखलेल्या सहलींनीही त्यांना देशकालाचे ज्ञान व त्याची विविधता व विशालता याची कल्पना आली. विदेश सहलीमधून त्यांना युरोपातील विज्ञानाची प्रगती पाहता आली. इंग्लंडमधील रेल्वे, संग्रहालये यांनी ते भारावून गेले आणि तेथेच करवीरच्या औद्योगिक नगरीची मुहूर्तमेढ झाली. भास्करराव जाधवांमुळे ते सत्यशोधक समाजाकडे ओढले गेले. महाराष्ट्रातील अनेक सामाजिक परिवर्तनचळवळीची गंगोत्री महात्मा फुले यांचा सत्यशोधक समाज आहे आणि सत्यशोधक समाजाचा विकास महाराजांच्या आश्रयाने सर्व महाराष्ट्रभर लवकर होऊ शकला.

स्पृश्य-अस्पृश्य हा भेद फ्रेझर यांच्या शिकवणीमुळे शाहूमहाराजांच्या मनात प्रथमपासूनच नव्हता. त्याच बरोबर आपल्या गरीब प्रजेविषयीचा कळवळा त्यांना कायम वाटत असे. त्यामुळे मालक-नोकर ही भावनाही त्यांच्या मनाला शिवत नसे. अस्पृश्य समाजाच्या विकासासाठी व जातिभेद नष्ट करण्यासाठी त्यांनी सतत प्रयत्न

केले. 'फासेपारधी' ही जमात लूट व चोऱ्यांसाठी बदनाम झालेली. त्यांच्या गुन्हेगारीचे मूळ त्यांच्या दारिद्र्यात आहे हे कळल्यावर त्यांनी काटकोन गावच्या काही पारध्यांना पहारेकरी म्हणून कामास लावले. खासगीतून घरटी, शिधा देण्याची व्यवस्था केली आणि विविध विकासकामांवर काम करण्यासाठी त्यांना कामावर लावले. ही जमात शूर, काटक आणि विश्वासू असल्याने त्यांना दुष्काळातही काम देऊन त्यांनी दगडाच्या खाणीतील दगड सोनसळी येथे व इतरत्र ठिकाणी बांधकामास वापरला. अस्पृशांना जातीवाचक शब्द वापरून त्याला न्यायधीशांनी दंड केला असता महाराजांनी तो रद्द करून त्याला प्रशिक्षण देण्याची व्यवस्था करण्यास न्यायाधीशांना सांगितले. त्यांच्या घोडदळातील एका अस्पृश्य मोतद्दाराने हौदावर पाणी पिऊन तो बाटविल्याबद्दल त्याला सैनिकांनी मारहाण केली. तेव्हा त्यांनी त्या मोतद्दाराला हॉटेल काढून दिले. स्वत: तिथे सर्वांबरोबर ते चहा पित असत. गुन्हेगार जमातीची हजेरीची अट त्यांनी रद्द केली. डोंबाऱ्यासारख्या भटक्या जमातीतील मुलांच्या शिक्षणाची सोय करून त्यांना स्थिर जीवनाची संधी दिली. वेगवेगळ्या जातीतील हुशार मुलांना निवडून त्यांच्या शिक्षणाची ते व्यवस्था करीत. मराठ्यांच्या वेदोक्त श्रावणीचेही त्यांनी आयोजन केले.

त्यातूनच विद्यार्थ्यांसाठीच्या वसतिगृहाची कल्पना पुढे आली. न्या. रानडे आणि ना. गोपाळ कृष्ण गोखले यांच्यासारख्या विचारवंतांशी सल्ला व आपल्या कारभाऱ्यांशी चर्चा करून व्हिक्टोरिया मराठा वसतिगृह स्थापन झाले (१९०१). त्याचबरोबर विविध ज्ञातींसाठी वेगवेगळी वसतिगृहे स्थापन करण्यात आली. बहुजनसमाज शिक्षणापासून वंचित आहे; पण त्यांच्यातही हुशारी व कर्तबगारी आहे हे ओळखून त्यांनी निवास - जेवणाची व्यवस्था करणारी वसतिगृहे जैन, मुस्लिम, लिंगायत, अस्पृश्य, दैवज्ञ, नामदेव शिंपी, पांचाळ ब्राह्मण, सारस्वत त्याचबरोबर आर्य समाज गुरुकुल व वैदिक विद्यालय - वसतिगृह त्यांची उभारणी करून शिक्षणक्षेत्रात मोठीच क्रांती केली. 'मी काही मराठ्यांचा राजा नाही तर करवीर संस्थानातील सर्व धर्मीयांचा राजा आहे.' अशी त्यांची श्रद्धा होती. वसतिगृहाच्या कारभारावर व व्यवस्थेवर त्यांचे लक्ष असे. त्यांच्या शैक्षणिक कार्याचा गौरव करून केंब्रिज विद्यापीठाने त्यांना LLD ही सन्माननीय पदवी दिली.

शिक्षणाचा प्रसार करण्यासाठी त्यांनी प्रत्येक गावी शाळा स्थापण्याचा निर्णय घेतला. त्याचबरोबर सक्तीचे प्राथमिक शिक्षण सुरू केले. डेक्कन एज्युकेशन सोसायटीचे ते अध्यक्षच होते. आर्थिक अडचणीत आलेले राजाराम कॉलेज त्यांनी प्रयत्नपूर्वक वाचविले. म. फुल्यांनंतर सत्यशोधक समाजाला अवकळा प्राप्त झाली होती. महाराजांनी त्याला आर्थिक मदत करून सावरले आणि नवीन वास्तूसाठी जागा देऊन समाजाविषयी जागृती निर्माण केली. सामाजिक व धार्मिक क्रांतीसाठी सत्यशोधक समाजाबरोबर आर्यसमाज, प्रार्थना समाज, ब्राह्मो समाज या पुनरुज्जीवनाच्या चळवळींना त्यांनी

सढळ हाताने मदत केली. शाहुमहाराजांच्या प्रेरणेने भाऊराव पाटलांना रयत शिक्षण संस्था स्थापन केली. त्याच्या पहिल्या वसतिगृहात शाहूमहाराजांचे नाव होते. महात्मा गांधींनी भाऊरावांना विचारले की महाराजांनी किती पैसे दिले? तेव्हा भाऊराव म्हणाले ''पैसे नाही. त्यांनी प्रेरणा दिली ती अमोल आहे.''

आपल्या खासगीत ही कनिष्ठ जातीच्या लोकांना त्यांनी नेमणूक दिली. त्यांचे अनेक अधिकारी ब्राह्मणेतर जातीतील होते. शिक्षित अस्पृश्य तरुणांना त्यांनी वकिली करण्याची परवानगी दिलेली होती. वेदोक्त प्रकरणातील मनस्ताप व जिरगे प्रकरणात त्यांच्या चारित्र्यावर उडालेले शिंतोडे सहन करूनही ते ब्राह्मणद्वेष्टे नव्हते. करवीरच्या शंकराचार्यांनी त्यांचा मनोभंग केला तरीही त्यांची करवीरपीठावर श्रद्धा होती. मात्र ब्राह्मणांचे धार्मिक बाबतीमधील वर्चस्व कमी करण्यासाठी आणि मराठ्यांचे धार्मिक कार्य करण्यासाठी क्षत्रिय क्षेत्र जगद्‌गुरुपीठ स्थापन केले. देव आणि भक्त यांमधील दलाल नष्ट करा आणि परमेश्वराची उपासना करताना देशाची उपेक्षा होणार नाही याची काळजी घ्या असे मनोगत व्यक्त केले.

## ६.२. शाहूमहाराजांचे राजकीय कार्य

संस्थानिकांवरील बंधने लक्षात घेता शाहूमहाराजांनी सामाजिक कार्यात लक्ष घातले असले तरी राजकीय व औद्योगिक क्षेत्रात अनेकदा मदतीचा हात पुढे केलेला आहे. क्रांतिकारकांना नेपाळमध्ये शस्त्रास्त्र कारखाना काढण्यासाठी त्यांनी आर्थिक मदत केली. तसेच अरबिन्दो घोष यांना त्यांच्यावरील खटल्याच्या वेळी अर्थसाहाय्य केले. 'आपल्या मुलीच्या लग्नप्रसंगी त्यांनी देशी खेळांचे प्रात्यक्षिक योजून त्यांना सोन्याचे कडे इ. बक्षिसे देऊन गौरविले. व आपल्या देशातील खेळांना आपण उत्तेजन दिले पाहिजे हे तेथे जमलेल्या संस्थानिक युवराजांना पटवून दिले. सिंधुदुर्ग किल्यांतील शिवाजी महाराजांच्या मंदिराचा जीर्णोद्धार त्यांनी केला.

करवीरच्या औद्योगिक विकासाकडेही त्यांचे लक्ष असे. परदेशवारीतून पाहिलेले प्रगतीचे स्वप्न त्यांनी करवीरामध्ये साकार करण्याचे ठरविले. किल्ल्यातील जुन्या गंजलेल्या तोफा किर्लोस्करांच्या स्वाधीन करून त्यापासून नांगर बनविण्याचे काम त्यांना चालू ठेवण्यास सांगितले. शेतकऱ्यांसाठी पुण्या-मुंबईहून कृषितज्ज्ञ बोलावून शेतीसुधारणा केली. शेतीला पाणीपुरवठा व्हावा म्हणून राधानगरी धरणाची योजना त्यांनी आखून त्यावर काम सुरू केले. मिरज-कोल्हापूर रेल्वेचे कामही त्यांच्या हस्ते सुरू झाले. कोल्हापूरच्या औद्योगिक नगरीचा पाया घालणारी सहकारी शाहू मिल, गूळ व्यापार केंद्र या शाहू महाराजांचीच कल्पना होती. पन्हाळ्याच्या परिसरात कॉफी-लागवडीचाही त्यांनी प्रयत्न केला. तसेच ऊसलागवडीतून साखर कारखाना काढण्याचे त्यांचे स्वप्न होते. पुढील पिढीत ते कागल येथे प्रत्यक्षात आलेही.

राज्यकारभारातही त्यांनी अनेक सुधारणा केल्या. भास्करराव जाधवांच्याकडून त्यांनी कामाचे दप्तर नीट केले. करवसुली वाढविली. हिशेबातील गोंधळ निपटून टाकला आणि गावांचे आरोग्य सुधारले. करवीर दरबाराचे गॅझेट त्यांनी प्रसिद्ध केले. 'गोवधबंदी करण्यास प्रोत्साहन, पुनर्विवाह यांसारखे कायदे; कुलकर्णी, बलुते, महार इ. वतने रद्द; आतंरजातीय विवाह कायदा इ. अनेक कायदे त्यांनी संमत केले. कुस्ती, नाटक, संगीत, चित्रकला इ. कलांना त्यांनी दिलेल्या उत्तेजनाने कोल्हापूर आजही कलानगरी म्हणून ओळखली जाते. कुस्तीचा नाद तर ते राजे झाल्यानंतरही सुटला नाही. रोमच्या धर्तीवर त्यांनी खासबाग मैदान तयार केले तसेच मोतीबाग आखाडा स्थापन केला. याच मातीतून श्रीपती खंचनाळेसारखे हिंदकेसरी पुढे तयार झाले. पंडित भास्करबुवा बखले इथलेच आणि आबालाल रेहमान हा चित्रकारही या कलानगरीचाच. अल्लादिया खाँ हे कोल्हापूरचे राजगवयी होते.

एक व्यक्ती म्हणूनही शाहूमहाराज मोठे होते. आपल्या हाताखालील नोकरांशी ते कनवाळूपणे वागत. वसतिगृहातील विद्यार्थ्यांना ते राजवाड्यावर अगत्याने घेऊन जात. घोड्याच्या यात्रेतील घोडेवाला शिवप्पाचा गोड अभंग ऐकून त्यांनी त्याला भजनाचे साहित्य आणून दिले. साठमारीच्या खेळात आपल्या माहुतासाठी मैदानात उडी मारणारा किंवा मोतद्दाराची न्याहारी होईपर्यंत स्वत: घोडी सांभाळणारा धनी वेगळाच. अतिमद्यपानाने आपल्या वडिलांचा झालेला नाश पाहून शाहूमहाराज व्यसनापासून दूरच राहिले. राजघराण्यातील लोकांचा विरोध सहन करून त्यांनी आपल्या तरुण विधवा सुनेच्या शिक्षणाची व्यवस्था केली. युरोपच्या दौऱ्यावर असताना आपल्या आजोबांच्या - राजाराममहाराजांच्या समाधीला भक्तिभावाने भेट - देणारा, परदेश-प्रवासात आपल्या भावाच्या आजारपणात रात्र-रात्र जागणारा The gap caused by his death is to be measured by what he achieved but by the magnitude of work which still remains to be done. - Sir S M Fraser. राजर्षि शाहूमहाराज हे मानवाच्या मुशीतले एक देवपण होते.

## ७. महात्मा जोतीराव गोविंदराव फुले (१८२७-१८९०)

अठरावे-एकोणविसावे शतक हे युरोपात बुद्धिवाद उदारमतवाद यांचे युग होते. ब्रिटिश शासनकर्त्यांनी त्यांच्या सोयीसाठी का होईना पण इंग्रजीशिक्षणाची सोय आपल्या वसाहतीमध्ये सुरू केली आणि भारतात इंग्रजी शिक्षण आणि त्यातून आलेले विचार या आधारे एक नवे परिवर्तन सुरू केले. धार्मिक-राजकीय-सामाजिक पुनर्रचनेचे कार्य स्वभावत:च जरी उच्च विद्याविभूषित वर्गासाठी मर्यादित होते तरी जोतीराव फुल्यांचे वैशिष्ट्य हे की त्यांनी समाजातील दलित-शोषित वर्गाचा विचार करून सर्वस्पर्शी क्रांतीची कल्पना पुढे आणली आणि त्याला कृतीची जोड देऊन

नवा सत्यशोधक समाज स्थापन केला.

जोतीराव गोविंदराव फुले (मूळ आडनाव गोऱ्हे) यांचा जन्म सातारा जिल्ह्यातील कटगूण गावचा (१८२७). पेशव्यांना फुले पुरविण्याच्या व्यवसायावरून आडनाव फुले पडले. वडील फारसे शिकलेले नसले तरी त्यांना शिक्षणाची आवड व महत्त्व पटलेले होते. त्यामुळे त्यांनी जोतीरावांना प्राथमिक शाळेत घातले. अर्थात, घरच्यांचा व आप्तस्वकीयांचा विरोधच होता. शाळेतील बुद्धीची चमक पाहून स्कॉटिश मिशनच्या शाळेत ख्रिस्ती मिशन अधिकाऱ्यांच्या आग्रहाने जोतीरावांना प्रवेश दिला. या शाळेच्या वातावरणातच जोतीरावांच्या विचारांची जडणघडण झाली. वेगवेगळ्या जातीचे मित्र, मिशनरी लोकांची कामाची पद्धत, थॉमस पेन यांच्या (Rights of Man) ह्या पुस्तकाचा प्रभाव आणि लहुजी मांग साळवे यांच्या आखाड्यात केलेली बलसाधना या सर्वांनी त्यांना त्यांच्या कार्यात साथ दिलेली आहे. शाळेतील मित्रांमुळे त्यांचे विचार सर्वसामावेशक बनले. पेनच्या लिखाणाने त्याला मानवतावादी अधिष्ठान प्राप्त झाले. मिशनरी वृत्ती ही कार्य करण्याची प्रवृत्तीच बनली. भारतीय जीवनातील विषमता, अंधश्रद्धा, रूढिप्राबल्य यांचा परिणाम त्यांनाही भोगावा लागला आणि अविद्या हे गुलामगिरीचे मूळ आहे अशी त्याची धारणा झाली.

दलित वर्गातील मुलींसाठी त्यांनी शाळा काढली. स्त्री शिक्षिका न मिळाल्याने त्यांनी आपल्या पत्नींना-सावित्रीबाई यांना शिकवून त्यांना शिक्षिका केले. सावित्रीबाई या भारतातील पहिल्या बहुजन समाजाच्या शिक्षिका आणि ही मुलींची भारतातील पहिली शाळा ठरली. त्यांच्या शैक्षणिक कार्याचा शासनाने गौरव (१८५२) केला. मागासवर्गीयांसाठी त्यांनी मोफत वाचनालय काढले. लोकांचा विरोध असूनही मुलींच्या संख्येत वाढ आणि नवीन वर्गाची स्थापना हे मोठे यश त्यांना मिळाले.

जोतीराव स्त्रीमुक्तीचे आद्य-प्रवर्तकच होते. विधवाविवाह, केशवपनाला विरोध, बालहत्याप्रतिबंध आणि विधवांना आधार, अशी अनेक कार्ये स्वतः उदाहरण घालून त्यांनी सुरू केली. झोपडपट्टीसुधारणा, त्यांना पाणीपुरवठा, आरोग्य शिक्षणांच्या सुविधांची सोय यासाठी प्रयत्न केले. उच्च वर्गीयांचे वर्चस्वाविरुद्ध (शेटजी-भटजी-लाटजी) त्यांनी सातत्याने लढा दिला. हंटर आयोगापुढील त्याची साक्ष त्यांच्या दलित शिक्षणाच्या तळमळीची तीव्रता स्पष्ट करते. (१८७३) मध्ये त्यांनी सत्यशोधक समाजाची स्थापना केली आणि नव्या समाजरचनेचा आराखडा त्याच्या कार्यातून प्रगट होत गेला. त्याची ग्रंथरचना विपुल असून त्याची शैली संवादात्मक आहे. एक क्रियाशील विचारवंत म्हणून, त्यांचे महाराष्ट्रातील जडणघडणीत मोठे मानाचे स्थान आहे.

### ७.१. धर्म-कल्पना

एकेश्वरवाद हे आधुनिक विचारांचे एक वैशिष्ट्य आहे. अनेक देव आणि त्यांची कर्मकांडे यामुळे समाज विभागला जातो; आणि पुरोहित वर्गाचे फावते. ईश्वर आणि त्याचा भक्त यांमध्ये कोणाच्याही मध्यस्थाची आवश्यकता नसते. सर्व साक्षी जगोत्पती त्याला नकोच मध्यस्थी तो न्यायी, सर्वांचा पालनकर्ता असून आपल्या बुद्धीच्या आकलनापलीकडील आहे. त्याच्या दर्शनाच्या भाकडकथा या भटशाहीचा कावा आहे. तो जगाचा निर्माणकर्ता 'निर्मिक' असून आपल्या बुद्धीच्या मर्यादा लक्षात घेऊन त्याला समर्पित व्हावे. म. फुले थॉमस पेनच्या विचारांनुसार एकेश्वरवादी होते. नास्तिक मात्र नव्हते. ईश्वर अमूर्त व मंगलमय असून त्याचा जडदेहाशी संबंध जोडणे अयोग्य आहे. यामुळे मूर्तिपूजा व अवतारकल्पनाही त्यांना मान्य नव्हती. सार्वजनिक सत्यधर्म (१८९१ प्रकाशित) मध्ये त्यांचे धर्मविचार एकत्रित केलेले आहेत. धर्माच्या आचरणाने आपले भौतिक जीवन सुखमय होते आणि असे जीवन जगणे हा प्रत्येकाचा ईश्वरदत्त अधिकार आहे. अर्थात, सुखी जीवन म्हणजे उपभोगवादी जीवन नव्हे. धर्माचरणातून मानव हा नीतिमान बनला पाहिजे. सर्वच सृष्टी परमेश्वराने निर्माण केलेली असल्याने त्यात पवित्र-अपवित्र, शुभ-अशुभ असे काही नाही. ईश्वरावर विश्वास, बुद्धीच्या साहाय्याने त्याचा शोध आणि सर्वांना समान लेखणारी नीती ही सत्यधर्माची वैशिष्ट्ये आहेत. एका वर्गाचे दुसऱ्या वर्गावर वर्चस्व हे ईश्वराच्या इच्छेच्या विरुद्ध आहे म्हणून अनैतिक आहे. हिंदुधर्मातील जातीयता, विषमता व शूद्रांवरील निर्बंध हा अधर्मच आहे.

मानवतेमध्ये व्यक्तीची प्रतिष्ठा जपली जाते. माणुसकी हे श्रेष्ठ मूल्य आहे सत्य धर्म चळवळ ही सर्व धर्मविषयी आदर आणि सहिष्णुता बाळगणारी विश्वबंधुत्वाची चळवळ आहे. त्याचा विसर पडल्याने माणसे व समाज एकमेकांचे शत्रू बनतात. आणि निर्मिकाचे राज्य होण्यात अडचण निर्माण होते. प्रत्येक धर्मात काही शाश्वत तरी काही कालसापेक्ष सत्य असते, त्यांतील फरक कर्मकांडाच्या बडेजावाने कळेनासा होतो, आणि माणूस खऱ्या धर्मापासून दूर जातो.

### ७.२. सत्यशोधक समाज (१८७३)

पुरोहितवर्गाने इतर वर्गांवर लादलेली मानसिक गुलामगिरी, ईश्वराचा मध्यस्थ म्हणून त्याचे केलेले शोषण आणि अर्थहीन कर्मकांडाद्वारे त्याची केलेली लूट यांतून शुद्रांची मुक्तता करावी आणि समानता, न्याय व नीतीवर आधारलेल्या सत्यधर्माचा आचार सुलभ करावा ही सत्यशोधक समाजामागील कल्पना आहे. कोणतीही व्यक्ती या समाजाची सदस्य होऊ शकते. समाजातील सर्व वर्गांना सदस्यत्व खुले होते. समाजात सामील होण्याचा विधीही सोपा होता आणि शपथही साधी होती. सर्व

मानवप्राणी एकाच ईश्वराची लेकरे आहेत, सबब ती माझी भावंडे आहेत, अशा बुद्धीने मी त्यांच्याशी वागेन. परमेश्वराची पूजा, भक्ती अगर ध्यानधारणा करताना किंवा धार्मिक विधी करताना मी मध्यस्थाची गरज ठेवणार नाही. दुसऱ्यांनाही तसेच वागण्याचा उपदेश करीन. मी माझ्या मुलांना सुशिक्षित बनवेन. मी नेहमी राजनिष्ठेने वागेन सत्यरूपी परमेश्वराला साक्ष ठेवून मी ही प्रतिज्ञा करीत आहे, या प्रतिज्ञेनंतर भंडारा-गुलाल कपाळाला लावला की व्यक्ती सत्यशोधक समाजाचा घटक बनत असे.

सत्यशोधक समाजाचा झगडा पुरोहितशाही (भटजी) विरुद्ध होता. ब्राह्मणांविरुद्ध नव्हता; पण हा सूक्ष्मभेद व्यवहाराच्या पातळीवर पाळणे अशक्य होते. पुरोहितवादी हे प्रतीक होते. मात्र, सत्यशोधक समाजाची चळवळ पुढे ब्राह्मण-ब्राह्मणेतर स्वरूपात जातीय झाली. फुले यांचे स्कॉटिश स्कूलमध्ये अनेक ब्राह्मण मित्र असताना आणि त्यांनी फुले यांना त्यांच्या परिवर्तनाच्या चळवळीत सर्वतोपरी साहाय्य केले, असे असतानाही ब्राह्मणांनी फुल्यांच्या चळवळीला विरोध केला.

शूद्रांमध्ये आपल्या अधिकारांविषयी जागृती निर्माण करणे आणि धर्मभोळ्या कल्पना आणि अन्याय्य रूढींविरुद्ध त्यांना प्रवृत्त करणे हे सत्यशोधक समाजाचे कार्य होते. सोपे, सुटसुटीत विधी आणि ते कसे करावेत त्याच्या पुस्तिकाही समाजाने तयार केल्या. विवाहविधीही पुरोहिताशिवाय करणे सत्यशोधक समाजाने सुरू केले. सत्यशोधक समाजाचा शिक्षणावर भर अधिक होता. त्यानुसार समाजाने शालेय विद्यार्थ्यांसाठी अनेक उपक्रम राबविले. समाजाच्या विविध ठिकाणी शाखाही स्थापल्या गेल्या. अधिक वेळ मिळता ही चळवळ म. फुल्यांनी व्यवस्थित पायावर उभी केली असती; पण या चळवळीचे यश, त्यापासून महाराष्ट्रात अनेक चळवळी - स्त्रीशिक्षण, शेतकऱ्यांची चळवळ, बहुजनसमाजातील शिक्षणाची चळवळ यात सुरू झाल्या आहे.

## ७.३. फुले यांचे सामाजिक विचार

आदिम संस्कृतीच्या काळात असलेला समभाव व बंधुभाव या गोष्टी समाजाचा विकास होत असताना मागे पडल्या आणि मानवी समाजात विषमता निर्माण झाली. समाजातील शोषित वर्गाला त्याचे नैसर्गिक हक्क मिळून त्यालाही विकासाचे फायदे मिळाले पाहिजेत. थॉमस पेनच्या जन्मसिद्ध हक्कांची कल्पना, स्कॉटिश मिशन शाळेतील वातावरण, ख्रिस्ती धर्मप्रचारकांची त्यागी-मनमिळावू वर्तणूक यांचा जोतीराव फुले यांच्या विचारांवर परिणाम झालेला होता. ते त्या विचारांनी प्रभावित झालेले होते. सामाजिक विषमता आणि ती दृढ करणाऱ्या रूढिपरंपरा यांना विरोध करून सर्वच क्षेत्रांत समानता निर्माण होणे माणसाच्या प्रगतीच्या दृष्टीने आवश्यक आहे.

समाजातील विषमता हे उच्चवर्णीय आर्य आणि भटांचे कारस्थान आहे, आपले वर्चस्व वाढेल आणि त्याला समाजमान्यता मिळेल अशा पद्धतीने त्यांनी रूढि-परंपरा, स्वधर्म या कल्पना निर्माण केल्या. आपल्या हिताला पोषक अशी स्वधर्माची कल्पना रुजविली. समाजातील विषमता अनैसर्गिक आहे म्हणून ती नष्ट करून शिक्षण, प्रबोधन, कायदे आणि आर्थिक स्वातंत्र्यासाठी व्यवसायाचे स्वातंत्र्य या मार्गांनी समतेवर आधारलेला समाज निर्माण होईल.

'सर्व ईश्वराची लेकरे आहेत' हा ख्रिस्ती धर्मगुरूंचा विचार जोतीरावांना मनापासून भावला. निसर्गाचा व्यवहार समानतेचा, सहजीवन, सहकार्य, सहावलंबन असाच असतो. निर्मिकाने निसर्गातील सर्व गोष्टी सर्वांसाठी निर्माण केलेल्या आहेत. त्याचे असमान वाटप हे अनैसर्गिक आहे. प्रत्येक धर्मात सत्याचा काही अंश असतोच; म्हणून सर्व धर्मांनी परस्परांचा आदर राखला पाहिजे. त्या सत्यांशाचा समावेश असलेला सत्यधर्म म्हणून सर्वश्रेष्ठ ठरतो.

सर्वच क्षेत्रांतील श्रेष्ठ-कनिष्ठता यावर जोतीरावांनी टीका केली. हिंदुधर्मातील वर्णव्यवस्था हे हिंदु समाजाच्या विषमव्यवहाराचे मूळ आहे. जन्मसिद्ध श्रेष्ठ-कनिष्ठता, त्याला धर्माचा आधार (पुरुषसूक्त) आणि ती पाळण्यातच खरे धर्माचरण ही मानसिकता बदलणे जरुरीचे होते. जित लोकांना दास बनविण्यासाठी आर्यांनी चौथा वर्ण तयार केला. माणसाची बुद्धिमत्ता व कर्तृत्व हे जन्मावर अवलंबून नसून ते त्याच्या शिक्षणावर आणि त्यातून वाढणाऱ्या क्षमतेवर आहे. पण शूद्रांना शिक्षणापासून वंचित करून उत्पादनात सुधारणा घडविणेही अवघड बनले. आणि उच्चवर्णीयांनी बुद्धीचा वापर केवळ धर्मचर्चेसाठी केला. जाति व्यवहार म्हणजे धर्मव्यवहार अशी व्यवस्था इतर कुठल्याही (ख्रिश्चन-इस्लाम) धर्मांत दिसून येत नाही. जातिव्यवस्थेने समाजातील परस्पर चलनवलन संपले आणि त्याची धर्माशी सांगड घातल्याने ती जणू नैसर्गिक व्यवस्थाच बनली. निसर्गातील विषमता ही गुणवैशिष्ट्यांवर अवलंबून आहे. निसर्गव्यवहारात ती समजता येते. जातिव्यवस्था जन्मावर आधारलेली असून त्यामुळे तिचे समर्थन करता येत नाही. या रुढिबंधनांतून मुक्त झाल्यावर दलितही शिक्षणाच्या आधारे प्रगती करू शकतील. बुद्धिमत्ता हा एक गुण असून तो जन्माने कोणा वर्गाची मक्तेदारी नाही.

स्त्रीमुक्ती आणि दलित वर्गातील स्त्रियांची मुक्ती ही शिक्षणानेच होईल. दलित वर्गातील मुलींचे शिक्षण हा जोतीरावांचा सामाजिक चळवळीचा प्रथमपासूनचा कार्यक्रम होता. बालविवाह, केशवपन, बहुपत्नीत्व अशा स्त्रीला दुय्यमता देणाऱ्या अनेक धार्मिक रूढींवर त्यांनी टीका केली. सत्यशोधक विवाहपद्धतीत स्त्रीला गौणत्व असेल असे सर्व विधी गाळण्यात आलेले होते. जोतीराव हे क्रियाशील विचारवंत होते. तसेच ब्राह्मण विधवेच्या पोटी जन्माला आलेल्या एका मुलास त्यांनी दत्तकही घेतले होते.

सामाजिक विषमता नष्ट करण्यासाठी शासनाने पुढाकार घ्यावा. संत मंडळी अस्पृश्यता मानीत नसत पण त्यावर त्यांनी उपाय सांगितला नाही. ब्राह्मोसमाज, प्रार्थना समाज या सुधारणा उच्चवर्गीय शिक्षितांच्या राहिल्या. या खऱ्या अर्थी राजकीय बनल्या नाहीत, असा त्यांच्यावर जोतीरावांचा आरोप होता. आपल्या 'सत्सार' या प्रकाशनातून त्यांनी ब्राह्मो समाज, प्रार्थना समाज यांवर टीका केलेली आहे.

राजकीय सुधारणांआधी सामाजिक सुधारणा व्हावी असा त्यांचा आग्रह होता. नाहीतर उच्चवर्णीय समाज शासनावर प्रभाव टाकून सामाजिक सुधारणांत अडथळेच आणील राजकीय सुधारणांचा फायदा सर्व समाजाला होण्यासाठी सामाजिक सुधारणांनी समाजात समानता प्रस्थापित होणे आवश्यक आहे.

## ७.४. म. फुले यांचे राजकीय विचार

पेशवाईनंतरची अव्यवस्था, शासनवर्गाची उधळपट्टी या पार्श्वभूमीवर इंग्रज सत्तेने निर्माण केलेले कायद्याचे राज्य व व्यवस्था, शिक्षणाचा प्रसार यांमुळे तत्कालीन शिक्षितवर्ग प्रभावित झाला होता. जोतीरावही त्याला अपवाद नव्हते. मात्र ब्रिटिश शासनाचे सर्वच धोरण त्यांना मान्य नव्हते. (१८५७) च्या उठावानंतर शासन सामाजिक व धार्मिक क्षेत्रांत उदासीन राहिले. त्याचे हे धोरण हिंदु-धर्मातील परंपरेने झालेली विषमता आणि दलितांवरील अन्याय चालू ठेवण्यास मदत करणारेच ठरले असे जोतीराव म्हणत. देशात टोपीवाल्यांचे राज्य असले तरी स्थानिक पातळीवर ब्राह्मणशाहीच अस्तित्वात होती, 'मी नेहमी राजनिष्ठ राहीन' असे सत्यशोधक समाजाच्या प्रतिज्ञेत असले तरी ती राजनिष्ठा परकीयांची गुलामगिरी अशा अर्थाने नाही. ब्रिटिश राजवटीत झालेला शिक्षणाचा प्रसार व व्यवसायस्वातंत्र्य यामुळे होणारे फायदे राजकीय सत्तेच्या आधारे शोषित वर्गापर्यंत पोहोचतील असा त्यांचा विश्वास होता. राष्ट्रीय आंदोलन उच्चवर्णीयांच्या प्रभावाखाली असून ते दलितांना माणूसपणाही देणार नाहीत असे जोतीरावांना वाटे.

'शेतकऱ्यांचा आसूड' या ग्रंथांत त्यांनी शेतकऱ्यांच्या प्रश्नांची सांगोपांग चर्चा करून त्यावर उपाय सुचविले आहेत. इंग्लंडमधील कारखानदारीला पोषक असे शासनाने आर्थिक धोरण असल्याने खेड्यातील आर्थिक जीवन उद्ध्वस्त झाले. शेतजमीन विभागली जाऊन शेती तोट्याची बनली. शेतसाराही न बदलल्याने शेतकरी दरिद्री बनला. त्याचा फायदा सरकारी अम्मलदार, फौजदार यांनी न घेतल्यास नवल ते काय? शेती व पशुपालन व्यवसायात त्यांनी सुधारणा सुचविल्या व त्यांचा प्रश्न थेट प्रांतिक सरकारापर्यंत नेला. शेतकऱ्याची ताकद वाढविणे हा खरा उपाय आहे असे जोतीराव म्हणत.

आर्थिक, सामाजिक अशा प्रश्नाच्या मुळाशी राजकीय संदर्भच असतो. धार्मिक

व सामाजिक गुलामगिरीपासून मुक्त होण्यासाठी शूद्रातिशूद्रांच्या हाती मोठ्याची अधिकारपदे येणे आवश्यक आहे. आणि त्यांच्या गुणांनुसार शासनाने ती त्यांना द्यावयास पाहिजेत. त्याचे साधन शिक्षण. ते खेड्यांपर्यंत पोहोचले पाहिजे आणि त्यासाठी शिक्षकांना प्रोत्साहन दिले पाहिजे असे त्यांनी निवेदन केले. (हंटर आयोग १८८२)

राणीबाईची सत्ता किंवा बळीचे राज्य ही जोतीरावांची आदर्श राज्याची कल्पना आहे. कुणब्याची दाद नाही। जोती म्हणे धाव घेई। दुष्टापासून सोडवी।।

राणीने आपले सामाजिक कर्तव्य पार पाडावे. रयतेचा पैसा रयतेसाठी खर्च केला पाहिजे. शिवाजीमहाराजांचे राज्य हे त्याच्या दृष्टीने आदर्श होते. बळीराजा हा त्यांचा आदर्श होता.

राजाने आपली कर्तव्ये पार पाडली नाहीत तर 'निर्मिक' त्याच्यापासून राजसत्ता काढून घेईल म्हणून इंग्रज सत्तेने आपले ऐतिहासिक कार्य पार पाडले पाहिजे आणि स्त्रिया व शूद्रातिशूद्र यांना दास्यमुक्त केले पाहिजे. बहुसंख्य जनता सत्तेपासून दूर राहणे हे सत्ताधारी वर्गाच्या दृष्टीने घातक असते. जुलमी सत्तेची इडापीडा टळो आणि 'पाऊसपाणी आबादाणी भोगिली सत्ता सावकाश' असे बळीचे राज्य येवो असे फुले म्हणत.

केवळ राज्यकर्ते बदलले म्हणजे राजकीय परिवर्तन घडत नाही. सत्तेपासून वंचित असलेला बहुजनसमान सत्ताधारक होणे गरजेचे आहे. दलित शासनकर्ता होण्याची आवश्यकता आहे. रयतेची कुवत वाढावी आणि ती दास्ययमुक्त व्हावी तेव्हाच हे शक्य होईल. सध्याच्या सुशिक्षितांच्या चळवळी म्हणजे दोन सत्ताधारक वर्गांतील संघर्ष आहे. उच्चवर्णीय सुशिक्षितांनी मागितलेले स्वातंत्र्य हा खरा अशिक्षित वर्गाच्या 'दास्याचा जाहीरनामा' आहे. जोतीराव म्हणत अभिजनवादी उदारमतवादी लोकशाही सामान्य जनांची क्षमता वाढविणारी लोकशाही नाही. अशी लोकसत्ता स्थापन करणे हे ब्रिटिशांचे ऐतिहासिक कार्य आहे. आणि ते पूर्ण होण्याआधी त्यांनी जाणे हे धोक्याचे आहे.

एक क्रियाशील विचारवंत म्हणून म. जोतीराव फुल्यांचे स्थान मोठे आहे. आर्य-आर्येतर लढा हा सत्तासंघर्षाचा होता आणि धर्माच्या चतुर वापराने आर्यांनी त्याला अधिमान्यता मिळवून दिली. त्यातून निर्माण झालेली पुरोहितशाही याविरुद्ध फुल्यांचा रोष होता. समाजात विषमता निर्माण करणाऱ्या तीनही सत्ताधारी वर्गांविरुद्ध ('शेटजी-भटजी-लाटजी') तो होता. आर्थिक विषमता आणि जन्मसिद्ध जातिव्यवस्थेला त्यांचा विरोध होता. ज्यांच्यावर अन्याय झालेला आहे, अशा दलितांनी म्हणून संघटित व्हावे आणि अन्याय्य व्यवस्थेविरुद्ध जाणीवपूर्वक लढा आणि तो संघटितपणे द्यावा असा त्यांचा विचार होता. शोषित वर्गाच्या दुःस्थितीला ब्रिटिश शासनाचे

कायदेही तितकेच जबाबदार होते असे त्यांचे मत होते आणि शासनाचे अधिकारीही उच्चवर्णीयच होते.

व्यक्तीपेक्षा व्यवस्थेला बदलण्याचा त्यांचा रोख होता. ब्राह्मण जातीपेक्षा त्यातून निर्माण झालेल्या जातिव्यवस्थेला त्यांचा विरोध होता. त्याला अधिमान्यता मिळवून देणाऱ्या 'ब्राह्मण्याला' होता. फुल्यांच्या अनुयायांनी त्याला ब्राह्मण-ब्राह्मणेतराचे काहीसे जातीय स्वरूप देऊन सत्यशोधक चळवळ काहीशी संकुचित केली. फुल्यांच्या स्त्रीशिक्षणप्रसाराच्या कार्यात त्यांचे ब्राह्मण मित्र पुढे होते हे फुल्यांच्या व्यापक विचाराचे यश होते.

फुले यांनी विचार सांगताना त्यानुसार कृती केलेली आहे. स्त्रीशिक्षणाच्या बाबतीत स्त्री शिक्षिका मिळण्यात अडचण आली तर स्वत: सावित्रीबाईंना शिकवून त्यांनी त्यांना शिक्षिका केले. केशवपनाची प्रथा बंद पाडण्यासाठी त्यांनी नाभिक म्हणजे न्हावी मंडळींनाच आवाहन केले. त्यांच्या बालप्रतिबंधकगृहात पुरुषी वासनांना बळी पडलेल्या विधवांच्या अपत्यजन्माची, त्यांना निनावी ठेवून सोय केली एवढेच नव्हे तर त्यांतील एकास फुले यांनी दत्तकही घेतले होते. त्याचे नाव 'यशवंत' ठेवण्यात आले. सत्यशोधक समाजाची रचना त्यांनी निश्चित केलेली होती. विपुल ग्रंथरचना आणि वैशिष्ट्यपूर्ण संवादस्वरूप भाषा हे त्यांचे वैशिष्ट्य होते.

सार्वजनिक सत्यधर्माच्या संकल्पनेने त्यांच्या विचारांना एक मानवतावादी उच्चस्थान, अढळपद मिळालेले दिसते. त्यांचा सत्यशोधक समाज तर महाराष्ट्रातील अनेक परिवर्तनवादी चळवळींचे उगमस्थान बनलेला दिसून येतो. शोषितांच्या प्रश्नाला वाचा फोडून जनआंदोलन करणारे ते खरे लोकनेते होते. उदा. जुन्नर शेतकऱ्यांचा मोर्चा. डॉ. आंबेडकर त्यांना आपले राजकीय गुरू मानत. एका नव्या समाजरचनेचे एका नव्या सत्यधर्माचे त्यांचे स्वप्न त्यांच्या विचारांना एक नैतिक अधिष्ठान मिळवून देते. आणि त्यांचे महात्मा हे उपपद सार्थ करते.

## ८. भीमराव रामजी आंबेडकर (१८९१-१९५६)

भीमराव रामजी आंबेडकर यांचा जन्म महू येथे इंदूरजवळ झाला. त्यांचे वडील लष्करात सुभेदार मेजर पदावर होते, घरातील वातावरणाने शिक्षणाचे महत्त्व कुटुंबाला पटलेले होते, पण सामाजिक विषमतेची जाणीवही त्यांना परिस्थितीमुळे होत होती. प्राथमिक शिक्षण दापोली व सातारा येथे झाले आणि मॅट्रिक ते मुंबई येथील एल्फिन्स्टन हायस्कूलमधून झाले. कॉलेज शिक्षणासाठी त्यांना बडोदानरेश सयाजीराव गायकवाड यांची मदत झाली. त्यांनीच भीमरावांना उच्च शिक्षणासाठी कोलंबिया विद्यापीठात धाडले. तेथे त्यांनी एम. ए. व पीएच. डी. पदव्या प्राप्त केल्या. कोल्हापूरच्या राजर्षी शाहूमहाराजांनी त्यांना इंग्लंडमधील कायद्याच्या अभ्यासासाठी

अर्थसाहाय्य केले. १९१६ सयाजीरावांना आंबेडकरांना बडोदा संस्थानात अर्थमंत्री म्हणून जागा द्यावयाची होती. परंतु तत्कालीन सामाजिक विषमतेने त्यांना तेथे चांगली वागणूक मिळू शकली नाही. पुढे ते मुंबईच्या सिडनहॅम कॉलेजात अर्थशास्त्राचे प्राध्यापक झाले. लंडन स्कूल ऑफ इकॉनॉमिक्समधून त्यांनी एम.एससी. व डीएस्सी. (रुपयाचा प्रश्न उत्पत्ती व स्पष्टीकरण) ही पदवी मिळविली. १९२३ भारतीय घटनासमितीमधील त्यांनी केलेल्या कार्याचा गौरव म्हणून कोलंबिया विद्यापीठाने त्यांना मानद डी.एस्सी ही पदवी दिली. १९५२.

भारतात १९२३ साली आल्यानंतर त्यांनी वकिलीबरोबर दलितोद्धाराचे कार्य सुरू केले. बहिष्कृत हितकारिणी सभा ही संस्था स्थापन केली. महाडचा चवदार तळ्याचा सत्याग्रह (१९२७), नाशिकचा काळाराम मंदिर प्रवेश (१९३०) या चळवळींनी दलितांमध्ये अस्मिता निर्माण झाली. हिल्टन यंग आयोग (१९२६), सायमन आयोग (१९२८), पुढे त्यांनी दलितांच्या स्वतंत्र मतदारसंघांची मागणी केली. गोलमेज परिषदेला (१९३०) ते अस्पृश्यांचे प्रतिनिधी म्हणून हजर होते. पुणे करारानुसार (१९३२) अस्पृश्यांना राखीव जागा देण्यात आल्या. पण हा करार फार काळ टिकला नाही. व्हाइसरायच्या कार्यकारी मंडळाचे ते सदस्यही झाले. १९४६ साली बंगालमधून ते घटनासमितीवर निवडून आले. घटनेच्या मसुदा समितीचे अध्यक्ष म्हणून त्यांचे कार्य अजोड आहे. नेहरूंच्या पहिल्या मंत्रिमंडळात ते कायदामंत्री होते. पण हिंदुसंहिता विधेयकाबाबत मतभेद झाल्याने ते बाहेर पडले. हिंदु समाजातील विषमतेचा वास्तव अनुभव आणि बौद्ध धर्मातील समतेच्या आकर्षणामुळे (१९४९ च्या काठमांडूच्या जागतिक बौद्ध परिषदेत आंबेडकर यांनी भाग घेतला होता) डॉ. आंबेडकर यांनी त्यांच्या हजारो अनुयायांसह बौद्ध धर्माचा स्वीकार केला. (सप्टें. १९५६). बौद्ध समाजाची समाजव्यवस्थेत नीट घडण बसविण्यापूर्वीच ६ डिसें. १९५६ मध्ये त्यांचे परिनिर्वाण झाले. केवळ दलितांचेच नेते ते राहिले नाहीत तर नव्या भारताच्या घटनेचे शिल्पकार, प्रकांड पंडित, अर्थतज्ज्ञ आणि प्रखर राष्ट्रवादी म्हणून त्यांची ओळख राहील.

## ८.१. डॉ. आंबेडकर आणि राष्ट्रवाद

राष्ट्रवाद ही समाजाला एकत्रित करणारी भावनिक शक्ती आहे. सामंतशाहीच्या पाडावानंतर समाजनिष्ठा व्यक्तीभोवती न राहता समाजबंधने भावनिक आधारांनी घट्ट करणारा राष्ट्रवाद व त्याभोवती राजकीय समाजाची बांधणी हा टप्पा वेस्टफालियाच्या तहानंतर (१६४८) युरोपमध्ये दिसून येतो. राष्ट्रवाद ही एक भावनिक वृत्ती आहे. तिचा प्रभाव बौद्धिक तत्त्वचर्चेने सिद्ध करता येत नाही. धर्मसंस्था आणि शासनसंस्था या विस्कळित झाल्याने निर्माण झालेली पोकळी राष्ट्रवादाने भरून काढली. राष्ट्रीय

अस्मिता मूलत: आक्रमक असून भूभागाविषयी कल्पित, ऐतिहासिक कारणांनी सर्व-समावेशक निष्ठा बाळगणारी असल्याने जागतिक शांततेच्या संदर्भात तशी धोकादायक. युरोपीय समाजाने अनुभवलेली धार्मिक युद्धे (कॅथॉलिक प्रोटेस्टंट, स्पेन, इंग्लंड) यामुळे राष्ट्रवादाकडे पाहण्याच्या पाश्चात्त्य विचारवंतांचा दृष्टिकोन प्रतिकूल झाला. पण राष्ट्रउभारणीत राष्ट्रवादाचे योगदान मोठे आहे. राष्ट्रवादाच्या प्रेरणेमुळेच प्रदेशराज्य नष्ट झाले. आणि एकाच धर्माची विविध राष्ट्रके (nationalites) परिपूर्ण राष्ट्रराज्ये (nation-states) होऊ शकली. राष्ट्रवाद ही एक मानवी अभिव्यक्ती आहे. तिच्यात साम्राज्य उखडून टाकण्याची क्षमता आहे असे डॉ. आंबेडकर म्हणत.

डॉ. आंबेडकरांच्या राष्ट्रवादामागे दलित बांधवांना विषमतेमुळे भोगाव्या लागणाऱ्या यातनेचे दु:ख आहे. त्यांना समानसंधी व माणूसपण देणे राष्ट्रवादी भावनेने शक्य आहे. कारण समाजातील आर्थिक विषमता सामाजिक भेद, राजकीय अलगता यावर मात करण्याचे आणि त्यांना एका सूत्रात बांधण्याचे मानसिक सामर्थ राष्ट्रवादच आहे. समाजक्षेत्रातील विषमता नष्ट करून सर्वांना समान संधी-सहभाग देणारा राष्ट्रवादच टिकून राहतो व विकासाला पोषक ठरतो. नव्हेपेक्षा तोही आपले राजकीय अस्तित्व सांभाळू शकत नाही. राष्ट्रवादाची संघटक क्षमता समाज एकजिनसी करून राष्ट्र-उभारणीसाठी वापरता येईल याची त्यांना खात्री होती. भारतासारख्या वसाहतवादी देशाला अशी लोकजागृतीची चळवळ निर्माण करणे आणि त्याचबरोबर लोकांत जागृती निर्माण करणे या कार्याला समान प्राथमिकता देणे गरजेचे आहे. नाहीतर देशाला राजकीय स्वातंत्र्य मिळणे म्हणजे परकीय राज्यकर्ते जाऊन तद्देशीय राज्यकर्ते येणे असाच होईल. देश स्वतंत्र होताना देशातील मोठी दलित जनता परतंत्रच राहील.

भारतीय स्वातंत्र्याच्या लढ्यात अशी सर्व वर्गांची एकता त्यांना अभिप्रेत होती हिंदु समाजाने निर्माण केलेली समाजरचना जातिव्यवस्थेने एकमेकांशी 'जोडलेल्या' पण जुळल्या न गेलेल्या वर्गांनी बनलेली आहे, जातिव्यवस्थेने केवळ श्रम-विभागणी केली नाही तर श्रमिकांची विभागणी केलेली आहे. कर्मसिद्धांताचा पाया कनिष्ठ वर्गाला समजुतीचे समाधान मिळवितो. गुणविकासाची संधी जातिबंधनांनी मर्यादित केली. आर्थिक समता नसलेल्या सामंतशाही परंपरा असलेल्या आपल्या देशात राष्ट्रवाद हा समता व बंधुत्वाचाच पुरस्कार करणारा असावयास पाहिजे, 'जर काही हवे असेल तर केवळ राजकीय ऐक्य नव्हे तर हृदयाचे व आत्म्याचे ऐक्य, चिरकालीन ऐक्यही हवे. केवळ भौतिक हितसंबंधांच्या पूर्ततेवर अवलंबून असणार नाही.' (डॉ. आंबेडकर)

डॉ. आंबेकरांचा राष्ट्रवाद धर्मनिरपेक्ष होता. हिंदु धर्माच्या परंपरांचे पुनरुज्जीवन करणारा तो आक्रमक हिंदु राष्ट्रवाद नव्हता. अल्पसंख्यांकांच्या न्याय मागण्यांना सांप्रदायिकता न मानता त्या समजावून घेऊन सामाजिक अभिसरणांत त्यांना सामावून

घेणारा होता. भारतीय समाजात केवळ राष्ट्रीयत्वाची जाणीव निर्माण होणे पुरेसे नाही. त्यांना या भूमीविषयी आत्मीयता वाटली पाहिजे आणि असे वाटणे बाह्य सक्तीने असता कामा नये. अशी आत्मीयता वाटताना आपल्या गटाची-समाजाची वैशिष्ट्यपणाची जाणीव आणि त्याचा वारसा पूर्णपणे विसरून जाण्याची आवश्यकता नाही. आपली उप-संस्कृती (sub-culture) आणि राष्ट्रवादाचा आधार असलेले भौगोलिक अधिष्ठान असलेली व्यापक संस्कृती यांचा सुमेळ साधणारा राजकीय व सामाजिक एकतेचा व्यवहार असणारा एकसंघ नागरी समाज (civil society) निर्माण करणे हे घटनेपुढील खरे आव्हान आहे असे डॉ. आंबेडकर यांना वाटे. संमिश्र समाजात सांस्कृतिक स्वायत्तता देता येईल. भिन्न भाषिक समूह आपली भाषिक संस्कृती जतन करूनही भारतीय राष्ट्रवाद अभंग ठेवू शकतील. अर्थात, एक भाषेने देशास एकत्र ठेवणे सोपे जाते म्हणून हिंदीसारखी मोठ्या क्षेत्रावर प्रचलित असलेली भाषा आपण स्वीकारणे योग्य असे डॉ. आंबेडकरांचे मत होते. मात्र सामाजिक अभिसरण आणि त्यातून निर्माण होणारा एकजिनसी समाज याच्या आड स्वायत्तता आणि स्वयंनिर्णयाचा हक्क व याच्याच आडून भाषावाद, धर्मगट वाद, ज्ञातिवाद, प्रांतवाद वाढत असेल तर त्यास डॉ. आंबेडकरांचा एक समाजसुधारक म्हणून नेहमीच विरोध राहिलेला आहे. भौगोलिक रचना विलगतेकडे नेणारी नसावी. तसेच सामाजिक रचना फुटीरतेकडे झुकणारी नसावी.

राष्ट्रवाद ही एक समाजमनाची आध्यात्मिक अवस्था आहे. भौगोलिक भूभागावरील सर्व समाजाला समता व बंधुता या मानवतेच्या विचारांनी एकरूप करणारी वृत्ती आहे म्हणून राष्ट्र हे सामाजिक, संस्कृतिक, राजकीय, आर्थिक ऐक्याचे प्रतीक बनले. व त्यातील सर्व व्यक्ती व व्यक्तिसंस्था यांच्यात एकरूपता आणते.

राष्ट्रवाद ही ऐहिक संकल्पना असल्याने ती धर्मावर आधारलेली नसावी. तसे झाले तर समाजातील राष्ट्रकांचे सामाजिक संमीलन होणे अवघड. डॉ. आंबेडकरांचा म्हणून हिंदु-राष्ट्रवाद, मुस्लिम राष्ट्रवाद. बहुसंख्यांकांचा राष्ट्रवाद अशा समूहवादी कल्पनांना विरोध होता. धर्म शिकवण आणि ब्रिटिश शासनाच्या धोरणांनी फुटीरतेला दिलेले प्रोत्साहन यामुळे भारतामधील मुस्लिम समाजात राष्ट्रवादी (Nationalism) विचारांचे बीज रोवले गेले आणि त्यामुळे तो समाज स्वतंत्र राष्ट्र होऊ शकतो असे डॉ. आंबेडकरांचे मत बनले. भारतामधील मुस्लिमांचे राजकारण धर्माच्या आधाराने वाढले (काही हिंदुगटांची प्रतिक्रियाही त्यामुळे धर्माधिष्ठित बनली.) मानवी समाजाच्या गरजा धर्मनिरपेक्ष असतात. धार्मिक गरजा या सांस्कृतिक जीवनाचा एक भाग असतो, पण सर्व सांस्कृतिक गरजा या धार्मिक नसतात. मुस्लिम-समाजातील लोकनेत्यांनी या वास्तवाकडे दुर्लक्ष केले आणि हिंदुवर्चस्वाची भीती सतत पुढे करत फुटीरतेचे राजकारण केले. पाकिस्तानची निर्मिती म्हणून अपरिहार्य ठरली असे डॉ. आंबेडकरांचे

मत होते. द्विराष्ट्र सिद्धांतानुसार म्हणून पाकिस्तान स्वतंत्र राष्ट्र बनते. जातिव्यवस्थेच्या चक्रव्यूहात गुंतागुंतीची अंतर्रचना व त्यातून अंतर्विरोध असलेला हिंदु समाज एकसंध असा राहिलाच नव्हता असे डॉ. आंबेडकर म्हणत.

भारतामधील भिन्न समाज मुख्यत्वे अल्पसंख्य मुस्लिमसमाज एकत्र आणून मूळ स्रोतात मिसळून टाकण्याच्या दृष्टीने घटनेचा सरनामा, मूलभूत हक्क व मार्गदर्शक तत्त्वे पुरेशी बोलकी आहेत. राजकीय ऐक्याला बळकटी देणारी मुख्यत्वे सामाजिक व आर्थिक समता निर्माण करणे हे आव्हान पुढील पिढीला कधीच पेलले नाही. कदाचित आंबेडकरांच्या मताप्रमाणे काँग्रेस ही हिंदुचीच संघटना राहिली आणि सर्वांना सामावून घेणारे आणि तरीही दोन अंगुळे राहणारे लोकोत्तर नेतृत्व ती देऊ शकली नाही. सामाजिक परिवर्तनाची प्रक्रिया सामाजिक चळवळीपेक्षा अधिक व्यापक व अधिक खोलवर जाणारी प्रक्रिया आहे.

## ८.२. लोकशाहीची संकल्पना

सामाजिक विषमतेचे चटके शिक्षणकाळापासून बसल्याने डॉ. आंबेडकर लोकशाहीचा पुरस्कार करताना आणि संसदीय लोकशाहीचा आग्रह धरताना आदर्श आणि वास्तव यांची सतत सांगड घालत असतात. सामान्य माणसाची प्रतिष्ठा जपणारी त्यासाठी केवळ राजकीय नव्हे तर आर्थिक व सामाजिक समतेचा ध्यास घेणारी आणि सत्तेचा एकाधिकार संपवून सर्वांना सत्तेमध्ये, निर्णयप्रक्रियेमध्ये व निर्णयाच्या अंमलबजावणीमध्ये समान संधी उपलब्ध करून देणारी व्यवस्था म्हणजे लोकशाही व्यवस्था होय. घटनेमधील प्रौढ, सार्वत्रिक मतदानाचा अधिकार, व्यवसायस्वातंत्र्य आणि सामाजिक विषमतेच्या विरुद्ध वंचित समाजाला मिळालेले हक्क हे आपल्या लोकशाहीचे वैशिष्ट्य आहे. कोणत्याही विशेषाधिकाराने कोणाच्याही घटनात्मक अधिकारावर गदा येता कामा नये.

चर्चेमधून मागण्यांना मान्यता, बहुमताचा निर्णय, अल्पमताचा आदर आणि केलेल्या कृत्याची विधिमंडळात जबाबदारी (राजीनामा देण्याची तयारी) व जनतेपुढे जबाबदारी (निवडणुका) ही लोकशाहीची वैशिष्ट्ये आहेत. घटनेत आणि घटनासमितीमध्ये डॉ. आंबेडकर यांनी संसदीय लोकशाहीचा पुरस्कार केला असला तरी त्यांना एककेंद्री शासन अधिक प्रातिनिधिक, अधिक सक्षम वाटत होते. (१९३५) च्या कायद्यामधील संघराज्याच्या तरतुदींना त्यांनी विरोधच केलेला होता. संसदीय लोकशाहीची बलस्थाने व मर्यादा याची त्यांना जाणीव होती. इंग्लंडमधील द्विपक्षीय संसदीय लोकशाही हा एक ऐतिहासिक अपघात आहे.

आपल्या 'स्टेट्स अँड मायनॉरिटीज' या पुस्तकांत त्यांनी संसदीय कार्यकारी पद्धतीपेक्षा इतर पद्धती भारतीय व्यवस्थेसाठी त्यांनी सुचविली होती. अध्यक्षीय

पद्धतीत अल्पसंख्यांकाचे संरक्षण होईल असे त्यांना वाटे. भारतासारख्या जातिर्वचस्व अंतर्विरोध असलेल्या समाजात राजकारणही बहुसंख्यांकांच्या जातिहिताचे राहणार. युरोपमध्ये राजसत्ता धर्मसंस्थेच्या प्रभावातून मुक्त होण्यास दीर्घकालीन धर्मयुद्ध खेळावे लागले. भारतासारख्या विकसनशील देशांत तशी स्थिती नसल्याने धर्मसत्तेचा प्रभाव (रूढी, परंपरा, श्रेय-अश्रेय कल्पना) या बहुमतजातीच्या ताब्यातील राजसत्तेवर राहणारच. अर्थात, त्यांनी घटनेत संसदीय लोकशाहीचा चांगला पर्याय म्हणून स्वीकार केलेला आहे. मात्र तिच्या मर्यादा जाणून त्यासाठी आर्थिक आणि मुख्यत्वे सामाजिक लोकशाहीचा आग्रह धरलेला आहे. प्रौढ मतदानाच्या अधिकारामधून सुरू झालेली राजकीय लोकशाही सामाजिक लोकशाहीशिवाय विकसित होऊ शकणार नाही. बहुमतही हुकूमशाही बनते. (Tyranny of Majority) पण त्याला जेव्हा सामाजिक विषमतेची जोड मिळते तेव्हा त्या हुकूमशाहीला प्रस्थापित वर्गाच्या हितसंबंधाचे रक्षण करणारे समाजमान्य नैतिकतेचे अधिष्ठान मिळते. जुलूम करण्याची समाजाची शक्तिसाधने आणि त्यांची भेदकता राजसत्तेपेक्षाही प्रभावी असते असा इतिहास आहे. सामाजिक समतेनेच अल्पसंख्यांकाच्या हक्कांना सार्वत्रिकता आणि सुरक्षितता मिळू शकते. (घटनेमधील मूलभूत हक्क आणि राज्यांसाठी मार्गदर्शक तत्त्वे)

संसदीय पद्धतीत वंशपरंपरागत सत्तांतर संपते. सार्वत्रिक व खुल्या आणि नियमित निवडणुकांमुळे कार्यकारी संसदेला आणि पर्यायाने देशाला जबाबदार राहते. निर्णयही चर्चेद्वारे विधिमंडळात घेतले जात असल्याने त्यात गुप्तता नसते आणि त्याचे उत्तरदायित्वही निश्चित होते. पण संसदीय लोकशाही यशस्वी होण्यासाठी काही पथ्ये अपेक्षित असतात. समाजात विषमता असल्यास लोकशाहीत धोका निर्माण होतो, आणि अमर्याद विषमतेमधून लोकशाहीवरच घाला पडू शकतो हे जर्मनी, इटली यांमधील हुकूमशाहीवरून स्पष्ट होते. लोकांचा लोकशाहीवरील विश्वासच तात्पुरता का होईना पण नष्ट होतो आणि व्यवस्थेला मोठा धक्का बसतो व त्यातून सावरण्यासाठी मोठी किंमत मोजावी लागते. संसदीय लोकशाहीत सृजनात्मक विरोधाचे अनन्यसाधारण महत्त्व आहे. कार्यकारी कितीही लोकनियुक्त असला तरी त्याचे स्वरूप पक्षीय राहते आणि त्यामुळे बहुमताने घेतलेले निर्णयही पक्षीय बनतात. म्हणून कार्यकारी मंडळास योग्य अंकुश म्हणून विरोधी पक्षाचे महत्त्व संसदीय लोकशाहीत अनिवार्य बनते. इंग्लंडमध्ये विरोधी पक्षाला मोठा मान व मान्यता असते. त्याला (Her/His Majesty's Opposition) म्हणतात व विरोधी पक्षनेत्याला कार्यालयीन सुविधा आणि शासकीय कोषागारातून वेतन मिळते. शासनाचे पक्षीय स्वरूप पाहता तटस्थ प्रशासनाचे महत्त्व अधिकच आवश्यक बनते. सर्व पुढारलेल्या देशांत राजकीय कार्यकारी प्रमुख (Political Head ) आणि प्रशासकीय कार्यकारी

प्रमुख (Administrative Head) असा फरक केला जातो. आणि राजकीय प्रमुख मुख्यत्वे नियमनाचे कार्य करतो. दैनंदिन नियंत्रण राजकीय प्रभावापासून मुक्त असते डॉ. आंबेडकरांनी घटनात्मक नैतिकतेवर भर दिलेला आहे. घटनेतील शब्दामागे दडलेले मूळ विचार (Spirit of the constitution) त्यातून परंपरा व संकेतांनाही '२३३' बळ प्राप्त होते. घटनेच्या मसुदा समितीचे अध्यक्ष या नात्याने डॉ. आंबेडकर यांनी विविध तरतुदींमागील मूळ हेतू सभासदांच्या चर्चेत स्पष्ट केला असून संसद व न्यायालये यांच्यात समन्वय साधण्याचा प्रयत्न त्यांनी केलेला आहे. संसदीय पद्धतीत बहुमतवाल्या पक्षावर अल्पसंख्यीयांची विश्वासार्हता मिळविण्याची मोठी जबाबदारी असते. केवळ संख्येच्या बळावर कायद्याला नैतिकता प्राप्त होत नाही. ते समाजाला संघटित ठेवणाऱ्या समान नीतिमूल्यांवर आधारलेले हवेत. हेरॉल्ड लास्कीनेही लोकशाहीच्या यशासाठी किमान नैतिक मूल्यव्यवस्था असणे आवश्यक आहे असे म्हटलेले आहे. लोकशाही म्हणजे लोकशाही समाज. व्यक्तीला मान देणारा, व्यक्तिविकासाला संधी देणारा आणि अन्यायाविरुद्ध जागरूकतेने आवाज उठविणारा समाज.

भारतीय लोकशाहीपुढील अडचणी आणि उणिवा यांची त्यांना जाणीव होती. घटना मान्य होत असताना म्हणून डॉ. आंबेडकर म्हणाले की २६ जानेवारी १९५० रोजी हा देश अंतर्विरोधपूर्ण जीवनात प्रवेश करीत आहे. आपणांस राजकीय क्षेत्रांत समानता लाभणार आहे. पण सामाजिक व आर्थिक जीवनात मात्र आपल्या पदरी विषमता राहणार आहे. भारतीय समाजातील विषमता, निरक्षरता, जातीयता आणि त्यातून निर्माण झालेली असहिष्णू वृत्ती हे भारतीय लोकशाहीपुढील आव्हान आहे असे डॉ. आंबेडकर म्हणत.

लोकशाहीचा आधार समता आहे. राजकीय लोकशाही एक व्यक्ती एक मत या तत्त्वाने आपण आणली असली तरी तिचे सामाजिक लोकशाहीत रूपांतर न केल्यास तिला अर्थ राहणार नाही. आर्थिक समता राज्याच्या प्रभावात्मक हस्तक्षेपाशिवाय अशक्य आहे. राजकीय, आर्थिक व सामाजिक समता या एकमेकांना पूरक असल्या पाहिजेत. नाहीतर राजकीय समतेच्या आधारे समाजातील प्रभावी अभिजनवर्ग शासनसंस्थेवर वर्चस्व गाजवू शकतो आणि आर्थिक क्षमतेच्या आधारे ती अधिक बळकट करू शकतो. आणि सामाजिक विषमता अधिक तीव्र बनवितो. 'भिन्न सामाजिक गटांत सांस्कृतिक दृष्टिकोनात मोठी तफावत असेल तेथे सहजीवनाची भावना कधीच व्यापक व प्रबळ होणार नाही.' भारतीय लोकशाहीपुढे हे विविध विषमतेचे मोठे आव्हान आहे. समाजरचना सामाजिक मुक्त अभिसरणास अनुकूल बनली पाहिजे. प्रत्येक व्यक्तीला समान मताबरोबर समान मूल्य मिळाले पाहिजे असा डॉ. आंबेडकरांचा आग्रह होता.

समाजातील निरक्षरता हाही आपल्या लोकशाहीसमोर मोठा अडसर आहे. शिक्षणाच्या अभावाने व्यक्तिविकासास अडथळा निर्माण होतो, अशिक्षित लोकांमध्ये राजकीय व सामाजिक जाणिवा निर्माण करणे अवघड बनते आणि शिक्षित अल्पजन त्यांना त्यांच्या न्याय्य अधिकार आणि अधिकारपदांपासून वंचित करू शकतात. शिक्षणाचा अभाव हे भारतामधील दलित समाजाच्या अधोगतीचे, वंचनेचे कारण आहे हा अनुभव डॉ. आंबेडकरांनी सहन केला होता. म. फुले यांना ते राजकीय गुरू मानीत. स्वत:च्या सामाजिक कार्याची सुरुवातही त्यांनी दलितोद्धाराच्या कार्यापासून केलेली होती.

भारतीय समाजातील जातीयता आणि तिची कठोर विभागणी हा भारतीय बहुसंख्य हिंदु समाजाला मिळालेला शाप होता. अस्पृश्यतेच्या रूढीने येणारी अपमानास्पद वागणूक स्वत: आंबेडकरांनी खुद्द उच्चविद्याविभूषित असूनही अनुभवली होती. भारतीय समाजात जातिव्यवस्थेची मुळे इतकी खोलवर रुजलेली आहेत की आपल्या विचारांवरच नव्हे तर विचार करण्याच्या पद्धतीवर त्याचा प्रभाव पडलेला दिसतो आणि त्याचा परिणाम समाजातील विषमता व तिचे समर्थन करण्यात होतो, यातून बहुसंख्याकांच्या जातीचे हितसंवर्धन करणारी व्यवस्था कायद्याच्या मार्गाने निर्माण होऊन अल्पसंख्य नेहमीच वंचित राहतील. निवडणुकांसारखा राजकीय व्यवहार, मतदानासारखे राजकीय वर्तन, नोकरीसारखा उपजीविकेचा मार्ग या साऱ्यांना जातीय निकष लागला जाईल अशी डॉ. आंबेडकरांना सार्थ भीती वाटत होती. जातिबंधनांनी विभागल्या गेलेल्या समाजात कोणताही गट दुसऱ्या गटाचे प्रतिनिधित्व करण्यास असमर्थ बनतो.

विभूतिपूजा हा लोकशाही स्थापनेमधील मोठा अडसर आहे. व्यक्तीपेक्षा देश मोठा आहे आणि विभूतिपूजेपेक्षा देशसेवा महत्त्वाची आहे अशी डॉ. आंबेडकरांची श्रद्धा होती. विभूतिपूजेने व्यक्तीच्या मनाचे स्वातंत्र्य नष्ट होऊन ती व्यक्ती परावलंबी बनते आणि लोकशाही संस्था प्रतिनिधिक राहत नाहीत. देशसेवकांविषयी कृतज्ञता असावी पण भक्तिभाव असू नये, असे ते म्हणत. महात्मा परमेश्वरस्वरूप असेल पण प्रतिपरमेश्वर म्हणून त्यावर श्रद्धा ठेवण्याचे कारण नाही भक्तीची ही वाट लोकशाहीच्या विनाशाची वाट आहे. आपण आपल्या राजकीय लोकशाहीला सामाजिक लोकशाहीचे स्वरूप द्यावयास पाहिजे. त्यासाठी स्वातंत्र्य, बंधुता व समता यांना मानणारी जीवनप्रणाली आपण स्वीकारली पाहिजे. ही तीन भिन्न तत्त्वे नसून त्यांपैकी कोणत्या एकास दुसऱ्यापासून वेगळे केल्यास लोकशाहीचा हेतूच पराभूत होतो असे डॉ. आंबेडकर यांचे मत होते.

ब्रिटिशांना अपेक्षित अशा राजकीय व्यवस्थेत भारतीय समाजातील दोषांचे प्रतिबिंब पडू नये असे त्यांचे राज्यकर्त्यांना सांगणे असे. चुकीच्या तत्त्वाइतकी चुकीची

पायाभूत रचनाही लोकशाहीच्या विकासात अडसर बनेल असे त्यांचे मत होते. लोकशाहीतील अडथळे दूर करण्यासाठी म्हणून त्यांनी काही उपायही सुचविले. उदा. मंत्रिमंडळाला स्थैर्य मिळावे म्हणून विधिमंडळाच्या नियंत्रणापासून अध्यक्षीय पद्धतीप्रमाणे स्वातंत्र्य, मंत्रिमंडळात अल्पसंख्यांकाचे प्रतिनिधी, घटनेत मूलभूत हक्कांचा समावेश. अर्थात, त्यांच्या सर्व मतांचा घटनेतील विविध तरतुदीमध्ये समावेश नाही. ग्रामस्वराज्याची (मार्गदर्शक तत्व क्र. ४०) कल्पनाही त्यांना मान्य नव्हती. अर्थात, घटनामसुदा समितीचे अध्यक्ष म्हणून समन्वयाने सर्वसमावेशक घटना बनविणे हे कार्य त्यांनी नेकीने पार पाडले.

## ८.३. डॉ. आंबेडकरांचे आर्थिक विचार

डॉ. आंबेडकर यांनी दारिद्र्याचा शाप भोगलेला असल्याने समाजातील आर्थिक विषमता नष्ट व्हावी आणि शांततामय व सनदशीर मार्गाने गरीब-श्रीमंत ही दरी नष्ट व्हावी असे त्यांचे मत होते. गरिबीचे उदात्तीकरण दारिद्र्याबाबत समाधान किंवा संख्यात्मक समता यांनी समाजातील मूलभूत आर्थिक असमता नष्ट होणार नाही. उलट, त्यासाठी शासनाचा हस्तक्षेप अनिवार्य व समर्थनीय आहे असे डॉ. आंबेडकर म्हणत. लोकशाही व राज्यसमाजवाद यांत अंतरविरोध नाही. व्यक्तिस्वातंत्र्य, व्यक्तिप्रतिष्ठा याचा समन्वय समाजवादाशी घालण्याचा प्रयत्न भारतीय घटनेत केलेला दिसून येतो. आणि या समन्वयास मूलभूत हक्क आणि त्यांच्या संरक्षणासाठी घटनात्मक दाद मागण्याचा हक्क यांनी मिळवून दिलेला आहे.

संधीची समानता देताना सामाजिक न्यायाच्या पूर्ततेसाठी कमकुवत वर्गाला खास संरक्षण (Positive discrimination) भारतीय घटनेत मान्य करण्यात आलेले आहे. सार्वजनिक ठिकाणे सर्वांना खुली असावयास पाहिजेत आणि धर्म, वंश, पंथ, जात यांनुसार व्यक्तिव्यक्तीमधील भेद-बंधने भारतीय घटनेनुसार अवैध आहेत. समाजवादाचा रोख आर्थिक समता व स्वातंत्र्यावर असतो आणि त्यात समाजहिताला प्राधान्य असते. भारतीय संदर्भात समाजवादात सामाजिक संदर्भही महत्त्वाचा ठरतो. नैसर्गिक विषमता पाहता ती मानवी विषमतेने तीव्र होता कामा नये. आणि त्यासाठी जाणीवपूर्वक तरतुदी करणे अग्रक्रमाचे ठरते. कारण युरोपीय देशांप्रमाणे राजकीय व आर्थिक परिवर्तनाआधी त्याला अनुकूल अशी समाजमनोभूमी तयार करणारी सामाजिक धार्मिक क्रांती भारतात झालेली नाही. येथील प्रबोधन उच्चवर्णीय व शिक्षित अशा नागरी समाजापुरते सीमित झालेले होते.

अर्थात डॉ. आंबेडकरांचा भांडवलशाहीइतका साम्यवादी तत्त्वांनाही विरोध होता. भांडवलशाहीत व्यक्तिस्वातंत्र्याचा आग्रह असला तरी सामाजिक विषमतेमुळे प्रत्यक्षात आर्थिक व राजकीय विषमता निर्माण होण्याची भीती भांडवलशाही व्यवस्थेत

दिसून येते. साम्यवादी तत्त्वज्ञान संघर्षावर भर देते. आर्थिक निकषच प्रमाणभूत मानले. आणि राज्याचे संघटन त्यात अपेक्षित असले तरी साम्यवादामध्ये व्यक्तिस्वातंत्र्याची गळचेपी होऊन साम्यवादी पक्षाची हुकूमशाहीच निर्माण होण्याची भीती असते. मार्क्सवादाच्या तत्त्वज्ञानातील अटळ आर्थिक वर्गसंघर्ष, आणि कामगारांची वर्गीय हुकूमशाही त्यांना मान्य नव्हती. माणूसच इतिहास निर्माण करतो. व्यक्तिनिरपेक्ष असे सामाजिक व राजकीय घटक यांना आकार व दिशा देण्याचे कार्य शेवटी माणूसच करतो. मार्क्सवादातील कामगारांच्या आर्थिक शोषणाची कल्पना त्यांना मान्य होती; पण हिंसाचाराचा मार्ग त्यांना मान्य नव्हता. पण धर्म हा मानवी विचारांचे परिवर्तन व उदात्तीकरण घडवून आणू शकेल; मानवी जीवन आणि समाजरचना यांत रचनात्मक बदल घडवून आणू शकेल; धर्म हा मानवी संस्कृतीचा वारसा आहे. त्यांना बौद्धधर्माची प्रथमपासून ओढ होती. त्यामुळे हिंसा, पिळवणूक, दडपशाही अशा वृत्तींचा त्यांनी नेहमीच निषेध केलेला आहे.

म्हणून राज्याने सकारात्मक व प्रभावी भूमिका घेणे भारतासारख्या देशाच्या दृष्टीने त्यांना आवश्यक वाटले. राज्याचा हस्तक्षेप म्हणण्यापेक्षा राज्याची उपक्रमशीलता असे राज्याच्या हस्तक्षेपाचे स्वरूप असावे. व्यक्तीविकासाचे महत्त्व व सामर्थ्य जाणवूनही देशाचा विकास होण्यासाठी औद्योगिकीकरण आणि आधुनिकीकरण यासाठी राज्यानेच पुढाकार घ्यावयास पाहिजे. केवळ कायदे करून हरिजन मजुरांचा वनवास संपणार नाही. मात्र, राज्याने सर्वच क्षेत्रात राष्ट्रीयीकरण करणे त्यासाठी आवश्यक नाही. भांडवलशाही आणि साम्यवाद या तत्त्वप्रणालींचा समन्वय त्याच्या राज्यसमाजवादी विचारात होता आणि त्याचा घटनेतच अंतर्भाव करण्याचा त्यांचा आग्रह होता. समाजपरिवर्तनाच्या प्रक्रियेत राज्य हा एक महत्त्वाचा सहयोगी घटक आहे. मात्र तो एकमेव घटक नाही. मिश्र अर्थव्यवस्थेने डॉ. आंबेडकरांची राज्यसमाजवादाची तत्त्वे, मुख्यत्वे मार्गदर्शक तत्त्वांमधून, काही प्रमाणात फलद्रूप झालेली दिसून येतात मूलभूत आणि महत्त्वाचे उद्योगांवर राज्याचे नियंत्रण, विमा व्यवसायाचे राष्ट्रीयीकरण शेती-संवर्धनसुधारणांबाबत राज्याचे नियंत्रण (शेती हा राज्याचा व्यवसाय, जमिनीवर राज्याची मालकी (भूमिहीनता नष्ट), खासगी जमीनदारी नष्ट व मूळ जमीनमालकांना नुकसान भरपाई म्हणून राज्याचे कर्जरोखे इ.) राज्यसमाजवादाने व्यक्तीची उपक्रमशीलता तर राहील (भांडवलशाहीचे तत्त्व) पण त्याबरोबर त्याला सामाजिक व्यवस्थेची दिशा (समाजवादी तत्त्व) प्राप्त होईल असा त्याचा विश्वास होता.

### ८.४. बौद्ध धर्माचा स्वीकार

बुद्ध धर्माचा मार्ग मार्क्सवादाला उत्तर म्हणून त्यांनी स्वीकारला. हा विचार त्यांच्या आजवर जपलेल्या विज्ञाननिष्ठेशी व बुद्धिवादी विचारसरणीशी काहीसा

विसंगत वाटतो. मुळात बौद्ध धर्म हा परिवर्तनाचे तत्त्वज्ञान सांगणारा धर्म नाही. तो व्यक्तिनिष्ठ धर्म असून त्याकाळातील हिंदू धर्मातील कठीण सामाजिक विषमतेविरुद्धची ती प्रतिक्रिया आहे. डॉ. आंबेडकरांच्या विचाराची मूळ बैठक सामाजिक समतेच्या निर्मितीची आहे. सामाजिक विषमतेची झळ आणि धग जाणवलेल्या संवेदनाशील मनाची आहे. मार्क्सला अभिप्रेत असलेले कामगारवर्गाचे शोषण आणि आर्थिक घटकांचे निर्णायक महत्त्व बुद्धाच्या काळच्या समाजजीवनात नव्हते त्यामुळे त्याची शिकवण मुख्यत्वे सांस्कृतिक स्वरूपाची होती. डॉ. आंबेडकर धर्मांतरानंतर अधिक काळ जगले असते तर त्यांनी रिपब्लिकन पक्ष (राजकीय साधन) व नवबौद्ध संघटन (सामाजिक साधन) यांचा मेळ घालण्याचा प्रयत्न केला असता. अस्पृश्यता निवारण्याचे एक साधन म्हणून त्यांनी बौद्ध धर्माचा स्वीकार केला. (१४ ऑक्टो. १९५६)

इस्लाम धर्मांतही समता तत्त्व आहे. पण त्या धर्माचा स्वीकार केला तर भारतातील सामाजिक समतोल जाईल असे त्यांना वाटले. ख्रिश्चन धर्माचा स्वीकार केला तर ब्रिटिशांची भारतावरील पकड अधिक बळकट होईल असे त्यांचे मत होते. बौद्ध धर्म तसा हिंदुस्थानभूमीतला देशाची संस्कृती, परंपरा याचाच तो एक भाग होता. त्यातील समानता, मानव मुक्तीचा आग्रह, मानवाच्या सुखाचा शोध आणि मातृभूमीची चौकट यांमुळे 'बौद्धधर्म स्वीकारून मी देशाचे जास्ती जास्त हित साधत आहे असे डॉ. आंबेडकर म्हणत. हिंदुधर्मातील कर्मकांड आणि उच्चनीचता या मानाने अस्पृश्यांना बौद्ध धर्मात खचित सामाजिक मोकळीक होती.

### ८.५. राज्य :

राज्याकडे डॉ. आंबेडकर एक सेवासुविधा निर्माण करून देणारे साधन म्हणून पाहत असत. गटांनी बांधलेल्या समाजातील स्वाभाविक संघर्ष सोडविण्यासाठी राज्यसंस्थेची गरज असते. त्यामुळे समाजात स्थैर्य आणणे हे राज्याचे प्राथमिक कार्य आहे. आणि त्यासाठी नागरिकांनी राज्याच्या कायद्याचे पालन केले पाहिजे. नैतिक पाया नसलेल्या आज्ञा पाळण्याचे बंधन अर्थात राज्यातील लोकांवर नाही. पण नागरिकांचा त्यासाठीचा मार्ग सनदशीर व घटनात्मकच हवा.

प्रत्येक नागरिकाला जीविताचा, स्वातंत्र्याचा व सुखाचा शोध घेण्याचा हक्क आहे. व्यक्ती आणि व्यक्तीचे हक्क याभोवती समाजाचे सामाजिक व राजकीय जीवन नैसर्गिक रीत्या विकसित होत असते. अशा हक्कांना मूलभूत हक्क म्हणून घटनेत स्थान हवे. आणि त्यांचे संरक्षण आणि संवर्धन करण्याची तरतूदही घटनेत असावयास हवी. कनिष्ठ व पददलित वर्गाला विशेष सुविधा निर्माण करून राज्याने सामाजिक लोकशाही स्थापन करण्याचे प्रयत्न करणे राज्याकडून अपेक्षित आहे. केवळ कायदा करून हे साध्य होणार नाही. राज्य हे धर्मनिरपेक्ष असावे. पण धर्म-उदासीन नसावे.

धर्म-स्वातंत्र्य हे भारतीय संस्कृतीचे वैशिष्ट्य असून तिच्या विकासाचे एक कारण आहे.

कायदा हा सर्व धर्मांना समान लेखील. सर्व नागरिकांना तो समान असेल. सर्व नागरिकांना तो समान हक्क मिळवून देईल आणि सर्व समाजगटांना समाज व राष्ट्रजीवनाच्या व्यापक चौकटीत मर्यादित करेल. इंग्रज न्यायवेत्ता डायसीची कायद्याचे अधिराज्य (The Rule of Law)ही संकल्पना डॉ. आंबेडकर यांना अभिप्रेत आहे. कायद्याचे राज्य, सर्वांना समान कायदा आणि रूढिपरंपरेचा कायद्याशी सांधा हे कायद्याच्या अधिराज्याशी निगडित असतात. विधिनियमांत लोकांची इच्छा व समाजाच्या संस्कृतीचे प्रतिबिंब दिसते. मात्र, सामाजिक व नैतिक सुधारणाकायद्याला लोकांच्या सदसद्‌विवेकबुद्धीचा आधार असेल तरच प्रभावी ठरतात. डॉ. आंबेडकर यांनी म्हणून दारूबंदीच्या कायद्याला विरोध दर्शविला होता. शैक्षणिक प्रगती व विकास याविषयी मात्र ते आग्रही होते.

डॉ. आंबेडकर यांचे विचार व्यवहार आणि आदर्शवाद यांची सातत्याने सांगड घालणारे होते. ते ब्रिटिश धार्जिणे नव्हते. उलट, या शासनाइतके महागडे शासन दुसरे नसेल असे त्यांचे मत होते. त्यांचा हेतू ब्रिटिश आर्थिक हितसंबंधाची जपवणूक होता. (१८५७) च्या उठावानंतर शासनाने स्वीकारलेली सुधारणांबाबतची तटस्थता यामुळे आमच्या समाजाचे व त्यातही अस्पृश्य समाजाचे नुकसान झाले असे डॉ. आंबेडकर यांचे मत होते.

अस्पृश्य व दलित वर्गाविषयी वाटणारी कळकळ आणि त्यांना सेवासुविधांच्या मूळ स्रोतात आणण्याचे प्रयत्न हे डॉ. आंबेकरांच्या जीवनाचे सार आहे. अस्पृश्यता निवारण्याचे कार्य सवर्णीयांनीही तितक्याच तळमळीने म. गांधीच्या नेतृत्वाखाली केले. या दोहोंचा परस्परपूरक सांधा जोडता आला असता तर डॉ. आंबेडकर यांना अपेक्षित असलेली सामाजिक लोकशाही केवळ संविधानाच्या तरतुदीमध्ये अडकून पडली नसती. कोणतेही रचनात्मक कार्य हे विग्रहाच्या घटकांवर भर देण्यापेक्षा समन्वयाच्या घटकांना व्यापक सूत्रात एकत्रित बांधून ठेवण्यात असते. आणि त्याचे पडसाद तळागाळापर्यंत पोहोचण्यासाठीचे अभियान समाजस्पर्शी असावे लागते. म. गांधी आणि त्यांच्या नेतृत्वाखालील राष्ट्रीय सभा व डॉ. आंबेडकर आणि त्यांच्या नेतृत्वाखालील दलित वर्ग यांच्यात दुरावा व गैरसमज नसता तर हे कदाचित शक्य झाले असते.

## ९. **महात्मा गांधी** (१८६९-१९४८)

मोहनदास करमचंद उर्फ महात्मा गांधी हे केवळ भारतीय राजकारणातील नव्हे तर जगाच्या इतिहासातील एक गूढ आणि अगम्य असे नेतृत्व आहे. औद्योगिक संस्कृती आणि प्रबोधनाची विचारधारा यातून निर्माण झालेली विचारचौकट मोडून एक आध्यात्मिक जीवनशैली राष्ट्राच्या व्यवहारासाठी निर्माण करणारे गांधीजींचे

नेतृत्व कदाचित पुढच्या जगाच्या रचनेची चाहूल असावे. भारतीय-राष्ट्रीय सभेचे (१९२०) ते (१९४८) या कालखंडात नेतृत्व करताना त्यांनी आपल्या चळवळीतून राष्ट्रीय जीवनाला एक वेगळा आयाम दिला. एकाच वेळी राष्ट्रीय आणि व्यक्तिगत जीवनाला तत्त्व व शैली देण्याचा त्यांचा प्रयोग केवळ अभूतपूर्व होता.

गांधीजींचा जन्म काठेवाड (गुजरात) भागात पोरबंदर येथे झाला. घरातील वातावरण धार्मिक होते. त्याचा प्रभाव गांधीजींच्या बालमनावर पडलेला दिसून येत असे. इंग्लंडमध्ये (१८९१) मध्ये बॅरिस्टर पदवी मिळवून त्यांनी मुंबई येथे वकिली सुरू केली. एका गुजराती अशिलाच्या कामासाठी ते दक्षिण आफ्रिकेत गेले. तेथील रंगभेदाचे वातावरण पाहिल्यावर त्यांनी भारतीय व कृष्णवर्णीयांच्या बाबत होणाऱ्या अन्यायाविरुद्ध लोकांना संघटित केले. अहिंसक निषेधाची नवी कल्पना त्यांनी यावेळी प्रयोगासाठी वापरली.

भारतात आल्यानंतर (१९१४) त्यांनी येथील राजकीय व सामाजिक जीवनाची जाणीव दृढ होण्यासाठी आपले राजकीय गुरू ना. गोखले यांच्या 'कान उघडे ठेव आणि तोंड बंद ठेव' या सल्ल्यानुसार सर्व देशभर प्रवास केला. चंपारण्यातील (बिहार) युरोपीय मळेवाल्यांकडून होणाऱ्या अन्यायाविरुद्ध त्यांनी प्रथम आवाज उठविला. ब्रिटिश राजवटीवर विश्वास आणि स्थानिक मळेवाल्यांनी चालविलेले शोषण यांतील विसंगती या लढ्यातून स्पष्ट झाली. जिल्हाबंदीचा हुकूम मोडताना कायद्याची बूज राखत गांधीजी म्हणाले, 'I disregard the order served upon me not for want of respect for lawful authority, but in obedience to the higher law of our being, the voice of conscience' हे प्रतिपादन काहीसे नवीनच होते. आतल्या आवाजाच्या मार्गदर्शनाखाली काम करणारे.

द. आफ्रिकेत वर्णभेदाविरुद्ध वापरलेले सविनय सत्याग्रहाचे तंत्र म. गांधींनी भारतीय स्वातंत्र्यलढ्यात असहकार (१९२०-२१), कायदेभंग (१९३०) अशा चळवळींत सामूहिक सहभागाच्या रूपाने राजकीय हत्यार म्हणून वापरून ते अधिकाधिक कार्यक्षम केले. वैयक्तिक स्वरूपात उपोषण, सत्याग्रह यांची पण त्याला जोड दिली आणि फार मोठ्या प्रमाणावर जनजागृती केली. 'Gandhiji made the struggle of independence a mass movement.' स्वातंत्र्यलढा हे एक अभियान बनले. टॉलस्टॉय, रस्किन, थोरो यांच्या विचारांचा प्रभाव आणि बालपणीचे धार्मिक संस्कार यांतून सर्व कार्यक्रमांना एक आध्यात्मिक अधिष्ठान प्राप्त झाले. धार्मिक परिभाषेने जनमानसात ते विचार सुलभतेने रुजू शकले आणि जणू एक नवे युग-गांधीयुग निर्माण झाले. गांधीजी एकाच वेळी द्रष्टे, तत्त्वज्ञ आणि मार्गदर्शक बनले. ('There could be few men in all history who by their personal character and examples have so deeply influened the thought of their generation' - Lord Halifox.) सत्य आणि अहिंसा हे त्यांचे तत्वज्ञान होते. सत्याग्रह हे साधन होते आणि विकेंद्रित व स्वयंपूर्ण असा सर्वोदयी समाज (आदर्श रामराज्य) त्यांचे ध्येय होते. आपला विपुल पत्रव्यवहार आणि 'Young India' व 'हरिजन' या पत्रांतून त्याचे सतत लेखन व विवेचन केले. अर्थात, त्यामुळे गांधीवाद ही एक बांधेसूद रचना बनली नाही तर जीवन जगण्याची एक शैली बनली. एक गतिमान प्रेरणा बनली.

दुसऱ्या महायुद्धानंतर वेगाने घडणाऱ्या घटनांनी भारतीय राज्यघटनेची घडण गांधीविचारांशी सुसंगत राहिली नाही. तथापि, घटनेमधील मार्गदर्शक तत्त्वांमधून गांधीविचारांचा प्रभाव जाणवतो. ३० जानेवारी १९४८ रोजी त्यांच्या विचारांशी असहमत असलेल्या शक्तींनी त्यांच्या विचारांशी पूर्णत: विसंगत अशा पद्धतीने त्यांची गोळ्या घालून हत्या केली. तो गांधींचा अंत होता पण गांधीवादाचा नव्हे.

## ९.१. सत्य आणि अहिंसा

गांधीजीचे जीवनविषयक तत्त्वज्ञान सत्य आणि अहिंसा या तत्त्वांवर आधारलेले आहे. 'सत्य हे मानवी जीवनातील सर्वोच्च तत्त्व आहे. परमेश्वराचे वास्तव- खरे रूप आहे. व्यक्ती आणि परिस्थितीनुसार सत्याचे होणारे आकलन हे सापेक्ष सत्य आहे. ते खोटे नाही पण मर्यादित अर्थाने खरे म्हणून अपुरे आहे. सापेक्ष सत्य व्यावहारिक असले तरी त्याची मर्यादा कळली की त्यामधून निरपेक्ष सत्याकडे जाता येते. सापेक्ष सत्यात गुंतणे आणि त्याचे समर्थन करणे ही केवळ तत्त्वशून्य, संधीसाधू वर्तणूक ठरेल.

निरपेक्ष सत्य हे अंतिम, शाश्वत व परिपूर्ण असते. त्याचा शोध म्हणजे परमेश्वराचा शोध होय. किंबहुना निरपेक्ष सत्य म्हणजेच परमेश्वर. जे आहे आणि असावयास हवे त्याचे प्रकट रूप म्हणजे निरपेक्ष- ज्याच्या असण्याला कोणतीही अपेक्षा नसते असे सत्य. त्याचे असणे गरजेवर अवलंबून नाही. तर ते असण्याच्या आपल्या श्रद्धेवर अवलंबून आहे. शुद्ध व पवित्र अंत:करणासच त्याचा साक्षात्कार होऊ शकतो. तो सिद्ध करण्याची आवश्यकता नाही तर जाणून घेण्यापेक्षा 'अनुभूती' घेण्याचा तो आतला आवाज (conscience) आहे. त्याग, सर्वभूती प्रेम, आत्मक्लेशांतून आत्मशुद्धी, मतपरिवर्तन या निरपेक्ष सत्याकडे जाण्याच्या वाटा आहेत.

अहिंसा अशा सत्याचा मूलभूत घटक आहे. सत्य आणि अहिंसा या दोन्ही एकमेकांना पूरक आहेत. अहिंसक मार्गाने संघर्ष चालू असता तो केवळ दोन गटांतील संघर्ष रहात नाही, तर आपण ज्या कार्यासाठी संघर्ष करीत आहोत त्याचे निरपेक्ष स्वरूप समजून घेण्याचा दोन्ही गटांचा आंतरिक संघर्षही असतो. निरपेक्ष सत्य हे शिव (चांगले योग्य) आणि सुंदर (आनंद-आकर्षण युक्त) - हिंसा म्हणजे

केवळ शारीरिक इजा क्लेश नाही तर मानसिक इजा-क्लेश म्हणजेसुद्धा हिंसाच ठरते. गांधीजींची अहिंसा निषेधात्मक, विधायक आणि निरपेक्ष स्वरूपाची होती.

निषेधात्मक म्हणजे अभावात्मक (negative). आपल्या कृतीने, शब्दाने वा विचाराने आपण दुसऱ्यास दुःख देता कामा नये. स्वार्थ, तिरस्कार, अहंकार इ. कारणांनी आपण जर इतरांच्या दुःखाचे कारण होत असू तर तीही एक प्रकारे हिंसाच ठरते. म्हणून अशा वागण्याला विरोध केला पाहिजे. विधायक (Positive) अहिंसा म्हणजे आपण स्वतः उपक्रमशील राहून, आत्मक्लेश सहन करून दुसऱ्याच्या सुखासाठी झटणे. लहान मुले, स्त्रिया, दुर्बल, दलित व्यक्ती / समाजावर अन्याय (हिंसा) होत असेल तर त्यांच्या बाजूने उभे राहून त्या अन्यायाचा प्रतिकार आत्मक्लेश करून व त्यांचे मतपरिवर्तन करून करणे हे विधायक अहिंसेचे रूप आहे. निरपेक्ष अहिंसा म्हणजे नैतिक व आत्मिक प्रेरणेने आपले वर्तन-विचार व कृती त्यात सुसंगती राखणे.

अहिंसा ही नम्रतेची, पारदर्शक प्रामाणिकपणाची पराकाष्ठा आहे. आणि अंतिमतः सत्यरूपच आहे. अपुरी माहिती, अज्ञान व परिस्थितीमुळे सत्याचे स्वरूप व्यक्तिनिष्ठ वाटले तरी आपल्याला प्रामाणिकपणे जाणवलेल्या सत्याच्या दिशेने वागणे हे आपले कर्तव्यच ठरते. आणि त्याचवेळी आत्मशोध करून ते वागणे खऱ्या सत्याच्या दिशेने असेल असा आत्मबोध होणे. दुसऱ्याचे मत समजून घेणे व आपले मत ऋजुतेने त्याला पटवून देणे म्हणजे अहिंसेचे वर्तन होय. "जेथे जेथे विसंवाद दृष्टीस पडेल, जेथे जेथे विरोध उत्पन्न होईल तेथे तेथे त्याला प्रेमाने जिंकले पाहिजे.''

अर्थात, अहिंसा ही शूराची वृत्ती आहे. दुर्बलाची सोय नव्हे. अगतिकपणा, भित्रेपणा किंवा व्यूहरचना म्हणून स्वीकारलेले तत्त्व नाही. शारीरिक किंवा संघटनात्मक शक्ती किंवा शक्यता असतानाही जो अहिंसक मार्गाने जाण्याचा आग्रह धरतो तो खरा शूर असतो. ती एक आत्मशक्ती आहे. म्हणून सामर्थ्यशाली आहे. भित्रा मनुष्य अहिंसक होऊ शकत नाही. किंबहुना अहिंसा हे शौर्याचे पूर्णरूप आहे. सत्यासाठी केलेला संग्राम आहे. अहिंसा हे मानवी समाज-जीवनाचे सनातन मूल्य आहे आणि आपला सामाजिक व्यवहार त्यावरील निष्ठेमधून झाला पाहिजे. खरी अहिंसा आपल्या शत्रूवरही प्रेम करण्यास शिकविते. भित्रेपणा आणि हिंसा यांतून एकाची निवड करायची झाली तर मी हिंसेची निवड करीन असे गांधीजी म्हणत.

धर्मप्रवर्तकांनीही अहिंसेचा स्वीकार केलेला आहे. सत्य प्रेम, प्राणिमात्रांबद्दल कणव अशा नैतिक तत्त्वांचा धर्मसंस्थापकांनी आग्रह धरलेला आहे. पण तो मुख्यत्वे वैयक्तिक जीवनात, महात्मा गांधींनी या तत्त्वाचा समाजजीवनाशी, राष्ट्रीय स्वातंत्र्याच्या लढ्याशी सांधा जोडला. बाह्य आक्रमण, स्वातंत्र्याचा लढा व अंतर्गत अराजक या

प्रसंगीही अहिंसक मार्गाने प्रभावी प्रतिकार करता येईल हे गांधींच्या शिकवणुकीचे वैशिष्ट्य आहे. आणि सत्याग्रह हा गांधींनी स्वातंत्र्यलढ्याला दिलेला कृती आराखडा आहे.

## ९.२. सत्याग्रह

अंतिम निरपेक्ष सत्याचा आग्रह म्हणजे सत्याग्रह. अहिंसेच्या मार्गानेच मानव-समाज तिथपर्यंत पोहोचू शकेल. समाजातील दुर्बल घटकांनाही तो संघटितपणे सामर्थ्य देऊ शकेल आणि त्याचे अधिष्ठान नैतिक बल हेच असेल. सत्याग्रही ही वैयक्तिक व्यक्ती असली तरी त्याची व्याप्ती त्या व्यक्तीच्या सामाजिक व राजकीय व आर्थिक जीवनाशी निगडित आहे. जिथे जिथे अन्याय असेल तेथे त्याविरुद्ध लढण्याचे साधन म्हणून सत्याग्रहाचा मार्ग स्वीकारता येतो हे गांधीजींनी आपल्या आफ्रिकेतील आणि भारतीय स्वातंत्र्ययुद्धातील विविध चळवळींतून दाखवून दिलेले आहे.

मात्र सत्याग्रह आणि सविनय नि:शस्त्र प्रतिकार या कल्पना एक नाहीत. दोन्ही अहिंसक असल्या तरी सत्याग्रहात 'अहिंसा' हे तत्त्व म्हणून स्वीकारलेले आहे. सविनय प्रतिकारांतील प्रतिपक्षाचा प्रतिकार ही भावना त्यात नाही. प्रतिकाराला हिंसेचे वावडे नाही. त्यातील अहिंसेचा आधार एक सोय म्हणून घेतलेला असतो. सत्याग्रहात जिंकणे हरणे असे काही नसून प्रतिपक्षाचे हृदयपरिवर्तन घडवून आणणे हे ध्येय असते. प्रतिकाराच्या कल्पनेत असलेला क्रियात्मक संघर्ष सत्याग्रहात नाही. तो सर्वार्थाने सविनय आहे. न पटणाऱ्या कायद्याचा मान ठेवून तो मोडताना त्यानुसार असलेली शिक्षा भोगण्याची सत्याग्रहीची मानसिकता असते.

तुरुंगातून पळून जाण्यापेक्षा अथेन्सच्या त्याला मान्य नसलेल्या, कायद्याने दिलेली शिक्षा सॉक्रेटिसने सत्याग्रही वृत्तीने स्वीकारली व विषाचा पेला पिऊन टाकला. चळवळींनी हिंसक वळण घेण्याचा धोका निर्माण होतो. गांधीजींनी याच सत्याग्रही वृत्तीने त्या विनाअट मागे घेतलेल्या आहेत.

गांधीजीनी सत्याग्रहाच्या मार्गाने व्यक्तीला सामूहिक लढ्यासाठी तयार केले. त्यात वर्गभावना वा वर्गसंघर्षाला आवाहन नव्हते. विरोधकांविषयी सहानुभूतीच होती आणि त्याने चुकीच्या मार्गावरून परत फिरावे म्हणून स्वत: आत्मक्लेश घेण्याची सत्याग्रहीची वृत्ती होती. सत्याग्रहीचे आवाहन मानवी व नैतिक होते. प्रत्यक्ष कृती-आधी चर्चा, मागण्या त्यांची स्पष्टता आणि वाटाघाटींसाठी सदैव तत्परता हे सत्याग्रहीचे वैशिष्ट्य आहे. कोणत्याही टप्प्यावर आपली चूक कबूल करण्याची त्याची तयारी असते. प्रतिपक्षाच्या अडचणीचा फायदा घ्यायचा नाही. त्याच्यावर मतपरिवर्तनाची सक्ती करावयाची नाही. तपशिलांत देवाण-घेवाण पण तत्त्वाबाबत तडजोड नाही ही सत्याग्रहीची पद्धत. प्रेम आणि आत्मक्लेश, निर्भयता आणि आत्मशुद्धी, तत्त्वनिष्ठा आणि त्याग, आणि आपल्या मार्गावर असलेली श्रद्धा व त्यातून आलेला निर्धार ही

सत्याग्रहीची वैशिष्ट्ये आहेत. प्रेमाने द्वेषाला, नम्रतेने रागाला, त्यागाने स्वार्थाला जिंकणे म्हणजेच क्रियाशील अहिंसा होय. व्यक्तीला नैतिकता आणि समाजजीवनाला आध्यात्मिकता आधार म्हणून सत्याग्रहातून मिळतो. सत्याग्रहीत त्यामुळे संख्येपेक्षा सत्याग्रहीची मानसिकता, सत्याग्रहाचा हेतू, त्याची ध्येयनिष्ठा, त्याची नैतिकता आणि आत्मसमर्पणाची तयारी यांचे बळ अधिक व अधिक प्रभावी ठरते. ख्रिस्ताचे आत्मबलिदान म्हणून अमर ठरले.

परिस्थिती व प्रसंग यानुसार सत्याग्रह विविध पद्धतींनी करता येतो. ब्रिटिश साम्राज्याशी लढा देताना गांधीजींनी हे तंत्र अधिक प्रभावी केलेले दिसून येते. असहकाराची चळवळ (Non-cooperation movement 1921-22), सविनय कायदेभंग चळवळ (Civil Disobedience ) आणि चलेजाव भारत छोडो चळवळ (Quit India Movement 1942 Aug.8) हे सत्याग्रहाचे तीन वेगवेगळे आविष्कार होते. शासनाला मिळणारी शक्ती ही शासितांच्या संमतीनेच मिळते. प्रजेने सत्तेला सहकार्य करण्याचे सोडून दिले तर निरंकुश सत्ताही डळमळीत होईल. शासनाबरोबर असहकार करताना लोकांनी आपणास शासनाने दिलेल्या मान व पदव्या (रावसाहेब इ.) आणि पदे परत केली. शासकीय कार्यक्रमांना, परकीय अधिकाऱ्यांच्या सन्मान-समारंभांना किंवा दरबारी समारंभांना गैरहजेरी; शासकीय व अनुदानित शाळांतून नाव काढून घेणे; न्यायालये कामकाजावर बहिष्कार; सैनिकी सेवेसाठी आणि मेसोपोटेमिया येथील कामात असहकार, निवडणुकींवर बहिष्कार अशा मार्गांनी शासकीय कार्यात असहकार केला असता शासनाला आपले कार्य करणेही अशक्य आहे. यात लोकांची क्षमता वाढते आणि शासनाची हतबलता दिसून येते. अर्थात, हा असहकार अभावात्मक नाही. तर त्याला रचनात्मक बाजूही आहे शाळेतून नाव काढताना नवीन राष्ट्रीय शाळा स्थापन करण्यात आल्या. लोकांनी आपले तंटे खासगी सामाजिक जाणिवेच्या कायदेशीर मदतीने सोडविण्यास सुरुवात केली. स्वदेशीचा पुरस्कार करताना हातकताई आणि चरखा यांतून ग्रामोद्योगांना चालना मिळाली. गुजरात विद्यापीठ, अलीगड विद्यापीठ यांसारख्या राष्ट्रीय विद्यापीठांची स्थापना झाली. मात्र चौरीचोरा (गोरखपूर, उत्तर प्रदेश) येथील हिंसक प्रकार आणि पोलिस-निरीक्षकाचा मृत्यू गांधीजींच्या अहिंसक तत्त्वात बसणारा नव्हता आणि गांधीजींनी असहकार चळवळ मागे घेतली. (फ्रेबु. १९२२). प्रांतिक निवडणुकांवरील बहिष्काराने नेमस्त राजकारणानेही डोके वर केले.

सविनय कायदेभंग (१९३०) ही असहकारापेक्षा पुढची स्थिती आहे गांधीजी म्हणाले, 'We prepare ourselves by withrawing all association from the British Government and will prepare for civil disobedience including not payment of taxes.' कर भरण्यास विरोध हे राज्याच्या सार्वभौम अधिकाराला आव्हान होते. वेगवेगळ्या ठिकाणी शासनाचे कायदे मोडण्यासाठी, ते अन्याय्य आहेत म्हणून अनैतिक आहेत अशा भावनेने हा सत्याग्रह करण्यात आला. गांधीजींनी मिठावरील कराला विरोध करण्यासाठी दांडी (गुजरात) येथे सत्याग्रह केला आणि त्यासाठी साबरमती आश्रम (अहमदाबाद-गुजरात) येथून पदयात्रा केली. १२ मार्च, १९३०. कायदा अन्यायी म्हणून मोडत असताना त्यांनी दिलेली शिक्षा भोगायची हा सत्याग्रहींचा मार्ग होता. त्यामुळे मोठ्या प्रमाणावर जनमत जागृत झाले पदयात्रेमधील प्रबोधनाने स्वातंत्र्यलढ्यासाठी आवश्यक असलेले सामाजिकीकरण होऊन स्वातंत्र्य चळवळीचे स्वातंत्र्याच्या अभियानात आंदोलनात रूपांतर झाले. गांधी-आयर्विन कराराने कायदेभंगाची चळवळ थांबविण्यात आली (१९३१). दोन्ही चळवळींतील, अभियानांतील शासनकर्त्यांचा अनुभव लक्षात घेऊन (फसलेल्या गोलमेज परिषदा) गांधीजींनी ८ ऑगस्ट १९४२ रोजी 'चले जाव' (Quit India) अशी शासनाला हाक दिली. तथापि, ९ ऑगस्टच्या पहाटेच गांधींजी व इतर ज्येष्ठ नेत्यांना अटक झाल्याने ही चळवळ काहींशी निर्नायकी व शांततेचा मार्ग सोडणारी झाली.

चळवळी सुरुवात करताना गांधीजी अनेकदा त्याला धार्मिक संदर्भ देत. मध्यमवर्गीय आणि गरीब अशिक्षित जनतेवर त्याचा मोठा प्रभाव पडे. रौलेट कायद्याला विरोध करताना समुद्रकिनारी वा नदीकिनारी स्नान करून, उपवास करून हरताळ हे आत्मशुद्धीचे साधन म्हणून वापरावे असे आवाहन केले. असहकार चळवळ मागे घेतानाही गांधीजींनी आत्मशुद्धी व आत्मपरीक्षण म्हणून तीन दिवस उपोषण केले. पारंपरिक तंत्राचा आधुनिक कार्यासाठी उपयोग करण्याची गांधीजींची कृती त्याला समाजमान्यता मिळण्यासाठी उपयोगी पडली. अंतर्गत विरोधाने हरताळ करण्याची गांधींची कृती ऐच्छिक होती. वारंवार वापरण्याचा मार्ग नव्हता आणि हिंसात्मक तर नव्हताच. तीच गोष्ट उपोषणाची. न्यायप्रिय व्यक्तीच उपोषण करू शकते असे त्यांचे मत होते. संप आणि हरताळ यांनी वर्गविग्रहाची भावना बळावता कामा नये याकडे त्यांचा कटाक्ष असे. आपल्या प्रदेशात स्वभिमानाने जगणे अशक्य झाले तर प्रतिकार न करता तो प्रदेश सोडून दुसरीकडे जाणे उदा. जुनागढ सत्याग्रह. तसेच व्यक्तीला चुकीच्या मार्गावरून परावृत्त करण्यासाठी त्यावर सक्ती न करता निदर्शने-निरोधन करण्याचा मार्गही काँग्रेस कार्यकर्त्यांनी गांधीजींच्या नेतृत्वाखाली वापरलेला आहे. उदा. दारूबंदीसाठी दारूच्या दुकानावर निदर्शने, सत्याग्रह हे मूलत: नैतिक साधन आहे. आत्मक्लेश आणि मतपरिवर्तन यावर त्याचा भर आहे. हिंसेने मिळालेला विजय ही खरी पराभवाची सुरुवात असते असे गांधीजी मानीत. 'Satyagraha is a vindication of truth by bearing witness to it through self-suffering or love. The satyagrahi establishes spiritual identity with the opponent and awakens in him a feeling that, he cannot hurt him without hurting himself.'

सत्याग्रहाचा संदर्भ, आशय व कृती लक्षात घेता गांधीजींनी या मार्गाने राजकारणाचे आध्यात्मीकरण केलेले दिसते. मानवी जीवनाचे अंतिम ध्येय ईश्वरप्राप्ती असून त्या अनुषंगाने मानवाने कार्य केले पाहिजे. आजच्या युगात राजकारण समाजकारणापेक्षा वेगळे करता येत नाही म्हणून राजकारण हे धार्मिक कार्यासारखे शुद्ध भावनेने व पवित्र भावनेने केले पाहिजे. अशा रीतीने राजकारणाचे उदात्तीकरण गांधीजींनी केले. आधिभौतिक जीवनाची हानी होईल असे कोणतेही कृत्य खरा धर्म सांगत नाही म्हणून धर्मावर आधारलेले राजकारण गांधीजींना मान्य नव्हते. त्यांनी हिंदू धर्माची प्रतीके व रिवाज वापरले ते व्यवहार म्हणून, सामान्य जनांपर्यंत सहजतेने पोहोचावे म्हणून. मात्र त्यांचा खरा धर्म मानवधर्म होता. सर्व धर्मांवर समभाव ठेवणारा होता. धर्म हा जगावा लागतो.

सर्व धर्म सारखे असून ईश्वराकडे जाण्याचे वेगवेगळे मार्ग आहेत; त्यामुळे धर्मांतर कल्पना गांधीजींना मान्य नव्हती. ईश्वर ही एक अनुभूती असून ती जाणवून घेण्याची गोष्ट आहे. राजकीय व सामाजिक जीवनात गोंधळलेल्या मनाला ईश्वरच मार्गदर्शन करू शकतो. असा 'आतला आवाज' पवित्र व श्रद्धायुक्त मनालाच ऐकू येतो. चंपारण्य, खेडा असहकार, कायदेभंग या सर्व सत्याग्रही चळवळी म्हणूनच नैतिक व आध्यात्मिक सत्याग्रही चळवळी बनल्या. जे नैतिक दृष्ट्या योग्य असते तेच राजकारणाच्या दृष्टीने योग्य ठरते. What is morally wrong cannot be politically right. खिलाफत चळवळीला त्यांनी दिलेला पाठिंबा म्हणून केवळ राजकीय नव्हता. तर संमिश्र भारतीय जीवनपद्धतीशी सुसंगत होता.

या आध्यात्मिक भूमिकेमुळे गांधींजीच्या चळवळीत साधनशुचितेचा विचार केलेला आढळतो. सत्याच्या मार्गाचा, अहिंसेच्या तत्त्वाचा तो एक भाग बनतो. एखादी चळवळ भौतिक हेतूसाठी करत असताना भौतिक ध्येयप्राप्ती हे त्याचे उद्दिष्ट असल्याने ते कोणत्याही साधनाने मिळवणे आणि ध्येयप्राप्ती होत असेल तर त्यातच साधनाचे समर्थन होते असे मानणे स्वाभाविक आहे. मात्र गांधींच्या राजकारण आणि समाजकारणाचा पायाच नैतिक असल्याने साध्याइतके साधनालाही महत्त्व प्राप्त झाले. साधन चांगले शुद्ध असेल तर साध्यही आपोआप शुद्धच राहील. साम्यवादी विचारांत हिंसेचे समर्थन केलेले दिसते ते गांधीजींच्या अहिंसक सत्याग्रहात म्हणून दिसत नाही. शस्त्रक्रियेची साधने जर निर्जंतुक नसली तर शस्त्रक्रियेनंतर रोगी बरा होण्याची शक्यताच नाही. साध्य व साधनांचा संबंध बीज-वृक्ष संबंधांसारखा असतो. बीज शुद्ध असेल तरच झाड चांगले होईल. आपले राजकीय गुरू ना. गोखल्यांप्रमाणे

राजकारणात नैतिक मूल्यांना अधिष्ठान आहे, असे गांधीजींना आवश्यक वाटत होते. "मला माझ्या शत्रू व मित्र दोहोंबरोबर शांततेने राहावयाचे आहे" भगवद्‌गीता. भांडवलदार मालकाचे मतपरिवर्तन घडविण्यासाठी संप करावा तोही तडजोडीचे सर्व मार्ग संपल्यावर. वर्गविग्रही लढ्याचे साधन म्हणून संप ही साम्यवादी भूमिका गांधीजींना मान्य नव्हती.

## ९.३. अराज्यवाद (Anarchy)

अराज्यवाद म्हणजे राज्याच्या अस्तित्वाला विरोध करणारी विचारप्रणाली. राज्यसंस्था हिंसेचे प्रतीक, शोषणाचे साधन आणि व्यक्तिस्वातंत्र्याचा संकोच करणारी संस्था असून पूर्णत: अनैसर्गिक संस्था आहे. असे राज्य नष्ट करून राज्यविरहित समाज निर्माण केला पाहिजे. मानव हा मूलत: चांगल्या प्रवृत्तीचा असल्याने तो स्वत: समविचारी व्यक्ती, संघ/संस्था यांच्या मदतीने चांगले जीवन जगू शकतो. मार्क्सच्या मतानेही राज्य हे शक्तीचे, पिळवणुकीचे साधन असल्याने वर्गलढ्यात ते नष्ट होईल आणि वर्गविरहित म्हणून राज्यविरहित समाज निर्माण होईल असे वर्तविले आहे. 'सुसंस्कृत समाजाच्या विविध गरजांची पूर्तता करण्यासाठी उत्पादन व उपभोग यांसाठी स्थापन करण्यात आलेल्या प्रादेशिक आणि व्यावसायिक संघटनांच्या मुक्त कराराच्या साहाय्याने चालणारा समाज म्हणजे अराज्यवादी समाज होय' (क्रोपोट्किन). असा समाज नागरी समाज (Civil society) बनतो. सामाजिक गरजा पूर्ण करण्यासाठी स्वेच्छेने आणि जाणिवेने समाज वेगवेगळ्या सेवा-सुविधांची निर्मिती व वाटप करतो. प्रत्येक पातळीवर सामाजिक संघटना (Community Based Organization (CBO) जाळे असून त्यांचे संघटन ग्रामपातळीपासून चढत्या क्रमाने राष्ट्र व विश्वराज्य असते. राजकीय संघटना ही राजकीय न राहता एक सामाजिक संघटना बनते. (State becomes a social institution.)

महात्मा गांधींनाही असा 'अहिंसक समाज' अभिप्रेत होता. दंडसत्तेच्या आधारे चालणारे सत्तेचे केंद्रीकरण त्यांना मान्य नव्हते. त्यांचा विरोध केवळ भांडवलशाहीचा प्रभाव असलेल्या राज्यसत्तेला नव्हता. तर मूलत: 'राज्य' कल्पनेलाच होता. 'ज्या समाजात लोक अहिंसेच्या तत्त्वाच्या आधारावर आपले जीवन आखतात त्यांना व्यक्तिश: पूर्ण स्वराज्य प्राप्त होते. अशा लोकांत स्वयंशासनाची क्षमता असते. सामाजिक जबाबदारीची जाणीव असते. त्यामुळे त्यांना सामाजिक वर्तनाचे नियंत्रण करण्यासाठी बाह्य नियंत्रणाची गरज नसते.' गांधीजी व्यक्तिवादी असले तरी पाश्चात्त्य व्यक्तिकेंद्री स्वतंत्र व्यक्तिवाद (Atomistic individualism) त्यांना मान्य नव्हता. व्यक्तिस्वातंत्र्य व सामाजिक निर्बंध यांत समन्वय घातला गेला पाहिजे; पण तो राज्याच्या दंडशक्तीने नव्हे तर व्यक्तीने समाजात आत्ममुक्ती शोधून त्यासाठी हक्कांपेक्षा

कर्तव्यांवर भर दिला पाहिजे असे गांधीजी मानीत.

गांधीजींचे आदर्श राज्य 'रामराज्य' या कल्पनेने प्रसिद्ध आहे. (आणि हा शब्दप्रयोग, ही कल्पना लोकांना सहज समजावी म्हणून समाजाच्या 'ओळखीच्या' कल्पनेनुरूप केलेली आहे). या व्यवस्थेत राज्य असेल पण त्याच्याकडे अमर्याद सत्ता नसेल. कमीत कमी शासन करते ते राज्य चांगले (That government is best which governs the least). न्याय, सत्यप्रियता आणि आज्ञापालन हे रामाचे विशेष आहेत. आर्यसंस्कृतीचा प्रचार करताना शत्रूवरही तो प्रेम करत आहे व आदर राखीत असे. 'रामराज्य' हे हिंसेवर आधारलेल्या सध्याच्या राज्याऐवजी अहिंसेवर आधारलेले असेल. त्याचे कार्यक्षेत्र मर्यादित असेल. जी कार्ये व्यक्ती करू शकते ती कार्ये व्यक्तीकडेच असण्यात केवळ व्यक्तिस्वातंत्र्य राहते असे नाही तर व्यक्तिविकासाची संधी उपलब्ध होते. अशा राज्यांत अधिकाधिक विकेंद्रीकरण असेल. ते राजकीय व आर्थिकही असेल. भारत हा सातशे हजार खेड्यांत पसरलेला देश आहे आणि त्यांचा कारभार करण्यासाठी ग्रामपंचायत सक्षम केली पाहिजे. कायदा, कार्यकारी, न्याय अशी सर्व सत्ता ग्रामपंचायतीकडे असावी. आर्थिक दृष्ट्याही खेडे स्वयंपूर्ण असावे म्हणून गांधीजींनी ग्रामोद्योग व कुटीरोद्योगांना चालना देण्यासाठी कार्यक्रम आखले. खेडी स्वयंपूर्ण झाली. खेड्यातच लोकांना रोजगार मिळाला तर जीवन खऱ्या अर्थाने समाधानी व समृद्ध होईल असे त्यांचे मत होईल. औद्योगिक क्रांतीला त्यांचा विरोध नव्हता; पण उद्योगाचे केंद्रीकरण आणि माणसाला लहान करणारे यंत्रोत्पादन त्यांना नको होते. अशा समाजात वर्णव्यवस्था होती. पण ती आजच्या जातिव्यवस्थेपेक्षा भिन्न होती. पिढीजात व्यवसायामुळे व्यवसायाचे शिक्षण मिळेल त्याचबरोबर व्यावसायिक स्पर्धा न राहिल्याने व्यक्तीला आर्थिक सुरक्षितताही लाभेल. सारेच व्यवसाय सामाजिक दृष्ट्या उपयुक्त असल्याने त्यांत उच्चनीचता राहणार नाही. त्याचबरोबर श्रमप्रतिष्ठेला महत्त्व असल्याने समाजात श्रेष्ठकनिष्ठता राहणार नाही. समाजातील आर्थिक विषमता शोषण व संघर्षाला जन्म देते; म्हणून श्रीमंतांनी आपणास मिळालेली संपत्ती केवळ आपल्या श्रमाचे फळ नसून आपल्या गरजेपुरती संपत्ती ठेवून बाकीची संपत्ती ही सर्व श्रमिकांची ठेव म्हणून विश्वस्त म्हणून पाहावी. अशी विश्वस्त कल्पना (Trusteeship). त्याच पद्धतीने श्रीमंत राष्ट्रांनी गरीब राष्ट्रांच्या विकासासाठी आपल्या संपत्तीचा विनियोग करावा.

अशा राज्यात निवडणुका असतील पण बहुमतापेक्षा सहमतीकडे अधिक प्रयत्न केले जातील. सर्व श्रमिकांना मताचा अधिकार असेल. लोकप्रतिनिधी हे खरे लोकसेवक असतील. शिक्षणही जीवनाभिमुख असेल. त्यात कौशल्य व श्रमप्रतिष्ठेला मान असेल, व्यक्तीला क्रियाशील बनविणारे असेल. प्राथमिक शिक्षण सार्वत्रिक व निःशुल्क

असेल आणि व्यक्तीचा विकास करणारे असेल - गांधीजींची नयी तालीम

ग्रीक तत्त्ववेत्ता प्लेटोनेही आदर्श राज्याची, तत्त्वनिष्ठ राज्यकर्त्यांच्या नियंत्रणाखालील राज्याची कल्पना पुढे मांडलेली होती. गांधीजींचे विचार आध्यात्मिक अधिष्ठानावर उभारलेले आहेत. प्लेटोचे विचार व्यावसायिक कौशल्यावर आधारलेले आहेत. जे लोक राजकारण आणि धर्म यांची फारकत करतात त्यांना खरा धर्म कळलाच नाही असे महात्मा गांधीचे मत होते. (There is no politics without religion. Politics bereft of religion are a death trap because they kill the soul.)

समाजाभिमुख पण साम्यवादापेक्षा वेगळी, व्यक्तिविकासकेंद्री पण व्यक्तिकेंद्रित नसलेली, औद्योगिक समाज स्वीकारणारी पण औद्योगिक क्रांतिपूर्व मूल्यांना जपणारी मानवतावादी विचारसरणी गांधीवादाने पुढे आणली.

## १.४. सर्वोदय (Sarvodaya)

सर्वोदय म्हणजे सर्वांचा उदय. सर्वांना सामावून घेणारा (Inclusive) आणि मुख्यत्वे आजपर्यंत समाजातील सेवा-सुविधांपासून वंचित राहिलेल्या समाजाला सामावून घेणारा विकास वा कल्याण. रस्किनच्या (Unto the Last) या ग्रंथाचे भाषांतर करताना गांधीजींनी ही कल्पना पुढे मांडली.

सर्वोदय म्हणजे सत्य, अहिंसा आणि साधनशुचित्व. या तत्त्वांच्या साहाय्याने नवीन समाजव्यवस्था निर्माण करणे (विनोबा भावे). सर्वांचे कल्याण साधणारी ही आदर्श समाजव्यवस्था आहे. सर्वव्यापी प्रेम हा या नव्या व्यवस्थेचा पाया आहे. कोणत्याही व्यक्ती वा गटाची त्यात पिळवणूक नसेल. स्वतःच्या श्रमाने निर्माण केलेल्या उत्पादनाचा उपभोग घेतला जाईल. गांधीजींच्या मताने अशी व्यवस्था निर्माण करण्यासाठी सर्वांचे जास्तीत जास्त कल्याण साधण्यासाठी प्रसंगी मरणही पत्करण्यास तयार होईल.

सर्वोदय ही गांधीप्रणीत समाजवादाची संकल्पना आहे. त्यात व्यक्तिविकास असला तरी ती व्यक्तिवादी नाही. त्यामध्ये समाजाच्या विकासावर भर आहे. अधिकांचे अधिक हित (Greatest good of the Greatest number) याऐवजी सर्वांचे अधिक हित (Greatest good of all) हा विचार त्यात प्रमुख आहे. हा बदल अहिंसक मार्गाने घडविला जाईल. गांधीजींना साम्यवादातील वर्गविग्रह, कामगारवर्गाची हुकूमशाही या कल्पना मान्य नव्हत्या. सर्वोदयात गरीब-श्रीमंत सर्व वर्गांचे कल्याण अपेक्षित आहे. श्रीमंत हे विश्वस्ताच्या भावनेने त्याच्या संपत्तीचा उपभोग घेतील. सर्वोदय ही भौतिक व्यवस्थेला नैतिक अधिष्ठान देणारी संकल्पना आहे.

सर्वोदय हा जनतेचा समाजवाद आहे (जयप्रकाश नारायण), त्यामध्ये स्वातंत्र्य, ग्रामराज्य, ग्रामपंचायत. प्रतिनिधिक निर्णय एकमताने आणि 'पाचामुखी परमेश्वर'

या नियमाने होतील. समाज शासनमुक्त असेल पण व्यवस्था शासनहीन असणार नाही. विनोबांनी ग्रामदान, भूदान अशा चळवळींनी सर्वोदयी समाजाला अहिंसक बदलाचा मार्ग दाखविला. सर्वादयी समाज ही एक नवीन मूल्यव्यवस्था आहे. त्याच्या यशासाठी नवा माणूस घडवावा लागेल. ती क्रांती ही केवळ भौतिक नाही तर मानसिक असावी लागेल.

भारतीय राजकारणात गांधीयुग (१९२०-४७) हा एक चमत्कार आहे. अभिजन वर्गातून प्रबोधनाच्या प्रेरणेने सुरू झालेली राष्ट्रीय चळवळ गांधीजींच्या नेतृत्वाखाली एक जनअभियान (Mass-movement) बनली. स्वातंत्र्य आणि स्वराज्य यांत भेद करून खऱ्या अर्थाने लोकचळवळ जनसहभागी व्हावी म्हणून त्यांनी अनेक रचनात्मक कार्यक्रम लोकांना दिले (खादी-ग्रामोद्योग). धर्म व राजकारणाची जोड घालताना त्यानी राजकारणाचे उदात्तीकरण केले. संमिश्र संस्कृतीच्या देशात त्यांनी हिंदु-मुस्लिम ऐक्याचे प्रयत्न केले. तसेच अस्पृश्यतानिवारण्यासारख्या कार्यक्रमांतून त्यांनी राष्ट्रीयत्वाला येणारा अडथळाही दूर केला. राष्ट्रवादातून आंतरराष्ट्रावादाकडे जाता येईल असा सर्वोदयी समाजरचनेचा प्रयोगही त्यांनी सुरू केला. औद्योगिक कालखंडातील व्यवस्थेला सरावलेल्या समाजाला त्यांनी ग्राम-स्वराज्याची दिशा दाखविण्याचा प्रयत्न केला. (भारतीय राज्यघटना मार्गदर्शक तत्त्व ४०)

त्यांचे सारे जीवनच एक प्रयोगशाळा होती. औद्योगिकीकरणाला त्यांचा विरोध नव्हता. समुचित तंत्रज्ञान (Appropriate Technology) ही पाश्चात्त्य विचारसरणी नव्या मूल्यव्यवस्थेची खूणच आहे. विकेंद्रीकरणाच्या मर्यादा ग्रामसबलीकरणांतून आजही दूर होत आहेत. (Empowerment of Community). विश्वस्त संकल्पना उद्योगांचे सामाजिक भान (Corporate Social Responsibility) मधून वेगळ्या आशयाने पुढे येत आहे. गांधीजी काळाच्या खूप आधी जन्मास आले म्हणून त्यांचे विचार आपणास स्वप्नरंजन वाटत असतील. गांधीवाद कदाचित भारताला पडलेले पहाटेचे स्वप्न असावे.

## १०. पंडित जवाहरलाल नेहरू (१८८९-१९६४)

नव्या विज्ञाननिष्ठ लोकशाही भारताचे शिल्पकार म्हणून ज्ञात असलेले पंडित जवाहरलाल नेहरू स्वातंत्र्यचळवळीच्या वातावरणात जन्मले, वाढले आणि स्वतंत्र भारताच्या जडणघडणीत त्यांनी नेतृत्व दिले. नेहरुंचा जन्म अलाहाबाद येथे १४ नोव्हेंबर (१८८९) रोजी झाला. घरचे वातावरण सुसंस्कृत आणि वडील मोतीलाल नेहरू नेमस्त गटाचे काँग्रेसचे नेते. नेहरुंचे उच्च शिक्षण इंग्लंडला हॅरो येथे झाले. पाश्चात्त्य उदारमतवाद व व्यक्तिस्वातंत्र्य, रशियन क्रांतीच्या प्रभावातून निर्माण झालेले

समाजवादी आकर्षण आणि भारतात (१९१६) सालच्या गांधीजींच्या भेटीचा परिणाम यातून एक पूर्व-पश्चिम संगम असलेले बहुपेडी व्यक्तिमत्त्व भारताच्या राजकारणात उदयास आले. राजकीय व सामाजिक चळवळींचा वारसा तर कौटुंबिक वारसाच होता. काँग्रेसचे अध्यक्षपद त्यांनी प्रथम (१९२९) साली भूषविले. त्यात संपूर्ण स्वातंत्र्याचा ठराव काँग्रेसचे संमत केला. (१९४६) च्या हंगामी शासनाचे ते प्रमुख होते आणि त्यानंतर भारताचे पहिले पंतप्रधान म्हणून शासनाचे नेतृत्व केले ते २७ मे १९६४ मध्ये त्यांचे निधन होईपर्यंत. नवभारताच्या निर्मितीत त्यांच्या विचार-धोरण आणि कृतीचा म्हणून ठसा उमटलेला दिसतो. गांधीजींच्या चळवळींत त्यांचा नेहमीच सहभाग असून त्यांना त्यात अनेकदा कारावास घडलेला आहे. त्याचा उपयोग त्यांनी वाचन आणि लेखन करण्यात केलेला होता. राजकारणाच्या धुमाळीत त्यांनी निर्माण केलेली ग्रंथरचना साहित्यिक मूल्य असलेली होती. गांधीजींचे ते राजकीय वारसदार होते आणि भारताला आंतरराष्ट्रीय राजकारणात महत्त्वाचे स्थान मिळवून देण्यात त्यांचा वाटा मोठा आहे. स्वतंत्र होत असताना झालेली फाळणी आणि त्यातून निर्माण झालेल्या राजकीय, सामाजिक आर्थिक तणावांवर मात करून त्यांनी आधुनिक भारताचे स्वप्न विविध कार्यक्रमांनी प्रत्यक्षात आणले.

### १०.१. लोकशाही समाजवाद (Democratic Socialism)

इंग्लंडमधील तरुण वयातील वास्तव्य, तेथील फेबियन समाजवादी विचारसरणीचा प्रभाव, इंग्लंडमधील उदारमतवादी लोकशाही व व्यक्तिस्वातंत्र आणि त्याचवेळी रशियन क्रांतीचे झालेले दर्शन यांमधून समाजवादाची ओढ आणि त्याला लोकशाही अधिष्ठान अशी बाह्यत: विसंगत वाटणारी विचारसरणी नेहरुंची विचारधारा बनली. अर्थात, तात्त्विक पद्धतीने एक सुसंगत प्रारूप तयार करण्यापेक्षा आपल्या मतातील कल्पनांना वास्तवात आणणाऱ्या संस्था आणि रचना यांना कार्यरत करण्याकडे त्यांचा कल असल्याने त्यांच्या समाजवादामध्ये समाजवादी (Socialist) आणि समाजवादी छटा (Socialistic) अशा दोन्ही रचनांची सरमिसळ झालेली दिसून येते. समाजवादी रचना ही अधिक शुद्ध-तत्त्वसुसंगत असते. समाजवादी छटांमध्ये तत्त्व व व्यवहारात वास्तववादी तडजोड असते. अर्थात, व्यवहार तत्त्वापासून फार दूर जाणार नाही याबाबत नियंत्रण व लक्षही असते.

राजकीय पक्ष हे लोकशाही समाजवाद अंमलात आणण्याचे साधन आहे आणि संसदीय रचना ही त्याची पद्धत आहे. इंग्लंडमधील वातावरणाचा प्रभाव व तेथील संसदीय पद्धतीचा अनुभव यामुळे नेहरूंनी संसदीय लोकशाहीला कौल दिला. अर्थात, संसदीय पद्धतीमधील बदलावर असलेला पक्षीय प्रभाव, व कार्यक्रमाच्या अंमलबजावणीमधील गतिरोध या मर्यादा लोकशाहीत आल्याच. त्यामुळे राजकीय

पक्षांनी जनकार्यात सहभागी होण्यासाठी व्यापक प्रमाणात पसरले पाहिजे. (Mass base) तरच परिवर्तनात जनसहभाग वाढेल व परिवर्तनाला जनाधार मिळेल असे त्यांचे मत होते. अर्थात, नेहरूंना पक्षबांधणीसाठी पुरेसा वेळ देता आला नाही. समाजातील हा बदल, परिवर्तन व्यक्तिस्वातंत्र्याला केंद्रबिंदू म्हणून अंमलात आणले पाहिजे यावर नेहरूंचा कटाक्ष होता. 'His creative spirit, creative energy and individual thinking are to be preserved in the thick process of material improvement.' मात्र नेहरूंचा व्यक्तिविकास व्यक्तिकेंद्री (egoistic) नव्हता. नैतिक, आध्यात्मिक व समाजाभिमुख (ethical, spiritual and other directed) होता.

नेहरुंचा समाजवाद भारतीय भूमीत रुजलेला होता. साम्यवादी पद्धतीमधील भौतिक सेवा सुविधांवर एकांगी भर देणारा नव्हता. त्याचवेळी व्यक्तिस्वातंत्र्याचा बळी घेणारा मार्गही त्यांना मंजूर नव्हता. नियोजनबद्ध अर्थव्यवस्थाविकास (Planned economic development), नियोजनमंडळाचे नियंत्रण (Planning commission) याचबरोबर खासगी क्षेत्राला वाव देणारी मिश्र अर्थ व्यवस्था (Mixed Economy), गांधीजींच्या प्रभावाने आलेली कुटीर व ग्रामोद्योगी उत्पादन व्यवस्था (Small Scale and cottage industries) आणि सहकाराला (Co-operative movement) यांची जोड समाजवादी परिवर्तनाला नेहरुंनी दिलेली दिसून येते. असा समाज विज्ञाननिष्ठ असावा यावर नेहरुंचा भर असे. गरिबांविषयी कणव, गरिबीचे उदात्तीकरण अशी भावुक विचारसरणी नेहरुंना मान्य नव्हती. (Socialism for him was equalitarianism, creativism and scientific inspirit.)

गांधीजींच्या सहवासात आल्यानंतर त्यांना शेती, शेतमजूर यांच्या प्रश्नांचे महत्त्व पटले. अर्थात, साम्यवादातील कामगारवर्गाची जूट आणि त्याचे औद्योगिक समाजातील महत्त्व याचा तरुण वयातील प्रभाव व रशियन क्रांतीचे वेगळेपण यांमुळे नेहरुंचा समाजवाद अधिक व्यवहारवादी व शास्त्रीय स्वरूपाचा झाला. गांधीजींची नैतिक-आध्यात्मिक मानवी मूल्यांची चौकट त्यांना मान्य नव्हती. केवळ सांस्कृतिक राष्ट्रवादाने निर्माण होणारे राजकीय स्वातंत्र्य अपुरे असून राजकीय लोकशाहीत 'आर्थिक लोकशाही'ची जोड दिल्यासच मुक्त भांडवलशाहीचे दोष नियंत्रणात ठेवता येईल. त्यासाठी लोकशाही शासनाने आर्थिक क्षेत्रात प्रभावात्मक भूमिका घेतली पाहिजे असा त्यांचा आग्रह होता. शांततेच्या व सनदशीर मार्गाने समाजवाद आणता येतील त्यासाठी वर्गसंघर्ष आणि वर्गयुद्धाची आवश्यकता नाही. मार्क्सच्या शास्त्रीय समाजवादाला पोथीबंद स्वरूप देणे नेहरुंना मान्य नव्हते. लोकशाही व समाजवाद या दोहोंचा हेतू गरीब वर्गाची गरिबी नष्ट करणे असल्याने दोहोंनी एकत्र येऊन वर्गीय-हितसंबंधांचा विरोध, लोकशाही मार्गाने - प्रातिनिधिक शासन, विधिमंडळातील चर्चा

आणि पुरोगामी कायदे- दूर करता येईल. त्याची गती कमी असेल पण परिणाम दीर्घकालीन असतील. नेहरूंच्या पुढाकाराने काँग्रेसने आवडीच्या अधिवेशनात १९५५, समाजवादाचा स्वीकार केला. आणि त्याचबरोबर कल्याणकारी राज्याची (Welfare state) भूमिका मान्य केली.

## १०.२. लोकशाही

नेहरुंची लोकशाही सिद्धांत आणि व्यवहार यावर निष्ठा होती. जनमानसातील त्यांचा प्रभाव पाहता त्यांनी मनात आणले असते तर ते एकाधिकारशाही स्थापन करू शकले असते. माणसाचा माणसावरील विश्वास नष्ट करण्याचा गुन्हा मी कधीच करणार नाही असे नेहरू म्हणत. आपण एकवेळ परमेश्वराचे अस्तित्व नाकारू पण आपली माणसावरील श्रद्धा घसरू लागली तर आशेचा किरण कोणता? अर्थात माणसावरील ही श्रद्धा ध्येयासाठी समर्पित जीवन जगण्याच्या माणसाच्या क्षमतेवर आधारलेली होती. गांधीजींप्रमाणे परमेश्वरावरील निष्ठेतून निर्माण झालेली नव्हती.

लोकशाही विचारात व्यक्ती आणि तिचे स्वातंत्र्य हा त्यांचा केंद्रबिंदू होता. लोकशाही समाजात व्यक्तीला तिच्या क्षमतांचा विकास करण्यासाठी अनुकूल परिस्थिती निर्माण करता येते. त्यासाठी तिला काही मूलभूत हक्क असावेत अशी कल्पना त्यांनी कराचीच्या अधिवेशनात मांडली होती. भारतीय राज्यघटनेमधील मूलभूत हक्कांमध्ये त्यांची व्याप्ती व आशय स्पष्ट दिसून येतो.

केवळ राजकीय लोकशाही म्हणजे लोकशाही नव्हे. त्याला आर्थिक व सामाजिक लोकशाहीची जोड मिळाल्याशिवाय ती पूर्ण होत नाही. समाजजीवनात धर्माचा होणारा हस्तक्षेप म्हणून त्यांना मान्य नव्हता. धर्मनिरपेक्षता (Secularism) हे त्यांच्या लोकशाहीचे वैशिष्ट्य होते. धर्म सामाजिक जीवनाची एक संपूर्ण चौकट घालून देतात व तिला अधिमान्यता मिळवून देऊन तिला शाश्वतता मिळवून देतात.

नेहरुंची लोकशाहीची संकल्पना पाश्चात्त्य रचनेकडे जाणारी आहे. संसदीय पद्धत, पक्षपद्धत, निवडणूक, सार्वत्रिक प्रौढ मताधिकार आणि पक्षीय पण लोकांना जबाबदार असलेले शासन असे त्याचे स्वरूप होते. मताधिकार जितका मर्यादित तितकी चुकीची माणसे निवडून येण्याची शक्यता अधिक.

संसदीय पद्धत ही नेहरुंना संमत होती. कारण त्यात बदल व सातत्य यांचा समतोल घातला जातो. आणि बदल हा शांतिपूर्वक मार्गानी घडविता येतो. आणि यश हे दीर्घ काल टिकणारे असते. अर्थात, संसदीय लोकशाहीच्या मर्यादाही आहेत. भांडवलशाही आणि लोकशाही या एकाच काळात प्रभावी होत असताना भांडवलशाही तत्त्वज्ञानाने लोकशाहीचा संकोच केला. आणि संसदीय आयुधे वापरून शासनावर ताबा मिळवत खऱ्या आर्थिक लोकशाहीच्या मार्गात अडचणी निर्माण केल्या. लोकशाहीची

बदलाची गतीही संथ आणि समावेशक असते. विविध मतांना सामावून घेताना बदलाच्या गाभ्यालाच तडे जाण्याची भीती असते. आर्थिक सुधारणांच्या बाबतीत ही भीती अधिक असते. नागरिकांना केवळ राजकीय सत्ता पुरेशी नाही. आर्थिक संधी व आर्थिक सत्तेत समानता नसेल तर सार्वत्रिक मतदानाला अर्थ राहात नाही आणि विधिमंडळाच्या सत्तेचाही ऱ्हास होतो. व कार्यकारी मंडळावर नियंत्रण ठेवण्याचे लोकाच्या हातातील प्रभावी साधन कमकुवत बनते.

लोकशाही ही एक जीवनाकडे पाहण्याची वृत्ती आहे आणि तिचे यश लोकांच्या स्वयंशिस्तीमध्ये आहे, असे नेहरू मानीत. ही शिस्त जितकी स्वप्रेरणेने स्वीकारलेली तितकी चांगली.

## १०.३. समाजवाद

इंग्लंडमधील विद्यार्थिदशेत समाजवादी विचारवंतांशी झालेली ओळख तरुण वयातील रशियन क्रांतीचे आकर्षण, ब्रुसेल्स काँग्रेस (१९२७) मधील सहभाग आणि युरोपीय समाजवादी प्रवाहांशी ओळख आणि महात्मा गांधींचा गरिबांतील गरिबांचा उद्धार करण्याचा दृष्टिकोन या सर्वांचे प्रतिबिंब नेहरूंच्या विचारात आढळते.

समाजवाद हा केवळ आर्थिक सिद्धांत नाही. पं. नेहरूंच्या दृष्टीने तो बुद्धी व अंत:करणाला आवाहन करणारा एक संप्रदाय आहे. फेबियन समाजवादातील आकर्षण त्यांचे बाबतीत केव्हाच मागे पडले; पण मानवतावादी दृष्टीमुळे त्याची वैशिष्ट्ये त्यांच्या समाजवादी विचारांत कायम राहिली. तुरुंगवासात त्यानी मार्क्सवादाचा व लेनिनच्या विचारांचा अभ्यास केला. मार्क्सची शास्त्रीय तर्कपद्धती आणि ऐतिहासिक भौतिकवादाचा त्यांच्या मनावर प्रभाव पडला. समाजविकासातील साखळी व अनुक्रम त्यामुळे माझ्या लक्षात आले आणि इतिहासाला एक नवा अर्थ प्राप्त झाला असे नेहरू म्हणत. भांडवलशाही व्यवस्थेला अर्थात नेहरूंचा विरोधच होता. भांडवलशाहीचा अनिवार्य परिणाम साम्राज्यशाहीत होतो म्हणून साम्राज्यशाहीशी लढा म्हणजे भांडवलशाहीशी लढा असे त्यांचे मत होते. रशियासारखा देश समाजवादी (साम्यवादी) क्रांतीच्या साह्याने आपली प्रगती करू शकतो तर भारतासारखा देशही मागासलेपण व गरिबी यांवर मात करून समाजवादी तत्त्वज्ञानाच्या आधारे आपली प्रगती करू शकतो. अर्थात, इंग्लंडमधील फेबियन चळवळीतील विचारवंतांशी आलेला संबंध, उदारमतवादावरील श्रद्धा आणि भारतात गांधीजींचा प्रभाव यामुळे रशियन क्रांतीमधील हिंसाचार त्यांना मान्य नव्हता.

आर्थिक व सामाजिक समता प्रस्थापित करण्याचे सामर्थ्य समाजवादात आहे असे त्यांना वाटे. अतिरेकी उदारमतवादातून निर्माण होणारी भांडवलशाही व वर्गसंघर्षातून

निर्माण होणारी साम्यवादी हिंसक क्रांती यांत समतोल साधण्याची क्षमता केवळ समाजवादात आहे एवढेच नव्हे तर समाजवाद जागतिक पातळीवरही समस्या सोडविण्यास सक्षम असेल असे त्यांचे मत होते. समाजवादी विचारसरणी केवळ आर्थिक नाही तर त्याहीपेक्षा ते जीवनाचे तत्त्वज्ञान आहे. ते मानवतावादी आहे. पण त्याहीपेक्षा ते शास्त्रीय आहे. अर्थात, स्वातंत्र्यप्राप्ती हे पहिले ध्येय भारतीय राष्ट्रीय सभेचे असल्याने नेहरू काँग्रेस अंतर्गत काँग्रेस समाजवादी पक्षाचे सदस्य झाले नाहीत (१९३४). काँग्रेसच्या व्यापक पीठावरून समाजवादाचा विचार-प्रसार व्हावा असे त्यांचे मत होते. त्याचबरोबर हा समाजवाद भारतीय भाषा वापरणारा आणि त्याचे कार्यक्रम भारतात अंमलबजावणी करता येण्यासारखे असावेत. केवळ तो आयात केलेला समाजवाद राहता कामा नये.

नेहरूंना अपेक्षित असलेली समाजरचना औद्योगिक क्रांतीनंतरच्या समाजाची होती. त्यामुळे गांधीप्रणीत ग्रामस्वराज्य-खादी-कुटीरोद्योग, ग्रामोद्योगप्रधान व्यवस्था- त्यांना मान्य नव्हती. इतर देशांतील अनुभवापासून शिकून पण आपल्या देशाची परंपरा व सद्य:स्थिती यांचा विचार करून समाजवादाचे कार्यक्रम राबविले पाहिजेत असे त्यांचे मत होते. म्हणून राष्ट्रीयीकरणाचा मार्ग स्वीकारताना त्यांनी महत्त्वाच्या उद्योगधंद्यावर लक्ष केंद्रित केले. पण त्याचबरोबर खासगी उद्योगांना वाव देण्यासाठी मिश्र-अर्थव्यवस्था (Mixed Economy) स्वीकारली. विकासात समतोल राखण्यासाठी त्यांनी नियोजन मंडळाची स्थापना करून ते त्याचे स्वत: अध्यक्ष बनले. नियोजित विकास हा नेहरुंवरील रशियन प्रभावाचे द्योतक आहे. भारतामधील दारिद्र्य, मागासलेपणा, निकृष्ट शेतीव्यवस्था, निरक्षरता आणि त्याचवेळी औद्योगिक समाजातील संस्था यांचे परस्परसंबंध आणि हितसंबंध यांचा व्यावहारिक पातळीवर समन्वय करण्याचे कार्य नेहरुंना समाजवादी व्यवस्थेत करावयाचे होते. लोकशाही व समाजवाद यांना नेहरुंना एका चौकटीत बसवावयाचे होते.

## १०.४. नेहरू आणि राष्ट्रवाद

राष्ट्रवाद ही समाजाला एकत्रित करणारी आणि प्रेरणा देणारी एक भावनिक क्षमता (Capability) आहे. संस्कृती, भाषा, परंपरा इतिहास अशा विविध अंगांनी ती फुलत असते. आणि तिच्यातील शक्ती एकाच वेळी आत्मिक व आक्रमक असू शकते. योगी अरबिंदो, स्वामी विवेकानंद यांनी त्या आस्तिक शक्तीला साद घातली. नेहरुंना हा धार्मिक राष्ट्रवाद मान्य नव्हता. त्याचबरोबर त्यातील स्वाभाविक आक्रमकता जोपासणारी नाझी/फॅसिझम वृत्तीही त्यांना मान्य नव्हती. नेहरुंचा राष्ट्रवाद पुरोगामी दृष्टी असलेला धर्मनिरपेक्ष आणि समतेचा समाज निर्माण करणारा होता. त्यात परंपरेचा आदर आहे, पण रूढींचा जीर्णोद्धार नाही. त्यात पुनरुज्जीवन आहे पण

नवा आधुनिकतेचा आशय घेऊन त्यात राष्ट्रबांधणी आहे; पण दिशा आंतरराष्ट्रीय रचनेची आहे.

स्वातंत्र्यसमरात राष्ट्रवादी भावनेचे संघटनेच्या दृष्टीने आणि दिशादर्शक म्हणून मोठे कार्य असते. नेहरूंचे बालपण. त्यांच्या घरातील स्वातंत्र्यचळवळीचे राजकारण इंग्लंडमधील वास्तव्य आणि इटली-आयर्लंडच्या लढ्याचा सजग वृत्तीने केलेला अभ्यास यांमधून नेहरूंची राष्ट्रवादी विचारसरणी घडत गेली. राष्ट्रवाद म्हणजे भूतकाळाच्या साहाय्याने घेतलेला भविष्याचाच वेध.

भांडवलशाही आणि त्यातून निर्माण होणारी साम्राज्यशाही यामधून जित प्रदेशांतील लोकांचे नेहमीच शोषण होते. भारतातील राष्ट्रवाद हा ब्रिटिश साम्राज्यशाही व्यवस्थेला केलेला विरोध होता. युरोपातील राष्ट्रवाद हा फ्रान्सच्या (नेपोलियनच्या) राजकीय वर्चस्वाला केलेला विरोध होता. याचे स्वरूप स्वाभाविकपणे राजकीय होते. काँग्रेसने (१९२९) च्या लाहोर अधिवेशनात नेहरूंच्या अध्यक्षतेखाली व गांधीजींच्या प्रेरणेने 'संपूर्ण स्वराज्या'चा ठराव केला. युरोपात राष्ट्रवादी विचारांतून वेस्टफालियाची व्यवस्था निर्माण झाली (१६४८). आणि पहिल्या महायुद्धानंतर (१९१४) स्वयंनिर्णयाच्या तत्त्वाने त्याला अधिष्ठान प्राप्त करून दिले. राष्ट्रीय स्वातंत्र्याचा प्रश्न हा एखाद्या देशापुरता मर्यादित नाही. तो सर्व व्यवस्थेला स्पर्श करणारा प्रश्न आहे. स्वातंत्र्य केवळ अंतर्गत नियंत्रणाने नव्हे तर आपल्या इच्छेनुसार आपल्या शेजाऱ्यांशी व इतरांशी संबंध ठेवण्याचे आहे. ते एकाच वेळी राष्ट्रीय आणि आंतरराष्ट्रीय आहे. (ब्रुसेल्स आंतरराष्ट्रीय परिषद १९२७). साहित्य, इतिहास परंपरा यांतूनही एकता निर्माण होण्याचे दाखले भूतकाळातील घटनांत दिसून येतात. राजकीय राष्ट्रवादाला त्यातून बळकटीही मिळते. (लो. टिळकांनी असा सांस्कृतिक राष्ट्रवाद भारतात जागा केला). अर्थात, असा राष्ट्रवाद वांशिक दृष्ट्या समान असलेल्या समाजात आक्रमक होत नाही. अशा अराजकीय राष्ट्रवादाने भारतामध्ये एक 'विविधतेमधून एकता' निर्माण केली. आपले धार्मिक, सांस्कृतिक वेगळेपण जपतही त्यामधून सर्वांना एका पीठावर आणणारी एकता जोपासली गेली. बहुसंख्याकांची संस्कृती प्रभावी असली तरी अल्पसंख्याकही आपला भाषिक व सांस्कृतिक वारसा जपत असत आणि तो खुपतही नसे. एका व्यापक संस्कृतीचे ते उपसंस्कृती (Sub-culture) बनते. राजकीय राष्ट्रवादाने धर्माचा आधार घेतल्यानंतर धार्मिक अल्पसंख्याक आक्रमक झाले. असा राष्ट्रवाद भारताला नवा होता आणि स्वातंत्र्यलढ्याच्या तत्त्वाशी विसंगत होता. खिलाफत चळवळ किंवा नौखालीच्या अत्याचारांविरुद्ध म. गांधींचे प्रयत्न म्हणून या व्यापक संस्कृतीच्या रक्षणाचे प्रयत्न होते.

नेहरूंचा राष्ट्रवाद लोकशाही व निधर्मी होता. जमातवादाच्या प्रभावामुळे

राष्ट्राच्या राजकीय ऐक्याला- राजकीय राष्ट्रवादाला धोका निर्माण होतो याची त्यांना जाणीव होती. स्वातंत्र्याची चळवळ हे राष्ट्रवादाचे एक अंग आहे. लोकांना एकत्र आणून जाणीवपूर्वक ऐक्य निर्माण करणे हे राष्ट्रवादाचे रचनात्मक कार्य आहे अशा रचनात्मक राष्ट्रवादातून आंतरराष्ट्रवादाकडे जाण्याचा मार्ग खुला होईल असे त्यांना वाटे.

आत्यंतिक राष्ट्रवाद स्वभावत:च आक्रमक व आंधळा असतो. (Right or wrong, my nation). त्यातून नाझीवाद, फॅसिझम अशी विचारसरणी निर्माण होते. सर्व समाजांना आपापल्या मताप्रमाणे व क्षमतेप्रमाणे परस्पर सहकार्य करून आपला विकास करता आला पाहिजे या मताचे नेहरू असल्याने स्वयंनिर्णय व आंतरराष्ट्रीय सहकार यांवर नेहरूंची श्रद्धा होती. भारताचे परराष्ट्रीय धोरण त्याची साक्ष आहे. स्वयंनिर्णयाचा हक्क काश्मीरच्या जनतेला देण्याचा त्यांचा आग्रह याच श्रद्धेपोटी होता. सर्व तऱ्हेच्या आंतरराष्ट्रीय संघटनांना त्यांचा सदैव पाठिंबा असून सदस्य म्हणून या संघटनेची बंधने पाळण्यातच खरे मानवजातीचे कल्याण आहे. आधुनिक काळातील वाढते दळणवळण आणि राष्ट्राराष्ट्रांतील एकतेची जाणीव लक्षात घेता राष्ट्रवादही आंतरराष्ट्रवादाशी सुसंगतच असला पाहिजे. 'जगातील इतर भागांत काय घडते यापासून भारतास अलिप्त राहता येणार नाही. आपण जगातील पुरोगामी शक्तिप्रवाहाबरोबर गेले पाहिजे' – नेहरू. आशिया व आफ्रिकेतील राष्ट्रवादाचे नेहरुंनी नेहमीच समर्थन केले आहे व त्यांच्या लढ्याला सहानुभूती दाखविलेली आहे. आधुनिक जागतिक व्यवस्थेच्या गरजा लक्षात घेऊन राष्ट्रवादाला मर्यादा घातली तरी त्याचे महत्त्व आणि शक्ती आंतरराष्ट्रीय उद्दिष्टे पार पाडण्यासाठी वापरता आली पाहिजे. आंतरराष्ट्रीय सामंजस्य, आंतरराष्ट्रीय शांतता, आंतरराष्ट्रीय सुरक्षा ही राष्ट्रवादापलीकडील आव्हाने आहेत आणि राष्ट्रवादाने त्यांच्याशी जुळवून घेतले पाहिजे. आंतरराष्ट्रवादाच्या आर्थिक बाजूचीही जाणीव नेहरुंना होती. उत्पादन हे आंतरराष्ट्रीय बाजारपेठा समोर ठेवून होते आणि त्याने राष्ट्रवादावरही बंधने येतात. नेहरुंचा राष्ट्रवाद एकाच वेळी भावनिक व व्यवहारवादी होता. राष्ट्रीय व आंतरराष्ट्रीय होता. सहजीवनवादी व मानवतावादी होता. संयुक्त राष्ट्रावरील त्यांची श्रद्धा त्यांच्या विश्वराज्याच्या कल्पनेकडे नेणारे पाऊल आहे.

### १०.५. नेहरू व परराष्ट्र धोरण

भारतीय परराष्ट्रधोरणाचे शिल्पकार म्हणून नेहरुंचे योगदान मोठे आहे. भारतीय स्वातंत्र्याचा लढा हा जागतिक साम्राज्यशाहीविरोधी लढ्याचाच एक भाग आहे असे त्यांचे मत होते. आणि काँग्रेसच्या अधिवेशनात आफ्रो-आशियायी लढ्याला पाठिंबा देणारे ठराव पं. नेहरुंच्या प्रेरणेनेच होत असत. त्यांच्या राष्ट्रवादाची आर्थिक परिणती

आंतरराष्ट्रवादात झालेली आहे. पंचशील तत्त्वाचा पुरस्कार, अलिप्तवादाचे समर्थन आणि संयुक्त राष्ट्रसंघटनेशी सहकार्य हे त्याचे प्रकट स्वरूप आहे.

पंचशील (Five Rules of Conduct) तत्त्वाचा उगम १९५४ च्या चीन-भारत मैत्री करारांतून झाला तरी त्याचा गाभा परस्पर राष्ट्रसंबंधाचा म्हणजे आंतरराष्ट्रीय आहे. वेस्टफालियाच्या तहानंतर निर्माण झालेली राष्ट्रराज्यव्यवस्था अजून अस्तित्वात असल्याने पंचशील तत्त्वांचे महत्त्व केवळ भारत-चीन संबंधांपुरते संकुचित नाही. स्वाभाविक विकसनशील राष्ट्रांच्या संदर्भात त्यांचे महत्त्व आहे.

१. परस्परांच्या प्रादेशिक एकात्मता आणि सार्वभौमत्वाविषयी आदर
२. परस्परांच्या प्रदेशावर आक्रमण करावयाचे नाही.
३. अंतर्गत कारभारात हस्तक्षेप नाही.
४. राष्ट्रीय समानता व परस्परांच्या हिताचे रक्षण
५. शांततामय सहजीवन (peaceful coexistence) व आर्थिक सहकार्य

राष्ट्र कल्पनेने आपल्या प्रदेशाचा व त्याच्या सार्वभौम सत्तेचा आदर लोकांना असतो. म्हणून परस्परांना समान लेखणे आणि एकमेकांशी सद्‌भावनेने वागणे व राहणे हे आंतरराष्ट्रीय शांततेच्या दृष्टीने आवश्यकच होते. चीनने भारतावर आक्रमण करून १९६२ या तत्त्वांचा भंग केला असला तरी या तत्वांचे महत्त्व कमी होत नाही. आधारभूत तत्त्वे राजकीय डावपेचांचा भाग म्हणून वापरणे आंतरराष्ट्रीय नीतीविरुद्ध आहे.

नेहरुंचे तटस्थतेचे धोरण (Non-alignment) आणि त्यानुसार निर्माण केलेला गट हा विकसनशील राष्ट्रांच्या विकासाच्या आड येणाऱ्या शीतयुद्धाला उत्तर होतेच; पण त्याचबरोबर विकास गतिशील करण्यासाठी तंत्रसहकार्य व आर्थिक मदत मिळण्याच्या दृष्टीनेही सोयीचे होते आणि राष्ट्रहित साधताना आंतरराष्ट्रीय सहकार्याचा पाया व्यापक करणारे होते.

भारताचे भौगोलिक स्थान, आशियायी खंडातील महत्त्व, पाश्चात्त्य लोकशाहीचा स्वीकार आणि इतिहास पाहता भारत जगातील घडामोडींपासून अलिप्त राहू शकतच नव्हता, एक नवोदित राष्ट्रराज्य म्हणून भारताला जागतिक शांततेची गरज होती. त्याचबरोबर विकसित राष्ट्रांकडून अर्थसहाय्य व तंत्रज्ञानाच्या सहकार्याची गरज होती. त्यांच्या परस्परसंघर्षात गुंतून विकास थांबविण्याची भारताची तयारी नव्हती. पं.नेहरूंची अलिप्ततेची कल्पना ईजिप्तचे प्रे. नासर व युगास्लाव्हियाचे मा. टिटो यांना पटली आणि त्यातून अलिप्ततावादी गट निर्माण झाला. अमेरिका व रशिया यांतील शीतयुद्ध संपले अर्थात, अलिप्ततावादी चळवळीचे राजकीय प्रयोजन संपले; पण विकसनशील राष्ट्रांच्या आर्थिक, सामाजिक समस्यांचे निराकरण करण्यासाठीचे आणि संयुक्त राष्ट्रांतील एक प्रभावी गट म्हणून अलिप्ततावादी गटाचे महत्त्व आजही कायम आहे.

कारण अलिप्तता म्हणजे निष्क्रिय तटस्थता (Neutrality), उदासीनता (Indifference) नव्हे. जेव्हा जेव्हा नवोदित राष्ट्रांच्या स्वातंत्र्याचा संकोच होण्याची भीती निर्माण होते तेव्हा युनोच्या शांतिसेनेच्या प्रयत्नांत भारताने सक्रिय सहभाग घेतलेला आहे. अलिप्ततावाद ही जाणीवपूर्वक स्वीकारलेली भूमिका आहे. आपल्या विकासाला सवड मिळावी आणि विकसित देशांचे साहाय्य त्याला मिळावे म्हणून हा मार्ग स्वीकारला गेलेला आहे. जगांतील एक मोठे क्षेत्र महासत्तेच्या तणावापासून मुक्त राहिले हे केवळ अलिप्ततेनेच शक्य झाले.

संयुक्त राष्ट्रांच्या शांततेच्या सर्व प्रयत्नांत भारताने शांतिसेनेत सैन्य व खर्च यांचा वाटा उचलला आहे. त्याचबरोबर संयुक्त राष्ट्रांच्या अराजकीय जागतिक संघटनांचे सदस्यत्व स्वीकारून आपल्या व इतर अविकसित राष्ट्रांच्या विकासाचे मार्ग मोकळे केलेले आहेत. काश्मीरचा प्रश्न संयुक्त राष्ट्रांकडे नेण्यात नेहरूंचा संयुक्त राष्ट्रांच्या न्यायप्रियतेवरील विश्वासच व्यक्त होतो.

पं. नेहरू केवळ एक राजकीय चिंतक नव्हते तर आपले विचार प्रत्यक्ष व्यवहारात आणण्याची संधी मिळालेले ते एक लोकनेते होते. भारताला स्वातंत्र्य मिळवून देण्यात आणि त्यानंतर पंतप्रधान म्हणून त्याची जडणघडण करण्यात त्यांचे मोठे योगदान होते. नव्या समाजरचनेचा पाया समाजवाद असेल यात भावुकतेपेक्षा तर्कशुद्धता होती आणि त्याला शांततेची चौकट देण्याचा प्रयत्नही विकसनशील देशांची व्यावहारिक गरज होती. लोकशाहीवरील निष्ठेने त्यांनी मिश्र अर्थव्यवस्था स्वीकारली. आधुनिकीकरणाच्या वाटेवरची औद्योगिक समाजाच्या निर्मितीची व्यवस्था त्यांना परिचित व स्वाभाविक वाटली. गांधीजींवर विश्वास असूनही त्यांनी त्यांची ग्रामव्यवस्था आणि त्यानुसार अनुरूप/पर्यायी तंत्रव्यवस्था स्वीकारली नाही. कदाचित त्यासाठी पक्षबांधणी करण्यास त्यांना पुरेसा वेळ देता आला नाही. मात्र, भारतात लोकशाही रुजविण्याचे आणि ती एकसंध ठेवण्याचे कार्य त्यांनी केले. व्यक्तिवादी आणि उदारमतवादी असूनही समाजपरिवर्तनाच्या संबंधात विकसनशील राष्ट्रांत त्यांनी कल्याणकारी राज्याच्या (Welfare State) सकारात्मक भूमिकेचे नेहमीच समर्थन केले. राजकारणी झाले नसते तर नेहरू कदाचित साहित्यिक बनले असते एवढी मोलाची रचना त्यांनी केलेली आहे.

## ११. स्वातंत्र्यवीर वि. दा. सावरकर (१८८३-१९६६)

विनायक दामोदर सावरकर यांचा जन्म नाशिकजवळ भगूर येथे झाला. बालपणापासूनच त्यांची प्रखर राष्ट्रनिष्ठा जाणवत होती. परदेशी कपड्यांची होळी करण्यात त्यांचा पुढाकार पाहून फर्गसन महाविलयाच्या प्राचार्यांनी त्यांना दंडही केला

होता. (१९०६) साली ते इंग्लंडला बॅरिस्टर होण्यासाठी गेले आणि 'अभिनव भारत' या आपल्या क्रांतिसंघटनेचे कार्य अधिक व्यापक केले. राजद्रोहाच्या खटल्यात (१९११) त्यांना पन्नास वर्षांची काळ्या पाण्याची, जन्मठेपींची शिक्षा झाली असता ते म्हणाले की, 'काळ्या पाण्याची, सश्रम कारावासाची इतकी वर्षे इंग्रजांचे भारतात राज्य तरी राहील का?' इंग्लंडहून भारतात आणताना, त्यांनी बोटीवरून समुद्रात घेतलेली उडी, (१९१०) जेवढी रोमांचकारी होती तेवढेच हे उद्‌गारही क्रांतिकारकांना स्फुरण देणारे ठरले.

अंदमानातील तुरुंगातून त्यांची (१९२३) मध्ये सुटका झाली, ती राजकारणात भाग घेऊ नये या अटींवर. रत्नागिरीच्या स्थानबद्धतेच्या काळात (१९२३-३८) त्यांच्या हिंदुत्व, हिंदुराष्ट्र या कल्पना अधिक तीव्र बनल्या. त्या काळात त्यांनी समाजसुधारणांच्या कार्यातही सक्रिय भाग घेतला. हिंदुमहासभेचे ते (१९३७) पासून सतत ७ वर्षे अध्यक्ष होते. आणि त्या काळात त्यांनी हिंदु राष्ट्रवादाची भावना सर्व भारतभर पसरविली. गांधी वधाच्या (१९४८) खटल्यात त्यांना गोवण्यात आले हा एका क्रांतिकारकाच्या जीवनातील दैवविपाकच होता. त्यातून ते निर्दोष सुटले पण वैयक्तिक मानहानी आणि आपल्या प्रिय तत्त्वांचा पराभव पाहण्यासाठीच. २६ फेब्रुवारी १९६६ या दिवशी त्यांचा मृत्यू झाला. प्रत्येक नेत्याचे विशेष त्याला जनतेने दिलेल्या विशेषणात, पदवीत दिसून येतात. जसे लोकमान्य टिळक, महात्मा गांधी, सरदार पटेल तसे स्वातंत्र्यवीर सावरकर. हिंदूंच्या स्वातंत्र्याचे स्वप्न पाहणारे प्रखर राष्ट्रवादी, प्रभावी वक्ते आणि साहित्यिक.

## ११.१. हिंदुत्व

सावरकरांचा 'हिंदुत्वाचा' विचार काँग्रेसच्या मुस्लिम अनुनयाची प्रतिक्रिया नव्हती, तर इतिहासाच्या अभ्यासातून निर्माण झालेली एक तर्कनिष्ठ विचारसरणी होती. हिंदुराष्ट्रवादाला तात्त्विक अधिष्ठान देणारी ती एक व्यापक संकल्पना होती. हिंदुसमाजाला संघटित करणारे ते एक सूत्र होते. अंदमानच्या कोठडीत केलेले आणि तुरुंगातील भिंतीवर खिळ्यांनी कोरलेले त्यांचे चिंतन आपल्या 'हिन्दुत्व' या १९२३ च्या ग्रंथांत प्रकाशित झाले.

हिंदू म्हणजे सिंधू नदीपासून सागरापर्यंत पसरलेल्या भारतवर्षास आपली मातृभूमी आणि पुण्यभूमी मानणारा (पितृभूमी व पुण्यभूमी), सिंधु-ब्रह्मपुत्र नद्यांनी वेढलेला आणि हिमालयापासून कन्याकुमारीपर्यंतच्या विशाल प्रदेशात वास्तव्य केलेल्या आपल्या पूर्वजांना मानणारा, त्यांची संस्कृती व धर्माचा अभिमान बाळगणारा असा वांशिक समाज.

आसिंधुसिन्धुपर्यन्ता यस्य भारतभूमिका।
पितृभूः पुण्यभूश्चैव स वै हिन्दुरिति स्मृतः॥

हिंदुत्व हे एकाच वेळी भौगोलिक व वांशिक आहे. राष्ट्राच्या संकल्पतेत हे दोन्ही घटक येतात, राष्ट्र हे मूलतः वांशिक संघटन असते. Nation म्हणजे born भारतभूमीविषयी प्रेम, आर्यवंशाविषयी अभिमान या भावनांमधून निर्माण झालेली संस्कृती यांच्याशी हिंदू एकरूप असतो. आपल्या पूर्वजांच्या वास्तव्याने निर्माण झालेल्या भूमीच्या ऐतिहासिक ओढीमध्ये धर्माची पवित्र स्थाने आणि धर्मविकास यांचाही बंध महत्त्वाचा आहे. आपली संस्कृती, साहित्य, कलाविशेष, धर्म व सामाजिक रिवाज, कौटुंबिक व सामाजिक उत्सव यांतून निर्माण होणारी जवळीक सर्वांना एकत्रित करते. भारतभूमीविषयी निष्ठा, आर्यत्वाचा वांशिक अभिमान आणि सांस्कृतिक सहजीवन ही हिंदुत्वाची लक्षणे आहेत.

'हिंदुत्व' आणि 'हिंदुधर्म' या संज्ञा एकरूप नाहीत. हिंदूधर्म हा हिंदुत्वाचा एक भाग आहे. हिंदुत्व हे व्यापक असून त्यात शीख, जैन, बौद्ध असे अनेक पंथ-उपपंथ समाविष्ट होतात कारण त्यांचे संस्थापक व तीर्थस्थळे आसेतुहिमाचल भूभागातच आहेत. भारत ही त्यांची पितृभूमी व त्याचबरोबर पुण्यभूमीही ठरते. धर्म आणि त्याच्या रीतीरिवाजांनी निर्माण होणारी संस्कृती, वाङ्मय, देवस्थाने, उत्सव-सण, रूढी म्हणजे हिंदुत्व नाही. पण धर्माचे राजकारण करणाऱ्यांनी हा भेद नकळत वा जाणीवपूर्वक पाळला नाही. मुसलमान, ख्रिश्चन यांची पुण्यभूमी भारताबाहेर असल्याने ते 'हिंदुत्वा'त बसत नाहीत. त्यांची पितृभूमी मात्र भारत असू शकते. हिंदु-मुसलमान भेद आणि मुसलमानांचा अल्पसंख्याकांचा दर्जा याविषयी सावरकरांच्या भावना त्यांच्या अंदमानमधील तुरुंगवासात बदलल्या. पहिल्या महायुद्धांत तुर्कस्थान-जर्मनी यांचा जय होऊन सर्वत्र खिलाफत येईल याचा तेथील मुसलमान कैद्यांना आनंद झाला होता. राष्ट्राच्या स्वातंत्र्याची आस धरलेल्या सावरकरांनी भूमिनिष्ठेबरोबर धर्मनिष्ठेवर भर देण्यास सुरुवात केली. हिंदूंची पुण्यभूमी व पितृभूमी यामुळे भारत हे हिंदुराष्ट्र होणे नैसर्गिक आहे असे त्यांचे मत बनले.

## ११.२. हिंदूराष्ट्र

भारतामधील हिंदूंची बहुसंख्याकता, आणि पितृभूमी व पुण्यभूमीची एकरूपता पाहता भारत हे हिंदुराष्ट्र होणे स्वाभाविक होते. भारताचे स्वातंत्र्य हेच त्यांचे ध्येय असल्याने 'जे जे उत्तम उदात्त, उन्नत' ते सारे त्यांना मातृभूमीच्या स्वातंत्र्याचे दर्शन देणारे होते. 'पारतंत्र्य म्हणजे ईश्वरी इच्छेचाच भंग' कारण स्वातंत्र्य ही ईश्वराची इच्छा आहे, असे त्यांचे मत होते. मॅझिनीच्या स्वातंत्र्यलढ्याचा त्यांच्या विचारसरणीवर मोठा परिणाम झालेला दिसून येतो.

'हिंदू' हा मानबिंदू ठेवून त्यानी हिंदुराष्ट्राची कल्पना स्पष्ट केली. आणि त्यासाठी त्यांनी इतिहासाचा परिणामकारक वापर केला. हिंदूंना प्रदेशबाह्य आत्मीयता-आकांक्षा

नाही आणि हिंदू संस्कृती ही समावेशक असून अनेक आक्रमणांतून तिने आपला गाभा टिकवून धरलेला आहे. हिंदू एक राष्ट्र (Nationatily) असून त्याला त्याचा इतिहास, वांशिक संघटना, समान धर्म असून त्याला राजकीय स्वातंत्र्य मिळणे ही ऐतिहासिक गरज आहे. पाश्चात्त्य विचारसरणीनुसार धर्मयुद्धानंतर निर्माण झालेली राज्यव्यवस्था (State order) ही राष्ट्र-राज्यांची (nation state) असली तरी त्याचा धर्माशी संबंध नव्हता. ती पूर्णपणे धर्मनिरपेक्ष (Secular) होती. हा युरोपातील इतिहासाचा परिणाम होता. आशियायी समाजाला ही ऐहिक, धर्मनिरपेक्ष राज्याची कल्पना तंतोतंत लावणे योग्य नाही. कारण येथील धर्म अधिक व्यापक वैश्विक स्वरूपाचा असून राजसत्तेलाही त्याचे बंधन, राजधर्म पाळावा लागत होता.

हिंदूंचा इतिहास हा पराभवाचा इतिहास नाही हे त्यांनी आपल्या 'सहा सोनेरी पाने' या पुस्तकात प्रभावीपणे मांडलेले आहे आणि हे करणे स्वराष्ट्राभिमानाच्या दृष्टिकोनातूनच नव्हे तर ऐतिहासिक सत्याच्या दृष्टिकोनातून अत्यंत आवश्यक आहे असे म्हटले आहे. (१८५७) चा उठाव हे शिपायांचे बंड नसून तो पहिला स्वातंत्र्य-लढा असल्याचे त्यांनी तर्कशुद्धता आणि विश्लेषणाच्या सहाय्याने सिद्ध केले आहे. त्याचे निमित्त काही धर्मभावना दुखावल्या गेल्याचे असेल. त्याची सुरुवात मीरतच्या लष्करी छावणीत झालेली असेल, त्याचा व्याप उत्तरेत आणि काहीसा पृथक असेल पण त्याची प्रेरणा परकीय सत्तेविरुद्धचा असंतोष ही होती आणि त्याचे नेते संकुचित नव्हते. त्यांचा हेतू केवळ आपली जहागीर सुरक्षित ठेवणे एवढाच नव्हता. हिंदु-मुसलमान दोघांनी मिळून दिलेला तो पहिला सशस्त्र लढा होता. इंग्रजांचे लष्करी बळ, त्यांचे संघटनाकौशल्य, आणि लष्करी शिस्त यांमुळे त्यांचा जय झाला; पण कंपनीचे राज्य संपले ही मोठी उपलब्धी होती. मराठ्यांच्या उदयाचे वर्णनही त्यांनी 'हिंदुपदपातशाही' असे केलेले आहे. याचे कारण मराठ्यांची ध्येये- 'स्वराज्य व स्वधर्म' ही होती. इतिहासाकडे पाहण्याच्या या दृष्टिकोनाची एक शास्त्र म्हणून कदाचित मर्यादा असेल. पण एक 'शस्त्र' म्हणून त्यांचा निश्चित परिणाम झालेला दिसून येतो.

हिंदुराष्ट्र म्हणून हिंदूंचे संघटन करण्यासाठी आणि ब्रिटिशांच्या मुस्लिमधार्जिण्या आणि काँग्रेसच्या मुस्लिम अनुनयाला विरोध करण्यासाठी हिंदूमहासभेच्या माध्यमातून त्यांनी देशभर हिंदुराष्ट्रकल्पनेचा प्रचार केला. हिंदूंच्या विविध गटांत बंधुत्वाचे वातावरण निर्माण करणे आणि त्यांची बौद्धिक, आर्थिक व नैतिक स्थिती सुधारणे हेच हिंदुमहासभेचे ध्येय होते.

हिंदुराष्ट्रांत मुसलमान, ख्रिश्चन इ. अल्पसंख्याक असतील. त्यांच्या न्याय्य हक्कांवर बहुसंख्याकांचे आक्रमण होणार नाही; पण त्यांची भारतभूमीवरील निष्ठा

संशयातील हवी. आणि बहुसंख्याक म्हणून हिंदूंना असलेल्या हक्कांचेही हिंदुराष्ट्रात रक्षण व सन्मान होईल.

राष्ट्रउभारणीच्या संदर्भात साधनशुचिता, अहिंसा इ. संदर्भ गौण ठरतात असे त्यांचे मत होते. साध्य लक्षात घेता साधनांचा उपयोग साध्याच्या संदर्भात ठरावा असे त्यांचे मत होते. त्यांची 'अभिनव भारत' ही चळवळ आणि इंडिया हाउसमधील कार्य क्रांतिकारी मार्गाचा पुरस्कार करणारे होते. गांधीजींची अहिंसेकडे पाहण्याची भूमिका एकाच वेळी तत्त्व व सत्याग्रह अस्त्र बलवान करणारे साधन म्हणून होती. न्याय्य मागणीसाठी उचललेले खड्ग न्यायी म्हणून शुद्धच असते. (संन्यस्त खड्ग). मैत्रीचे नाते बाजूला ठेवून सिझरवर तलवार उचलणारा ब्रुटस् म्हणून पुण्यवानच ठरतो.

सैन्यशक्तीवर राष्ट्र बलवान होते यामुळे हिंदूंच्या सैनिकीकरणाच्या योजनांना त्यांचा पाठिंबा होता. सैन्यात भरती झालेले तरुण व त्यांचा अनुभव हा देश स्वतंत्र होताना उपयोगी पडेल असा त्यांचा विश्वास होता. सैनिकी शाळांची वाढ व्हावी म्हणून ते आग्रही होते. 'बलशाली भारत' हे त्यांचे हिंदुराष्ट्राचे स्वप्न होते. स्वातंत्र्यासाठी, स्वातंत्र्यरक्षणासाठी, आक्रमण परतवून लावण्यासाठी, अंतर्गत स्थैर्यासाठी व आंतरराष्ट्रीय प्रतिष्ठेसाठी म्हणून त्यांचा आग्रह होता. मुंबई साहित्य संमेलनाच्या अध्यक्षपदावरून बोलताना त्यांनी 'बंदुका घ्या, लेखण्या मोडा' म्हणून असा संदेश दिला.

### ११.३. हिंदुमहासभा

हिंदुमहासभेचे ते सतत ७ वर्षे अध्यक्ष होते आणि ती संघटना हिंदुराष्ट्रवादाच्या तत्वज्ञानाचा पुरस्कार करीत होती. हिंदुमहासभा मुस्लिम लीगची प्रतिक्रिया मात्र नव्हती तर ती मूलतः हिंदूहितसंबंधांचे रक्षण करणारी आणि त्यांची अस्मिता जपणारी होती. ब्रिटिशांच्या मुस्लिम अनुनयाविरुद्ध त्यांच्यात अलगतेची भावना वाढवून ते राष्ट्रीय चळवळीतून वेगळे होण्यासाठी चाललेल्या राज्यकर्त्यांच्या प्रयत्नाविरुद्ध आणि राष्ट्रीय सभेच्या हिंदुरक्षणाबाबतच्या उदासीनतेचा तो परिणाम होता. १९०६ साली मुस्लिम लीगची स्थापना झाली. आणि हिंदुमहासभेची स्थापना त्यानंतर ९ वर्षांनी १९१५ साली झाली.

मुसलमानांसाठी वेगळा मतदारसंघ, शिक्षणसंस्था, शासकीय नोकऱ्यांत प्राधान्य या मार्गाने मूळ राष्ट्रीय प्रवाहापासून मुसलमान वेगळे होऊ लागले. हिंदुधर्मातही अशी जमातवादी वृत्ती वेगळ्या मतदारसंघांमुळे वाढू लागली. हिंदू हितसंबंधांचे रक्षण करण्यासाठी व त्यांच्यात एकजूट करण्यासाठी बंगाल व पंजाबमध्ये संघटना स्थापन झाल्या (१९०७). पंजाब हिंदु कॉन्फरन्सच्या तिसऱ्या अधिवेशनात (१९१५) हिंदु-सभेची स्थापना झाली. अनेक निष्ठावंत काँग्रेस कार्यकर्ते (पं. मदनमोहन मालवीय १९२५) हिंदुसभेत संघटनात्मक पदावर होते. बौद्ध, शीख, आर्यसमाजी आणि पारशी लोकांचाही

त्यात सहभाग होता. 'अभिनव भारत चळवळीत'ही मुसलमान होते आणि (१८५७)च्या स्वातंत्र्यसमरातही. मात्र रत्नागिरी येथील स्थानबद्धता संपल्यानंतर सावकरांच्या हाती हिंदू महासभेची सूत्रे आली आणि हिंदुमहासभेने हिंदू राष्ट्रवादाची भूमिका घेतली. रॅम्से मॅकडोनाल्ड यांच्या जातीय निवाड्यास महासभेचा विरोध होता. १९३६ ची पॅन हिंदू चळवळ ही पश्चिमेच्या पॅन इस्लामिक चळवळीला महासभेने दिलेले उत्तर आहे. मुळांत निधर्मीपणा (Secularism) ही भारतीय विचारात बसणारी संज्ञा नाही. युरोपातील हजार वर्षांच्या धर्मयुद्धाची आणि औद्योगिक समाजात सुसंगत बसणारी ती विचारधारा आहे. ब्रिटिश शासनाचा जातीय निवाडा व आरक्षण, मोपल्यांचे बंड, सावरकरांना अंदमानमधील आलेले अनुभव यांमुळे मुसलमानांच्या राष्ट्रनिष्ठेविषयी संशय निर्माण झाला आणि त्यांच्या धर्म व संस्कृतीच्या समीकरणाने तो दृढ झाला.

भारतामधील बहुविधता, राष्ट्रीय सभेचे गांधीजींच्या नेतृत्वाखाली अनेक विधायक रचनात्मक कार्यांमुळे ग्रामीण भागात रुजलेली पाळेमुळे यामुळे हिंदुमहासभेची धर्माधिष्ठित राजकारणाची कल्पना प्रभाव टाकू शकली नाही. तिचे आकर्षण शहरी व उच्चभ्रू वर्गापुरते मर्यादित राहिले. राज्य आणि धर्माची फारकत युरोपात स्थिर झालेली होती आणि त्याचे आकर्षण येथील विचारवंतांनाही होते. अशा परिस्थितीत धर्माचा प्रभाव जातीयतेमध्ये विकृत होण्याची भीती असते. हिंदुमहासभेचा प्रभाव त्यांचे हिंदुत्व केवळ राजकीय न राहता धार्मिक झाल्याने टिकू शकले नाही.

मात्र सावरकरांची विज्ञाननिष्ठा, प्रखर राष्ट्रवाद आणि क्रांतिकारक प्रवृत्ती ही त्यांच्या विचारांत व कृतीत अगदी बालपणापासूनच जाणवत होती. आपल्या राजकीय विचारांना तर्कशुद्ध बैठक देणारी त्यांची विद्वत्ता राजकारणी लोकांत अभावानेच दिसते. त्यामुळे त्यांच्या जोशपूर्ण विवेचनातील उणिवा नजरेत येत नाहीत. त्यांचा हिंदुराष्ट्राला वांशिक शुद्धतेचा-एकात्मतेचा आधार देण्याचा प्रयत्न आहे.

रत्नागिरीच्या स्थानबद्धतेच्या काळात त्यांनी अनेक समाजसुधारणांना हात घातलेला दिसून येतो. (उदा. अस्पृश्यतानिवारण, रोटीबेटीबंदीला विरोध) मात्र त्यामागे हिंदुसमाजाचे विघटन थांबवावे हाच हेतू दिसून येतो. जणू राष्ट्रवादाच्या चौकटीत बसेल एवढीच विज्ञाननिष्ठा त्यांना अभिप्रेत होती काय? बंदिस्त विचार हे जसे त्यांच्या हिंदुराष्ट्रवादाचे सामर्थ्य ठरले तसेच ते मर्मस्थानही बनले. त्यामुळे नकळत राष्ट्रीय सभेला विरोध असेच त्यांचे विचार व कार्यक्रम बनले. सावरकरांच्या विचारांना म्हणून मर्यादा पडली त्यांचे राजकीय विचार त्यांच्या सामाजिक विचार-कृतींच्या आड आले आणि त्यांच्या सामाजिक सुधारणा त्यांच्या राजकीय विचारांच्या अग्रक्रमामुळे समाजात दूरवर पोहोचण्यात अयशस्वी ठरल्या.

## १२. अरबिंदो घोष (१८७२-१९५०)

पूर्वेच्या संस्कृतीचा वाराही लागू नये असे इंग्लंडमध्ये घडवलेले बालपण, तरुण वयात भारतीय क्रांतिकारक विचारांशी जवळीक आणि उत्तर आयुष्यात संपूर्णपणे आध्यात्मिक योगी जीवन असे अरविंद घोष यांचे दैवी योगायोगाचे जीवन आहे. घरचे सधन असल्याने बालपणातच इंग्लंडला एका सुविद्य कुटुंबात अरविंद शिक्षणासाठी राहिले. भारतीय सनदी नोकरीत (Indian Civil Services) प्रवेश मिळण्याची संधी त्यांनी जाणीवपूर्वक नाकारली. शिक्षणकाळात आर्यलंडच्या व इटलीच्या स्वातंत्र्य-लढ्यांचा त्यांच्या मनावर प्रभाव पडून ते भारतीय क्रांतिकारकांच्या 'कमल खंजीर' (Lotus and dagger) या गुप्त क्रांतिकारक संघटनेचे सदस्य बनले.

बडोदा संस्थानांत प्राध्यापक व प्रशासकीय पदांवर त्यांनी १८९३-१९०६ या कालखंडात कार्य केले. त्यावेळी त्यांनी भारतीय वाङ्मयाचा अभ्यास केला. त्याच वेळी योगविद्येचाही त्यांनी अभ्यास केला आणि हा योग त्यांच्या भावी आयुष्याच्या दृष्टीने फार महत्त्वाचा ठरला. बडोद्याच्या वास्तव्यात त्यांचा क्रांतिकारकांशी संबंध आला. त्यांनी 'इंदुप्रकाश', 'वन्दे मातरम्' या वृत्तपत्रांतून राष्ट्रवादी विचारांचा प्रसार केला. १९०६ मध्ये त्यांनी सक्रिय राजकारणात भाग घेण्यास सुरुवात केली; व काँग्रेसच्या जहालगटाचे नेतृत्व केले. राष्ट्रवाद हा एक धर्म आहे. तो परमेश्वरानेच निर्माण केलेला असून तो नष्ट होणार नाही असे ते म्हणत. बंगालमधील क्रांतिकारकांच्या चळवळीला त्यांची प्रेरणा असल्याच्या संशयावरून त्यांना अलीपूरच्या कारागृहात बंदिवान केले; तेथे त्यांना आयुष्याच्या नियोजित ध्येयाची प्रेरणा आतील आवाजाने परमेश्वरी संकेताने मिळाली आणि तुरुंगातून सुटका होताच, परमेश्वरी आदेशानुसार, ब्रिटिश शासनाची वक्रदृष्टी टाळण्यासाठी ते पॉण्डेचेरी या फ्रेंच वसाहतीमध्ये वास्तव्यास गेले आणि एका नव्या योगी खंडाचा उदय झाला. भारतीय चळवळ निश्चित यशस्वी होईल आणि आपल्या निघून जाण्यात कोणतीही असाहाय्यता व वैफल्य यांची भावना त्यांच्या मनात नव्हती. पॉण्डेचरीला आल्यानंतरचे सारे आयुष्य त्यांनी योगसाधना, विश्वऐक्य आणि भारतीय संस्कृतीचे दर्शन घडविणाऱ्या साहित्याच्या निर्मितीमध्ये घालविले.

### १२.१. अरबिंदोंचा राष्ट्रवाद

इंग्लंडमध्ये असल्यापासूनच अरबिंदो यांचा क्रांतिकारक चळवळीशी संबंध होता. ब्रिटिश शासनाविषयीचा भ्रमनिरास झाल्यानंतर त्यांचे वडील डॉ. कृष्णघन घोष यांनीही त्यांना राष्ट्रवादी विचारांची ओळख करून दिली. अलीपूरच्या तुरुंगातून

सुटून आल्यावर त्यांनी कर्मयोगी व धर्म या दोन साप्ताहिकांतून राष्ट्रवादी विचारांचा प्रसार केला होता; सुरतच्या काँग्रेस अधिवेशनात जहालांचा जय होण्यामागे त्यांचा हात होता.

मवाळ नेतेही राष्ट्रवादीच होते. परंतु, भारताची भारत म्हणून अस्मिता जागी करण्याचे रचनात्मक कार्यक्रम त्यांच्याजवळ नव्हते. अरबिंदो यांनी राष्ट्रवादाला आध्यात्मिक पातळीवर नेले. त्यांच्या राष्ट्रवादाला ऐहिक उन्नतीची मर्यादा नव्हती तर भारतीय स्त्री-पुरुषांची सर्वांगीण मुक्तता हे त्यांचे ध्येय होते. सांस्कृतिक राष्ट्रवादात आपल्या संस्कृती, सण, रिवाज, धर्मविचार यांविषयी जागरूकता निर्माण करून समाजात चैतन्य निर्माण करण्याचा प्रयत्न केला जातो. राजकीय जागृती निर्माण होत असताना असा सांस्कृतिक राष्ट्रवाद बौद्धिक राष्ट्रवादापेक्षा लोकांवर अधिक परिणाम करतो; तसा प्रयत्न टिळकांच्या राष्ट्रवादांत दिसतो. उदा. सार्वजनिक गणेशोत्सवाची कल्पना. अरबिंदोंचा राष्ट्रवाद हा गूढ आणि आध्यात्मिक गूढता असलेला एक ईश्वरी प्रेरणेचा आविष्कार आहे. त्याचा आधार हिंदूंचे वेद, उपनिषदे, गीता आणि आपल्या पूर्वजांचा इतिहास हा होता. (अलीपूरच्या तुरुंगात अरबिंदो यांनी गीतेचा अभ्यास केलेला होता.) 'राष्ट्रवाद हा केवळ राजकीय कार्यक्रम नसून ती परमेश्वराने निर्माण केलेली तत्वप्रणाली आहे- ('अरविंद'). अध्यात्मामधून मिळणारी शक्ती ही अक्षय असून आयुष्याकडे ऐहिक दृष्टिकोनातून पाहताना ती मिळणार नाही. त्यासाठी पाश्चात्त्यांचे अनुकरण थांबवून 'प्रथम भारतीय बनले पाहिजे' असा त्यांचा आग्रह होता. ही शिकवण दोघांनाही- नेते व अनुयायी यांना आवश्यक आहे. दोघांनाही साधनेची गरज आहे. राजकीय नेत्यांना योगी पुरुषाचे समर्थ दिग्दर्शन हवे. 'या शरीरात कांउट काव्हूरबरोबर मॅझिनीने व शिवाजींबरोबर रामदासांनी जन्म घेतला पाहिजे.' आध्यात्मिक वृत्तीने कार्य करताना कार्याशी तादात्म्यवृत्ती निर्माण होते. ते सामर्थ्य व सातत्य ही आध्यात्मिक राष्ट्रवादाची चेतना आहे. त्यांचे राष्ट्रवादाचे स्वरूप हिंदुधर्मावरील निष्ठेचे सनातनधर्माचे होते. मात्र, पुढील इतिहासात गांधीजींनी विकसित केलेले सविनय, प्रतिकार, बहिष्कार हे मार्ग आयरिश चळवळीत वापरलेले होते.

अर्थात, अरविंदांचा सनातन धर्म भौगोलिक हिंदुत्ववाद नव्हता; तर तो विश्वधर्मवाद होता. पौर्वात्य विचार राष्ट्र हा विकासाचा टप्पा मानत नाही; तर सर्व मानवजातीचा त्यात समावेश होता. हिंदुधर्माची भौगोलिक चौकट ओलांडून जाणारा सर्व विश्वाचा विचार व विचारपद्धतीवर ठसा उमटविणारा तो चैतन्ययुक्त आर्यधर्म होता. ज्या जुन्या रीतिरूढींचा त्या चैतन्याशी संबंध नव्हता त्यांचे पुनरुज्जीवन करावे असा जीर्णोद्धारी वृत्तीचा त्यात पाठपुरावा नव्हता. प्रेम व बंधुभाव यांमधून राष्ट्रभक्ती निर्माण होते. त्याचे उन्नतीकरण झाले की, सर्व मानवजात त्या प्रेमात व बंधुभावात एकरूप होते.

## १२.२. विश्वराज्य

राष्ट्र-राज्य हा विश्वराज्याच्या मार्गावरील एक आवश्यक टप्पा आहे. प्रत्यक्ष व्यवहारात त्याला सामूहिक अहंकाराचे आक्रमक स्वरूप (right or wrong my nation) येते हा इतिहास आहे. हा प्रादेशिक अहंकार व्यक्तीलाही दुय्यमत्व देतो आणि राज्याला व्यक्तीसारखी सदसद्विवेक बुद्धी नसल्याने, त्याच्या अहंकारी कृतींना आळा घालता येत नाही.

त्यासाठी विश्वऐक्याची संकल्पना अरविंद यांनी मांडली. विश्वऐक्य ही सामाजिक विचारांची उत्क्रांत अशी अवस्था आहे आणि निसर्गाच्या नियोजनाचाच तो एक भाग आहे. मानवी आणि प्राणिसृष्टीतही अशी उत्क्रांती दिसते आणि वरवर वेगवेगळी वाटणारी जाति-प्रजाती यांच्यात गाभात्मक साम्य आढळते. परिस्थितीशी, त्याच्या बदलांशी सामावून घेताना मानवजात मात्र त्याच्या गाभ्याची एकात्मता विसरून गेली नाही, आणि स्थलकालानुसार होणारे बदल त्याच्यात पृथकता आणण्यास जरी कारणीभूत झाले; तरी त्याच्या विचारांच्या कक्षा नेहमीच रुंदावत गेल्या. कुटुंबापासून टोळी, गाव-जानपद राज्य-साम्राज्य-संघराज्य अशी त्याची गाभ्याची एकात्मता प्रगट करणारे अनुभवविश्व विस्तारतच राहिले. विविधता हा निसर्गाचा नियम असून, प्रत्येक पातळीवर आपले वैशिष्ट्य कायम ठेवून मानवजात आपले वेगळेपण मोठ्या ऐक्यात मिसळत आलेली आहे. आंतरिक ओढ, आर्थिक गरज, सामाजिक हितसंबंध अशी कोणतीही कारणे असतील पण हे सामूहिक प्रकटीकरण विश्वराज्याकडेच नेत असते.

अर्थात, हे विश्व-ऐक्य एकदम होणार नाही; तर उत्क्रांतीमधूनच ते होऊ शकेल असा योगी अरविंद यांचा विश्वास होता. प्रादेशिक ऐक्यांमधून हे सर्व प्रवाह निर्माण होऊन (उदा. युरोपीय देशांचे ऐक्य, आफ्रिका खंडातील देशाचे ऐक्य, आशियायी देशांचे ऐक्य) ते शेवटी मानवी ऐक्यात एकरूप होतील. (युरोपीय सामूहिक बाजारपेठ, संयुक्त राष्ट्रसंघटना व त्यामधील प्रादेशिक गट ही आधुनिक इतिहासातील उदाहरणे दिसून येतात.)

हे विश्वऐक्य यांत्रिक पद्धतीने वा बाह्य शक्तींच्या दडपणाने होणार नाही. अशी साम्राज्ये इतिहासकाळात कोसळून पडलेली आहेत. मानवसमाजाचे मानसिक ऐक्य हे निवास, वंश, आर्थिक गरज, संस्कृतिसंवर्धन यात समूहनिर्मिती व विस्तार यातून घडत असतात. प्राचीन राज्ये, राष्ट्रसंघ, संयुक्त राष्ट्र संघटना यांच्या यशापयशाचे विश्लेषण करून अरबिंदो विश्वऐक्यातील धोके स्पष्ट करतात. उदा. अस्थैर्य, सत्ताअसमतोल, आक्रमक राष्ट्रवाद, नीतीअनीतीबाबत विचारांचा अभाव. त्यावर मात करून परस्पर सामंजस्य, सहकार्य या मार्गाने विश्वराज्य स्थापन होण्याच्या मार्गावर

मानवजात राहील आणि आध्यात्मिक, बौद्धिक आणि ऐहिक प्रगतीत सर्वजण सहभागी होतील. आधुनिक काळातील नागरी समाजाची चळवळ (Civil society movement) अशाच पद्धतीने समाज सबल (Enabled) व आत्मभान असलेला (Empowered) व्हावा म्हणून प्रयत्नशील आहे. 'एक गुप्त चैतन्य, दैवी वास्तव्य अस्तित्वात आहे. सर्व मानवजात त्या दैवी चैतन्याची वाहक आहे.'

## १२.३. राजकीय तत्त्वज्ञान

राजकीय तत्त्वज्ञानाचे आध्यात्मीकरण हे अरबिंदोंच्या विचारपद्धतीचे वैशिष्ट्य आहे. केवळ भौतिक विचारांवर आधारलेली तत्वप्रणाली मानवजातीचे प्रश्न सोडवू शकणार नाही, असे त्यांचे मत होते. आर्थिक साम्राज्यवाद आणि भारतीयांचे शोषण याची जाणीव त्यांना इंग्लंडमधील वास्तव्यातच झालेली होती. त्यामुळे भांडवलशाहीच्या तत्त्वज्ञानाला त्यांचा विरोधच होता. समाजवादाला त्यांची सहानुभूती असली तरी साम्यवादी पक्षाची हुकूमशाही व व्यक्तिवादाला असलेला त्यांचा विरोध या गोष्टी त्यांना मान्य नव्हत्या. केवळ भौतिक सेवा-सुविधांची समान उपलब्धता व संधी यांपलीकडे जाऊन नैतिक व आध्यात्मिक दृष्टीने परिवर्तन करणाऱ्या तत्त्वज्ञानांत त्याचे रूपांतर होणे आवश्यक आहे, असे त्यांना वाटत असे.

लोकशाहीलाही त्यांनी आध्यात्मिक पाया दिला. शासनकर्ते जर नैतिक व आध्यात्मिक पायावर उभे नसतील तर लोकशाही ही स्वार्थ, स्पर्धा, सत्तेचा अनैतिक वापर यांचे स्वरूप बनते व त्यातून अल्पजनसत्ता निर्माण होते. परमेश्वराचे अस्तित्व नाकारणारे मानवतावादीही देश व व्यक्तीची उन्नती करण्यास अपुरे पडतात; कारण त्यांच्या विचारांना व कृतींना आधार असलेला अनुभव एकांगीच असतो. तत्त्वाचा एकांगीपणा केवळ आत्मिक शक्तींनीच संयमित होऊ शकेल. आधुनिक विचारही लोकशाही म्हणजे शासनाचा प्रकार नसून जीवनाकडे पाहण्याची वृत्ती आहे असे मानते. फ्रेंच राज्यक्रांतीची तीन तत्त्वे स्वातंत्र्य, समता आणि बंधुता (Godheads of human soul) समाजाच्या बांधणीत पायाभूत असावीत असे अरबिंदो घोष म्हणतात. ऐहिकतेच्या पलीकडे नेणारे हे अध्यात्म भारतीय विचारवंतांचे पाश्चात्त्य विचारवंतांपेक्षा वेगळेपण स्पष्ट करते. पाश्चात्त्य विचारवंतांमध्ये चर्चच्या पठडीतील (उदा. सेंट ऑगस्टीन) विचारवंतांत ही नैतिक अधिष्ठानाची जाणीव दिसते. आधुनिक भारतीय विचारवंतांमध्ये ना. गोखल्यांपासून गांधींपर्यंत ती आढळून येते. ईश्वरी प्रेरणेचे आणि त्याला अपेक्षित असलेले राज्य मानवाने 'महामानव' बनून प्रत्यक्षात आणावे असे त्यांना वाटे.

## १२.४. भारतीय स्वातंत्र्यलढा आणि अरबिंदो

अरबिंदो प्रथमपासून क्रांतिकारकांच्या संपर्कात होते. राष्ट्रीय काँग्रेसच्या जहाल गटाशी त्यांचे संबंध होते. सुरतेच्या राष्ट्रीय काँग्रेसच्या अधिवेशनात त्यांनी मवाळ गटाविरुद्ध टिळकांच्या जहाल गटाला साहाय्य केले होते. मवाळ नेत्यांच्या प्रभावाबद्दल व उपयुक्ततेबद्दल ते साशंक असले तरी काँग्रेस संघटनेचे महत्त्व ते जाणून होते आणि म्हणून व्यापक हेतूंनी त्यांनी काँग्रेस नेतृत्वावर टीका केलेली आहे. ब्रिटिशांपेक्षा आपणच आपले शत्रू आहोत आणि ब्रिटिश राज्यकर्त्यांचे विनंती अर्ज इ. मार्गांने परिवर्तन करण्यात वेळ घालविण्यापेक्षा आपला पुरुषार्थ जागा करणे महत्त्वाचे आहे. सर्वसामान्यांमध्ये चैतन्य निर्माण करणे मवाळ नेत्यांच्या क्षमतेपलीकडे आहे असे त्यांना वाटे. गुलामगिरीची जाणीव होऊन त्याचे दुःख सतत जाणविले तरच समाज परिवर्तनाला तयार होतो. ब्रिटिश राज्याला 'ईश्वरी कृपा' मानणाऱ्या मवाळ नेतृत्वाकडून म्हणून खरे स्वातंत्र्याचे ध्येय प्राप्त होणे अशक्य होते. ते नेतृत्व अप्रामाणिक नव्हते पण चुकीच्या मार्गाने चाललेले होते.

स्वाभाविकपणे अरबिंदोंचा ओढा क्रांतिकारक मार्गाकडे होता. शक्तीला शक्तीनेच उत्तर द्यावयास हवे, असे त्यांचे मत होते. बंगालच्या क्रांतिकारकांशी ते सतत संपर्कात असत. ब्रिटिशांचे मर्यादित सैन्यसामर्थ्य पाहता आपण गनिमीकाव्याने लढून पण भारतीयांच्या व्यापक पाठिंब्यावर ब्रिटिश शासनास जेरीस आणू शकू. सविनय विरोधाचे अरविंदो समर्थन करीत पण त्यामागे नैतिक वा आध्यात्मिक कारण नव्हते. 'एक पण एकमेव नाही' असे स्वातंत्र्यलढ्याचे साधन म्हणून शांततामय प्रतिकार हा प्रभावी ठरेल; पण त्यालाही मर्यादा असतील. त्याने आक्रमक प्रतिकाराचीही तयारी केली पाहिजे. त्यांची बहिष्काराची कल्पनाही काँग्रेसच्या चतुःसूत्रीमध्ये समाविष्ट करण्यात आली आणि या सूत्रांच्या सकारात्मक बाजूंवरही तेवढाच जोर देण्यात आलेला होता. हे मार्ग एक राजकीय साधन म्हणून होते. त्यामागे नैतिक, आध्यात्मिक असे सूत्र नव्हते. परमेश्वरी योजनेनुसार अरविंदो पॉण्डेचरीला गेल्यानंतर (४ एप्रिल १९१०) त्यांनी सक्रिय राजकारणाचा पूर्णपणे त्याग केला. मात्र, आपल्या आध्यात्मिक शक्तीचा त्यांनी मानवजातीच्या कल्याणासाठी वापर केला. डंकर्कच्या युद्धात त्यांनी इंग्लंडच्या बाजूने त्याचा वापर केला असे मानले जाते.

विलक्षण योगायोगांनी भरलेले अरबिंदोंचे जीवन पौर्वात्य विचारशैलीत बसणारे आहे. बालपणीचा पाश्चिमात्य प्रभाव व पाँडेचरीचे ऋषितुल्य जीवन यांची त्याशिवाय सुसंगती लावता येणार नाही. क्रांतिकार्यातील सहभाग आणि विश्वराज्याची संकल्पना यांचा सांधा त्याशिवाय जोडता येणार नाही. राजकीय विचारांच्या दृष्टीने त्यांनी राष्ट्रवादाला आध्यात्मिक पातळीवर नेले आणि स्वातंत्र्यलढ्याला विश्वपातळीवर नेले; हे त्यांचे योगदान म्हणून महत्त्वाचे होते.

❐

# संदर्भग्रंथ

1. Appadorai A : Substance of Politics (1957),
   Oxford University Press.
2. Barker Ernest : Principles of Social and Political Theory, 1952.
3. Doyle and Ebenstein : A History of Political Thought.
4. Dunning W. A. : A History of Political Theories, 1930
5. Gatel R.G. : Political Sciences, 1956.
6. Gilchrist R.N. : Principles of Political Science, 1961.
7. Laski Harold I : A Grammer of Politics.
8. Merium Charles and Barnes Harry : A History of Political Theories.
9. Sabine G.H. : A History of Political Theory, 1957

❐

# सूची

❐

www.ingramcontent.com/pod-product-compliance
Lightning Source LLC
Chambersburg PA
CBHW051635050726
47502CB00011B/520
* 9 7 8 8 1 8 4 8 3 3 4 8 5 *